மீன்வெளி

மாற்கு

நியூ செஞ்சுரி புக் ஹவுஸ் (பி) லிட்.,

41-பி, சிட்கோ இண்டஸ்டிரியல் எஸ்டேட்,

அம்பத்தூர், சென்னை - 600 050.

☎: 044 - 26251968, 26258410, 48601884

Language: Tamil
Meelveli
Author : **Mark**
N.C.B.H. First Edition: July, 2024
Copyright: Author
No.of Pages: 358
Publisher:
New Century Book House Pvt. Ltd.,
41-B, SIDCO Industrial Estate,
Ambattur, Chennai - 600 050.
Tamilnadu State, India.
Email: info@ncbh.in
Online: www.ncbhpublisher.in

ISBN. 978 - 81 - 977725 - 3 - 5

Code No. A 5124

₹ 450/-

Branches

Ambattur 044 - 26359906 **Spenzer Plaza (Chennai)** 044-28490027
Trichy 0431-2700885 **Pudukkottai** 04322- 227773 **Thanjavur** 04362-231371
Tirunelveli 0462-4210990, 2323990 **Madurai** 0452-2344106, 4374106
Dindigul 0451-2432172 **Coimbatore** 0422-2380554 **Erode** 0424-2256667
Salem 0427-2450817 **Hosur** 04344-245726 **Krishnagiri** 04343-234387
Ooty 0423-2441743 **Vellore** 0416-2234495 **Villupuram** 04146-227800
Pondicherry 0413-2280101 **Nagercoil** 04652-234990

மீள்வெளி
ஆசிரியர் : மாற்கு
என்.சி.பி.எச். முதல் பதிப்பு: ஜூலை, 2024

அச்சிட்டோர்: **பாவை பிரிண்டர்ஸ் (பி) லிட்.,**
16 (142), ஜானி ஜான் கான் சாலை, இராயப்பேட்டை, சென்னை - 14
☎: 044-28482441

All rights reserved. No part of this book may be reprinted or reproduced or utilised in any form or by any electronic, mechanical, or other means, now known or hereafter invented, including photocopying and recording, or in any information storage or retrieval system, without permission in writing from the publishers.

என்.சி.பி.எச். முதற்பதிப்பிற்கான பதிப்புரை

கிறித்தவத்திற்குள்ளும் சாதியப் பாகுபாடுகளும், ஏற்றத்தாழ்வுகளும் நிலவுவதையும், இந்து மதத்தில் காலங்காலமாக புரையோடிக் கிடக்கும். தீண்டாமை ஆதிக்க சாதியினரின் அடக்குமுறைக்கு எதிராக சமத்துவம் நாடி கிறித்தவத்திற்கு மாறியவர்கள் அங்கு படுகின்ற துயரங்களை இந்நாவல் தெள்ளத் தெளிவாக எடுத்துரைக்கின்றது.

ஆதிக்க சாதியினரின் ஆணவப் போக்காலும், சுயநலத்தாலும், வஞ்சிக்கப்படும் ஒடுக்கப்பட்ட தலித் கிறித்தவர்களின் நியாயமான உரிமைகளை போராட்டங்களை அவர்கள் எவ்வாறு உதாசீனப்படுத்து கின்றார்கள், திசை திருப்புகின்றார்கள், போராட்டத்தை சிதைத்து தோற்கடிக்கச் செய்கின்றார்கள் என்பதை மிக இயல்பாக இந்நாவல் பேசுகிறது. அவர்களுக்கான கல்வி, வேலைவாய்ப்பு, சமூக பொருளிய வாழ்நிலைமைகளுக்கான மேம்பாடு தொடர்ந்து மறுக்கப்படும் வேளையில் அவர்களின் போராடும் செயலை ஏற்க மனம் ஒப்பாமல் சூழ்ச்சிகளால், அடக்குமுறைகளால் உயர்சாதியினரான ஆயர்களாலும், பங்குப் பணியாளர்களாலும் அம்மக்கள் வெற்றி கொள்ளப்படுவதை கண்டு நம் மனம் பதைக்காமல் இருக்க முடியாது. இத்தகைய தோல்விகளின் படிப்பினைகளிலிருந்து அவரவர் மண்ணுக்கேற்ற வகையில் வாழ்க்கை அனுபவங்களில் இருந்து புதிய கிறித்தவத்தின் மூலம் தலித் கிறித்துவ மக்களை ஒன்று திரட்டுவது, போராடுவது என்ற முயற்சியில் இக்கதை மாந்தர்கள் செயல்படுகின்றனர். ஒரு புதிய விழிப்புணர்வுக்கு இந்நாவல் வாயிலாக வித்தூன்றப்படுகின்றது என்பதை இதனை வாசிக்கும் வாசகர்கள் உணர முடியும் என நம்புகிறோம்.

- பதிப்பகத்தார்

முதற்பதிப்பிற்கான முன்னுரை

கத்தோலிக்கக் கிறித்தவத்தின் துறவற சபைகளுள் ஒன்று சேசு சபை. இது உருவான 16ஆம் நூற்றாண்டில் இருந்தே, தமிழகத்தில் இச்சபை செயல்படத் தொடங்கிவிட்டது. இந்திய மொழிகளில் முதல் முறையாக அச்சிடப்பட்ட நூல் தமிழ்நூல் என்ற பெருமையை வழங்கியவர்கள் இவர்கள்தாம்.

நாம் நன்கறிந்த தத்துவபோதகரும், வீரமாமுனிவரும் இத்துறவற சபையினர்தாம். இத்தகைய பாரம்பரியத்தின் ஒரு கண்ணியாக நம்முடன் வாழ்பவர் மாற்கு என்றழைக்கப்படும் மாற்கு ஸ்டீபன்.

இவர் எழுதிய நாவல்கள் இவரை ஒரு நாவலாசிரியராக மட்டுமின்றி, தமிழகக் கத்தோலிக்கத் திருச்சபைக்குள், நலிந்தோருக்கான குரல் எழுப்புவோருள் ஒருவராகவும் அடையாளம் காட்டியுள்ளன. நாவல் என்ற இலக்கிய வகைமை ஒரு சமூக ஆவணமாகவும் விளங்கமுடியும் என்பதற்குச் சான்றாக இவரது நாவல்கள் விளங்குகின்றன.

'சேர்ந்து பிறப்பதிலும், செத்துமடிவதிலும் என்ன பேதம் கண்டீர்' என்றார் பாரதிதாசன். செத்த பின்னும் வேறுபாடு நிலவும் இடமாக இடுகாடுகளும், சுடுகாடுகளும் அமைந்துவிட்டன. 'சமரசம் உலாவும் இடம்' என்பது திரைப்படப் பாடல் வரியில் மட்டும்தான். கல்லறைத் தோட்டத்தை, சுவர்கட்டி சாதிய அடிப்படையில் பிரித்த அவலம் நடைமுறை உண்மை. இப்பிரிவினைச் சுவரை இடித்தமையை மையமாகக் கொண்டு உருவானது இவரது 'சுவர்கள்' என்ற நாவல்.

செங்கற்பட்டு மாவட்டத்தில் உள்ள உத்திரமேரூர் என்ற வரலாற்றுச் சிறப்புமிக்க ஊரின் அருகில் உள்ள கிராமம் ஒன்றின் தேவாலயத்திலும் சமூக வாழ்விலும் தீண்டாமை கோலோச்சுவதை மையமாகக் கொண்டது இவரது 'யாத்திரை' என்ற நாவல்.

தூத்துக்குடி மவட்டத்தில் சங்கரலிங்கபுரம் என்ற கிராமத்தில், தலித் மக்கள் மீது ஏவப்பட்ட அரசு வன்முறையை இவரது 'மறியல்' என்ற நாவல் சித்திரிக்கிறது.

தென் ஆற்காடு மாவட்டத்தில் உள்ள எறையூர் என்ற கிராமத்தின் தேவாலயத்தில் இரண்டாம் நிலைக் கத்தோலிக்கர்களாக அங்குள்ள

தலித் கத்தோலிக்கர்கள் நடத்தப்பட்டதையும் அதற்கு எதிரான போராட்டத்தையும் கருவாகக் கொண்டு இவர் எழுதிய நாவல், 'மறுபடியும்'.

தென்மாவட்டம் ஒன்றில், சாதிய அடிப்படையில், கத்தோலிக்க மறைமாவட்டம் ஒன்றை இரு மறை மாவட்டங்களாகப் பிரிக்க முயன்ற அவலத்தை வெளிக்கொணர்ந்த நாவல், 'எப்படியும்'.

தற்போது வெளிவரும் 'மீள்வெளி' என்ற இந்நாவல், பழைய மரபுகளை இறுகப் பற்றிக் கொண்டுள்ள கத்தோலிக்கர்களாலும், கத்தோலிக்கத் திருச்சபை ஊழியர்களாலும் ஏற்கெனவே இவருக்கு இடப்பட்டிருந்த 'கலகக்காரர்' என்ற முத்திரையை உறுதி செய்வதாக அமைந்துள்ளது. இம்முத்திரையை எதிர்மறையாக அன்றி இவரது சிறப்புக் கூறாகக் காண்பதில் தவறில்லை.

யூதர்களால் ஒதுக்கிவைக்கப்பட்ட சமாரியர் என்ற மக்கள் பிரிவைச் சார்ந்த பெண் ஒருத்தியிடம் யேசு, தண்ணீர் வாங்கிக் குடித்ததை விவிலியம் குறிப்பிடுகிறது. இது யூத மரபை மீறிய செயல். இம்மரபு மீறல்தான் யேசுவின் தனித்த அடையாளம்.

ஆனால் தமிழகக் கத்தோலிக்கத் திருச்சபையில் இத்தனித்த அடையாளம் கண்டு கொள்ளப்படவில்லை. அதன் ஊழியர்களில் ஒரு பகுதியினர் தத்தம் சாதி சார்ந்தே இயங்குகின்றனர். அதே நேரத்தில் தலித் கத்தோலிக்கர்களுக்கு எதிரான நிலைப்பாட்டை எடுப்பதில் தம் சாதி கடந்து ஏனைய சாதியினருடன் ஒன்றிணைந்து கொள்கின்றனர். இதில், 'யாருக்கும் இங்கே வெட்கமில்லை.'

மற்றொரு பக்கம் இந்து சமயத்தின் சமயத்தலைவர்கள், போலன்றி தீண்டாமைக்கு எதிரான குரல் திருச்சபைக்குள் இருந்தும் ஒலிக்கிறது. தத்தம் சுயசாதி அடையாளங்களைத் துறந்து அதன் ஊழியர்களில் ஒரு பகுதியினர் இயங்குவது வரவேற்கவேண்டிய மகிழ்ச்சிக்குரிய செய்தி. இவ்வகையில் பெரும்பாலான மடாதிபதிகள், தம்பிரான்கள், ஆச்சாரியார்கள், ஜீயர்கள் ஆகியோரில் இருந்து இவர்கள் வேறுபடுகின்றனர்.

•••

இந்நாவல் உட்பட மாற்குவின் மேற்கூறிய நாவல்கள் அனைத்திலும் மேலோங்கி இருப்பது திருச்சபைக்குள் நிலவும் தீண்டாமைக்கு எதிரான எதிர்க்குரல்தான். இவ் எதிர்க்குரல்தான் அவரை ஒரு கலகக்காரராக அடையாளம் காட்டுவோருக்குத் துணைநிற்கிறது.

இவ் உண்மைகளை நாம் உய்த்துணரச் செய்யும் வகையில் 'மீள்வெளி' நாவல் அமைந்துள்ளது. வெள்ளாளர், உடையார், நாடார், பரதவர், வன்னியர் ஆகிய, 'சாதிக் கத்தோலிக்கர்', பிரிவுக் குருக்கள், ஆயர் பதவிக்கனவில் மிதப்பதில் தொடங்கும் இந்நாவல் பிச்சைமுத்து தாத்தா என்ற கதை மாந்தரின் இறப்புடன் முடிவடைகிறது.

இதற்கிடையில், சாதியத்திற்கெதிரான சிந்தனைப் போக்குடைய குருக்கள், அவர்தம் செயல்பாடுகள், அதன் பொருட்டு அவர்கள் எதிர்கொண்ட இன்னல்கள், தலித் கத்தோலிக்கரின் பஞ்சமி நிலப் போராட்டங்கள் இயற்கை வேளாண்மை என்பன இடம்பெறுகின்றன.

தமிழ்நாட்டின் பாரம்பரிய நம்பிக்கையான இறந்தோர் வழிபாடு, கத்தோலிக்கத்தின் புனிதர் வழிபாடு குறித்த விவாதங்களை ஆசிரியர் முன் வைக்கிறார். குலதெய்வ வழிபாட்டிற்கும் புனிதர் வழிபாட்டிற்கும் இடையிலான ஒற்றுமை வேற்றுமைகளை கதைமாந்தரின் உரையாடல்கள் வாயிலாக வெளிப்படுத்துகிறார். நாட்டார் சமயம், வெகுசன சமயம் குறித்த ஆய்வு மேற்கொள்வோரின் சிந்தனைக்கு இவை உதவும் தன்மையன. இந்தியக் கத்தோலிக்கர்களில் சிலரைப் புனிதர்களாக அறிவிக்க மேற்கொள்ளும் முயற்சிகளிலும் சாதியம் மறைந்திருப்பதைச் சுட்டுகிறார். மேட்டிமையோர் உருவாக்கிய அறநெறிகளை மீறியோர் குலதெய்வங்களாக விளங்க, 'அறநெறியை இம்மி பிசகாமல் அனுசரித்தவர்கள்தான் பெரும்பாலும் புனிதர்களாக இருப்பதையும் ஒப்பிட்டு ஆராய்கிறார். இங்கு அறநெறியென்பது ஆதிக்க வகுப்பினர் உருவாக்கிய அறநெறி என்பதையும் விளக்குகிறார்.

> *மரிய கொராட்டினு ஒரு புனிதை தனது கற்பச் சூரையாட வந்த ஒருவனுக்கு இடங்கொடுக்காததுனால அவனால குத்திக் கொல்லப்பட்டா. அந்த இளம் பெண்ணைத் திருச்சபை புனிதையாக அறிவிச்சிருக்கு. இப்படிப் பார்த்தா எத்தனை தலித் இளம் பெண்க தங்க கற்பக் காப்பாற்ற உயிரவிட்டிருக்காங்க அவங்க எல்லாம் புனிதர்கதான?*

என்று ஆசிரியர் வினா எழுப்புகிறார். இந்நாவலில் இடம்பெறும் குலதெய்வம், புனிதர் தொடர்பான கருத்துக்கள், இறையியல் நோக்கில் ஆராய்வதற்குரியன. மற்றொரு பக்கம் அடித்தள மக்களின் சமய வாழ்வை வெளிப்படுத்துகின்றன. அத்துடன் 'நம் சொந்தக் கிணறுகளில் இருந்து நீர் பருகுவோம்' என்ற பெருநாட்டு இறையியலாளர் குஸ்தாரோ குத்தியாரோவின் கூற்றை இப்பகுதிகள் நினைவூட்டுகின்றன.

சோசலிசம் என்ற சித்தாந்தத்தின் தொடக்க வடிவங்களுள் ஒன்று 'கிறித்தவ சோசலிசம்' இது ஒருவகையான கற்பனா சோசலிசம் (உடோப்பியன் சோசலிசம்) என்ற விமர்சனம் உண்டு.

இந்நாவலில் மாற்கு உருவாக்கிக்காட்டும் கூட்டு வேளாண்மை முறையுடன் கூடிய கிராம வாழ்க்கை கிறித்தவ சோசலிசத்தின் தாக்கத்திற்கு உட்பட்டது என்று கூறலாம். அதே நேரத்தில் தீண்டாமைக்கெதிரான கருத்தியலை இத்துடன் இழையவிட்டுள்ளார். மண்சார்ந்த கத்தோலிக்கம் ஒன்றைப் படைக்க முயலுகிறாரோ என்று எண்ணும் வண்ணம், குலதெய்வம், புனிதர் தொடர்பான ஒப்பீட்டுச் சிந்தனைகளை முன்வைக்கிறார்.

நாவலில் அவரது தலித்தியச் சார்புநிலை பல இடங்களில் அழுத்தமாகப் பதிவாகியுள்ளது. வெளிநாட்டுப் பறவைகளைக் கண்டு வியப்படைந்த செல்லையாவிடம்,

> *"பக்கத்துல பறவைக சரணாலயம் இருக்கு. அங்க பல நாடுகள்ல இருந்தும் குளிர் காலத்துல பறவைக வந்து இங்கு தங்கும். பகல்ல இந்தப் பகுதில இருக்கும் குளங்க, குட்டைக, ஏரிக, வயல்களுக்கு வரும். அதுல உள்ள மீனுக, தவளைக, பூச்சிகளத் தின்னும். சாயங்காலம் திரும்பவும் சரணாலயத்துக்குப் போயிறும், எந்தெந்த நாட்டுப் பறவைகளோ? தெரியல. ஆனா ஒவ்வொரு வருசமும் வருதுக. பிள்ள குட்டிகளப் பெத்துக்கிடுதுக. மறுபடியும் பிள்ள குட்டிகளோட பறந்து போயிறுதுக. அதுக தங்குகிற இடத்த அரசாங்கம் பாதுகாக்குது. எல்லா வசதிகளும் செஞ்சு கொடுக்குது. யாரும் பறவைகளுக்குத் தொந்தரவு கொடுக்கக் கூடாது, அதுகளப் பிடிக்கக் கூடாது, வெடி போடக்கூடாதுன்னு என்னென்னமோ சட்டம் போடுது. ரொம்பக் கருத்தா பாதுகாக்குது. ஆனா நம்மள, தலித்துகள அரசாங்கம் கண்டுக்கிடுறதில்ல. திருச்சபையும் கண்டுக்கிடுறதில்ல. நமக்குப் பாதுகாப்பும் இல்ல. தங்க இடமும் இல்ல. பொறம்போக்கு நிலத்துலதான் தங்கணும். அதனாலதான் ஆதிக்கச் சாதிக்காரங்க போடா பொறம்போக்குன்னு நம்மளத் திட்டுறான். எந்தெந்த நாட்டுப் பறவைகளோ இதுக. இதுகளுக்கு இருக்கிற சுதந்திரமும், பாதுகாப்புங்கூட தலித்துகளுக்கு இல்ல."*

என்று சவரி கூறும் கருத்து ஓர் எடுத்துக்காட்டாகும்.

யதார்த்தவாத நாவல்களில் சில, அதில் பதிவாகியுள்ள செய்திகளின் அடிப்படையில், ஓர் ஆவணமாகவும் பார்க்கப்பட்டன. இங்கிலாந்து

நாட்டின் குழந்தைத் தொழிலாளர்களின் அவலநிலை குறித்த பதிவாக சார்லஸ் டிக்கன்சின் சில நாவல்களைக் குறிப்பிடுவர். இதன் அடிப்படையில் அவை நாவலாக மட்டுமின்றி சமூக ஆவணமாகவும் பார்க்கப்பட்டன.

இன்று, ஆவணப்பதிவுகளே நாவலாக மாற்றப்படுகின்றன. விவரணை நாவல் (டாக்குமெண்டரிஃபிக்சன்) என்றழைக்கப்படும் நாவல்களில் ஊர்ப்பெயர்களும் கதைமாந்தரின் பெயர்களும், உண்மைப்பெயரிலோ, புனைப் பெயரிலோ இடம்பெறுகின்றன. விவரணனை நாவல் என்று ஒரு நாவலை அடையாளம் காட்டுவதால் அது சிறப்புடையதன்று என்பது பொருள் அல்ல. ஒரு புது வகைமை என்றே கொள்ளல் வேண்டும்.

சி.சு.செல்லப்பாவின் ‘சுதந்திரதாகம்’ பொன்னீலனின் ‘புதிய தரிசனம்’, ‘வேள்நம்பியின்’, ‘பயணம்’ என்பன இப்புதிய வகைமையில் குறிப்பிடத்தக்க படைப்புகள். மாற்குவின் நாவல்கள் இவ்வகைமையில் அடங்குகின்றன.

★★★

‘விடுதலை இறையியல்’ அல்லது ‘விடுதலைக்கான இறையியல்’ என்ற புதிய கிறித்தவ இறையியலின் தாயகமான இலத்தின் அமெரிக்கா, உலகக் கத்தோலிக்கர்களின் எண்ணிக்கையில் சரிபாதியைக் கொண்டது.

இங்கு உருவான இப்புதிய இறையியல் சிந்தனை, கலகக்காரத் திருச்சபையின் தோற்றத்திற்கு வித்திட்டதுடன் ‘அங்கி அணிந்த கலகக்காரர்கள்’ சிலரையும் உருவாக்கியது. தமிழ்நாட்டில் இது போன்ற வரலாற்றுச் சூழல் இன்று இல்லை. ஆயினும், சாதிய மேலாண்மைக்கும், தீண்டாமைக்கும் எதிரான குரல் ஒலிக்க வேண்டிய கட்டாயம் உள்ளது. மாற்குவின் நாவல்கள் ஒருவகையில், கலகக் குரலாக அமைந்து தமிழகக் கத்தோலிக்கத் திருச்சபை, தன்னை ஆன்ம பரிசோதனை செய்ய வேண்டியதின் அவசியத்தை வலியுறுத்தி நிற்கிறது.

- ஆ.சிவசுப்பிரமணியன்

முதற்பதிப்பிற்கான என்னுரை

நான் சில வருடங்களுக்கு முன்பாக யாத்திரை என்ற நாவலை எழுதினேன். அதன் முன்னுரையில் யாத்திரையின் இரண்டாம் பகுதியை எழுதுவேன் என்று குறிப்பிட்டிருந்தேன். யாத்திரை எழுதி இருபத்தைந்து ஆண்டுகள் ஆகிவிட்டன. அதன் இரண்டாம் பகுதியை எழுதலாமே என்று எண்ணினேன்.

இந்த இருபத்தைந்து ஆண்டுகளில் எவ்வளவோ மாற்றங்கள் ஏற்பட்டுள்ளன. சிந்தனைப் போக்குகளும் வளர்ந்துள்ளன. யாத்திரையின் நீட்சியாக இருக்கும் இந்த நாவலில் அதில் பேசப்பட்ட விசயங்களை இன்னும் பரந்துபட்ட தளத்தில் பார்க்க வேண்டும் என்ற மனநிலை என்னிடம் உருவானது. அதன் வெளிப்பாடே 'மீள்வெளி' என்ற இந்த நாவல்.

இதுவரை நான் எழுதிய நாவல்கள் லகான்போட்ட குதிரைபோல ஒற்றைப்பார்வையுடையவை. ஒரு கருத்தை எடுத்துக்கொண்டு அதை மட்டுமே இலக்காகக் கொண்டு எழுதப்பட்டவை. அவைகளில் ஒரு கட்டுக்கோப்பு இருக்கும்.

இந்த நாவலில் எனது பார்வை ஒன்றின்மீது மட்டும் இல்லை. வாழ்க்கையின் பலதளங்களில் விரிந்திருக்கிறது. வாழ்க்கையைப் பலகோணங்களில் பரந்துபட்டுப் பார்க்கும் மனப்பக்குவம் என்னில் வளர்ந்திருக்கிறது.

இரண்டு பகுதிகள் இந்த நாவலில் உள்ளன. முதல் பகுதி யாத்திரையின் நீட்சியாக இருக்கும். இரண்டாம் பகுதி முற்றிலும் மாறுபட்ட தளத்தில் பயணிக்கும். நாம் ஏற்றுக்கொண்ட கருத்துகளுக்கு மாற்றான சில கருத்துக்களும் இப்பகுதியில் இருக்கும். பல பிரச்சினைகளை நோக்கி இந்த நாவல் நகர்கிறது.

படைப்பாளி சமூகத்தில் நடப்பதை தனது படைப்பில் உணர்வுப்பூர்வமாக வெளிப்படுத்தவேண்டும். அதே சமயம் அவன் நடுநிலையோடு இருக்கக் கூடாது என்பது எனது எண்ணம். அவன் பாதிக்கப்பட்ட மக்களின் சார்பாக நிலைப்பாடு எடுத்து அவர்களது பார்வையில் பிரச்சினையைப் புரிந்துகொண்டு அதனைத் தனது படைப்பில் வெளிப்படுத்த வேண்டும். ஆதிக்கச் சக்திகளின்

மனநிலையை நன்கு புரிந்துகொண்டு அதையும் தனது படைப்பில் வெளிப்படுத்தவேண்டும். ஆனால் அவர்கள் சார்பாக நிலைப்பாடு எடுத்து அதைத் தனது படைப்பில் பதிவு செய்தால் அது படைப்பே ஆகாது என்பது எனது நிலைப்பாடு.

பாதிக்கப்பட்டவர் சார்பாக நிலைப்பாடு எடுப்பதோடு படைப்பாளியின் பணி முடிவதில்லை. படைப்பாளிக்குச் சமூகப் பொறுப்பு உண்டு. பாதிக்கப்பட்டவர்கள் எந்தத் திசை நோக்கிச் செல்ல வேண்டும் என்பதைத் தனது படைப்பில் வெளிப்படுத்த வேண்டும். அதோடு அதை எப்படியெல்லாம் நிறைவேற்றலாம் என்பதைத் தனது கற்பனை வளத்தைக்கொண்டு வெளிப்படுத்த வேண்டும். அது சாத்தியமா, சாத்தியமில்லையா என்று வாசகர்களிடம் ஒரு குழப்பத்தை ஏற்படுத்தாமல் சாத்தியம் என்ற நிலையில் தனது கற்பனையைக் கூர்மையாக்கி படைப்பை உருவாக்க வேண்டும். அதை நடைமுறைப்படுத்துவது சமூகச்செயல்பாட்டாளர்களின் கைகளில் இருக்கிறது.

இந்த நாவல் இத்தகைய கருத்தியல் பின்னணியில் எழுதப்பட்டுள்ளது. சமூகத்திலுள்ள பிரச்சினைகளைப் பற்றி மட்டும் இந்த நாவல் வெளிப்படுத்தவில்லை. அந்தப் பிரச்சினைகள் தீர சமூகம் எந்தத் திசையில் செல்லலாம், பாதிக்கப்பட்டவர்கள் என்ன செய்யலாம் என்ற கண்ணோட்டத்தில் எழுதப்பட்டுள்ளது. உடனடியாக அனைத்தையும் நிறைவேற்ற முடியும் என்ற கண்ணோட்டத்தில் எழுதவில்லை. ஆனால் இலக்கை நோக்கிப் பயணத்தைத் தொடர ஓர் உரையாடலை ஆரம்பிக்கலாம் என்ற நோக்கில் எழுதப்பட்டது.

இந்தப் படைப்பைப் பல கோணங்களில் புரிந்துகொள்வதற்கு சாத்தியம் இருக்கிறது. மாற்றுக் கோணத்தில் பார்த்து என்னைத் தனிப்பட்ட விதத்தில் விமர்சிப்பதற்கும் சாத்தியம் இருக்கிறது. இந்தப் படைப்பையும், படைப்பாளியையும் நாம் முற்றிலுமாகப் புறக்கணிக்க வேண்டும் என்று சிலர் எண்ணலாம்.

அதற்காக நான் சொல்ல வந்தவைகளைச் சொல்லாமல் விடுவது எனது சமூகக் கடமையைப் புறக்கணிப்பதாகும். மாற்றுக் கருத்து அவசியம். மாற்றுக் கருத்தின் அடிப்படையில் நடைபெறும் உரையாடல் இன்னும் நமது சிந்தனையை, செயல்பாட்டைக் கூர்மையாக்கும்.

இக்காலத்தில் நாம் முக்கியமாக எழுப்பவேண்டிய கேள்வி வளர்ச்சி என்றால் என்ன என்பதே. தற்போது நாம் வளர்ச்சி என்று கூறுவது வளர்ச்சியா அல்லது வீக்கமா என்று அறிய வேண்டும்.

வீக்கத்திற்கும் வளர்ச்சிக்கும் வித்தியாசம் தெரியாமல் நாம் இருக்கிறோமோ என்ற சந்தேகம் என்னிடம் எழுந்துள்ளது. இயற்கையோடு இணைந்ததும், அதைப் பாதுகாப்பதும், வளர்ப்பதும்தான் வளர்ச்சி என்று நான் உறுதியாக நம்புகிறேன்.

சமீபத்தில் ஹைதராபாத் மத்தியப் பல்கலைக்கழகத்தில் முனைவர் பட்ட ஆய்வு மாணவர் ரோஹித் வெமுலா தற்கொலை செய்து கொண்டார். அவர் எழுதிய நீண்ட கடிதம் நெஞ்சை உருக்கக்கூடியது. அந்தக் கடிதத்திலிருந்து ஒரு பகுதி இது.

'அறிவியல், நட்சத்திரங்கள், இயற்கை இவையெல்லாம் என் விருப்பத்திற்கு உரியவை. என் விருப்பப் பட்டியலில் மனிதர்களும் இருக்கின்றனர். அவர்கள் இயற்கையுடனான உறவை எப்போதோ துண்டித்துக்கொண்டனர் என்பதை அறியாமலேயே அவர்களை நான் நேசித்து வந்தேன். நமது உணர்வுகள் எல்லாம் ஏற்கெனவே பயன்படுத்தப்பட்டு நம்மிடம் கடத்தப்பட்டவை. நமது அன்பு கட்டமைக்கப்பட்டவை. நமது நம்பிக்கைகள் சாயம் பூசப்பட்டவை. நாம் என்ற சுயமான ரூபமே ஒரு செயற்கை வடிவமாகிவிட்டது. எள்ளளவும் காயப்படாமல் அன்பைப் பெறுவது மிகவும் கடினமாகி விட்டது.'

இந்த வார்த்தைகள் நமது மனதில் பல தாக்கங்களை ஏற்படுத்துகின்றன. இந்தச் சமூகம் எங்கே எப்படிச் செல்கிறது என்பதைத் தனது மரண சாசனத்தில் குறிப்பிடுகிறார். இந்த வலியை, காயங்களை, அவைகள் ஏற்படுத்திய வடுக்களை மனிதநேயமுள்ள ஒவ்வொருவராலும் புரிந்துகொள்ள முடியும். அப்போது புதிய சமூகத்தை நோக்கி நமது பயணம் தொடரும். அத்தகைய பயணத்தை நோக்கி நகர்கிறது இந்த நாவல்.

இந்த நாவல் எழுத பலர் எனக்குத் துணையாக இருந்திருக்கின்றனர்.

நான் எழுதத் திட்டமிட்டுள்ளதைக் கேள்விப்பட்ட குருஜீ ஸ்ரீவாஸ்ட் அவர்கள் அவரது ஆசிரமத்திற்கு என்னை அழைத்து எழுதுவதற்கு வேண்டிய அனைத்து வசதிகளையும் செய்துகொடுத்தார். இயற்கைவளம் நிறைந்த அமைதியான ஆசிரமம் அது. நான் சிறப்பாக எழுத நல்ல சூழ்நிலையை அளித்தது. பல சமயங்களில் அவரது ஆன்மீக உரையைக் கேட்டேன். உலகின் எப்பகுதிக்குச் சென்றாலும் தனது உரையைத் தொடங்கும்போதும், முடிக்கும்போதும் அவர்

இறைவனை நோக்கித் தமிழில் வேண்டுவதை நாவலின் இறுதியில் நான் எழுதியுள்ளேன்.

நான் எழுதுவதற்கு எனக்கு உற்சாகத்தைக் கொடுத்தோர் எனது நண்பர் பணியாளர்கள் ஜார்ஜ் ஜோசப் அவர்கள்.

பிரதியை வாசித்துப்பார்த்து ஆலோசனை கூறியோர் இயேசு சபையைச் சார்ந்த பிரான்சிஸ் சேவியர், சராஜ், குமார் மற்றும் பணியாளர்கள் சா.தே.செல்வராசு, மார்ட்டின் மற்றும் தோழர் அருள்ராஜா, எழுத்தாளர் பாமா அவர்கள்.

தனது பணிகளுக்கிடையே நாவலை வாசித்து அதற்குச் சிறப்பான முன்னுரையை எழுதியவர் பேராசிரியர் ஆ.சிவசுப்பிரமணியன் அவர்கள்.

நாவலைப் பற்றித் தனது எண்ணங்களை மனந்திறந்து பகிர்ந்ததோடு கருத்தாழமிக்க அழகிய அட்டைப்படம் வரைந்தவர் தோழன் யாக்கன் அவர்கள்.

மிகச் சிறப்பாக வெளியிட்டோர் பாவை பப்ளிகேஷன் அதன் பொதுமேலாளர் திரு.சண்முகநாதன், பொறுப்பாளர் புஷ்பராஜ், கணினியில் பதிவு செய்தவர் செல்வி ஆர்.நிரஞ்சனா, பிழைதிருத்தியவர் திருமதி.சேதுலட்சுமி அவர்கள்.

இவர்கள் அனைவருக்கும் எனது நெஞ்சார்ந்த நன்றி.

சென்னை - 34   மாற்கு
25-04-2016

பகுதி: ஒன்று

1

காவேரிப்பள்ளி ...

தமிழகத்தின் மையப் பகுதியில் உள்ள நீர்வளமிக்க நகரம் அது. அந்த நகரின் பெயருடைய மறைமாவட்டத்தின் ஆயருக்கு வயது எழுபத்தைந்து. ஆயர்கள் ஓய்வு பெறும் வயது அது. அந்த வயதில் சிலர் நல்ல உடல்நலத்துடன் இருப்பர். அதனால் தொடர்ந்து பதவியில் இருக்கத் தங்களை அனுமதிக்கும்படித் திருத்தந்தைக்கு விண்ணப்பிப்பர். திருந்தந்தை அவர்களது மனுவைக் கனிவுடன் ஆய்ந்து முடிவு எடுப்பார்.

இவருக்கு நல்ல உடல் நலம் இல்லை. எழுந்து நடக்க முடியாது. மூன்றாம் காலான கைத்தடியின் உதவியால்தான் அவரால் சிறிது நடக்க முடிந்தது. ஆனால் அவரது ஞாபகசக்தி ஆச்சரியப்படும் விதத்தில் அபாரமாக இருந்தது. மறைமாவட்டப் பணியாளர்களை அவர்கள் எந்த ஊரில் பணிபுரிகிறார்களோ அந்த ஊரின் பெயரோடுதான் அழைப்பார். ஐந்து ஆண்டுகளுக்கு ஒரு முறை பணிமாற்றம் இருந்தாலும் பணிமாற்றம் கொடுத்த அன்றிலிருந்து அந்த ஊரின் பெயரோடுதான் அழைப்பார். எந்தக் குழப்பமும் அவரிடம் இருந்தது இல்லை. ஒவ்வொருவரும் எந்த வருடத்திலிருந்து எந்த வருடம் வரை எந்தப் பங்கில் இருந்தனர் என்ற அனைத்து விவரங்களையும் கோர்வையாகச் சொல்வார்.

தன்னிடம் இருந்த அபாரமான ஞாபக சக்தியைக் கண்டு அவர் பெருமைப்பட்டார். அந்தப் பெருமை அவரது பதவிமீது பற்றுக்கொள்ளச் செய்தது. தனது உடல் தளர்ந்தாலும் ஞாபக சக்தி மிகவும் நன்றாக இருப்பதாகவும், அது இறைவன் கொடுத்த வரம் என்றும், அதனால் தன்னால் தொடர்ந்து பணியாற்ற முடியும் என்றும், எனவே தான் சிறிது காலம் பணியில் தொடர அனுமதிக்க வேண்டும் என்றும் திருத்தந்தைக்கு விண்ணப்பித்தார்.

ஆனால் அவரது விண்ணப்பத்தை திருத்தந்தை நிராகரித்தார். எனவே புதிய ஆயரைத் தேர்ந்தெடுக்கும் பணி நடந்தது. பல பெயர்கள் திருத்தந்தைக்குப் பரிந்துரை செய்யப்பட்டன. அதில் யாரைத் திருத்தந்தை ஆயராக நியமிப்பார் என்ற எதிர்பார்ப்பு அனைவரிடமும் இருந்தது.

அன்று புதிய ஆயரின் பெயரை திருத்தந்தை ரோமில் வெளியிடுவதாக இருந்தது. அதே நேரத்தில் அதாவது இந்திய நேரப்படி மாலை சரியாக நான்கு மணிக்கு மறைமாவட்டத்தின் ஆயர் இல்லத்திலும் ஓய்வு பெறும் ஆயரால் திருத்தந்தையின் அந்த அறிவிப்பு வெளியிடப்படுவதாக இருந்தது. எனவே ஆயர் இல்லத்தில் பெரும் எண்ணிக்கையில் பணியாளர்கள் ஒன்று கூடினர். சிறு சிறு குழுக்களாகக் கூடியிருந்த பணியாளர்களிடம் யார் பெயர் அறிவிக்கப்படும் என்ற விவாதம் சூடாக நடந்தது.

“நிச்சயம் நம்ம சாதியிலிருந்து ஒருவரைத்தான் ஆயராகத் திருத்தந்தை நியமிப்பாரு. நம்ம சாதிய விட்டா வேற எந்தச் சாதிக்காரங்களால திருச்சபையப் பிரச்சினயில்லாம நடத்திச் செல்ல முடியும்? அதனாலதான் நம்ம சாதியில இருந்து அதிக ஆயர்க இருக்காங்க. நாம ஒருத்தர முன்னிறுத்திப் பேசுனோம்ல. அவரத்தான் நிச்சயமா திருந்தந்தை நியமிக்கப்போறாரு” என்று மிகவும் கர்வத்துடன் கூறிய வெள்ளாளப் பணியாளர் ஒருவர், “ஆனா, அவரு நம்ம மறைமாவட்டத்தைச் சார்ந்தவரில்ல. சொந்த மறைமாவட்டத்தச் சார்ந்தவரத்தான் நியமிக்கணுங்கிற போக்கு இப்ப அதிகமா இருக்கு. அதான் கொஞ்சம் சந்தேகமா இருக்கு” என்ற தனது ஆதங்கத்தையும் வெளிப்படுத்தினார்.

மற்றொரு பணியாளரின் நம்பிக்கை எண்ணிக்கையில் இருந்தது. “நம்ம சாதி, வெள்ளாளர்களுக்கு எந்த விதத்திலும் குறைஞ்சதில்ல. அறிவிலயும், எண்ணிக்கையிலயும், சாதிய அந்தஸ்திலயும் நாம அவுங்களுக்குச் சமமா இருக்கோங்கிறது ரோமுக்கு நல்லாத் தெரியும். அவுங்களவிட நாம கடினமா உழைக்கிறதும் தெரியும். அதனாலதான் நம்ம சாதியிலயிருந்து ஒருசிலர ஆயராத் திருத்தந்தை நியமிச்சிருக்காரு. இப்பவும் நம்ம சாதியிலயிருந்து ஒருத்தரத்தான் அறிவிக்கப் போறாரு. அறிவிச்சா எண்ணிக்கையில வெள்ளாளச் சாதியினருக்குச் சமமா நம்ம உடையார் சாதியினரும் ஆயர்களா இருப்பாங்க” என்று மிகவும் உறுதியாகக் கூறினார் மூத்த பணியாளர்களில் ஒருவர்.

“தென் மாவட்டங்கள்ல நாமதான் அதிகமா இருக்கோம். நம்ம சாதியிலயிருந்து ஏதோ ரெண்டுபேர ஆயரா நியமிச்சாங்க. அவுங்களும் செத்துப் போயிட்டாங்க. ரொம்பக்காலமா நம்ம சாதியிலயிருந்து யாருமே ஆயரா இல்ல. அது ரோமுக்கு நல்லாத் தெரியும். நிச்சயம் நம்ம சாதிக்குத்தான் அதிக வாய்ப்பு இருக்கு” என்று நாடார் பணியாளர் ஒருவர் ஆரூடம் கூறினார்.

பரவசத்தில் மூழ்கியிருந்த பரவப் பணியாளர்களின் கனவு தாங்கள் செய்யும் தொழிலில் இருந்தது. "நிச்சயம் நமக்குத்தான் வாய்ப்பு அதிகம். ஓய்வு பெறுகிறவரு நம்ம சாதிக்காரரு. மீனவர்களுக்குத்தான் முன்னுரிமைங்கிற எண்ணம் இப்பத் தமிழகத் திருச்சபையில அதிகம் இருக்கு. இயேசுவே சீடர்களா மீனவுங்களத்தான தேர்ந்தெடுத்தாரு. இனிமே தமிழகத்துல நம்ம ஆட்சிதான். மீனவர்கள்ல முக்குவர்களும் இருக்காங்க. ஆனா அவுங்க நமக்கு ஈடாக முடியுமா?" என்றார் சுருட்டுப் பிடித்துக்கொண்டிருந்த பரவப் பணியாளர் ஒருவர்.

வன்னியர்களின் நம்பிக்கை முற்றிலும் வேறுவிதமாக இருந்தது. "நம்ம சாதியில இருந்து இதுவர யாரும் ஆயரா நியமிக்கப்படல. திருச்சபையில நாம கணிசமான எண்ணிக்கையில இருக்கோம். அதுவும் இந்த மறைமாவட்டத்துல ஒரு பகுதியில நாமதான் அதிக எண்ணிக்கையில இருக்கோம். அதனால நிச்சயம் நம்ம சாதியிலயிருந்து தான் ஒருத்தர ஆயராத் திருத்தந்தை நியமிப்பாரு. அப்படி நியமிக்கலைனா நம்ம மக்க அதிகமா இருக்கும் பகுதியத் தனியாப் பிரிச்சி, புதுசா ஒரு மறைமாட்டம் ஆரம்பிக்கணும்னு போராட வேண்டியதுதான். அப்படிப் பிரிச்சா நம்ம சாதிய விட்டுட்டு வேற சாதிக்காரங்கள ஆயராப் போட முடியுமா?"

சாதி அரசியல் பிடிக்காத பல நேர்மையான பணியாளர்களில் சிலர் ஆயர் இல்லத்தில் இருந்த ஆலயத்தில் பக்தியுடன் வேண்டினர். மறைமாவட்டத்தை வழிநடத்தக்கூடிய திறமையான ஆயரைத் தூய ஆவியின் தூண்டுதலால் திருத்தந்தை அறிவிக்க வேண்டும். அவர் சாதியைக் கடந்து மனித நேயத்துடன் செயல்பட வேண்டும் என்று உருக்கமாகச் செபித்தனர்.

இன்னும் சிலர் சாதி ரீதியாகப் பிரிந்து விவாதித்துக்கொண்டிருக்கும் பணியாளர்களை வேதனையுடன் பார்த்தனர். "நாம எத்தன போராட்டம் நடத்தியிருக்கோம். நம்ம நிலைய எத்தன தடவ ஆயர்களிடம் தெரிவிச்சிருக்கோம். நிச்சயம் தலித்தில ஒருத்தரத்தான் ஆயரா திருத்தந்தை அறிவிக்கப்போறாரு. அத நானு உறுதியா நம்புறேன்" என்றார் பணியாளர் பத்திநாதன். பேராயர்கள், ஆயர்கள் நிச்சயம் தலித் மக்களுக்கு நல்லது செய்வர் என்ற நம்பிக்கை அவரிடம் அதிகம் இருந்தது.

"நீங்க இன்னுமா பேராயர்க, ஆயர்கள நம்புறீங்க. இவுங்க எல்லாரும் ஆதிக்கச் சாதியச் சார்ந்தவுங்க. பெரும்பாலானவுங்க சாதி உணர்வு உள்ளவுங்க. இவுங்களா ஒரு தலித்த ஆயரா நியமிக்கப்

பரிந்துரை செஞ்சிருப்பாங்க? நிச்சயம் அப்படிச் செஞ்சிருக்க மாட்டாங்க. அடுத்த ஆயர் தலித்துதான்னு ஆயர்க சொல்றது நம்ம ஏமாத்தத்தான். நிச்சயம் வேற சாதியில இருந்து ஒருத்தரத்தான் ஆயரா அறிவிக்கப் போறாங்க. அவுங்க அப்ப என்ன சொல்லுவாங்க தெரியுமா? நாங்க திருத்தந்தைக்கு ஒரு தலித்தத்தான் ஆயரா நியமிக்கணும்னு பரிந்துரை செஞ்சிருந்தோம். ஆனா திருத்தந்தை வேற ஒருத்தர நியமிச்சிட்டாரு. அதுக்கு நாங்க என்ன செய்றது? நிச்சயம் அடுத்து ஒரு தலித்தத்தான் ஆயரா நியமிக்கணும்னு நாங்க திருத்தந்தையக் கட்டாயப்படுத்துவோம். அப்படி நியமிக்கலைனா நாங்க எல்லாரும் ஆயர் பதவியிலிருந்து விலகக்கூடத் தயாரா இருப்போம்னு சொல்லுவாங்க. நாமளும் அது உண்மையின்னு ஏத்துக்கிட்டு அடுத்து எந்த ஆயர் ஓய்வு பெறவோ அல்லது சாகவோ போறாருன்னு காத்துக்கிட்டு இருப்போம். இப்பிடிக் காத்துக்கிட்டு இருக்குறதே நம்ம வழக்கமாயிருச்சி" என்றார் வேதனையுடன் பணியாளர் ஆசீர்வாதம். தலித் மக்களுக்கு நல்லது செய்வோம் என்று பெரும்பாலான ஆயர்கள் சொல்வதெல்லாம் வெறும் ஏமாற்று வேலை என்பது இவரது எண்ணம்.

"ஆயர்கள நாம ரொம்பவும் மோசமாப் பேசக்கூடாது. பாவம்... அவுங்களால என்னதான் செய்ய முடியும்? அவுங்க இந்த இருபதாம் நூற்றாண்டின் கடைசிப் பத்து ஆண்டுகள தலித் ஆண்டுகளா அறிவிக்கலையா? நம்ம மக்க நலனுக்காகப் பத்து அம்சத் திட்டங்களக் கொண்டுவரலையா? இதவிட இவுங்க என்ன செய்வாங்கன்னு நீங்க எதிர்பாக்குறீங்க?" என்றார் பத்திநாதன் ஆதங்கத்துடன். அவரது கேள்வியில் நியாயம் இருந்தது.

பத்து அம்சத் திட்டங்களைத் தமிழக ஆயர்கள் அறிவித்த சூழ்நிலையை ஆசீர்வாதம் நினைத்துப் பார்த்தார்.

இருபதாம் நூற்றாண்டின் இறுதிப் பத்து ஆண்டுகள் அப்போது தான் தொடங்கியது. அவ்வாண்டு ஜனவரி இருபத்தெட்டாம் தேதி தமிழக ஆயர்கள் அனைவரும் தங்களுடைய வருடாந்திரக் கூட்டத்திற்காகச் சிப்பாய்க் கலவரத்திற்கு அடித்தளமிட்ட வரலாற்றுச் சிறப்புமிக்க அந்த நகரில் ஒன்று கூடி இருந்தனர். வழிபாட்டில் வாசகங்களை எங்கிருந்து வாசிப்பது? பீடத்திலிருந்தா? அல்லது தனியாக ஒரு வாசக மேடை அமைத்து அதிலிருந்து வாசிப்பதா? ஜனவரி மாத இதமான சூழ்நிலையில் ஆயர்களின் விவாதம் மிகவும் சூடாக இருந்தது.

அப்போது...

அவர்கள் கூட்டம் நடைபெற்ற இடத்திற்கு வெளியே பெரும் முழக்கம் கேட்டது. விவாதத்தில் மும்முரமாக இருந்த ஆயர்கள் முழக்கத்தைக் கேட்டு அதிர்ச்சியடைந்தனர். அதுவரை அங்கு நடந்த சூடான விவாதம் சென்ற இடம் தெரியவில்லை. கலக்கத்துடன் ஒருவரை ஒருவர் பார்த்தனர். அங்கே பேரமைதி நிலவியது.

அந்த அமைதியில் அவர்களால் முழக்கத்தை மிகவும் தெளிவாகக் கேட்க முடிந்தது. முழக்கத்திலிருந்து தலித் கிறிஸ்தவ இயக்கத்தினர் வருகின்றனர் என்பதை அவர்களால் தெளிவாக உணர முடிந்தது. போராட்ட முழக்கம் அவர்களது செவிப்பறைகளை இடிபோலத் தாக்கியது.

'இவுங்க இங்கயும் வந்துட்டாங்களா?' கூட்டத்தை வழிநடத்திய தமிழக ஆயர்கள் பேரவையின் தலைவர் அதிர்ச்சியடைந்தார். அவருக்கு எழுபது வயது இருக்கும். மெல்லிய உடல். சராசரியான உயரம். கருப்பென்றோ சிவப்பென்றோ சொல்ல முடியாத நிறம். 'நல்லது' என்றே எப்போதும் சொல்லும் பரந்த மனதுக்குச் சொந்தக்காரர். ஏழைகள் அதிலும் குறிப்பாக தலித் மக்களுக்கு நல்லது செய்ய வேண்டும் என்பதில் உறுதியுடையவர். திருச்சபையில் சாதியம் இருப்பது கிறிஸ்தவத்துக்கு இழுக்கு என்பதால் சாதியம் எந்த விதத்திலும் திருச்சபையில் இருக்கக்கூடாது என்பதை உணர்ந்தவர். சாதிப் பாகுபாடு மறைய வேண்டும் என்றால் அதைப் பற்றி இலைமறைகாயாகப் பேசவேண்டும், செயல்பட வேண்டும் என்ற கொள்கையுடையவர். அப்படிச் செய்தால் மாறிவரும் சமூகச் சூழ்நிலையில் சாதிப்பாகுபாடு இயல்பாகவே மறைந்து சமத்துவம் பூப்போல மலரும் என்பதில் நம்பிக்கையுடையவர். சாதிப்பாகுபாடு மறைய வேண்டும் என்று தலித் கிறிஸ்தவ இயக்கத்தினர் இணைந்து போராடுவதில் அவருக்கு உடன்பாடு இல்லை. இத்தகைய போராட்டங்கள் சாதிய எண்ணங்கொண்டவர்களின் மனங்களைக் கல்லாக்கி அவர்களை மேலும் சாதிப் பற்றுடையவர்களாக மாற்றுமே தவிர சாதிப்பாகுபாட்டை அகற்றாது என்பது அவரது எண்ணம். தலித் மக்களின் நலனுக்காக விளம்பரம் இல்லாமல் அமைதியாக உழைத்தாலே போதும் என்பவர். அவரால் தலித் இயக்கத்தினர் அங்கு உரிமைக் குரல் எழுப்பி வருவதை ஏற்க இயலவில்லை. மற்ற சாதியினரும் இப்படி வரலாமே என்ற பயம் இருந்தது.

இதற்கு முற்றிலும் மாற்று எண்ணமுடைய ஆறடி வளர்ந்திருந்த நெட்டை ஆயரும் இருந்தார். திருச்சபையில் சாதியத்திற்கு இடமே இல்லை என்பது அவரது நிலைப்பாடு. சாதி அடிப்படையில், அவர்கள் தலித்துகளாக இருந்தாலும் சரி, அல்லது வேறு எந்தப் பிரிவாக இருந்தாலும் சரி, அவர்களோடு எந்த விதமான உரையாடலையும் வைக்கக்கூடாது, அவர்களுக்கு உதவவும் கூடாது என்பது இவரது எண்ணம்.

அதேசமயம் சாதிப்பற்றுடைய சில ஆயர்களும் இருந்தனர். தங்களது சாதிக்குத்தான் முக்கியத்துவம் கொடுக்க வேண்டும் என்ற எண்ணம் அவர்களிடம் இருந்தது.

ஆனால் தலித் கிறிஸ்தவ இயக்கத்தினரின் தீவிரச் செயல்பாடுகளைச் சரி என்று சொல்லவோ, கிறிஸ்தவத்தில் சாதியம் மறைய ஆயர்கள் தீவிரமாகச் செயல்பட வேண்டும் என்று வலியுறுத்தவோ அங்கே யாரும் இல்லை. வேறு வார்த்தையில் சொல்ல வேண்டும் என்றால் அங்கே தலித் ஆயர்கள் யாரும் இல்லை.

மக்கள் எழுப்பிய கோசத்தைக் கேட்ட ஆயர்களில் ஒருவர் "இப்ப நாம என்ன செய்றது?" என்று கலக்கத்துடன் கேட்டார்.

"எங்க மறைமாவட்டத்துக்கும் கும்பலா வந்து என்னக் கெரோ செஞ்சாங்க. எனக்கு முன்னால ஒப்பாரி வச்சி அழுது என்னக் கேவலப் படுத்துனாங்க. என்ன உக்காரக்கூட விடல" என்றார் மற்றொரு ஆயர் கலக்கத்துடன்.

"இவுங்க இப்படித் தொடர்ந்து செய்றத நாம அனுமதிக்கக் கூடாது. போலீசக் கூப்பிடுவோம். அவுங்க வந்து ஒவ்வொருவரையும் நாலு சாத்து சாத்துனாத்தான் அவுங்களுக்குப் புத்தி வரும்" என்றார் மற்றொருவர் கோபமாக.

"அது பிரச்சினையில போயி முடியும். பேசாம பின்பக்க வாசல் வழியா நாம வெளியேறுவோம். இவுங்க வர முடியாத வேற எங்கயாவது தொலை தூரத்துல, அதாவது வடநாட்டுக்குப் போயி நம்ம கூட்டத்த நடத்துவோம்."

"இவுங்களுக்குப் பயந்துக்கிட்டு ஓடவா சொல்றீங்க? எனக்கு அதுல உடன்பாடு இல்ல. வேற வழிய யோசிங்க."

அதுவரை அமைதியாக மற்றவர் பேசுவதைக் கேட்ட ஆயர்கள் பேரவையின் தலைவர் நல்லெண்ணத்துடன் உறுதியாகச் சொன்னார்.

"இவுங்க இதுமாதிரி வருகிறது இவுங்களுக்கே எதிரா முடியும்னு நானு நம்புறேன். இது மாதிரி மத்த சாதியினரும் ஒன்னு சேர்ந்தா திருச்சபையில சாதியம் வளருமே தவிர குறையாதுங்கிறத அவுங்க உணரல. ஆனா இப்ப ஆயர்களத் தேடி ஆடுக வந்திருக்கு. அப்ப ஆயர்க ஓடுனாலோ, அல்லது காவலர்கள வச்சித் தடுத்தாலோ, அல்லது சந்திக்க மறுத்தாலோ அது ஆயர்களுக்குத்தான் இழுக்கு. வருவது வரட்டும். இது மூலமா ஏதாவது நல்லது நடக்குதான்னு பாப்போம். வாங்க. நாம போயி சந்திப்போம்."

"நானு வரல. ஏற்கெனவே பட்ட அவமானம் போதும். இன்னும் அவமானப் படவா?"

"நம்ம தலைவர் இயேசுவ விடவா நீங்க அவமானப் பட்டுட்டீங்க?"

அதன் பிறகு யாரும் பேசவில்லை. போராடுபவர்களின் பிரதிநிதிகளை மட்டும் சந்திக்கலாம் என்ற கருத்தும் எடுபடவில்லை. எனவே அனைவரும் சென்று மக்களைச் சந்திப்பது என்று முடிவு செய்தனர்.

போராடும் மக்கள் மிகப் பலமாக முழக்கமிட்டனர்.

"ஓட்டு ஓட்டு."

"ஓட்டு ஓட்டு."

"தீண்டாமையை ஓட்டு."

"தீண்டாமையை ஓட்டு."

"அல்லது பூட்டு பூட்டு."

"அல்லது பூட்டு பூட்டு."

"ஆலயத்தைப் பூட்டு."

"ஆலயத்தைப் பூட்டு."

"நியமி நியமி."

"நியமி நியமி."

"தலித்தை ஆயரா நியமி."

"தலித்தை ஆயரா நியமி."

"நியமி நியமி."
"நியமி நியமி."
"தலித் ஆசிரியர்களை நியமி."
"தலித் ஆசிரியர்களை நியமி."
"இடங்கொடு இடங்கொடு."
"இடங்கொடு இடங்கொடு."
"தலித்துகளுக்குப் படிக்க இடங்கொடு."
"தலித்துகளுக்குப் படிக்க இடங்கொடு."
"இடமில்லை இடமில்லை."
"இடமில்லை இடமில்லை."
"சாதிக்குத் திருச்சபையில் இடமில்லை."
"சாதிக்குத் திருச்சபையில் இடமில்லை."
"தமிழகத் திருச்சபை."
"தமிழகத் திருச்சபை."
"தலித் திருச்சபையே."
"தலித் திருச்சபையே."

ஆயர்கள் அனைவரும் தாங்கள் கூட்டம் நடத்திக்கொண்டிருந்த இடத்திலிருந்து போராடும் தலித் கிறிஸ்தவர்களைச் சந்திப்பதற்காக வெளியே வந்தனர்.

அவர்களைக் கண்டதும் போராடும் மக்கள் மிகவும் உக்கிரமாகத் தங்கள் கோரிக்கைகளை வலியுறுத்திக் கோசம் எழுப்பினர்.

தலித் கிறிஸ்தவர்களை வழிநடத்தி வந்த செல்லையா, முதலில் கோரிக்கையைச் சப்தமாக முன்மொழிய மக்கள் அனைவரும் அதையே வழிமொழிந்தனர். சிறிது நேரம் முழங்கியபின் அவர் முழக்கத்தை நிறுத்தினார். அனைவரும் அமைதி காத்தனர். குழந்தைகள்கூட அப்போது அழவில்லை.

அப்போது நண்பகல் பனிரெண்டு மணி இருக்கும். ஜனவரி மாத இறுதி என்றாலும் அந்த நேரத்தில் வெயிலின் உக்கிரம் தெரிந்தது. மக்கள் வெயிலில் வியர்வையில் நனைந்தபடி நின்றுகொண்டிருந்தனர்.

வெயிலில் நிற்பதோ, வியர்வையில் குளிப்பதோ அவர்களுக்குப் புதியது அல்ல.

செல்லையா ஆயர்களைப் பார்த்தார். அவர்கள் கட்டடத்தின் நுழைவு வாயிலில் வரவேற்பு அறைக்கு முன்பு வெயில்படாதவாறு நின்றுகொண்டிருந்தனர்.

ஆயர்கள் நிழலில் நிற்பதையும், மக்கள் கொளுத்தும் வெயிலில் வியர்வையில் மூழ்கியபடி நிற்பதையும் உணர்ந்தார். அவரிடம் ஒரு தயக்கம் ஏற்பட்டது. நிழலின் குளிர்ச்சியை அனுபவிக்க மக்களை ஆயர் இல்லத்திற்குள் நுழையச் செய்வோமா? அல்லது வெயிலின் கொடுமையை அனுபவிக்கட்டும் என்று ஆயர்களை நாம் இருக்கும் இடத்திற்கு வரச் சொல்வோமா? ஒருசில வினாடிகள் யோசித்தார். பிறகு தனது மக்கள் இதுபோன்ற துன்பத்தின் மூலமாகத்தான் விடுதலையைப் பெற முடியும் என்பதை உணர்ந்தவராய் மக்களைப் பார்த்து வெயிலில் தரையில் அமரச் சொன்னார். ஏதோ மந்திரத்திற்குக் கட்டுப்பட்டவர்கள்போல அனைவரும் அந்தப் பரந்த வெளியில் வெயிலின் சுடும் மணலின் வெப்பத்தைப் பொருட்படுத்தாமல் அமைதியாக அமர்ந்தனர்.

மக்களை ஆயர்களின் தலைவர் பார்த்தார். ஆண்கள், பெண்கள், இளைஞர்கள், இளம் பெண்கள் என்று சுமார் ஐநூறு பேர் இருந்தனர். கைக்குழந்தைகளுடன் சில தாய்மார்கள் வந்திருந்தனர். குழந்தைகளுடன் ஏன் வரவேண்டும் என்ற எண்ணம் எழுந்தாலும் அதைக் கேட்கும் தைரியம் அவரிடம் இல்லை. இந்தச் சூழ்நிலையை எப்படிச் சமாளிப்பது என்ற எண்ணம்தான் அவரிடம் அதிகம் இருந்தது.

ஆயர்கள் யாரும் எதுவும் பேசவில்லை. மக்களே பேசட்டும் என்பதுபோல அவர்கள் அமைதி காத்தனர்.

ஆயர்களாக எதுவும் பேசட்டும். அவர்களுக்குப் பதில் சொல்வது போல நாம் பேசி உரையாடலை ஆரம்பிக்கலாம் என்று செல்லையா எண்ணினார். எனவே அவரும் அமைதி காத்தார்.

அமைதி ஒருசில மணித்துளிகள் நீடித்தது.

அமைதியாக இருப்பது ஏதோ துக்க வீட்டில் இருப்பது போன்ற உணர்வைச் செல்லையாவுக்குக் கொடுத்தது. அதிலிருந்து விடுபட தான் பேசுவதே நல்லது என்று எண்ணிய அவர் உணர்ச்சியுடன் பேச ஆரம்பித்தார்.

"பேராயர்களே, ஆயர்களே, உங்க எல்லாருக்கும் தலித் கிறிஸ்தவ இயக்கத்தினரின் வணக்கத்தத் தெரிவிக்கிறேன். தமிழகத்தின் பெரும் பாலான மறைமாவட்டங்கள்ளயிருந்து ஒண்ணு சேர்ந்து இங்க பெரும் கூட்டமா வந்திருக்கோம். உங்ககிட்ட நீதி கேட்டு வந்திருக்கோம். நீங்க நல்லது செய்வீங்கன்னு உங்கள நம்பி வந்திருக்கோம். நாங்க யாரும் உங்களுக்கு எதிரிக இல்ல. நாங்களும் யாருக்கும் எதிரிக இல்ல. யாருடைய உரிமையையும் பறிக்கவும் வரல. யாரையும் அவமதிக்கணுங்கிற எண்ணமும் எங்ககிட்ட இல்ல. ஒருசில மறைமாவட்டங்கள்ள நாங்க உங்களத் தனித்தனியா இதுபோலப் பெருங்கூட்டமா வந்து சந்திச்சிருக்கோம். துறவு சபையினரையும் சந்திச்சிருக்கோம். அப்ப சில இடங்கள்ள சாப்பாட்டறைக்குப் போயி அங்க உள்ளதச் சாப்பிட்டிருக்கோம். மரங்கள்ல இருந்த காய், கனிகளப் பறிச்சிருக்கோம். உங்க முன்னால ஒப்பாரி வச்சி அழுதிருக்கோம். நடனமாடி எங்க கோரிக்கைகளை வலியுறுத்தியிருக்கோம். உங்கள மரியாதயில்லாம பேசியிருக்கோம். அதுமாதிரி... ஏன் அதவிட வித்தியாசமா எங்களால இப்பச் செய்ய முடியும். ஆனா நாங்க இப்ப அதுமாதிரி எதுவும் செய்யப்போறதில்ல. அப்ப உணர்ச்சி வேகத்துல இதையெல்லாம் செஞ்சோம். இப்பவும் இதே உணர்ச்சி எங்ககிட்ட இருக்கு. ஆனா இப்ப நாங்க முழுமையா உங்கள நம்பி வந்திருக்கோம். உங்களுக்குக் கடைசியா ஒரு வாய்ப்புத் தரலாம்னு நெனச்சி வந்திருக்கோம்."

பேசுவதை நிறுத்திய செல்லையா ஆயர்கள் ஒவ்வொருவரையும் ஒருசில வினாடிகள் உற்றுப் பார்த்தார். அதன்பின் மறுபடியும் தனது இதயத்திலிருந்து பேச ஆரம்பித்தார்.

"நாங்க என்ன கேக்குறோம்? எங்களையும் மனுசங்களா மதிங்கன்னு கேக்குறோம். இது தப்பா? இதச் செய்ய உங்களால முடியாதா? அப்படி மதிக்கிறதுக்கு அடையாளமா எங்க முன்னேற்றத்துக்காக ஒருசில காரியங்களைச் செய்யுங்கன்னு கேக்குறோம். இது தப்பா? இதச் செய்ய உங்களால முடியாதா? சேசுவ நம்பி அவருடைய அன்ப நம்பி இங்க வந்திருக்கோம். அவர நீங்களும் அன்பு செய்றீங்கன்னு தெரிஞ்சி வந்திருக்கோம். சேசு ஏழைங்க, பாதிக்கப்பட்ட சாமியார்க, ஆயக்காரர்க சார்பா நிலைப்பாடு எடுத்ததுமாதிரி நீங்களும் எங்கள மாதிரி ஏழைங்க, தலித்துகளுக்குச் சார்பா நிலைப்பாடு எடுங்கன்னு கேக்க வந்திருக்கோம். இது தப்பா? இதச் செய்ய உங்களால முடியாதா? உங்களால முடியாததக் கேக்க வரல. முடிஞ்சதச் செய்யுங்கன்னு கேக்கத்தான் வந்திருக்கோம்."

ஒரு சில வினாடிகளுக்குப்பின் தொடர்ந்தார். "நம்ம பள்ளிகள்ல எங்க பிள்ளைக படிக்க இடம் கொடுங்கன்னு கேக்கோம். இது தப்பா? இதச் செய்ய உங்களால முடியாதா? பொருளாதார வசதி இல்லாததுனால எங்க பிள்ளங்க படிக்காமப் பெரும்பாலும் சின்ன வயசிலயே வேலை செய்ற கொடுமையப் பாக்குறோம். இவுங்க படிக்கிற மாதிரி இவுங்களுக்கு உதவித் தொகை கொடுங்கன்னு கேக்கோம். இது தப்பா? இதச் செய்ய உங்களால முடியாதா? எங்கள்ல படிச்சிட்டு பலர் வேலயில்லாம இருக்கோம். அவுங்களுக்கு வேல கொடுங்கன்னு கேக்கோம். இது தப்பா? இதச் செய்ய உங்களால முடியாதா? பணக்கார உயர்சாதி இந்துக்களுக்கு நம்ம நிறுவனங்கள்ல படிக்க இடம் கொடுக்கீங்களே? வேலவாய்ப்பும் கொடுக்கீங்களே? அத எங்களுக்குக் கொடுங்கன்னு கேக்கோம். இது தப்பா? இதச் செய்ய உங்களால முடியாதா? கிறிஸ்தவங்கள்ல மற்ற சாதிக்காரங்க யாருக்கும் படிக்கவோ, வேலை கொடுக்கவோ வேண்டாம்னு நாங்க சொல்லல. ஒவ்வொரு சாதியிலயும் எவ்வளவு பேர் இருக்காங்கன்னு அறிய ஒரு கணக்கெடுப்புக்கு ஏற்பாடு செய்யுங்க. அப்பத்தான் ஒவ்வொரு சாதியிலயும் எவ்வளவுபேர் இருக்காங்கன்னு தெரியும். அந்த விகிதாச்சாரப்படி எல்லாருக்கும் கொடுங்கன்னுதான் கேக்கோம். இது தப்பா? இதச் செய்ய உங்களால முடியாதா? அந்த விகிதாச்சாரம் வருகிறது வரையில பாதிக்கப்பட்டவுங்களுக்கு மட்டும் கொடுங்கன்னு கேக்கோம். இது தப்பா? இதச் செய்ய உங்களால முடியாதா?"

அவரது கோரிக்கை வேறு தளத்திற்குச் சென்றது. "எங்கள்ல இருந்து தேவ அழைத்தலுக்கு ஒருசிலர்தான் போறாங்க. அவுங்கள்ல பெரும்பாலானவுங்கள ஏதாவது காரணம்காட்டி வெளிய அனுப்புற சூழ்நிலதான் இருக்கு. எங்கள்ல இருந்து தேவ அழைத்தல் வர தகுந்த சூழ்நிலய உருவாக்குங்கன்னு கேக்கோம். இது தப்பா? இதச் செய்ய உங்களால முடியாதா? திருச்சபையில சாதி வித்தியாசம் பாக்குறாங்க. தீண்டாமை எங்கயும் இருக்கு. கோயில்ல தீண்டாமை, வழிபாட்டுல தீண்டாமை, திருவிழாவுல தீண்டாமை, பங்குப் பேரவையில தீண்டாமை, அருட்சாதனங்க கொடுக்குறதுல தீண்டாமை, பங்கு நிலங்களக் குத்தகைக்கு விடுறதுல தீண்டாமை, கடைகள வாடகைக்கு விடுறதுல தீண்டாமை, கல்லறையில தீண்டாமைன்னு எல்லாத் தளங்கள்லயும் தீண்டாமை இருக்கு. இதப் போக்க நடவடிக்க எடுங்கன்னு கேக்கோம். இது தப்பா? இதச் செய்ய உங்களால முடியாதா? எங்க தலித்திருந்து யாரும் ஆயர்களா இல்ல. நாங்கதான் அதிக எண்ணிக்கையில தமிழகத்துல இருக்கோம். எங்கள்லயிருந்து

ஒருத்தர ஆயரா நியமிங்கன்னு கேக்கோம். அவரு பெருசா எங்க இனத்துக்கு எதுவும் செய்வாருன்னு நாங்க கேக்கல. மாறா எங்க இனத்தையும் நீங்க மதிக்கீங்கன்னு வெளிப்படுத்தத்தான் இதக் கேக்கோம். இது தப்பா? இதச் செய்ய உங்களால முடியாதா?"

பேசுவதை நிறுத்திய செல்லையா ஆயர்களைப் பார்த்தார். ஆயர்கள் ஏதாவது சொல்வார்கள் என எதிர்பார்த்தார். ஆயர்கள் யாரும் எதுவும் பேசவில்லை. எனவே அவரே தொடர்ந்து பேசினார்.

"எங்க பிரச்சின என்னன்னு உங்க எல்லாத்துக்கும் நல்லாத் தெரியும். நாங்க கிறிஸ்தவ மதத்துல சேர்ந்ததால அரசாங்கச் சலுகைய இழந்தோ. கிறிஸ்தவத்துல இருக்கிற மற்ற சாதிக்காரங்களுக்கு அந்த நில இல்ல. சரி... பரவாயில்லன்னு இத ஏத்துக்கிட்டோம். இத ஏத்துக்கிட்டதுக்கு ஒரே காரணம் திருச்சபையில சாதி இருக்காதுன்னு நம்புனோம். ஆனா இங்க சாதி இருக்கு. சாதியால நாங்க மிக அதிகமா பாதிக்கப்படுறோம். அரசாங்க சலுகைகளையும் இழந்து இப்பச் சாதியாலயும் பாதிக்கப்பட்டு நாங்க ரொம்பக் கஷ்டப்படுறோம். எங்களுக்கு உதவ யாரு இருக்கா? ஒருத்தரும் இல்ல. இந்த நெலையில உங்கள நம்பி நாங்க வந்திருக்கோம். நீங்க எங்களுக்கு நல்லது செய்வீகன்னு நம்பி வந்திருக்கோம்."

உணர்ச்சியில் இருந்ததால் அவரால் பேச முடியவில்லை. குரல் கரகரப்பாக மாறியது. லேசாக இருமி தொண்டையைச் சரி செய்தார்.

அப்போது பெண்களை வழிநடத்தி வந்த வேளாங்கண்ணி எழுந்தார். இவர்தான் பெண்களுக்கு விழிப்புணர்வு கொடுத்து அவர்களை ஒருங்கிணைத்தவர். இவரது முயற்சியால்தான் பெண்கள் அதிகமாகப் போராட்டத்தில் கலந்து கொண்டனர். அவர் "மாமா, நீங்க எதுக்கு இப்ப இவுங்ககிட்டக் கெஞ்சிக்கிட்டு இருக்கீங்க? நாம என்ன இங்க பிச்சை கேட்டா வந்திருக்கோம்? உரிமையக் கேக்க வந்திருக்கோம். நம்ம கோரிக்கைகளை நிறைவேற்றுவாங்களா இல்ல மாட்டாங்களான்னு வெட்டு ஒண்ணு துண்டு ரெண்டுங்கிற மாதிரி கேளுங்க" என்றார் துடிப்புடன். கூட்டத்தினரது பொதுவான எண்ணம் அதுவாகத்தான் இருந்தது.

மறுபடியும் செல்லையா பேசினார். இம்முறை அவரது பேச்சில் அதிகாரம் வெளிப்பட்டது. "நானு எங்க மக்கள எவ்வளவோ கட்டுப்படுத்தி வச்சிருக்கேன். எங்க கோரிக்கைய நீங்க நிறைவேற்றலைனா தமிழகத்

திருச்சபை தலித் திருச்சபைதான்கிற கோரிக்கைய முன்வச்சி நாங்க போராட வேண்டியிருக்கும்."

செல்லையாவின் கருத்தை உடனடியாக மறுத்துப் பேசினார் ஆயர் பேரவையின் தலைவர். "அப்படி ஒரு எண்ணம் இருக்கக்கூடாது. அது தமிழகத் திருச்சபையைப் பிளக்கும் கருத்து. நாம எல்லாரும் சகோதர சகோதரிகளா கூடி வாழணும்."

"நாங்க அப்படித்தான் வாழணும்னு நெனைக்கோம். ஆனா திருச்சபையில தீண்டாமை இருக்கே? சாதியம் இருக்கே? எங்கள மனுசனா மதிக்காத நெலையில நாங்க என்ன செய்றது? வேற வழி இல்லாததுனாலதான் தமிழகத் திருச்சபை தலித் திருச்சபைங்கிற போராட்டத்த ஆரம்பிச்சோம்."

"அதுல உறுதியா இருந்தீங்கன்னா நீங்க ஒரு திருச்சபைய ஆரம்பிச்சிருங்க. இங்க எதுக்கு வந்து போராடுறீங்க? தெனம் ஒரு சபை உருவாகிக்கிட்டுத்தான இருக்கு. பத்தோட பதினொண்ணு அதோட இது ஒண்ணுன்னு போயிறும். நாங்களும் பிரச்சின தீர்ந்திருச்சின்னு நிம்மதியா இருப்போம்" என்றார் சாதி உணர்வு கொண்ட ஓர் ஆயர்.

அவர் அப்படிப் பேசியதைக் கேட்ட மக்கள் மிகவும் ஆவேசமாகக் கத்திக்கொண்டே கொதித்து எழுந்தனர்.

"அவரை அடிங்கடி" என்று ஒரு பெண் ஆக்ரோசமாகக் கத்தினார்.

சிலர் கோபத்துடன் அவரை நோக்கி அடிப்பதற்காக ஓடினர்.

"கல்லக்கொண்டு எறிங்கடா" என்று கத்திய ஓர் இளைஞர் கல் எடுப்பதற்கு ஓடினார்.

"டேய் ஜேம்ஸ் பீட்டர், அதெல்லாம் வேண்டாம். பேசாம உக்காருடா" என்றார் சவரி என்ற மற்றொரு இளைஞர்.

செல்லையா மிகவும் வேகமாகச் செயல்பட்டார். ஓடியவர்களை மறித்தார். அதிகாரம் கலந்த தொனியில் "எல்லாரும் அப்படியே அமருங்க" என்று கர்ச்சித்தார்.

பொங்கிய பால் நீர் பட்டதும் அடங்குவதுபோல அனைவரும் அடங்கினர். மறுபடியும் வெயிலில் அமர்ந்தனர்.

செல்லையா கூட்டத்தினரைக் கட்டுப்படுத்தும் திறமையைக் கண்ட ஆயர்கள் வியந்தனர்.

பிரிந்து செல்லுங்கள் என்று கூறிய ஆயரைத் தலைமை ஆயர் வேதனையுடன் பார்த்தார். அவரது பார்வையில் 'நீங்க ஏன் இப்படிப் பேசுனீங்க?' என்ற கண்டிப்பு வெளிப்பட்டது. 'இவரு இப்படிப் பேசுனதுனால பிரச்சின பெருசாயிரக்கூடாதே?' அவர் அதிகம் பயந்தார்.

செல்லையா தான் நின்றுகொண்டிருந்த இடத்திலிருந்து தங்களை விமர்சித்த ஆயர் இருந்த இடத்திற்கு மிகவும் அருகில் சென்றார். அவரது முகத்திற்கு எதிராக நின்றுகொண்டு கோபத்துடன் பேசினார்.

"நாங்க பிரிஞ்சி போயிருவோங்கிற எண்ணம் உங்ககிட்ட இருக்கா? அப்படி ஒரு எண்ணம் இருந்தா அத இப்பவே தூக்கி எறிஞ்சிருங்க. நாங்க ஏன் பிரிஞ்சி போகணும்? நாங்க போக மாட்டோம். ஏன்னா இயேசு ஆரம்பிச்ச திருச்சபை ஏழைகளின் திருச்சபை. அன்பை அடித்தளமாக் கொண்ட திருச்சபை. சமத்துவம், சகோதரத்துவம், பகிர்தல், நீதி இவைகளை அடித்தளமாக் கொண்ட மக்கள் திருச்சபை. அந்தக் கொள்கைக எங்ககிட்டத்தான் இருக்கு. அதோட நாங்கதான் தமிழகத் திருச்சபையில அறுபத்தைந்து சதவிகிதம்ங்கிற எண்ணிக்கையில இருக்கோம். சரியாக் கணக்கெடுத்தா இந்த எண்ணிக்க கூடும். இந்தத் திருச்சபையில உங்களுக்குத்தான் இடமில்ல. நீங்க வெளிய போங்க. உங்களுக்கான திருச்சபைய நீங்க ஆரம்பிங்க. சாதி வெறிகொண்ட, பாகுபாடு பார்க்கிற, பணக்காரத் திருச்சபையா நீங்க உங்களுக்கு ஆரம்பிங்க. உங்களக் கத்தோலிக்கத் திருச்சபையில இருந்து விரட்டி அடிக்கிறதுதான் தமிழகத் திருச்சபை தலித் திருச்சபைன்னு சொல்லறதுக்கு அர்த்தம். தெரிஞ்சிருச்சா. இனியும் எங்க பொறுமையைச் சோதிக்காதிங்க."

செல்லையாவின் கருத்தின் ஆழத்தை உணர்ந்த ஆயர்களின் தலைவர் நிலமையின் தீவிரத்தைக் கண்டு அதிர்ச்சியடைந்தார். 'நானு பயந்த மாதிரியே நடந்திருச்சே? இந்த ஆயர் எதுக்கு இதுமாதிரிப் பேசணும்? பாதிக்கப்பட்ட மக்கள்கிட்ட இப்படியா பேசுறது? ஒவ்வொரு ஆயரா ஏதாவது சொல்லிக்கிட்டு இருந்தா பிரச்சின பெருசாகிக்கிட்டே போகுமே? இதுக்கு என்ன வழி? அதுக்கு இவுங்கள இங்கயிருந்து போக வைக்கணும். இவுங்க போகணும்னா இவுங்க கோரிக்கைக எல்லாத்தையும் ஏத்துக்கிட்டதா அறிவிக்கணும். அப்படிச் செஞ்சாத்தான் நிலமையின் தீவிரத்தக் குறைக்க முடியும். ஆனா அத முன் உதாரணமா எடுத்துக்கிட்டு மற்ற சாதிக்காரங்களும் வந்தா என்ன செய்றது? ஆயர்களால செயல்பட முடியுமா? சாதிக் கலவரமில்ல உருவாகும்.

என்ன செய்றது? இன்னும் வேற யாராவது பேசி நிலமைய மோசமா ஆக்கிறக் கூடாதே? இவுங்க கோரிக்கய ஏத்துக்கிட்டதா இப்போதைக்கு அறிவிக்கலாம். பிறகு எப்படியும் சமாளிக்கலாம்.'

தனது எண்ணங்களை மிகமிகக் கவனமாக அதே சமயம் மக்கள் நம்பும் விதத்தில் பக்குவமாகக் கூறினார். "உங்க கோரிக்கைக எல்லாம் நியாயமானது. நீதியானது. திருச்சபையின் கொள்கைக்கு உட்பட்டதுன்னு நானு உறுதியா நம்புறேன். சமூகத்துல ஒடுக்கப்பட்டு ஏழைகளா இருக்கும் உங்க வழியா இயேசுவே பேசுறாருன்னு நானு நம்புறேன். கொள்கை அளவுல உங்க கோரிக்கைகள ஏத்துக்கிடுறோம். எங்க கூட்டம் இன்னும் ரெண்டு நாளுக்கு நடக்க இருக்கு. உங்க கோரிக்கைகளப் பற்றிப் பேசுறோம். நிச்சயமா நல்ல முடிவை எடுத்து உங்களுக்கு அறிவிக்கிறோம். நீங்க இப்ப எல்லாரும் போயிட்டு வாங்க" என்று கூறிய பேராயர் மக்களை நோக்கி இருகரம் கூப்பி வணக்கம் செலுத்தினார்.

தங்களை வெளியே அனுப்பப் பேராயர் பயன்படுத்தும் உத்தி இது என்று செல்லையா உணர்ந்தார். எனவே அவர் மிகவும் உறுதியுடன் கூறினார். "நீங்க இன்னும் ரெண்டு நாளில்ல. எத்தன நாள்னாலும் பேசுங்க. உங்க முடிவு என்னன்னு தெரியாம இங்கயிருந்து நாங்க யாரும் போறது இல்ல."

வெயிலின் கொடுமையில் வெட்ட வெளியில் வியர்வை ஒழுக அமர்ந்திருந்த மக்களுடன் சென்று செல்லையாவும் அமர்ந்தார்.

மக்கள் இப்படி வெயிலில் தொடர்ந்து அமர்வர் என்று ஆயர்கள் யாரும் எதிர்பார்க்கவில்லை. ஏதோ வருவர், கத்துவர், மரியாதையில்லாமல் பேசுவர், எதையாவது உடைப்பர். நாம் ஏதாவது செய்கிறோம் என்று உறுதி கொடுத்தால் சென்று விடுவர் என்று நினைத்தனர். ஆனால் இப்போது நிலைமையை எப்படிச் சமாளிப்பது என்று தெரியாமல் விழித்தனர்.

ஆயர்கள் பேரவையின் தலைவர் வெயிலில் அமர்ந்திருந்த மக்களைப் பார்த்தார். வெயிலில் மக்கள் இருக்கட்டும் என்று விட்டு விடுவதற்கு அவரது மனச்சாட்சி இடம் கொடுக்கவில்லை. அன்னையரின் மடிகளில் இருந்த சில குழந்தைகள் வெயிலின் கொடுமையைத் தாங்க முடியாமலும், பசியாலும் அழுதன. அன்னையர்களுக்கு எதற்குக் குழந்தைகள் அழுகின்றன என்று தெரிந்தாலும் குழந்தைகளைச் சமாதானப்படுத்துவதில்தான் அவர்கள் தீவிரமாக இருந்தார்களே தவிர இடத்தை விட்டு எழுந்து நிழலை

நாடிச் செல்லவில்லை. சில அன்னையர் வெயிலில் அமர்ந்தபடியே குழந்தைகளுக்குப் பாலூட்டினர். தங்கள் குழந்தைகளைப் பாசத்துடன் கவனிக்கும் அவர்கள், தங்கள் இனமும் நலமடைவதற்காக வெயிலில் அமர்ந்து போராட்டத்தில் ஈடுபடுவது அவரை மிகவும் பாதித்தது. தான் தொடர்ந்து அமைதியுடன் இருப்பது நல்லதல்ல என்ற உள்ளுணர்வு அவரிடம் ஏற்பட்டது. விரைந்து செயல்பட்டார்.

அங்கே நின்றுகொண்டிருந்த மற்ற ஆயர்களுடன் அந்த இடத்திலேயே கலந்து பேசினார். தலித் கிறிஸ்தவர்களின் கோரிக்கைகளை ஏற்றால் மற்ற சாதியைச் சார்ந்த கிறிஸ்தவர்களும் ஒன்று சேர்வர், சாதியம் வளருமே தவிர ஒழியாது என்ற தனது கருத்தை ஒதுக்கினார். தலித் கிறிஸ்தவர்களின் நியாயமான கோரிக்கைகளை நிறைவேற்றுவதுதான் ஆயர்களின் கடமை என்றும், அதோடு தீண்டாமையை ஒழித்தபின் பிற்காலத்தில் அனைத்துக் கிறிஸ்தவர்களையும் சமமாகப் பாவித்து கஷ்டப்படுகிறவர்களுக்கு மட்டும் உதவலாம் என்றும் அவர் கூறினார். அவரது கருத்தை ஆதரிப்பது தவிர வேறு வழி ஆயர்களுக்குத் தெரியவில்லை.

தனது இந்த முடிவு தானே முழுமையாக மனமுவந்து ஏற்ற முடிவல்ல என்றும், தனது கொள்கைக்கு மாறானது என்றும், சூழ்நிலைதான் இத்தகைய முடிவிற்கு வரத் தன்னைத் தள்ளியது என்பதையும் உணர்ந்தார். இருப்பினும் இத்தகைய சூழ்நிலையை இறைவனே உருவாக்கியதாக நம்பினார். எனவே சொன்னவற்றை நிறைவேற்ற உறுதியுடன் செயல்படும் மனநிலையில் இருந்தார். தன்னைப்போல மற்ற ஆயர்களும் இது இறைவனின் விருப்பம் என்பதை உணர்ந்தார்களா என்பதை அவரால் அறிய முடியவில்லை. சூழ்நிலைதான் இத்தகைய முடிவிற்குத் தங்களைத் தள்ளியது என்ற உணர்வோடு மட்டும் இருக்கலாம் என்றும் உணர்ந்தார். இருப்பினும் அவ்வளவு நிச்சயமாக அப்படித்தான் இருக்கும் என்று கணிக்கவும் முடியவில்லை. ஆனால் அனைத்து ஆயர்களும் அவ்வளவு விரைவாகச் சம்மதம் கொடுப்பர் என்பதை அவர் சிறிதும் எதிர்பார்க்கவில்லை. சம்மதம் கொடுத்ததால் நிச்சயம் செயல்படுத்துவர் என்று நம்பினார்.

மிகவும் மகிழ்வுடன் மக்களைப் பார்த்தார். தங்களை வருத்திக் கொண்டு தங்களது மக்களின் நலனுக்காக போராடிக்கொண்டிருக்கும் அவர்களை அன்புடன் பார்த்தார். இந்த மக்களுக்கு நல்லது செய்ய வேண்டும் என்ற முடிவே தன்னிடம் இப்படி ஓர் அன்பை ஊற்றெடுக்கச் செய்யுமாயின் இந்த மக்களுக்கு நல்லது செய்தால் தன்னிடம்

எவ்வளவோ மாற்றங்கள் ஏற்படுமே என்று எண்ணி மிகவும் மகிழ்ந்தார்.

செல்லையாவைத் தனது அருகில் வரும்படி அழைத்தார்.

செல்லையா வரவில்லை. "ஆண்டவரே, நீங்க எது பேசினாலும் எல்லாருட்டயும் பேசுங்க. தனியா உங்ககிட்டப் பேச எங்கிட்ட எந்தக் கருத்தும் இல்ல."

"உங்கள எம்பக்கத்துல நிறுத்தி நல்ல செய்திய அறிவிக்கலாம்னு நெனச்சேன். பரவாயில்ல" என்று சொன்ன ஆயர்கள் பேரவையின் தலைவர் ஒருசில வினாடிகள் அமைதியாக இருந்தார். பிறகு மக்கள் அமர்ந்திருந்த இடத்திற்குச் சென்று வெயிலில் நின்றபடி அன்புணர்வுடன் இதயத்திலிருந்து பேசினார்.

"அன்புள்ள மக்களே, சாதியத்திற்கும் தீண்டாமைக்கும் என்னைக்கும் திருச்சபையில இடமில்ல. நீங்க சாதியயும், தீண்டாமையையும் போக்கணும்னு சொல்றதுதான் திருச்சபையின் கொள்கையும். அதனால திருச்சபையிலயிருந்து தீண்டாமையையும், சாதியையும் அகற்ற முழுமூச்சா நாங்க செயல்படுவோம். சாதியத்தாலும், தீண்டாமையாலும் பாதிக்கப்பட்ட உங்க நலனுக்காக நீங்க கேட்ட எல்லாக் கோரிக்கைகளயும் நிறைவேற்ற முடிவு செஞ்சிருக்கோம். கிறிஸ்தவ நிறுவனங்கள்ள தலித் கிறிஸ்தவ பிள்ளைக எல்லாருக்கும் படிக்க இடம் கொடுப்போம். வேலை வாய்ப்பில முன்னுரிமை அளிப்போம். ஆயர்களாகச் சேர்ந்து மிகப் பெரிய நிதியைத் திரட்டி அதை வங்கியில வைப்பு நிதியாகப் போடுவோம். அதிலிருந்து கிடைக்கும் வட்டியிலிருந்து தலித் மாணவ, மாணவிகள் படிக்க உதவித் தொகையைக் கொடுப்போம். பல்நோக்கு சமூக சேவை சங்கம் மூலமா தலித் மக்கள் முன்னேற்றம் அடைய பொருளாதாரத் திட்டங்களைத் தீட்டிச் செயல்படுத்துவோம். தலித் மக்களிடமிருந்து தேவ அழைத்தல் அதிகரிக்க எல்லா முயற்சிகளையும் எடுப்போம். இவைகளை நிச்சயம் செய்வோம்."

கோரிக்கைகளை ஏற்றதாகக் கூறியதும் மக்கள் கரகோசம் செய்வர் என்று அவர் எதிர்பார்த்தார். ஆனால் அவர் சொன்னதை யாரும் நம்பாததுபோல அனைவரும் அமைதியாக இருந்தது அவருக்கு வியப்பளித்தது.

மறுபடியும் அவர் மக்களைப் பார்த்துக் கூறினார். "நானு சொன்னத நீங்க நம்பலைங்கிறது உங்க அமைதியப் பாத்தாலே தெரியிது. ஆனா நிச்சயம் இவைகளைச் செய்வோம். அதுல மாற்றுக் கருத்துக்கு இடமில்லன்னு நானு உறுதியாச் சொல்றேன்."

செல்லையா இளக்காரமாகச் சிரித்தபடி கூறினார். "இது மாதிரி எத்தன வாக்குறுதிகள நீங்க கொடுத்திருக்கீங்க. கடந்த நாலைந்து வருடங்களா மறைமாவட்டங்கள்ல, துறவு சபைகள்ல போராட்டம் நடத்துனோம். எல்லா இடங்கள்லயும் எங்க கோரிக்கைகள ஏற்றதாகச் சொன்னாங்க. நாங்களும் மகிழ்ச்சியோட போனோம். ஆனா எதுவுமே நடக்கல. இறுதியாத்தான் ஒட்டு மொத்தமா உங்களச் சந்திச்சி நீதி கேக்க வந்திருக்கோம். எங்க கோரிக்கைகள ஏத்துக்கிடாட்ட தமிழகத் திருச்சபை தலித் திருச்சபைன்னு அறிவிச்சி உங்கள வெளியேத்துற போராட்டத்த ஆரம்பிக்கிற முடிவோட இங்க வந்திருக்கோம். இதுமாதிரி வீரவசனம் பேசி எங்கள ஏமாத்தாதீங்க. உங்க போலி வாக்குறுதிகளை நம்ப நாங்க தயாராயில்ல. நீங்க இவைகளச் செய்வீங்கன்னு என்ன உத்திரவாதம் இருக்கு."

"எங்கள நீங்க நம்பலையா?" தங்களைத் தலித் மக்கள் சிறிதும் நம்பவில்லையே என்ற வேதனை அவரது கேள்வியில் வெளிப்பட்டது.

செல்லையா போராடும் மக்களைப் பார்த்துக் கேட்டார். "ஆயர்க பேச்ச நம்புறீங்களா?"

"நம்பல." மக்கள் அனைவரும் ஒன்றுபோலக் கத்தினர்.

"நீங்க நம்பணும்னா நாங்க என்ன செய்யணும்? சொல்லுங்க." மக்களின் நம்பிக்கையை எப்படியும் பெற்றுவிட வேண்டும் என்ற ஆதங்கம் அவரிடம் வெளிப்பட்டது.

"எப்ப நிறைவேற்ற ஆரம்பிப்பீங்க? எத்தன வருசங்களுக்குள்ள இவைகளச் செஞ்சி முடிப்பீங்கன்னு அறிவிக்கணும்." வேளாங்கண்ணி உரக்கக் கத்தினார்.

ஆயர்கள் பேரவையின் தலைவர் சிறிது நேரம் யோசித்தார். பிறகு மக்களை நோக்கி உணர்ச்சியுடன் கூறினார். "எங்கள நீங்க நம்பலன்னு வெளிப்படையாச் சொன்னது ரொம்ப அதிர்ச்சியா இருக்கு. எங்களப் பற்றி நீங்க என்ன நெனைக்கீங்கன்னு தெரிஞ்சிக்கிட இறைவன் கொடுத்த சந்தர்ப்பமா இதைப் பாக்கேன். நம்பிக்கை இழந்த உங்ககிட்ட நம்பிக்கை பிறக்கணும்னா நாங்க உடனடியாச் செயல்படணும். அதனால நாங்க இப்பச் சொல்றோம். இருபதாம் நூற்றாண்டின் இறுதிப் பத்தாண்டுகளின் தொடக்கத்துல நாம இருக்கோம். இந்த இறுதிப் பத்து ஆண்டுகளத் தலித் கிறிஸ்தவுங்க ஆண்டுகளா அறிவிக்கோம்;. உங்க கோரிக்கைக பத்து இருக்கு. இந்தப் பத்துக் கோரிக்கைகளப் பத்து அம்சத் திட்டங்களா அறிவிச்சி

இப்போதே நடைமுறைப்படுத்த ஆரம்பிக்கோம். பத்து ஆண்டுகளுக்குள்ள எல்லாக் கோரிக்கைகளயும் கட்டாயம் நிறைவேற்றுவோம். பிறக்கும் மூவாயிரமாவது ஆண்டின் தொடக்கமே புதிய திருச்சபையின் தொடக்கமாக சாதியற்ற, தீண்டாமையற்ற, சமத்துவத் திருச்சபையாக இருக்கும். இத நாங்க கட்டாயம் செய்வோம். நாங்க உங்ககிட்டக் கேக்குறது ஒண்ணுதான். தமிழகத் திருச்சபை தலித் திருச்சபைங்கிற கோரிக்கைய நீங்க கைவிடணும்."

அவரது அப்போதைய பேச்சு மக்களைக் கவர்ந்தது. தங்களது மகிழ்ச்சியை வெளிப்படுத்த நீண்ட நேரம் பலமாகக் கரவொலி எழுப்பினர்.

"எங்க கோரிக்கைகள பத்து ஆண்டுகளுக்குள்ள கட்டாயம் நிறைவேத்துவோம்னு நீங்க அறிவிச்சது எங்களுக்குச் சந்தோசம்தான். ஆனா தமிழகத் திருச்சபை தலித் திருச்சபைங்கிற கொள்கைய நாங்க விடமாட்டோம். என்னைக்குத் தீண்டாமை ஒழியுதோ, சாதியம் மறையுதோ அன்னைக்கு எங்க கொள்கையே அர்த்தம் இல்லாததா மறைஞ்சி போயிரும். அப்பிடி மறைய வைக்கிறது உங்க கைகள்லதான் இருக்கு. அதுவரைக்கும் எங்க கொள்கைய நாங்க விடமாட்டோம்." செல்லையா உறுதியுடன் கூறினார்.

"மாமா, அதுதான் நம்ம கோரிக்கைகள உடனடியா நிறைவேற்றுறதா ஒத்துக்கிட்டாங்கள்ல. பார்ப்போம். இல்லாட்ட இவுங்கள விரட்டிட்டு நாமளே அதிகாரத்தக் கைப்பற்றுவோம்" என்று கூறியபடியே எழுந்தார் வேளாங்கண்ணி.

அனைவரும் எழுந்தனர்.

ஆயர்களில் ஒருவருக்கு மக்கள் புறப்பட்டுச் செல்வது மிகவும் மகிழ்வைக் கொடுத்தது. அவர் மக்களை நோக்கிக் கூறினார். "எல்லாரும் அப்படியே இருங்க. தமிழக ஆயர்க எல்லாரும் ஒண்ணு சேர்ந்து உங்களுக்கு எங்க ஆசீர்வாதத்தக் கொடுக்கோம்."

அவ்வாறு கூறிய ஆயரை வேளாங்கண்ணி உற்றுப் பார்த்தார். பிறகு அனைவருக்கும் கேட்கும் விதத்தில் குரலை உயர்த்தி "உங்க ஆசீர்வாதம் யாருக்கு வேணும்? எங்க கோரிக்கைகள நிறைவேத்துறது தான் நீங்க எங்களுக்கு கொடுக்கும் உண்மையான ஆசீர்வாதமா இருக்க முடியும்" என்று கூறிய அவர் "தமிழகத் திருச்சபை தலித் திருச்சபையே" என்று உணர்ச்சியுடன் முழங்கினார்.

மக்கள் கூட்டமும் "தமிழகத் திருச்சபை தலித் திருச்சபையே" என்று முழங்கியபடி அங்கிருந்து வெளியேறியது.

ஆயர்கள் அனைவரும் அவர்கள் செல்வதைப் பார்த்தபடி இருந்தனர்.

நடந்த நிகழ்ச்சியை நினைவு கூர்ந்த பணியாளர் ஆசீர்வாதம் வேதனையுடன் கூறினார். "நம்ம மக்க போராடியதாலதான் பத்து அம்சத் திட்டங்கள ஆயர்க அறிவிச்சாங்க. நம்ம மக்கள ஒண்ணு சேர்க்கத் துறவு சபைத் பணியாளர் அந்துவான்தான் முயற்சி எடுத்தாரு. அவருதான் ஆயர் பேரவைக்கு மக்களை அனுப்பும் திட்டத்தக் கொடுத்துச் செயல்படுத்தியவரு. நானு இப்ப என்ன நெனைக்கேனா ஆயர்க அறிவிச்ச திட்டத்த அவுங்க உண்மையாகவே செயல்படுத்துறது சந்தேகம்தான். படிக்கிற நம்ம பிள்ளைகளுக்கு உதவித்தொகை கொடுக்க ஆயர்க பணம் திரட்டுறாங்க. துறவு சபைகளும் பணம் கொடுக்கணும்னு ஆயர்க சொல்றாங்களாம். நல்லதுதான். ஆனா அதத் தவிர வேற எதையும் செஞ்சதாத் தெரியல. பத்து வருசங்களுக்குள்ள எல்லாத் திட்டங்களையும் செயல்படுத்தி முடிச்சிருவோம்னு சொன்னாலும் அதைச் செயல்படுத்தும் அமைப்புகள அவுங்க ஏற்படுத்தல. பணியாளர்ககிட்ட விழிப்புணர்வ ஏற்படுத்த எந்த நடவடிக்கையும் எடுக்கல. பத்து அம்சத் திட்டங்கள அறிவிச்சதோட அப்படியே இருக்கு. ஒருசில பணியாளர்களுக்கே பத்து அம்சத் திட்டங்க பற்றி எதுவும் தெரியல. சில இடங்கள்ல பணியாளர்களுக்கு இது தெரிஞ்சிருந்தாலும் அத மக்கள்ட்ட அறிவிக்கல. நடைமுறைப்படுத்த முயற்சி எடுக்கல. பத்து அம்சத் திட்டங்கள அறிவிச்ச பெறகு மறைமாவட்டத்துல பணியாளர்க சாதி வாரியாப் பிரிஞ்சி கூட்டம் போடுறாங்க. ஏற்கெனவே பிரிஞ்சிதான் இருந்தாங்க. அப்ப மறைமுகமாச் செயல்பட்டவுங்க இப்ப எல்லாருக்கும் தெரிகிற மாதிரி துணிஞ்சி சாதிக்கூட்டம் போடுறாங்க. இந்த நெலைதான் எல்லா மறைமாவட்டங்கள்ளயும் இருக்கு. இப்ப இங்கயே பாருங்க. பணியாளர்க சாதி வாரியாப் பிரிஞ்சிருந்து தங்க சாதியச் சார்ந்தவங்கதான் ஆயரா வருவாங்கன்னு தீவிரமா விவாதிச்சிக்கிட்டு இருக்காங்க. இவுங்களா நம்ம மக்களுக்கு நல்லதச் செய்வாங்க?"

ஆசீர்வாதம் சொல்வதில் உண்மை இருப்பதை ஒத்துக்கொண்ட பத்திநாதன் தனது கவலையை வெளிப்படுத்தினார். "இப்படிப்பட்ட சூழ்நிலையில நாம என்ன செய்றது? நீங்க சொல்றதப் பாத்தா நம்ம மக்கள் நிலைம முன்னவிட மோசமாப் போயிருமோன்னு பயப்படுறேன்."

அப்போது ஆயர் இல்லத்தில் மணி அடித்தது.

ஆங்காங்கே தீவிரமாக விவாதித்துக்கொண்டிருந்த பணியாளர்கள் அனைவரும் விரைந்து ஆயர் இல்லத்தில் இருந்த அரங்கத்தில் நுழைந்தனர். அரங்கத்தில் பேரமைதி நிலவியது.

ஓய்வு பெறும் ஆயரை மறைமாவட்டத்தின் முதன்மைப் பணியாளர் கைத்தாங்கலாக அரங்கத்திற்கு அழைத்து வந்தார்.

பணியாளர்கள் அனைவரும் எழுந்து நின்றனர்.

ஆயரின் கையில் ஓர் உறை இருந்தது. அதை மேஜையில் வைத்த ஆயர் கடிகாரத்தைப் பார்த்தார். மாலை நான்கு மணி என்பதை உறுதி செய்த ஆயர், பணியாளர்களைப் பார்த்து செபத்துடன் கூட்டத்தை ஆரம்பிக்கலாம் என்றார்.

பணியாளர் ஒருவர் "வாரும் தூய ஆவியே" என்ற பாடலை ஆரம்பிக்க அனைவரும் ஒன்று சேர்ந்து பாடினர். பாடி முடித்ததும் பாடலை ஆரம்பித்தவரே ஒரு சிறிய செபத்தைச் சொன்னார்.

அதன்பின் அனைவரும் அமர்ந்தனர்.

ஆயர் தனது கையிலிருந்த உறையைப் பிரித்தார்.

அனைவரும் ஆயரையே இமைக்காமல் பார்த்தனர். யார் பெயர் அறிவிக்கப்படப் போகிறதோ என்ற பதைபதைப்பு ஒவ்வொருவரிடமும் இருந்தது.

***

2

ஆயர் இல்லம் மிகவும் சுறுசுறுப்பாக இயங்கியது. புதிய ஆயரைத் திருநிலைப்படுத்தும் நாளும் நேரமும் குறிக்கப்பட்டன. மாலையில் மழைவர வாய்ப்பு இருந்ததால் அந்த நேரம் தவிர்க்கப் பட்டது. அதேசமயம் மறைமாவட்டத்தின் அனைத்துப் பங்குகளிருந்தும் மக்கள் கலந்துகொள்வது காலையில் சாத்தியமில்லை என்பதால் அந்த நேரம் தவிர்க்கப்பட்டது. காலை பத்து மணிக்கு திருநிலைப்படுத்த முடிவெடுக்கப்பட்டது.

விழாவிற்காக நிதிக் குழு, வழிபாட்டுக் குழு, வரவேற்புக் குழு, அலங்காரக் குழு, தொடர்புக் குழு, உணவுக் குழு, விழாமலர்க் குழு, கலைநிகழ்ச்சிக் குழு என்று பல குழுக்கள் அமைக்கப்பட்டன. அனைத்துக் குழுக்களையும் ஒருங்கிணைத்துத் தேவையான ஆலோசனைகளை வழங்கி ஊக்கப்படுத்தினார் அம்மறைமாவட்டத்தின் முதன்மைப் பணியாளர்.

திருநிலைப்படுத்த இன்னும் ஒருநாள்தான் இருந்தது. ஒவ்வொரு குழுவினரும் எப்படிச் செயல்படுகின்றனர் என்று இறுதியாகப் பார்வையிட ஆயர் இல்லத்திலிருந்து புறப்பட்டார் முதன்மைப் பணியாளர்.

முதலில் திருநிலைப்படுத்தப்படும் இடத்தைப் பார்வையிட்டார். ஒரு பள்ளியின் விளையாட்டு மைதானத்தில் விழா நடைபெறுவதற்காக மிகப் பெரிய பந்தல் போடப்பட்டிருந்தது. தமிழக ஆயர்கள் அனைவரும் விழாவில் கலந்துகொள்வர் என்பதால் அனைத்து ஆயர்களும் அமரும் விதத்தில் உயரமான மிகப் பெரிய மேடை அமைக்கப்பட்டிருந்தது. பணியாளர்கள், சகோதரிகள், முக்கிய விருந்தாளிகள், மற்றும் பொது நிலையினர் அமர்வதற்காகத் தனித்தனியாக இடங்கள் ஒதுக்கப் பட்டிருந்தன. வாகனங்களை நிறுத்துவதற்காக அருகில் இருந்த மற்றொரு பள்ளி மைதானம் ஒதுக்கப்பட்டிருந்தது. தயாரிப்பில் அவருக்கு முழுத் திருப்தி ஏற்பட்டது.

அடுத்ததாக உணவுக் குழுவினரைச் சந்தித்தார். விழாவில் கலந்து கொள்ளும் அனைவருக்கும் மதிய உணவு வழங்குவதாகத் திட்டம். அனைவருக்கும் உணவைப் பறிமாறுவது கடினம் என்பதால் ஆயர்கள், பணியாளர்கள், சகோதரிகள், முக்கிய விருந்தினர் ஆகியோருக்கு மட்டும்

உணவு தயாரித்துப் பரிமாறுவதற்காகத் தனியாக ஒரு பள்ளியை ஒதுக்கியிருந்த உணவுக் குழுவினர், அவ்விருந்துக்கு மட்டும் சுமார் எத்தனை பேர் வருவர், என்னென்ன உணவு வகைகளைத் தயாரிப்பது என்பதில் மிகவும் தெளிவாக இருந்தனர். இவர்கள் தவிர விழாவில் கலந்துகொள்ளும் பொது நிலையினர் அனைவருக்கும் காய்கறிப் பிரியாணியுடன் முட்டை, ஊறுகாய் அடங்கிய உணவுப் பொட்டலங்கள் வழங்க ஏற்பாடு செய்திருந்தனர். ஒவ்வொரு பங்கிலிருந்தும் எத்தனை பேர் வருவர் என்ற கணக்கெடுப்பில் அவர்கள் தீவிரம் காட்டினர். அவர்களின் செயல்பாட்டை மனம் திறந்து பாராட்டினார் முதன்மைப் பணியாளர்.

அலங்காரக் குழுவினர் புதிய ஆயரை வரவேற்கும் வண்ணம் நகரின் பல இடங்களில் வரவேற்பு வளைவுகளை அமைத்திருந்தனர். அதோடு தனிப்பட்ட பல இயக்கங்கள், அமைப்புகள் புதிய ஆயரை வரவேற்று பல வண்ணங்களில் விதவிதமான சுவரொட்டிகளை அச்சடித்து நகரெங்கும் ஒட்டியிருந்தனர். அவைகளைக் கண்டு வியந்தபடியே காரில் வலம் வந்தார் முதன்மைப் பணியாளர்.

அப்போது...

ஒரு சுவரொட்டியைப் பார்த்த அவர் அதிர்ச்சியடைந்தார்.

படபடப்புடன் காரை நிறுத்தச் சொன்னார்.

கார் நின்றது.

காரிலிருந்து இறங்காமலே சுவரொட்டியை முழுவதுமாக வாசித்தார்.

அவரது முகம் கருத்தது.

திரும்பத் திரும்ப அந்தச் சுவரொட்டியையே வாசித்தார். அவரது மனதில் அதுவரை நிறைந்திருந்த மகிழ்ச்சி மறைய, கோபம் நிறைந்தது. உடனடியாக ஏதாவது செய்ய வேண்டும் என்ற வெறி அவரிடம் எழுந்தது. சுவரொட்டியைக் கிழித்து எறியவேண்டும் என்ற எண்ணத்தில் காரிலிருந்து இறங்கினார். அப்போது அதேபோன்ற மற்றொரு சுவரொட்டி கண்களில் பட்டது. ‘எத்தன சுவரொட்டிகளைக் கிழிக்கிறது?’ தன்னால் முடியாது என்பதை உணர்ந்தார். அவரது கண்களில் தீப்பொறி பறந்தது.

‘இத நடத்தவிடக் கூடாது. எப்படியும் தடுத்து நிறுத்தணும்’ என்று தனக்குள் சொல்லியபடியே ஆயர் இல்லம் நோக்கி விரைய ஓட்டுநருக்குக் கட்டளையிட்டார்.

வழியில் ஒருசில இடங்களில் மட்டுமே ஒட்டப்பட்டிருந்த அந்தக் குறிப்பிட்ட சுவரொட்டி மட்டுமே அவரது கண்களில் பட்டது. நகரெங்கும் அந்தச் சுவரொட்டி மட்டுமே நிறைந்திருப்பதாக உணர்ந்தார். ஆயரை வரவேற்று பல வண்ணங்களில், பல வடிவங்களில் எண்ணற்ற சுவரொட்டிகள் ஒட்டப்பட்டிருந்தாலும் அவைகள் அவரைக் கவரவில்லை.

முதன்மைப் பணியாளர் வாசித்த சுவரொட்டியை ஓட்டுநரும் வாசித்தார். தலித்தான அவருக்கு சுவரொட்டியின் வாசகங்கள் மகிழ்ச்சியை அளித்தன. முதன்மைப் பணியாளரின் பதட்டத்தை ரசித்தபடியே மகிழ்வுடன் காரை ஓட்டினார்.

ஆயர் இல்லத்தை அடைந்த முதன்மைப் பணியாளர் காரிலிருந்து விரைந்து கீழே இறங்கினார். ஓட்டமும் நடையுமாக ஆயரின் இல்லத்திற்குள் நுழைந்தார். புதிய ஆயரைத் திருநிலைப்படுத்த ஆயர் பேரவையின் தலைவர் வந்திருந்தார். அந்த அறையை அடைந்ததும் படபடப்புடன் கதவைத் தட்டினார். எந்தச் சத்தமும் இல்லை.

மணி காலை பத்து இருக்கும். கட்டாயம் உணவறையில் காப்பி குடிப்பார் என்று எண்ணியபடி அங்கே விரைந்தார்.

அவர் எதிர்பார்த்தபடி ஆயர் பேரவையின் தலைவர் அங்கேதான் இருந்தார். அவரிடம் தான் பார்த்த சுவரொட்டியைப் பற்றிப் படபடப்புடன் கூறினார்.

தலைவரும் அதிர்ச்சியடைந்தார். ‘எது நடக்கக்கூடாதுன்னு நெனைச்சேனோ அது நடந்திருச்சே.’ அவர் மிகவும் கவலைப்பட்டார்.

கவலையில் சோர்ந்துவிடும் நேரம் அதுவல்ல என்ற உள்ளுணர்வு அவரிடம் ஏற்பட்டது.

நெருக்கடியில் பேராயர் சிறப்பாகச் செயல்படக்கூடியவர். அன்றும் அவ்வாறே செயல்பட்டார். பல வழிகளை யோசித்த அவரது மனதில் மிகச் சிறந்த ஓர் எண்ணம் உதித்தது. உடனடியாகச் செயல்பட ஆரம்பித்தார்.

தொலைபேசியில் துறவுசபைப் பணியாளர் அந்துவானின் மாநிலத் தலைவரைத் தொடர்புகொண்டு அந்துவானை உடனடியாகத் தன்னை வந்து சந்திக்க உத்தரவிடுமாறு கேட்டார். அந்துவானிடம் எப்படிப் பேச வேண்டும், அப்போது யாரெல்லாம் உடனிருப்பது நல்லது என்பதையும் தீவிரமாக ஆராய்ந்தார்.

பணியாளர் அந்துவானுக்கு சுமார் ஐம்பது வயது இருக்கும். கருத்த நிறம் என்றாலும் களையான முகம். வழுக்கைத் தலை. அளவோடு வெட்டப்பட்ட தாடி கருப்பு வெள்ளையில் மின்னியது. சிறிது தடித்திருந்தார். எப்போதும் வெள்ளை வேட்டி, வெள்ளைச் சட்டையில்தான் இருப்பார். சிறந்த அறிவாளி. துணிந்து செயல்படுவதில் வல்லவர். அநீதியைக் கண்டு கொதித்தெழுபவர். ஆனால் அன்பானவர். தலித் அடையாளத்தை மக்களும் குறிப்பாகப் பணியாளர்களும் மறைத்த காலத்தில் தான் ஒரு தலித் என்று துணிந்து சொன்னவர். அதைப்பற்றி பெருமை கொண்டவர். தான் யாருக்கும் எந்தவிதத்திலும் தாழ்ந்தவர் அல்ல என்ற எண்ணம் கொண்டவர். தனது இனத்தினர் யாரையும் ஏமாற்றவில்லை. கொடுமைப்படுத்தவில்லை. அடக்கி ஆளவில்லை. அடிமைப்படுத்தவில்லை. சுரண்டவில்லை. தாழ்வாக நடத்தவில்லை. மாறாகச் சமூகத்திற்கு உழைப்பைக் கொடுத்தவர்கள். சமூகத்தால் ஒதுக்கப்பட்ட வேலைகளைத் துணிந்து செய்தவர்கள். உடல் உழைப்பு உன்னதமானது என்று மகிழ்வுடன் உழைத்தவர்கள். தங்களது வியர்வையில் வாழ்ந்தவர்கள். அப்படிப்பட்ட உன்னதமான தலித் பரம்பரையில் வந்ததால் தனது அடையாளத்தை வெளிப்படுத்த ஏன் தயங்கவேண்டும்? ஏன் வெட்கப்படவேண்டும்? மற்றவர்களின் உழைப்பில் வாழும் ஆதிக்கச் சாதியினர்தான் தங்களது அடையாளத்தை வெளிப்படுத்த அஞ்ச வேண்டும் என்ற எண்ணம் கொண்டவர். தலித் அடையாளத்தைப் பெருமையாக நினைத்தவர். அறிஞர் அம்பேத்கர் பற்றி அதிகம் படித்து தனது எண்ணங்களுக்கு உரமூட்டியவர்.

பணியின் ஆரம்பக் காலத்தில் மதத்தைக் கடந்து மனித நேயத்துடன் செயல்பட்டார். தனது இனமக்கள் பாதிக்கப்பட்டால் உடனடியாகச் சென்று அவர்களுக்கு ஆறுதல் கூறுவது, சிறையில் அடைக்கப்பட்டவர்களைப் பிணையில் வெளியே எடுப்பது, சட்ட உதவிகளைச் செய்வது, தேவையான பொருளாதார உதவிகளை நல்லெண்ணம் படைத்தவர்களோடு இணைந்து செய்வது என்று பல உதவிகளைச் செய்தார். சிறிது சிறிதாக அவரது கவனம் தலித் கிறிஸ்தவர் பக்கம் திரும்பியது. திருச்சபையில் தலித் கிறிஸ்தவரின் நிலையைக் கண்டு மிகவும் வேதனைப்பட்டார். சமத்துவத்தை அடித்தளமாகக் கொண்ட அன்புத் திருச்சபையில் சாதியம் புரையோடி யிருப்பதைக் கண்டு அவரால் அமைதியுடன் இருக்க முடியவில்லை. தன் மக்களுக்காக உழைப்பதுதான் தனது அர்ப்பண வாழ்வுக்கு அர்த்தம் கொடுக்கும் என்பதை உணர்ந்தார்.

அப்போது தமிழகத்தின் வட பகுதியில் தலித் கிறிஸ்தவர் மிகத் தீவிரமாகச் செயல்பட்டனர். திருச்சபையில் சமத்துவத்திற்காகப் போராடியவர்கள் அரசியல் உரிமைகளுக்காகவும் போராடினர். அந்த இயக்கத்தின் செயல்பாட்டால் கவரப்பட்ட விழிப்புணர்வுகொண்ட பலர் தங்களது மறைமாவட்டங்களில் மக்களை ஒன்று சேர்த்து அவர்களை அமைப்பாக்கினர்.

தலித் கிறிஸ்தவர் உதிரியாகச் செயல்பட்டால் உரிமையைப் பெற முடியாது என்பதை உணர்ந்த பணியாளர் அந்துவான், அவர்களை ஒன்று சேர்ப்பதற்காக அனைத்து அமைப்பினரும் கலந்துகொள்ளும் தலித் கிறிஸ்தவ மாநாட்டிற்கு ஏற்பாடு செய்தார். அந்த மாநாட்டில் தமிழகத்தில் உள்ள தலித் கிறிஸ்தவ அமைப்பினர் அனைவரும் பங்கேற்றனர். அதில் பணியாளர் அந்துவான் தலைமையில் தலித் கிறிஸ்தவ இயக்கம் என்ற பதாகையில் ஒன்று சேர்ந்து செயல்படுவது என்று முடிவெடுத்தனர்.

பல நூற்றாண்டுகளாகத் திருச்சபையில் தலித் கிறிஸ்தவர் தீண்டாமையால் பாதிக்கப்பட்ட நிலை இனி ஒரு நொடிகூட நீடிக்கக்கூடாது என்ற எண்ணம்கொண்ட அவர் மிகத் தீவிரமாகச் செயல்பட்டார். தமிழகத் திருச்சபையில் தலித் கிறிஸ்தவர் அறுபத்தைந்து சதவிகிதத்திற்கும் அதிகமாக இருந்தனர். எனவே தமிழகத் திருச்சபையானது தலித் திருச்சபைதான் என்ற எண்ணம் அவரிடம் ஏற்பட்டது. அதோடு அவரது மூளையில் உதித்த உக்திதான் மறைமாவட்ட ஆயர்களையும், துறவு சபைத் தலைவர்களையும் முற்றுகையிடும் போராட்டம். பல போராட்டங்களை நடத்திய அவர் இறுதியில் தமிழக ஆயர்கள் அனைவரும் ஒன்று சேர்ந்திருந்த இடத்திலும் அப்போராட்டத்திற்கு ஏற்பாடு செய்தார். அவர் மக்களை முன்னிலைப் படுத்தித்தான் போராட்ட உத்தியை வகுத்தாரே தவிர தன்னை என்றுமே அவர் முன்னிறுத்தவில்லை. தலித் கிறிஸ்தவ இயக்கத்தினருக்கு விழிப்புணர்வு கொடுத்தார். போராட்டச் சமயத்தில் யார் தலைமை ஏற்பது, எப்படிப் போராடுவது, என்னென்ன கோரிக்கைகளை முன்வைப்பது, யார் எந்தக் கோரிக்கையை முன்வைத்துப் பேசுவது, பெண்களை எந்தெந்த விதத்தில் பங்கேற்க வைப்பது என்பவை பயிற்சியின் அங்கங்களாக இருந்தன.

தமிழக ஆயர்களிடம் அவர் அதிகம் எதிர்பார்த்தார். அவர்கள் மனச்சாட்சியுடன் செயல்படுவர் என்று நம்பினார். சமூகத்தில் மாறிவரும் சூழ்நிலைக்கேற்பத் திருச்சபையிலும் தீண்டாமை எந்த

விதத்திலும் இருக்கக்கூடாது என்பதற்காக மிகத் தீவிரமாக, வேகமாக அவர்கள் செயல்படுவர் என்று முழுமையாக நம்பினார். அதோடு தலித் கிறிஸ்தவர்களின் நலனுக்காக ஒரு சிலப் பொருளாதாரத் திட்டங்களையும் நிறைவேற்றுவர் என்றும் நம்பினார். மக்களின் போராட்டத்தின் காரணமாக இருபதாம் நூற்றாண்டின்; இறுதிப் பத்து ஆண்டுகளை தலித் பத்தாண்டுகள் என்று அறிவித்ததோடு பத்து அம்சத் திட்டங்களையும் அவர்கள் அறிவித்ததால் ஆயர்கள் மேல் அவர் வைத்திருந்த நம்பிக்கை இன்னும் அதிகரித்தது.

இப்படிப்பட்ட சூழ்நிலையில்தான் பேரிடியாக அந்தச் செய்தி வெளியானது. தங்களில் யார் பெரியவர் என்று போராடும் இரண்டு சாதியினரிடையே ஆயர்களின் எண்ணிக்கையில் சமத்துவம் இருக்க வேண்டும் என்பதற்காக ஒன்று குறைவாக இருந்த சாதியிலிருந்து ஒருவரை ஆயராக நியமித்ததை அவரால் ஏற்றுக்கொள்ள முடியவில்லை. அதுவும் தமிழக ஆயர்கள் பத்து அம்சத்திட்டங்களுடன் தலித் பத்தாண்டுகள் என்று அறிவித்த பத்து மாதங்களுக்குள் இப்படி நடக்கும் என்று அவர் எதிர்பார்க்கவில்லை. இக்காலத்திலாவது தலித்துகளுக்கு ஆயர் பதவி கொடுத்திருக்கலாம் என்பது அவரது எண்ணம். அப்படி நடக்கவில்லையே என்று மிகவும் வேதனைப் பட்டார். அவரது இந்த வேதனை நியாயமான அறச்சினமாக அவரிடம் எழுந்தது. தலித் கிறிஸ்தவரின் உணர்வுகளைத் திருச்சபைக்கு உணர்த்தும் விதத்தில் ஆயர் திருநிலைப் படுத்தும் இடத்தின் வாசலில் ஆயரின் நியமனத்தை எதிர்த்துக் கருப்புக்கொடிப் போராட்டத்தில் ஈடுபடுவது என்று திட்டமிட்டார். ஒவ்வொரு மறைமாவட்டத்தில் இருந்தும் தலித் கிறிஸ்தவ இயக்க உறுப்பினர்கள் அதிக எண்ணிக்கையில் கலந்துகொள்ள மறைமுகமாக ஏற்பாடு செய்தார். ஆயர் திருநிலைப் படுத்தும் நாளுக்கு முந்தின நாள் நகரின் அனைத்துப் பகுதியிலும் கருப்புக்கொடிப் போராட்டம் பற்றிய சுவரொட்டிகளை ஒட்ட ஏற்பாடு செய்தார்.

சுவரொட்டியின் பாதிப்பு மிக விரைவாகத் தன்னை வந்து அடையும் என்பதைப் பணியாளர் அந்துவான் எதிர்பார்த்தார். அப்படியே நடந்தது.

இத்தகைய அழைப்பை எதிர்பார்த்ததால் அவர் மிகவும் சாதாரணமாக இதை எடுத்துக்கொண்டார். தமிழக ஆயர்களின் பேரவைத் தலைவரைத் தான் மட்டும் சென்று சந்திப்பது நல்லதாக இருக்காது என்பதை உணர்ந்த அவர் அம்மறைமாவட்டத்தைச் சேர்ந்த

இயக்க ஆதரவாளர்களாகிய பணியாளர்கள் பத்திநாதன், ஆசீர்வாதம் ஆகிய இருவரையும் அழைத்துக்கொண்டு ஆயர்கள் பேரவையின் தலைவரைச் சந்திக்கச் சென்றார்.

திருநிலைப்படுத்தும் விழாவிற்கு இரண்டு ஆயர்கள் ஏற்கெனவே வந்திருந்தனர். தலித் கிறிஸ்தவப் பிரதிநிதிகளைச் சந்திக்க அவர்களையும் ஆயர்கள் பேரவைத் தலைவர் அழைத்திருந்தார்.

அந்துவானையும் மற்ற இரண்டு பிரதிநிதிகளையும் வரவேற்ற தலைவர் சந்திப்பு நடைபெறும் இடத்திற்கு அவர்களை அழைத்துச் சென்றார்.

மூவரும் ஆயர்களுக்கு வணக்கம் சொல்லி அமர்ந்தனர்.

பணியாளர் அந்துவானைப் பற்றி பேரவையின் தலைவருக்கு மிகவும் நன்றாகத் தெரியும். அவரது அறிவைப் பற்றியும், தலித் மக்கள் மீது அவர் வைத்திருந்த அன்பைப் பற்றியும் நன்றாக அறிந்தவர். எனவே சுற்றி வளைக்காமல் நேரடியாகவே உரையாடலைத் தொடர்ந்தார்.

"நாளைக்கு இந்த மறைமாவட்டத்திற்கு மிக முக்கியமான நாள். புதிய ஆயரைத் திருநிலைப்படுத்தும் நாள். அந்த நாளுல நிகழ்ச்சியின் புனிதத்த அங்கீகரிக்காம கருப்புக்கொடிப் போராட்டம் நடத்தத் திட்டமிட்டிருக்கீங்க. இது நல்லா இருக்கா? நீங்களே சொல்லுங்க." அவரது வேதனை அப்பட்டமாக அவரது பேச்சில் வெளிப்பட்டது.

பணியாளர் அந்துவான் மிகவும் நிதானமாகப் பதிலளித்தார். "ஆயர்க எங்கள மதிச்சி உரையாடலுக்கு அழைச்சதுக்கு நன்றி. இந்த மாதிரியான உரையாடல் அடிக்கடி நடக்கணும்னு நானு நெனைக்கேன். தலித் கிறிஸ்தவர்களாகிய எங்களைத் திருச்சபை மதிக்கணும்னு ரொம்பக்காலமாச் சொல்றோம். அதன் வெளி அடையாளமா எங்கள்ல இருந்து ஓர் ஆயரை நியமிங்கன்னு கேக்கோம். இந்த நியாயமான கோரிக்கைய மறுத்து வேறொருத்தர ஆயரா நியமிச்சிருக்கீங்க. இது நல்லா இருக்கா? நீங்களே சொல்லுங்க."

"இந்த வருச ஆரம்பத்திலதான் நீங்க கோரிக்கைகளோட வந்தீங்க. அந்தக் கோரிக்கைக எல்லாத்தையும் நாங்க ஏத்துக்கிட்டோம். அதச் செயல்படுத்த நாங்க ஆரம்பிச்சிட்டோம். தமிழக ஆயர்க ஒண்ணு சேர்ந்து தலித் பிள்ளைக கல்விக்காக மிகப்பெரிய நிதியத் திரட்டுறோம். அந்தத் தொகைய வங்கியில போட்டு அதிலிருந்து கிடைக்கும் வட்டியத் தலித் பிள்ளைக படிப்புக்காகக் கொடுக்கப் போறோம். கல்வி நிறுவனங்கள்ல தலித்துகளின் வேலைவாய்ப்புக்கு

முன்னுரிமை கொடுக்க ஆரம்பிச்சிட்டோம். இதுமாதிரி ஒவ்வொன்னா நிறைவேத்திக்கிட்டு இருக்கோம். பத்து அம்சக் கோரிக்கைகள்ல ஆயர் நியமனம் பத்தி எதுவும் இல்ல. இப்ப நீங்க திடீருன்னு புதுக் கோரிக்கை வச்சி கருப்புக்கொடிப் போராட்டம் நடத்துறது சரியா? நீங்க எப்பவாவது இந்தக் கோரிக்கைய முன்வச்சிருக்கீங்களா? அத நாங்க நிராகரிச்சிருக்கோமா? சொல்லுங்க" என்றார் அதே வேதனையுடன்.

"இது புதுக் கோரிக்கைன்னு யாரு சொன்னது? மதிப்பும், அதிகாரமும், பணமும் உள்ள பதவிகளத் தலித் பணியாளர்களுக்கு வழங்கணுங்கிறது எங்க நீண்ட நாள் கோரிக்கை. தீண்டாமையத் திருச்சபை கடைப்பிடிக்கிறதுனாலதான் எங்களுக்கு இந்தப் பதவிக கிடைக்கல. அதோட ஆயர் பதவியும் வேணுங்கிறதும் எங்க கோரிக்கைகள்ல மிக முக்கியமான ஒண்ணு. பல வருசங்களா நாங்க இந்தக் கோரிக்கைய முன்வச்சிப் போராடுறோம். இந்த வருச ஆரம்பத்துல உங்க கூட்டத்துல போராடுனோமே? அந்த மறைமாவட்டத்துல எழுபதுகளுல தமிழகத்தின் தென் மாவட்டத்திலயிருந்து நாடார் ஒருவர ஆயரா நியமிச்சாங்க. அந்த மறைமாவட்டத்துல எம்பது சதவிகிதத்துக்குமேல தலித் கிறிஸ்தவுங்க இருக்காங்க. தங்க சாதியச் சார்ந்தவரத்தான் ஆயரா நியமிக்கணும்னு அந்த மறைமாவட்டத்துக்காரங்க அப்பவே போராடுனாங்க. அப்பச் சென்னை மயிலை மறைமாவட்டத்தின் பேராயரா இருந்தவரு அடுத்து தமிழகத்துல யார ஆயரா நியமிச்சாலும் உங்க சாதியிலயிருந்துதான் நியமிப்போம்னு எழுத்து மூலமா வாக்குறுதி கொடுத்தாரு" என்று கூறிய அந்துவான் அதற்கான ஆதாரத்தைத் தலைவரிடம் கொடுத்தார்.

பெற்றுக்கொண்ட தலைவர் அதை வாசிக்கவில்லை. "நீங்க சொல்றத நானு மறுக்கல. ஆனா அப்படி ஒரு நிகழ்ச்சி நடந்தது எனக்குத் தெரியாது. உங்க கோரிக்கையில நியாயம் இருக்கு. அந்தக் கோரிக்கைய வலியுறுத்த இப்பப் போராட வேண்டாம்னு சொல்றேன்."

"இப்ப வலியுறுத்தாம பெறகு எப்ப வலியுறுத்துறது?"

"நீங்க மொதல்ல சொன்னது மாதிரி நாம தொடர்ந்து அடிக்கடி சந்திப்போம். என்ன செய்யலாம்னு திட்டமிடுவோம். அத நாங்க நிச்சயம் செய்வோம். இப்ப நீங்க கருப்புக்கொடிப் போராட்டம் நடத்த வேண்டாம்னு அன்பாக் கேக்குறோம். தயவுசெய்து போராட்டத்தக் கைவிடுங்க."

"இப்படிப்பட்ட சூழ்நிலையில போராட்டம் நடத்துறது எங்களுக்கும் வேதனையாத்தான் இருக்கு. ஆனா எங்களுக்கு வேற

வழியில்ல. எங்க கோரிக்கை நியாயமான கோரிக்கைன்னு ரோமைக்குத் தெரியணும். இந்திய ஆயர்களுக்குத் தெரியணும். இந்திய மக்களுக்கும் குறிப்பா தமிழகக் கிறிஸ்தவ மக்களுக்குத் தெரியணும். நாங்க தீவிரமா விவாதிச்சித்தான் போராட்டத்துக்கு ஏற்பாடு செஞ்சோம். அதக் கைவிட மட்டும் கேக்காதீங்க" என்றார் அந்துவான் உறுதியுடன்.

"நீங்க போராட்டத்தக் கைவிடலைனா உங்க போராட்டத்துக்கு அனுமதி தரக்கூடாதுன்னு நாங்க காவல்துறையிடம் கேட்க வேண்டிய நிலை ஏற்படும்." பேரவைத் தலைவர் உறுதியுடன் கூறினார்.

வேதனை கலந்த கெஞ்சலாக இருந்த உரையாடலின் போக்கில் சிறிது மிரட்டும் தன்மை வெளிப்பட்டதை பணியாளர் அந்துவான் உணர்ந்தார். அதைக் காட்டிக்கொள்ளாதபடி அவரும் துணிவுடன் பேசினார். "போராட்டத்துக்கு நாங்க காவல் துறையிடம் அனுமதி கேட்டிருக்கோம். இன்னும் கொடுக்கல. அனுமதி கொடுத்தாலும் கொடுக்காட்டாலும் நாங்க போராட்டம் நடத்தத் தீர்மானிச்சிட்டோம்."

"நிச்சயம் உங்களுக்கு அனுமதி கொடுக்க மாட்டாங்க. அனுமதி கொடுத்தா சட்டம் ஒழுங்குப் பிரச்சினை வரும்னு காவலர்களுக்கு நல்லாத் தெரியும். அதையும் மீறி நீங்க போராட்டம் நடத்துனா உங்களக் கைது செய்வாங்க. சிறையில போடுவாங்க. நீங்க சிறையில இருக்கிறப்ப நாங்க ஆயரத் திருநிலைப்படுத்துனா அது எப்படி இருக்கும்? மகிழ்ச்சியான நிகழ்ச்சியாவா இருக்கும்? ஆயர்களாகிய நாங்க எவ்வளவு வேதனைப்படுவோம்? புது ஆயர் எவ்வளவு வேதனைப் படுவாரு? இந்த மறைமாவட்ட மக்கள் எப்படி வேதனைப்படுவாங்க? கொஞ்சம் நினைச்சுப் பாருங்க?"

"நீங்க உங்க வேதனைய பெருசாச் சொல்றீங்க. காலங்காலமா எங்க மக்க ஒடுக்கப்படுறத, ஒதுக்கப்படுறத நெனைச்சி நாங்க எவ்வளவு வேதனைப்படுறோம் தெரியுமா? அந்த வேதனைய நீங்க என்னைக்காவது புரிஞ்சிருக்கீங்களா?"

"புரியாம இல்ல. ஆனா சாதிப் பிரச்சினைய எங்களால மட்டும் தீர்க்க முடியும்னா நெனைக்கீங்க? அதுலயும் ஒரே நாளுல தீர்க்க முடிகிற பிரச்சினையா இது? சாதியப் பத்து வருசத்துக்குள்ள திருச்சபையில ஒழிக்கலாம்னு நெனச்சி திட்டமிட்டுச் செய்றோம். அதுக்குள்ள சாதிய ஒழிக்காட்டாலும் தீண்டாமையை மட்டுமாவது ஒழிக்கலாம்னு நெனைக்கோம். இப்பத் திருச்சபையில சாதிப்பாகுபாடு எம்புட்டோ

குறைஞ்சிருக்கு. நீங்க கொஞ்சம் அமைதியா இருந்தா தன்னால மாறும். நீங்க போராடுனா மற்றச் சாதிக்காரங்களும் போராட ஆரம்பிப்பாங்க. நிச்சயம் பிரச்சின அதிகரிக்குமே தவிர குறையாது" என்றார் ஆயர் வேதனையுடன். அவரது பேச்சு இதயத்திலிருந்து வெளிவந்தது.

"ஏதோ நாங்கதான் சாதி பாக்குறது மாதிரி நீங்க சொல்றது எங்களக் காயப்படுத்துது."

"நானு அந்த எண்ணத்துல பேசல."

"இப்ப நானு இங்க வரும்போது சுவத்துல என்ன பாத்தேன் தெரியுமா? தங்கள் சாதியில இருந்து ஒருத்தர ஆயரா நியமிச்சதுக்கு தமிழக ஆயர்களுக்கும் திருத்தந்தைக்கும் நன்றி சொல்லி உடையார்கள் சுவரொட்டிகள ஒட்டியிருக்காங்க. இதுக்கு என்ன சொல்றீங்க? ஆயர்களத் தமிழகத்துல கிறிஸ்தவங்க ஆயர்களாகவா பாக்காங்க? எந்த சாதியச் சார்ந்தவர்னுதான பாக்காங்க. தங்கள் சாதியச் சார்ந்தவரா இருந்தா அவரப் பாக்குற பார்வை ஒருவிதமா இருக்கு. மற்ற சாதியச் சார்ந்தவரா இருந்தா அவர வேறவிதமாத்தான் பாக்காங்க. இது உண்மையா இல்லையா? நீங்களே சொல்லுங்க. இப்ப உங்களையே எடுத்துக்கிடுவோம். நீங்க உங்க சாதிக்காரங்கள எப்பிடிப் பாக்கீங்க? மற்ற சாதிக்காரங்கள எப்பிடிப் பாக்கீங்க? இதையெல்லாம் நெனைச்சிப் பாத்தீங்களா? தலித் ஒருத்தர் ஆயரா இருந்தார்னா அவரு தலித்துக்கு நல்லது செய்வாருங்கிற எண்ணத்துல நாங்க கேக்கல. நிச்சயம் தலித்தச் சாராத மத்தவுங்கதான் எங்களுக்கு நல்லது அதிகம் செய்வாங்கன்னு நானு நம்புறேன். தலித்திலிருந்தும் ஒருத்தர் ஆயரா இருந்தா அது எங்களுக்கும் பெருமை. அதவிட திருச்சபைக்குத்தான் அதிகப் பெருமை. உயர் பதவிக்கு சாதிங்கிறது ஒரு தடையில்லைன்னு திருச்சபைபற்றி பெருமையா மத்தவுங்க சொல்வாங்க. அதுக்காகத்தான் நாங்க கேக்குறோம்."

"பேசுனா பேசிக்கிட்டே போகலாம். எதுக்கும் ஒரு முடிவு இருக்கு. நிச்சயம் அடுத்த ஆயரா ஒரு தலித்த நியமிக்க எல்லாவிதத்துலயும் ஏற்பாடு செய்றோம். நாளை நடக்கிற கருப்புக்கொடிப் போராட்டத்த நீங்க கைவிடுங்கன்னு தமிழக ஆயர்க சார்பா உங்ககிட்டக் கேக்கேன்" என்று இறுதியாக வேண்டுகோள் விடுத்தார் பேரவையின் தலைவர்.

அந்த வேண்டுகோளை ஏற்கப் பணியாளர் அந்துவானுக்கு ஒரு துளிகூட விருப்பம் இல்லை. இருந்தாலும் அவர்கள் முகத்தில் அடிப்பதுபோல முடியாது என்று மறுப்பது அவருக்குச் சிறிது

கடினமாக இருந்தது. எனவே அவர் கவனமாகப் பதிலளித்தார். "கருப்புக்கொடி போராட்டம் நடத்தணுங்கிறது இயக்கம் கூடிப் பேசி எடுத்த முடிவு. நானும் இங்க இருக்கிற ரெண்டு பணியாளர்க மட்டும் எந்த முடிவும் எடுக்க முடியாது. எங்க இயக்கக் கூட்டத்துல பேசி முடிவெடுத்துத்தான் சொல்ல முடியும்."

முடிவு சொல்லாமல் இயக்கத்திடம் கேட்போம் என்று சொல்வது பிரச்சினையிலிருந்து நழுவவே என்பதைத் தலைவர் தெளிவாக உணர்ந்தார். அதன்பின் உரையாடலைத் தொடர்வது வீண் என்ற முடிவிற்கு வந்தார். எனவே "நல்ல முடிவு எடுத்து இன்னைக்குள்ள எங்களுக்குச் சொல்லுங்க" என்று கூறிய அவர், உரையாடல் முடிவடைந்தது என்பதற்கு அடையாளமாக எழுந்தார்.

பணியாளர் அந்துவானும் மற்ற இரண்டு பணியாளர்களும் எழுந்து ஆயர்களுக்கு வணக்கம் சொல்லிவிட்டு அங்கிருந்து புறப்பட்டனர்.

அதுவரை அமைதியாக இருந்த ஆயர்களில் ஒருவர் "நீங்க இப்படிக் கெஞ்சிக் கேட்டுங்கூட கொஞ்சமாவது விட்டுக்கொடுத்தாரான்னு பாருங்க. அவருக்குத் தான் ஓர் இயக்கதின் தலைவருங்கிற கர்வம். ரோமையில இருக்கும் அவரோட சபைத் தலைவருக்கு நாம உடனே கடிதம் எழுதுவோம். திருச்சபைக்கு எதிராவும், ஆயர்களுக்கு எதிராவும் அவர் செயல்படுறதுனால அவர உடனே இயக்கத்தின் தலைவர் பொறுப்பிலிருந்து விலகவும், இயக்கத்தோடு எந்தத் தொடர்பும் வைக்கக்கூடாதுன்னு உத்தரவிடணும்னு எழுதுவோம். மறுத்தா சபையில இருந்து நீக்கணும்னு நெருக்கடி கொடுப்போம்" என்றார் நெட்டை ஆயர் உறுதியுடன்.

அப்படியே செய்வதாக தலைவர் உறுதி அளித்தார்.

மற்றொரு ஆயர் எதுவும் பேசவில்லை. ஆனால் இயக்கத்தை எப்படியாவது உடைக்க வேண்டும் என்ற எண்ணம் அவரிடம் எழுந்தது.

★★★

3

ஆயரைத் திருநிலைப்படுத்தும் திருப்பலியில் பங்கு பெறுவதற்காக அன்று காலை எட்டு மணியிலிருந்தே மக்கள் வந்துகொண்டிருந்தனர். திருச்சடங்கு நடைபெறும் பள்ளி வளாகமானது மிகவும் அழகாக அலங்கரிக்கப்பட்டிருந்தது. அங்கிருந்து ஒலிபரப்பப்பட்ட கிறிஸ்தவப் பக்திப் பாடல்களின் இனிமை அப்பகுதி முழுவதையும் நிறைத்து ஓர் அற்புதமான உணர்வை அரங்கில் நுழைபவர்களுக்குக் கொடுத்தது. ஏதோ ஒரு புதிய உலகிற்குள் நுழைவதுபோல மக்கள் மகிழ்வுடன் வளாகத்திற்குள் நுழைந்தனர்.

வளாகத்தின் நுழைவு வாயிலில் சீருடை அணிந்த தொண்டர்கள் வருபவர்களை வரவேற்று அவர்களுக்குப் பன்னீர் தெளித்தனர். அதோடு அவர்களுக்கு அன்றைய தினம் திருப்பலியில் பாடப்போகும் பாடல்களின் பிரதிகளையும் கொடுத்தனர்.

வாங்கியவர் அதனை உற்றுப் பார்த்தனர். அதன் வழுவழுப்பான முதல் பக்கத்தில் அன்று திருநிலைப்படுத்தப்படும் ஆயர் சிவப்பு அங்கியில் சிரித்துக்கொண்டிருந்தார். பெரிய அகலமான சிவப்புக் கச்சையை இடையில் கட்டியிருந்தார். கழுத்தில் தொங்கிய தங்கச் சங்கிலியில் இணைக்கப்பட்டிருந்த பாடுபட்ட சுரூபம் அவரது இடைக்கச்சையைத் தொட்டுக்கொண்டிருந்தது. பச்சைக் கல் பதித்த மோதிரம் அவரது வலக்கையில் மின்னியது. அந்தக் கைக்கு மேலும் அழகூட்டும் விதத்தில் செங்கோல் பிடித்திருந்தார். தலையில் ஆயர்களுக்கே உரிய தொப்பியை அணிந்தார்.

"இன்னும் ஆயர் பட்டம் பெறலையே? அதுக்குள்ள ஆயர்க உடைய அணிஞ்சிருக்காரே! அப்படி அணியலாமா?" என்று சீருடை அணிந்த தொண்டரிடம் ஒருவர் கேட்டார்.

"அதெல்லாம் எனக்குத் தெரியாது. உள்ளே போய் அமருங்க" என்று அவர் சிறிது எரிச்சலுடன் சொன்னார். கருப்புக்கொடியுடன் யாரும் வந்துவிடக்கூடாதே என்ற பதைபதைப்பு அங்கிருந்த தொண்டர்களிடம் இருந்தது. அப்படி யாரும் வந்தால் அவர்களைக் காவலர்களிடம் ஒப்படைக்கும் பொறுப்பும் அவர்களுக்குக் கொடுக்கப்பட்டிருந்தது. பெண் தொண்டர்களும் அதிக எண்ணிக்கையில் இருந்தனர்.

தமிழக ஆயர்களின் வேண்டுகோளின்படி தலித் கிறிஸ்தவ இயக்கத்தினரின் போராட்டத்திற்கு அனுமதி அளிக்காத காவலர்கள் ஏதாவது போராட்டம் நடக்கும் என்று எதிர்பார்த்தனர். அதை முறியடிக்கும் அனைத்து முயற்சிகளையும் எடுத்தனர். முதலில் நகரில் கருப்புக்கொடிப் போராட்டம் பற்றி ஒட்டப்பட்டிருந்த அனைத்துச் சுவரொட்டிகளையும் அகற்றினர். அதன் மூலம் அப்படி ஒரு போராட்டம் நடைபெறப் போகிறது என்ற செய்தி பரவாமல் தடுத்தனர். போராட்டம் பற்றி பத்திரிகைகளில் செய்தி வெளிவராதபடி பார்த்துக் கொண்டனர். போராடுபவர் தனிப்பட்ட வாகனங்களில் வந்தால் அந்த வாகனங்கள் நகரில் நுழையாதபடி அனைத்துச் சாலைகளிலும் சோதனைச் சாவடிகளை அமைத்துச் சோதித்தனர். அதையும் மீறி வருபவர்களைக் கைது செய்யக் காவலர்கள் அதிகம் குவிந்திருந்தனர்.

எந்தவிதமான அசம்பாவிதமும் நடக்கவில்லை. கருப்புக்கொடி ஆர்ப்பாட்டம் நடத்துவதாக வீணாகப் புரளியக் கிளப்பியிருப்பார்களோ என்றே காவலர்கள் எண்ணினர்.

அப்போது...

பேருந்திலிருந்து இறங்கிய ஒரு குழுவினர் மற்றவர்களைப்போல வளாகத்தை நோக்கி நடந்தனர். நுழைவு வாயிலை அடைந்த அவர்கள் உள்ளே நுழையவில்லை. வாயிலை அடைத்தபடி நின்றனர். தங்களது கரங்களில் மறைத்து வைத்திருந்த கருப்புக்கொடிகளை திடீரென்று விரித்து ஆட்டினர்.

அக்குழுவில் ஒருவர் உரக்க முழக்கமிட்டார். "நியமி... நியமி..."

மற்றவர்கள் அதை எதிரொலித்தனர். "நியமி... நியமி..."

"தலித்தை ஆயராக நியமி."

"தலித்தை ஆயராக நியமி."

"திருச்சபையில் தீண்டாமைக்கு..."

"இடமில்லை இடமில்லை."

"தமிழகத் திருச்சபை..."

"தலித் திருச்சபையே."

பக்திப் பரவசத்தில் வளாகத்தில் இருந்தவர்களும், வளாகத்தை நோக்கி வந்தவர்களும் திடீரென்னு எழுந்த முழக்கத்தைக் கேட்டு

அதிர்ச்சியடைந்தனர். எனன நடக்கிறது என்று தெரியாத அவர்கள் முழக்கம் வந்த இடம் நோக்கி விரைந்தனர். அதனால் நுழைவு வாயிலில் கூட்டம் அதிகரித்தது. அங்கே பரபரப்பு ஏற்பட்டது.

திடீரென்று ஆர்ப்பாட்டம் செய்தவர்களைக் கண்ட காவலர்கள் விரைந்து செயல்பட்டனர். கருப்புக்கொடி காட்டுபவர்களை அடிக்கக் கூடாது என்று அவர்களுக்கு மிகத் தெளிவாக உத்தரவு கொடுக்கப் பட்டிருந்தது. எனவே அவர்கள் தங்களது வாகனத்தைக் கொண்டுவந்து அதில் போராடியவர்களை வலுக்கட்டாயமாக ஏற்றினர்.

அதில் ஏற மறுத்தபடி போராடியவர்கள் தொடர்ந்து முழக்கமிட்டனர்.

காவலர்களுக்கும் போராடியவர்களுக்கும் இடையே தள்ளுமுள்ளு ஏற்பட்டது. காவலர்களுடன் சீருடை அணிந்த தொண்டர்களும் இணைந்தனர். எனவே அவர்கள் துணையுடன் போராடியவர்களைக் கைதுசெய்து தங்களது வாகனத்தில் ஏற்றினர். வண்டியிலிருந்து உரத்த சப்தத்தில் போராட்டக் குழுவினர் முழங்கியபடி இருந்தனர். அவர்களை ஏற்றிய காவலர்களின் வாகனம் அங்கிருந்து விரைந்தது.

காவலர்களுக்குப் பயிற்சி அளிக்கும் ஒரு திடல் அந்த நகரத்தில் இருந்தது. பயிற்சியின்போது காவலர்கள் தங்குவதற்காக அதில் ஒரு மிகப் பெரிய அரங்கம் இருந்தது. அந்த அரங்கைத் தற்காலச் சிறையாக மாற்றியிருந்தனர் காவலர்கள். அந்த அரங்கை அடைந்த வாகனம் போராடியவர்களை அங்கே இறக்கி அரங்கத்தில் சிறைவைத்தனர். காவலர் வாகனம் மீண்டும் விழா வளாகத்திற்குத் திரும்பியது.

அப்போது...

முக்காடிட்டு, குனிந்த தலைநிமிராமல், செபமாலை சொல்லியபடி பயபக்தியுடன் வளாகத்தை நோக்கி பெண்கள் கூட்டம் ஒன்று வந்தது.

அவர்களை மற்றவர்கள் ஆச்சரியத்துடன் நோக்கினர்.

நுழைவு வாயிலுக்குச் சிறிது தொலைவு இருக்கும்போது யாரும் எதிர்பாராத வகையில் திடீரென்று ஒன்றுபோல முழந்தாளிட்டனர். செபமாலை செபித்தபடியே முட்டியால் நடந்து வளாகத்தின் நுழைவு வாயிலைநோக்கிச் சென்றனர்.

அவர்களது பக்தி அனைவரையும் வியப்படையச் செய்தது.

திடீரென்று...

செபமாலை செபித்துக்கொண்டிருந்த வேளாங்கண்ணி எழுந்து நின்று செபமாலையை இடுப்பில் சொருகி, முக்காடை அகற்றி, சேலையை வரிந்துகட்டினார். சேலைக்குள் மறைத்து வைத்திருந்த கருப்புக்கொடியை எடுத்தார்.

செபித்துக்கொண்டிருந்த மற்றப் பெண்களும் வேளாங்கண்ணியைப் போலச் செய்தனர்.

கருப்புக் கொடியை உயர்த்திப் பிடித்தபடி வேளாங்கண்ணி தலை நிமிர்ந்து முழங்கினார்.

"செபிக்க மட்டும் நாங்களா?"

மற்ற பெண்களும் கருப்புக்கொடியை உயர்த்திப்பிடித்து பதில் முழக்கமிட்டனர். "செபிக்க மட்டும் நாங்களா?"

"ஆயர்களாக நீங்களா?"

"ஆயர்களாக நீங்களா?"

"தலித் ஆயர்களை நியமி."

"தலித் ஆயர்களை நியமி."

"தமிழகத் திருச்சபை..."

"தலித் திருச்சபையே."

வேடிக்கை பார்த்தவர் அதிச்சியடைந்தனர். பெண்களின் வித்தியாசமான போராட்டம் அவர்களை நிலைகுலையச் செய்தது. அங்கே குழப்பம் உருவானது.

அங்கே பெண் காவலர்கள் அதிகம் இல்லை. மிகச் சிறிய எண்ணிக்கையில் இருந்த அவர்கள் விரைந்து செயல்பட்டனர். காவலர்கள் தங்களது பேருந்தைக் கொண்டுவந்து வாசல் அருகே நிறுத்தினர். போராடிய பெண்களை வண்டியில் ஏறச்சொல்லி ஆணையிட்டனர்.

அவர்களது ஆணையை வேளாங்கண்ணி கண்டுகொள்ளவில்லை. தொடர்ந்து முழங்கினார். மற்றப் பெண்களும் வேளாங்கண்ணியைப் பின்பற்றி வண்டியில் ஏறாமல் கோசங்களை முழங்கினர்.

ஆண் காவலர்களுக்கு நிலைமையை எப்படிச் சமாளிப்பது என்று தெரியவில்லை. அவர்களும் வேடிக்கை பார்த்தனரே தவிர பெண் காவலர்களுக்கு உதவவில்லை.

பெண் காவலர்கள் ஒருசிலரைப் பிடித்து வலுக்கட்டாயமாக வண்டியில் ஏற்றினர். சில பெண்கள் காவலர்களோடு போராடினர்.

பெண் காவலர்கள் திணறுவதைக் கண்டு வேடிக்கை பார்த்தவர்களில் சிலர் சிரித்தனர். சிலர் கோபங்கொண்டனர்.

காவலர்களுக்கு உதவ சீருடை அணிந்த பெண் தொண்டர்கள் முன்வந்தனர். அவர்கள் போராடிய பெண்களைப் பிடித்துக் காவலர்களிடம் ஒப்படைத்தனர். அந்தப் பெண்களுக்கும் போராடிய பெண்களுக்கும் வாய்ச்சண்டை உருவானது.

பெரும்பாலான பெண்களை வண்டியில் ஏற்றினாலும் வேளாங்கண்ணியைப் பிடித்து வண்டியில் ஏற்ற அவர்களால் முடியவில்லை. காவலர்களது பிடியிலிருந்து நழுவித் தொடர்ந்து முழங்கிக்கொண்டிருந்தார்.

இறுதியில் சீருடை அணிந்த பெண்களும், காவலர்களும் இணைந்து சிரமத்துடன் வேளாங்கண்ணியைப் பிடித்து அவரைக் குண்டுக்கட்டாகத் தூக்கி வண்டியில் ஏற்றினர்.

காவலர்களது வண்டி அகன்றும் அகலாத நிலையில் அங்கே மற்றொரு நான்கு சக்கர வாகனம் வந்தது. அதிலிருந்த தலித் கிறிஸ்தவ இயக்கத்தினர் "தமிழகத் திருச்சபை தலித் திருச்சபையே" என்று முழங்கியபடி வண்டியிலிருந்து இறங்க முயன்றனர்.

காவலர்கள் இந்தமுறை மாற்று அணுகுமுறையைக் கையாண்டனர். வண்டியிலிருந்தவர்களை கீழேஇறங்க அனுமதிக்கவில்லை. வண்டியிலிருந்தபடியே ஒருசில வினாடிகள் கோசமிட அனுமதித்த காவலர்கள் வண்டியோடு அவர்கள் அனைவரையும் கைதுசெய்து அங்கிருந்து கடத்தினர்.

நேரம் காலை பத்து மணியை நெருங்கியது. திருப்பலி தொடங்கும் நேரம். வருகைப்பாடலுக்கான முன்னிசை இசைக்கப்பட்டது.

அதே வேளையில்...

பணியாளர் அந்துவானும் மற்றும் பத்திநாதன், ஆசீர்வாதம் உட்பட சில பணியாளர்களும் அங்கு வந்தனர். வழக்கமாக அந்துவான் வெள்ளைச் சட்டையும், வேட்டியுந்தான் அணிவார். அன்று வெள்ளை அங்கி அணிந்திருந்தார். அதில் கருப்புக் கொடியைக் குத்தியிருந்தார். அவருடன் வந்த மற்றப் பணியாளர்களும் தங்களது அங்கியில் கருப்புக்கொடியைக் குத்தியிருந்தனர்.

செல்லையா தலைமையில் தலித் கிறிஸ்தவ உரிமை இயக்கத்தினர் பலர் ஏற்கெனவே அங்கே வந்து கூட்டத்தினரோடு கலந்திருந்தனர். அந்துவான் எப்போது வருவார் என்று எதிர்பார்த்தபடி இருந்தனர். தலைவர் அந்துவானைக் கண்டதும் கூட்டத்தினரோடு கலந்திருந்த அனைவரும் ஓடி வந்தனர். மிகப் பெரிய கூட்டம் கூடிவிட்டது. செல்லையா உரக்கக் கத்தினார்.

"தமிழகத் திருச்சபை..."

அவரைத் தொடர்ந்து மற்றவர்களும் விண்ணதிரப் பதில் முழக்கமிட்டனர்.

"தலித் திருச்சபையே."

"நியமி... நியமி..." "தலித் ஆயரை நியமி."

அவர்களது முழக்கம் தொடர்ந்தது.

கிறிஸ்தவத்தில் தீண்டாமையும் சாதியமும் இருக்கின்றன என்பதை அனைத்துக் கிறிஸ்தவர்களும் அறிந்ததே. ஆனால் ஆயர்கள் நியமனத்தில் சாதியம் இருக்கும் என்பதை அவர்களில் பலர் அறிந்திருக்கவில்லை. புதிய ஆயரின் நியமனத்தை வரவேற்று உடையார் சங்கத்தினர் நகரில் ஒட்டியிருந்த சுவரொட்டிகளைக் கண்டு அவர்களில் பலர் அதிர்ச்சியடைந்தனர். யாரோ சில சாதி வெறியர்கள் இவ்வாறு செய்திருக்கலாம், ஆயர்களின் நியமனத்தில் சாதியம் நிச்சயம் இருக்காது என்று தங்களுக்குத் தாங்களே சாமாதானம் சொல்லிக் கொண்டு திருநிலைப்படுத்தும் விழாவிற்கு வந்திருந்தனர். தலித் கிறிஸ்தவர்களின் கருப்புக்கொடிப் போராட்டத்தைக் கண்ட அவர்கள் ஆயர்களின் நியமனத்தில் உண்மையாகவே சாதியம் இருக்கிறதோ என்று ஐயப்பட்டனர். அப்படி இல்லாவிட்டால் எதற்காக இவர்கள் போராட வேண்டும் என்ற கேள்வியையும் எழுப்பிச் சிந்தித்தனர். அவர்களுக்குக் கிடைத்த விடை சாதியம் இருக்கிறது என்பதே. திருச்சபையின் இந்த நிலையைக் கண்டு மிகவும் வேதனைப்பட்டனர். அவர்களுக்குத் தலித் கிறிஸ்தவ இயக்கத்தினரின் கோரிக்கை நியாயமானதாகப் பட்டது. அதில் ஒருசிலர் போராடிய இயக்கத்தினருடன் இணைந்து முழங்கினர்.

"இன்றைய தேவை..."

"தலித் ஆயரே."

“தீண்டாமைப் பேயை...”

“விரட்டியடி... விரட்டியடி.”

பணியாளர் அந்துவானை நோக்கி காவல்துறை ஆய்வாளர் வந்தார். “கருப்புக் கொடி ஆர்ப்பாட்டத்திற்கு உங்களுக்கு அனுமதி இல்லை. தடையை மீறி நீங்க ஆர்ப்பாட்டத்துல ஈடுபடுறீங்க. உங்களக் கைது செய்றேன்” என்று கூறினார்.

“தாராளமாக கைது செய்யுங்க.”

அந்துவானை அழைத்துக்கொண்டு அருகில் இருந்த காவலர்களின் காரில் அவரை ஏறச் சொன்னார். எந்த மறுப்பும் காட்டாத அந்துவான் அதில் ஏறி அமர்ந்தார். கார் அங்கிருந்து விரைந்தது.

போராடிய மற்ற தலித் கிறிஸ்தவ இயக்கத்தினரை தங்களது வாகனங்களில் ஏற்றிய காவலர்கள் அங்கிருந்து அகன்றனர்.

கைது செய்த ஏற்கெனவே அனைவரையும் கைது செய்யப்பட்டவர்கள் இருந்த இடத்திற்குக் கொண்டுசென்றனர்.

அரங்கில் கைதிகளாக அடைக்கப்பட்டிருந்த தலித் கிறிஸ்தவ இயக்கத்தினரைப் பார்த்த அந்துவான் கண்கலங்கினார்.

‘நான் விடுத்த அழைப்ப ஏற்று இவ்வளவு பேர் போராட வந்திருக்காங்களே? இப்படிப் போராட வந்ததுனால இவுங்களுக்கு என்ன கிடைக்கப்போகுது? சிறைத் தண்டனைதான்னு எல்லாருக்கும் நல்லாத் தெரியும். அதுவும் எத்தனை நாள் தண்டனை இருக்கும்னு சொல்ல முடியாது. அப்படி இருந்தும் போராட வந்திருக்காங்களே... தங்களோட கைகாசைப் போட்டு வண்டி பிடிச்சி வந்திருக்காங்களே... இதுனால இவுங்களுக்குச் செலவுதான. இவுங்களப் பாத்தா யாரும் வசதியானவுங்கன்னு தெரியலையே... பெரியவுங்கள்ள பேன்ட்ஸ் போட்டவுங்கன்னு யாரும் இல்லயே... எல்லாரும் வேட்டி சட்டையிலதான இருக்காங்க. அதுவும் சாதாரண வேட்டி சட்டைதான. உழைப்புக்கு அடையாளமா தோள்ல சிலர் துண்டு போட்டிருக்காங்க. பெண்களும் சாதாரண நூல் புடைவையிலதான இருக்காங்க. அவுங்க கழுத்துல மஞ்சள் கயிறத் தவிர வேற தங்க நகைகள் எதுவும் இல்லயே! ஏதோ சிலர் காதுல தங்கக் கம்மல் போட்டிருக்காங்க. சிலர் சாதாரண பிளாஸ்டிக் கம்மல்தான போட்டிருக்காங்க. அதுவுங்கூட இல்லாம பெரும்பாலானவுங்க காதுத் துவாரத்துல குச்சிய வச்சிருக்காங்க. அப்படிக் குச்சிய வச்சிருந்தாத்தான் காதுல நகைபோடக் குத்தப்பட்ட

சிறிய துவாரம் தூர்த்துப்போகாம இருக்கும்னு அவுங்க நினைக்காங்க. தங்களது வாழ்வு என்னைக்காவது மலரும், தங்கள் காதுகளிலும் தங்கக் கம்மல் மின்னுங்கிற எண்ணத்துல அந்தக் குச்சிய காது ஓட்டையில குத்தியிருக்காங்க. இப்படிப்பட்ட ஏழை மக்கள் தங்களுக்குக் கிடைக்கும் கூலியையும் மறந்து தங்களது கைகாசைப் போட்டு போராட்டத்துல கலந்துக்;கிட்டாங்கன்னா அதுக்கு என்ன காரணம்? அவுங்கள இவ்வாறு செய்யத் தூண்டிய சக்தி எது? இந்தப் போராட்டத்துல தனிப்பட்ட விதத்துல இவுங்களுக்கு என்ன லாபம்? இந்தப் போராட்டம் வெற்றியடைஞ்சி தலித் ஆயரே நியமிக்கப்படப் போறாருன்னு வச்சிக்கிடுவோம். அதனால இவுங்களுக்கு என்ன லாபம்? எதுவும் இல்லயே! அப்படி இருந்தும் இவுங்களப் போராடத் தூண்டும் சக்தி என்ன? சமத்துவங்கிற கொள்கைதான? சாதி வித்தியாசம் பாக்கக்கூடாதுங்கிற எண்ணந்தான? இது தவிர வேற என்ன காரணம் இருக்க முடியும்.

அவரது மனம் காரணத்தைத் தேடியது. ‘கிறிஸ்தவத்துல சேர்ந்தா அரசுச் சலுகைகள இழக்கணும்னு இவுங்க எல்லாருக்கும் நல்லாத் தெரியும். இருந்தாலும் கிறிஸ்தவத்துக்கு வந்தாங்க. ஏன்? கிறிஸ்தவத்துல தீண்டாமை இல்ல. சாதியம் இல்ல. இங்கயாவது மனுசனா வாழலாம்னு நெனச்சித்தான வந்தாங்க? ஆனா இங்கயும் தீண்டாமை இருக்கிறதக் கண்டு இவுங்க அதிர்ச்சியடைஞ்சிருக்கணும். அதுக்காக இவுங்க கிறிஸ்தவத்த விட்டுட்டு அரசு சலுகைக்காக மறுபடியும் பழைய மதத்துக்குப் போகல. அரசுச் சலுகை போனாலும் பரவாயில்ல. இயேசுவின் கொள்கையில சமத்துவம் இருக்கு. அந்த சமத்துவம் என்னைக்காவது இங்க விடியுங்கிற நம்பிக்கையிலதான தொடர்ந்து கிறிஸ்தவுங்களா இருக்காங்க. அதோட அந்த சமத்துவம் மலரணுங்கிறதுக்காகத்தான போராடுறாங்க. அதுக்காகத்தான இந்தப் போராட்டத்துல கலந்துக்கிட்டாங்க. அத நெனைச்சா சந்தோசமா இருக்கு. திருச்சபையில சமத்துவத்துக்காகப் போராடும் இவுங்க விசுவாசம் பெருசா? இல்ல தீண்டாமையக் கடைப்பிடிக்ககிறதோட கிறிஸ்தவத்துல கல்வியப் பெறலாம், வேல வாய்ப்பைப் பெறலாங்கிற சுயநலத்துல திருச்சபையில இருக்கும் ஆதிக்கச் சாதிக்காரங்க விசுவாசம் பெருசா?’

அந்துவானுக்கு தனது மக்களாகிய தலித் கிறிஸ்தவர்களின் விசுவாசம்தான் மிகப் பெரியதாகப்பட்டது. சமத்துவத்திற்கான போராட்டத்தில் சிறைக்குச் செல்லவும் தாயாராக இருக்கும் இவர்களின் உறுதியைக் கண்டு வியந்தார். இவர்களின் இந்தப் போராட்ட உணர்வு இன்னும் வலிமை அடைய வேண்டும். போராட்டமானது இவர்களிடம்

எந்தவிதமான சோர்வையோ அல்லது வேதனையையோ கொடுக்கக்கூடாது என்ற எண்ணம் அரும்பியது.

எனவே சிறைக் கூடத்தைப் பயிலரங்கமாக மாற்ற விரும்பினார். அனைவரையும் அமரச் சொன்னார். அனைவரும் அமர்ந்தனர். அவர்களுக்கு உற்சாகம் அளிக்கும் விதத்தில் மிகக் கவனமாகப் பேச ஆரம்பித்தார்.

"கிறிஸ்தவத்துல சாதியம் இருக்கக் கூடாது, தீண்டாமை இருக்கக் கூடாதுங்கிறதுக்காகப் போராடி அதனால கைது செய்யப்பட்டிருக்கும் என் அருமை மக்களே, உங்களுக்கு என் தலை தாழ்ந்த வணக்கம். தமிழகக் கிறிஸ்தவங்கள்ல நாம அறுபத்தைந்து சதவிகிதத்துக்குமேல இருக்கோம். நாமதான் அதிக எண்ணிக்கையில இருக்கோம். அதிக எண்ணிக்கையுள்ளவுங்க கையிலதான் ஆட்சி இருக்கும். இது ஜனநாயக மரபு. தமிழகத் திருச்சபையில நாம அதிகம் இருக்கிறதுனால தமிழகத் திருச்சபை தலித் திருச்சபையா இருக்கு. ஆனா நம்மள்ல இருந்து ஒருத்தர்கூட ஆயரா இல்ல. திருச்சபை தீண்டாமையக் கடைப்பிடிக்கு. இத நம்மால ஏத்துக்கிட முடியல. கடவுள் பெயரச் சொல்லி நம்மள ஏமாத்துறாங்க. ஆனா அந்தக் கடவுள் நம்ம சார்பா இருப்பவர். நம்ம சார்பா நிலைப்பாடு எடுப்பவர். அதுக்கும் மேல நம்மளோட இருப்பவர். இப்ப நம்மளோட இருக்கார். நம்மள்ள வாழ்றார். நம்மளா வாழ்றார். நம்மளப்பிடிச்சி சிறையில அடைச்சிருக்காங்கன்னா அவுங்க நம்மளச் சிறையில வைக்கல. இயேசுவப் பிடிச்சி சிறையில வச்சிருக்காங்க. அத அவுங்க உணரல. ஆனா நாம உணர்ந்திருக்கோம். தந்தையே, தாங்கள் செய்றது இன்னதுன்னு அறியாம இவுங்க செய்றாங்க. இவுங்கள மன்னியுங்கன்னு கேக்கிறதத் தவிர வேற என்ன செய்ய? சிறையில இருக்கோம்னு நீங்க யாரும் கவலப்படவேண்டாம். விரைவில பிணையில வெளியே செல்ல எல்லா ஏற்பாடுகளையும் செஞ்சிருக்கேன். அடுத்து என்ன செய்யலாம்னு நாம இங்க பேசுவோம்."

அவர் பேசி முடிப்பதற்கு முன்பாக வேறு ஒருவர் எழுந்து பேச ஆரம்பித்தார். "தலைவரே, நீங்க பேசுறத மறுத்துப் பேசுறதா நெனைக்க வேண்டாம். மாற்றுக் கருத்தாச் சொல்றேன்னு நெனைச்சுக்கோங்க. நாம பிணையில வெளிய போறதுக்கு நீங்க ஏற்பாடு செய்றதுல எனக்கு உடன்பாடு இல்ல. ஏன்னா கருப்புக்கொடிப் போராட்டம் சம்பந்தமா உங்கள ஆயர்க சந்திச்சப்ப கருப்புக்கொடி காட்டும் மக்கள் கைது செய்யப்பட்டு சிறையில இருக்கிறப்ப நாங்க எப்பிடி மகிழ்ச்சியா திருநிலைப்படுத்துற விழாவ நடத்த முடியும்னு அவுங்க உங்ககிட்டச்

சொன்னதாக் கேள்விப்பட்டோம். அவுங்க சொன்ன அந்த வார்த்தையில நம்பிக்கை வச்சி நானு சொல்றேன். நாம இங்கேயே இருக்கணும். நாம சிறையில இருக்கிற ஒவ்வொரு நிமுசமும் ஆயர்களுக்கு மனச்சாட்சி குத்திக்கிட்டே இருக்கும். தாங்கள் தவறான வழியில போறோம்னு அவுங்க அதிகமா வேதனைப்படணும். நாம உடனே வெளிய போயிட்டோம்னா அவுங்க மனச்சாட்சி குத்தாது. அவுங்கள அவுங்க மனச்சாட்சி குத்தி அதனால அவுங்களே நம்மள பெயில்ல எடுக்கணும். நம்ம போராட்டத்துக்கு அதுதான் வெற்றி. அதனால பிணையில நாம வெளிய போகிறதுக்கு நீங்க முயற்சிக்கிறதுல எனக்கு உடன்பாடு இல்ல."

இவர் ஒவ்வொரு வருடமும் அன்னை வேளாங்கண்ணி திருத்தலத்திற்குச் செல்வதற்கு மாலை போடுவதுண்டு. நாற்பது நாள்கள் விரதமிருந்தபின் வேளாங்கண்ணிக்கு நடந்து செல்வார். அன்னைமீது அதிக நம்பிக்கை கொண்டவர். அந்த நம்பிக்கை திருச்சபை மீதும் அதைத் தலைமை ஏற்று நடத்தும் ஆயர்கள் மீதும் இருந்தது. ஆயர்கள் நிச்சயம் தாங்கள் சொல்லியபடி செய்வர், மனச்சாட்சியுடன் செயல்படுவர் என்று நம்பினார். அந்த நம்பிக்கையின் வெளிப்பாடே அவரது பேச்சு.

அவர் கூறிய கருத்தை உடனடியாக மறுத்துப் பேசினார் ஒரு பெண். "ஆயர்களுக்கு ஏதோ மனச்சாட்சி இருக்கிறது மாதிரி எனக்கு முன்னால ஒருத்தரு பேசுனாரு. அந்தக் கருத்துல எனக்கு உடன்பாடு இல்ல. ஆயர்களுக்கு மனச்சாட்சி இல்லன்னு நானு துணிஞ்சி சொல்வேன். அப்பிடி இருந்திருச்சுன்னா என்னைக்கோ அவுங்க திருச்சபையில இருக்கிற சாதியத்த ஒழிச்சிருப்பாங்க. ஒழிக்க முடியாட்டியும் அதுக்காக ஏதாவது தொடர்ந்து முயற்சி செஞ்சிக்கிட்டே இருந்திருப்பாங்க. இப்படி அவுங்க செயல்படல. அதுதான் உண்மை. இப்பக்கூட நாம ஜெயில்ல இருந்து கஷ்டப்பட்டாத்தான் நமக்கு புத்தி வரும்னு நெனச்சி சந்தோசப்படுவாங்களே தவிர அவுங்க நமக்காக வேதனைப்படமாட்டாங்கன்னு துணிஞ்சி சொல்வேன். அதனால நாம ஏன் தேவையில்லாம ஜெயில்ல இருந்து கஷ்டப்படணும். நாம வெளிய செல்ல தலைவர் முயற்சிக்கிறதுதான் சரி."

அப்பெண் அவ்வாறு சொல்வதற்கும் ஒரு காரணம் இருந்தது. அவரது ஊரில் உள்ள கிறிஸ்தவர்கள் அனைவரும் தலித்துகளே. அங்கு மறைமாவட்டத்திற்குச் சொந்தமான தொடக்கப்பள்ளி ஒன்று இருந்தது. அதில் ஐந்து ஆசிரியர்கள் பணிபுரிந்தனர். அதில் ஒரே ஒருவர் மட்டும்தான் அந்த ஊரைச் சார்ந்த தலித் ஆசிரியர். மற்ற

அனைவரும் ஆதிக்கச் சாதியைச் சார்ந்தவர்கள். வெளியூர்க்காரர்கள். இவர்கள் சரியாக பள்ளி நேரத்திற்கு வருவர். வந்த களைப்புத்தீர ஓய்வு எடுப்பர். ஏதோ பேருக்குச் சிறிது நேரம் பாடம் நடத்துவர். மாலையில் பள்ளி முடியும் முன்பே அங்கிருந்து சென்றுவிடுவர். இப்படிப்பட்ட சூழ்நிலையில் தலித் ஆசிரியர்தான் பள்ளியைக் காலையில் திறப்பது, சுத்தம் செய்வதைக் கவனிப்பது, குடி நீருக்கு ஏற்பாடு செய்வது, மாலையில் பள்ளியை மூடுவது போன்ற பள்ளி சம்பந்தப்பட்ட அனைத்து வேலைகளையும் செய்தார். அதோடு மிகச் சிறப்பாகவும் பாடம் நடத்துவார். அதனால் மக்கள் அவரை அதிகம் விரும்பினர்.

இப்படிப்பட்ட சூழ்நிலையில் அப்பள்ளியில் பணிபுரிந்த ஆதிக்கச் சாதியைச் சார்ந்த தலைமை ஆசிரியர் ஓய்வு பெற இருந்தார். பணிமூப்புப்படி அடுத்ததாகத் தலித் ஆசிரியர்தான் தலைமை ஆசிரியராகப் பொறுப்பேற்க வேண்டும். அங்கே பணிபுரிந்தால் அவரைத்தான் தலைமை ஆசிரியராக நியமிக்க வேண்டிய சூழ்நிலை ஏற்படும். அவரைத் தலைமை ஆசிரியராக நியமிப்பதில் ஆதிக்கச் சாதியைச் சார்ந்த பங்குப் பணியாளருக்கு விருப்பமில்லை. தலித் விரோதியான அவர் தனது சாதியைச் சார்ந்த ஒருவரைத்தான் தலைமை ஆசிரியராக நியமிக்க விரும்பினார். அதற்குச் சொந்தக் கிராமத்தைச் சார்ந்த சிறப்பாகப் பணிபுரியும் தலித் ஆசிரியர் தடையாக இருப்பதாக எண்ணினார். எனவே அவர்மீது பொய்க் குற்றம் சாட்டினார். பள்ளிக்கு ஒழுங்காக குறிப்பிட்ட நேரத்தில் வருவதில்லை, சரியாகப் பாடம் நடத்துவதில்லை, தாளாளரை மதிப்பதில்லை என்று கூறி அவரைத் தொலை தூரத்தில் உள்ள வேறு பள்ளிக்கு மாற்றினார். அப்பள்ளிக்குச் செல்ல வேண்டும் என்றால் குறைந்தது அங்கிருந்து இரண்டு மணி நேரத்திற்கு மேல் ஆகும். அதுவும் மூன்று பேருந்துகள் பிடித்துச் செல்லவேண்டும். பங்குப் பணியாளரிடம் தலித் ஆசிரியர் தனக்குத் தலைமை ஆசிரியர் பதவியில் விருப்பம் இல்லை என்றும், எனவே தன்னை அங்கிருந்து மாற்ற வேண்டாம் என்றும் எவ்வளவோ எடுத்துச் சொல்லியும் பங்குப் பணியாளர் கேட்கவில்லை.

பணி மாற்றத்தைப் பற்றிக் கேள்விப்பட்ட தலித் கிறிஸ்தவ மக்கள் பங்குப் பணியாளரிடம் தலித் ஆசிரியரைப் பணிமாற்றம் செய்ய வேண்டாம் என்று முறையிட்டனர். ஆனால் பணியாளர் செவி சாய்க்கவில்லை. அதனால் பணியாளரின் செயல்பாட்டைக் கண்டித்த தலித் கிறிஸ்தவர்கள் பல்வேறுவிதமான போராட்டங்களை நடத்தினர். அவரை முற்றுகையிட்டனர். அவர் நிறைவேற்றிய திருப்பலியைப் புறக்கணித்தனர். இறுதியில் பள்ளிக்குப் பிள்ளைகளை அனுப்பாமல்

நிறுத்தி வைத்தனர். அதனால் பிள்ளைகளின் படிப்புத்தான் பாதித்ததே தவிர பணியாளர் சிறிதுகூட விட்டுக்கொடுக்கவில்லை.

எனவே ஆயரைச் சந்தித்து முறையிட்டனர். பல்வேறு குழுக்களாகச் சென்று தங்கள் ஆதங்கத்தை வெளிப்படுத்தினர். ஆயருக்கு மனச்சாட்சி உண்டு. அவர் நீதியின்படி செயல்படுவார் என்று நம்பினர். ஆனால் போராடிய மக்களுக்கு நீதி கிடைக்கவில்லை. காரணம் பங்குப் பணியாளரும் தலைமை ஆசிரியராக நியமிக்கப்பட இருந்தவரும், ஆயரும் ஒரே சாதியைச் சார்ந்தவர்கள். இந்த உண்மை பாதிக்கப்பட்ட தலித் மக்களை மேலும் பாதித்தது. ஆயர்கள் நீதியுடனும், மனச்சாட்சி யுடனும் செயல்படமாட்டார்கள் என்ற கசப்பான உண்மையை அவ்வூர் மக்கள் அனைவரும் உணர்ந்தனர். அதனால்தான் அப்பெண் அவ்வாறு மறுத்துக் கூறினார்.

“ஆமா, இந்தச் சகோதரி சொல்றதுதான் சரி. ஆயர்களுக்கு நம்மமேல பாசம் இருக்கிறது மாதிரி சொல்றதெல்லாம் வெறும் நடிப்புத்தான்.”

மக்களின் கருத்துகளைப் பற்றி அந்துவான் நினைத்துப்பார்த்தார். ‘இவுங்க சொல்றது உண்மைதான. ஒரு காலத்துல லெயோனார்டுன்னு வெளிநாட்டைச் சார்ந்த ஒருத்தரு பேராயரா இருந்தாரு. அவர் சாதியத்துக்கு எதிரா உறுதியான நிலைப்பாட்டை எடுத்துச் செயல்பட்டார். பங்கு ஒன்றைப் பார்வையிடச் சென்ற அவர் கோயில்ல தலித்துக ஒரு பக்கம் நெருக்கமா அமர்ந்திருப்பதையும், மறுபக்கம் ஆதிக்கச் சாதியினர் நெருக்கடி இல்லாம வசதியா அமர்ந்திருப்பதையும் பார்த்த அவர் இறைவன் இல்லத்துல இந்தப் பாகுபாடான்னு நெனச்சி வேதனைப் பட்டார். யாரும் எங்கயும் அமரலாம்னு அந்த இடத்துலயே துணிஞ்சி அறிவிச்சார். அதக் கேட்ட ஆதிக்கச் சாதியச் சார்ந்த பெண் ஒருத்தர் கோபத்தோடு ஆயரின் அருகில் சென்று அவரது தாடியைப்பிடித்து இழுத்து அவரைக் கேவலப்படுத்தினார். இருந்தாலும் தான் சொன்னதில் மிகவும் உறுதியாக இருந்தார் பேராயர். அதுமாதிரி வெளிநாட்டுக்காரங்க ஆயரா இருந்தப்பதான் செயல்பட்டாங்க. அது அவுங்களோட போயிருச்சி. அதுமாதிரி செயல்பட இப்ப தமிழக ஆயர்கள்ல யாரு இருக்கா? இப்ப இருக்கிற ஆயர்கள்ல சாதியைத் துணிஞ்சி எதுக்கிற ஆயர் இவர்னு யாரையாவது சுட்டிக்காட்ட முடியுமா? நிச்சயமா அப்படி யாரையும் சுட்டிக்காட்ட முடியாது. இருந்தாலும் ஒட்டுமொத்தமா ஆயர்க எல்லாருக்கும் மனச்சாட்சியே இல்லைன்னு சொல்லி மக்கள ஆயர்களுக்கு எதிராத் தூண்டுறது சரியான அணுகுமுறையா இருக்குமா?’

அவர் யோசித்தார். ஆயர்களுக்கு எதிராகத் தானே பேசினால் மக்கள் ஆயர்கள்மேல் மிகவும் கோபப்படுவர். அது சரியான அணுகுமுறையாக இருக்காது என்று எண்ணினார். எனவே மிகவும் பக்குவமாகப் பேசினார்.

"ஆயர்களுக்கு மனச்சாட்சி இல்லங்கிறத நானும் உணர்றேன். ஆனா எல்லா ஆயர்களும் அதுமாதிரி இருக்க மாட்டாங்கன்னு நெனைக்கேன். அவுங்கள்லயும் மனச்சாட்சிப்படி செயல்படுறவுங்க இருக்காங்க. இந்த உண்மய மனசுல வச்சிக்கிட்டுப் பேசுவோம். நீங்க சொல்றது மாதிரி தேவையில்லாம நாம சிறையில இருக்க வேண்டாம். பிணையில வெளிய எடுக்க ஏற்பாடு செய்றேன். நம்ம போராட்டம் இதோட முடியக் கூடாது. தொடர்ந்து நடக்கணும். நம்ம இயக்கம் அடுத்து என்ன செய்யலாம்னு நெனைக்கீங்க? நம்ம எண்ணங்களப் பகிர்ந்துக்கிடலாம்."

"பத்து அம்சத் திட்டங்கள திருச்சபை அறிவிச்சிருக்கு. அத நெனச்சிக்கிட்டு நாம சும்மா இருக்கக்கூடாது. அத நிறைவேத்தச் சொல்லி அங்கங்க போராட்டம் நடத்தணும்."

"பங்குப் பணியாளர்களுக்கே பத்து அம்சத் திட்டங்க பற்றித் தெரியல. தெரிஞ்சாலும் அத மக்களுக்கு அறிவிக்கிறதில்ல. அறிவிச்சாலும் அத நிறைவேற்றுறதில்ல. நிறைவேற்றினாலும் ஏனோதானோன்னு செய்றாங்க. என்ன செய்றதுன்னு தெரியல."

"எனக்கு என்னவோ இதை நிறைவேற்றுவாங்கங்கிற நம்பிக்கை இல்ல. நாம போராட்டம் நடத்துறது வீண். நாம் போராட்டம் நடத்துறப்ப ஏதோ வாக்குறுதி கொடுத்து கட்டாயம் செய்றோம்னு சொல்வாங்க. ஆனா செய்ய மாட்டாங்க. நாம எல்லாரும் புத்த மதத்துக்குப் போகலாம். நம்ம தலைவர் அப்பேத்கர் அதத்தான் சொன்னாரு. அதத்தான் செஞ்சாரு. புத்த மதந்தான் சாதிய எதுக்கத் தோன்றிய மதம். புத்த மதத்துல சேர்ந்தா நாம அரசு சலுகைகளையும் பெறலாம். ஆங்காங்கே ஒன்று ரெண்டு தலித் கிறிஸ்தவுங்க புத்த மதத்துக்குப் போறது நடக்கத்தான் செய்யுது. அதையே நாம மிகப் பெரிய அளவுல செய்யணும்" என்றார் ஒருவர். அவருக்கு ஆயர்கள் மேல் அவ்வளவு வெறுப்பு.

"அதுல எனக்கு உடன்பாடு இல்ல. கொள்கைப்படி கிறிஸ்தவ மதத்துல சாதி இல்ல. ஆனா சாதி பாக்காங்க. அதப் போக்குறதுதான் நம்ம கடமையே தவிர அதுல இருந்து விலகி ஓடுறதுல இல்ல. சாதி பாக்குறவுங்களத்தான் கிறிஸ்தவத்துல இருந்து விரட்டணுமே தவிர

சாதி பாக்காத நாம போகக்கூடாது. புத்த மதத்துக்குப் போனா சாதியில்லன்னு நண்பர் சொன்ன கருத்துல எனக்கு உடன்பாடு இல்ல. அங்கயும் சாதியம் இருக்கு. புத்த மதத்தைச் சார்ந்த தலித்துகளுக்கு அரசுச் சலுகை கிடைக்கிறதே? அதுக்கு என்ன அர்த்தம். அரசுச் சலுகை பெறாத ஆதிக்கச் சாதியினர் புத்த மதத்துல இருக்காங்கன்னு அர்த்தம். அதனால புத்த மதத்துல சேரணுங்கிறத விட்டுட்டு ஆக்கப்பூர்வமா ஏதாவது பேசுவோம்."

"பத்து அம்சத் திட்டங்கள நிறைவேத்தச் சொல்லி நாம நீதிமன்றத்துக்குப் போனா என்ன?"

"நீதி மன்றத்துக்குப் போனா வருசக்கணக்குல வழக்கு நடக்கும். அதெல்லாம் நமக்குச் சரிப்பட்டு வராது. நானு என்ன நினைக்கேன்னா நம்ம பிரச்சின கிறிஸ்தவுங்க தவிர மற்ற மக்களுக்கும் தெரிகிற மாதிரி ஏதாவது செய்யணும். அப்பத்தான் மானம் போகுதுன்னு ஆயர்க ஏதாவது செய்வாங்க."

"நம்ம பல்ல நாமளே குத்தி நாத்தம் பாக்கணுமா?"

"சும்மா ஏதாவது பழமொழி சொல்லி ஆக்கப்பூர்வமா வருகிற சிந்தனைகளைத் தடுக்காதீங்க. இதுவர நாம ஆயர்கள, துறவு சபைத் தலைவர்கள முற்றுகையிட்டோம். எதிர்பார்த்த பலன் இல்ல. இனிம நம்ம தலைவர் இயேசுவின் அணுகுமுறையைக் கடைப்பிடிக்கணும்."

"கொஞ்சம் தெளிவாச் சொல்லுங்க."

"நம்மள நாமே வருத்திக்கொள்கிற மாதிரி உண்ணாவிரதத்துக்கு ஏற்பாடு செய்யலாம். பத்து அம்சத்திட்டங்கள நிறைவேத்தக் கோரி தமிழ்நாடு முழுவதும் உண்ணாவிரதம் இருக்கலாம்."

"இதுனால எந்தப் பயனும் ஏற்படப்போறதில்ல. நானு என்ன சொல்றேன்னா உண்ணாவிரதம் இருக்கிறதுதான் இருக்கோம். சாகும்வர உண்ணாவிரதம் இருந்தா ரொம்ப நல்லா இருக்கும். ஒரு பெரிய பாதிப்பு திருச்சபையில ஏற்படும்."

"பேசுறதுக்கு வேணும்னா நல்லா இருக்கும். சாகுறதுவா உண்ணாவிரதம் இருக்க யார் முன்வருவா?"

"ஏன் வர மாட்டாங்க?"

"நீங்க வருவீங்களா?"

"கட்டாயம் வருவேன்."

அதன் பிறகு அங்கு பேசியவர்கள் அனைவரும் சாகும் வரை உண்ணாவிரதம் இருப்பது பற்றியே பேசினர்.

"சாகும்வரை உண்ணாவிரதங்கிற போராட்டத்த எல்லா மறைமாவட்டங்கள்லயும் நாம நடத்தணும். பத்து அம்சத் திட்டங்கள நிறைவேற்றச் சொல்லி இந்தப் போராட்டத்தச் செய்யலாம்."

அந்துவானுக்கு அதில் உடன்பாடு இல்லை. தமிழகத்தில் உள்ள எல்லா மறைமாவட்டங்களிலும் சாகும்வரை உண்ணாவிரதம் இருக்கும் போராட்டத்தை நடத்துவது சாத்தியமில்லை என்பதை உணர்ந்தார். அப்படிச் செய்தால் ஏதாவது ஓர் இடத்தில் ஆயர்கள் தங்களது செல்வாக்கால் உண்ணாவிரதத்தைக் கைவிட வைத்து விடலாம். அப்படி ஓர் இடத்தில் நடந்துவிட்டால் அதன் பாதிப்பு உண்ணாவிரதம் நடக்கும் எல்லா இடங்களிலும் ஏற்பட்டுவிடும் என்று எண்ணினார். மேலும் பத்து அம்சத் திட்டங்களை நிறைவேற்றச் சொல்லி உண்ணாவிரதத்தை ஆரம்பித்தால் அதைத் தாங்கள் நிறைவேற்றுகிறோம். அதற்குப் பத்து ஆண்டுகள் இருக்கின்றன என்று சொல்லி இதற்கு மக்கள் ஆதரவு கிடைக்காமல் செய்து விடுவர் என்றும் நினைத்தார். எனவே ஏதாவது ஒரு மறைமாவட்டத்தில் உள்ள பிரச்சினையை மையப்படுத்தி அந்தப் பிரச்சினையைத் தீர்க்கச் சொல்லி சாகும்வரை போராட்டம் நடத்தினால் நன்றாக இருக்கும் என்று நினைத்தார். தனது எண்ணத்தையும் பகிர்ந்துகொண்டார்.

அவரது எண்ணத்தைப் பெரும்பாலோர் ஆதரித்தனர்.

இயக்கம் வலுவாக இருக்கும் மறைமாவட்டங்களில் எங்கு அதிகம் பிரச்சினை இருக்கிறதோ அங்கே சாகும்வரை உண்ணாவிரதப் போராட்டத்திற்கு ஏற்பாடு செய்யலாம் என்ற கருத்து வலுப்பெற்றது.

பரணி மறைமாவட்டத்தில் தலித் கிறிஸ்தவர் அதிகம் இருந்தனர். பெரும்பாலோர் படித்தவர்களாகவும் இருந்தனர். அங்கே இயக்கமும் வலுவாக இருந்தது. ஆசிரியர் பணிக்குப் படித்த பல தலித் கிறிஸ்தவர்கள் வேலை இல்லாமல் இருந்தனர். ஆனால் அங்குள்ள மறைமாவட்டப் பள்ளிகளில் ஆசிரியர்களாகப் பெரும்பாலும் ஆதிக்கச் சாதியினரே இருந்தனர். அந்த மறைமாவட்டத்தில் தலித் கிறிஸ்தவர் எத்தனை சதவிகிதம் இருக்கின்றனர் என்று கணக்கெடுப்பு நடத்த வேண்டும் என்றும், அத்தனை சதவிகிதப் பணியிடங்களாவது தலித் கிறிஸ்தவர் களுக்கு வழங்கப்பட்டிருக்க வேண்டும் என்பதே நீதியானதாக இருக்கும் என்றும், அப்படி இல்லாத சூழ்நிலையைக் கணக்கெடுப்புக் கொடுக்குமாயின் தலித் கிறிஸ்தவர் எத்தனை சதவிகிதம் இருக்கிறார்களோ

அத்தனை சதவிகிதம் நிரம்பும்வரை தலித் கிறிஸ்தவர்களையே நியமிக்க வேண்டும் என்றும், அதுவரை வேறு யாரையும் நியமிக்கக்கூடாது என்ற கோரிக்கையை முன்னிருத்திச் சாகும்வரை உண்ணாவிரதத்திற்கு ஏற்பாடு செய்வது என்றும் கூட்டத்தில் முடிவு செய்யப்பட்டது.

ஒரு போராட்டத்தில் கலந்துகொண்டு சிறை சென்ற இடத்தில் சிறையிலேயே அடுத்த போராட்டத்திற்குத் திட்டமிட்டது அந்துவானுக்கு மிகவும் பிடித்திருந்தது.

அந்த மகிழ்வில் நீடித்து இருக்க அவர் விரும்பவில்லை. சுமார் ஆயிரம் பேர் கைது செய்யப்பட்டிருக்கின்றனர். அனைவரையும் பிணையில் எடுக்க என்ன செய்ய வேண்டும் என்று திட்டமிட்டார்.

அப்போது பிற்பகல் இரண்டு மணி இருக்கும்.

அதுவரை அவர்களுக்கு உணவு வழங்கப்படவில்லை. உணவு வழங்குவதற்கான ஏற்பாடுகளையும் காவலர்கள் செய்வதுபோலத் தெரியவில்லை.

அப்போது... அந்துவான் சிறிதும் எதிர்பாராத நிகழ்ச்சி நடந்தது.

ஆயரின் திருநிலைப்படுத்தும் சடங்கு முடிந்துவிட்டது என்றும், அதனால் அனைவரையும் விடுவிப்பதாகவும் காவலர்கள் அறிவித்தனர். அனைவரும் உடனே வெளியேறவேண்டும் என்றும் உத்தரவிட்டனர்.

அனைவரும் வெளியேறினர். அங்கிருந்து பேருந்து நிலையம் சுமார் ஐந்து கிலோ மீட்டர் தூரத்தில் இருந்தது. கைது செய்து வாகனத்தில் அழைத்துவரப்பட்ட அவர்கள் திரும்பிச்செல்ல காவலர்கள் எந்த ஏற்பாடும் செய்யவில்லை.

பசியில், கொளுத்தும் வெயிலில் அனைவரும் பேருந்து நிலையம் நோக்கிச் சோர்வுடன் நடந்தனர்.

அதேநேரத்தில் தமிழகத்தின் அனைத்து ஆயர்களும் புதிய ஆயருடன் குளிரூட்டப்பட்ட அறையில் அமர்ந்து மகிழ்வுடன் விருந்து உண்டுகொண்டிருந்தனர்.

★★★

4

பரணியில் நான்கு சாலைகள் சந்திக்கும்; முக்கியமான இடம் அது. அந்த இடத்தில் தென் பக்கத்தில் சுமார் மூன்று அடி உயரத்தில் ஒரு மேடை அமைக்கப்பட்டது. மேடையின் முன்பகுதி தவிர அதன் மற்ற மூன்று பக்கங்களும், மேல்பகுதியும் தென்னங்கீற்றால் வேயப்பட்டிருந்தன. பின்புறம் மட்டும் ஒரு சிறிய திறப்பு இருந்தது. அந்த வழியாக யாருக்கும் தொந்தரவு இல்லாமல் மேடைக்குச் செல்லலாம். மேடையிலிருந்து வெளியே சென்றுவிடலாம். மேடையின் முன்புறம் எளிதில் மேடைக்குச் செல்லும் விதத்தில் மரப்படிகள் அமைக்கப்பட்டிருந்தன.

மேடையில் அலங்காரம் என்று பெரிதாக எதுவும் இல்லை. நான்கு குழல் விளக்குகள் மட்டுமே இருந்தன. ஆனால் மேடையில் வைக்கப்பட்டிருந்த ஓவியம் அனைவரையும் கவர்ந்தது. மேடையின் ஒரு பாதியில் இயேசு பாலைவனத்தில் நோன்பிருப்பதும், அவரைக் கொடிய காட்டுவிலங்குகள் பார்ப்பதுபோலவும் வரையப்பட்டிருந்தது. இப்படத்தின் தொடர்ச்சியாக மறுபாதியில் தலித் கிறிஸ்தவர்கள் ஆண்களும் பெண்களும், இளைஞர்களும், இளம் பெண்களும் உண்ணாவிரதம் இருக்கும் காட்சியும், அதை ஆயர்களும், பணியாளர்களும், இருபால் துறவிகளும் பார்ப்பதுபோலவும் வரையப்பட்டிருந்தது.

அன்று ஞாயிற்றுக்கிழமை. காலை ஆறு மணி இருக்கும். மேடைக்கு வலதுபக்கச் சாலையில் மறைமாவட்டப் பேராலயம் இருந்தது. அதுவரை அந்தப் பேராலயத்திலிருந்து கிறிஸ்தவப் பக்திப் பாடல்கள் ஒலிபரப்பப்பட்டன. திருப்பலி ஆரம்பிக்க இருக்கிறது என்பதற்கு அடையாளமாகப் பாடல்கள் நிறுத்தப்பட்டன. பாடகர் குழு வருகைப்பாடலைப் பாடுவது மிகவும் தெளிவாகக் கேட்டது.

மக்கள் ஆலயம் நோக்கிச் சென்றுகொண்டிருந்தனர். அவர்கள் அந்த மேடையைக் கடந்துதான் செல்ல வேண்டும். சென்றவர்களை மேடையில் இருந்த படம் கவர்ந்தது.

"படத்தப்பாரு. குறிப்பா கண்களப் பாரு. இயேசுவின் உண்ணாவிரதத்த காட்டு விலங்குக பரிதாபத்தோட பாக்குதுங்க. ஆனா தலித்துக உண்ணாவிரதத்த ஆயர்களும், பணியாளர்களும், சகோதரிகளும் எம்புட்டுக் கோபமாப் பாக்குறாங்க. இவுங்களும்

அன்போட பாக்குறதா வரைஞ்சிருக்கலாம்” என்று படத்தைப் பார்த்த தலித் கிறிஸ்தவர் ஒருவர் விமர்சித்தார்.

“மிருகங்ககிட்ட இருக்கிற இரக்க உணர்வுகூட திருச்சபை அதிகாரிகிட்ட இல்லங்கிறத மிகப் பிரமாதமா வரைஞ்சிருக்காரு. படம் நெசமா ரொம்ப அற்புதமா இருக்கு” என்றார் மற்றொருவர்.

உண்ணாவிரதத்திற்கான அனைத்து ஏற்பாடுகளையும் செல்லையாவின் முன்னிலையில் இளைஞர்கள்தான் செய்தனர். இரவு முழுவதும் வேலை செய்த களைப்பு அவர்கள் முகத்தில் தெரிந்தது. இருப்பினும் இறுதி வேலையாக மேடையைத் துப்புரவு செய்வதை மிகவும் சுறுசுறுப்புடன் செய்துகொண்டிருந்தனர்.

செல்லையா எந்த வேலையையும் செய்யவில்லை. அவர் செயல்படும் விதமே வித்தியாசமாக இருந்தது. மேடையின் முன்புறம் ஒரு பிளாஸ்டிக் நாற்காலியில் அமைதியாக அமர்ந்திருந்தார். இளைஞர்களிடம் மொத்தப் பொறுப்பும் கொடுக்கப்பட்டதால் அவர்களே அனைத்தையும் செய்தனர். அவர்களது வேலையில் அவர் தலையிடவில்லை.

பரணி மறைமாவட்டத்தில் தலித் கிறிஸ்தவ இயக்கம் மிக வலுவாக இருந்தது என்றால் அதற்கு அடிப்படைக் காரணம் செல்லையாதான். நாற்பது வயதை அப்போதுதான் கடந்திருந்தார். ஐந்தேமுக்கால் அடி உயரம் இருந்தார். மெலிந்த கருத்த உடல். தலைமுடியை ஒட்ட வெட்டியிருந்தார். முகச்சவரம் செய்து புத்துணர்ச்சியுடன் தோன்றினார். ஒருநாள் முகச்சவரம் செய்யவில்லை என்றாலும் ஏதோ நோயினால் பாதித்தவர்போலத் தெரிவார். ஆனால் உண்மையில் அவர் நல்ல உடல்நலத்துடன் இருந்தார்.

அதிகாலை ஐந்து மணிவரை அங்கிருந்த அவர், அருகில் உள்ள விடுதிக்குச் சென்றார். அங்கே நான்கு அறைகளை அவர் வாடகைக்கு எடுத்திருந்தார். ஓர் அறையில் உண்ணாவிரதம் இருக்கும் இளைஞர்கள் தங்கியிருந்தனர். அடுத்த அறையில் உண்ணாவிரதம் இருக்கும் பெண்கள் தங்கியிருந்தனர். அடுத்த அறையில் இயக்கத் தொண்டர்கள் தங்கியிருந்தனர். ஓர் அறைப்பணியாளர் அந்துவானுக்கு ஒதுக்கப் பட்டிருந்தது.

உண்ணாவிரதம் இருப்பவர்களின் அறைகளைத் தட்டி அவர்களை எழுப்பினார். அவர்களைத் திருப்பலிக்குச் செல்லத் தயாராகும்படி கூறிவிட்டு தொண்டர்கள் தங்கியிருந்த அறைக்குச் சென்று முகச் சவரம்

செய்து குளித்துத் தன்னைத் தயாரித்துக்கொண்டு மறுபடியும் உண்ணாவிரத மேடைக்கு அருகில் வந்து அமர்ந்துகொண்டார்.

திட்டப்படி உண்ணாவிரதம் இருப்பவர்களும், இயக்கத்தினரும் காலைத் திருப்பலிக்குச் செல்ல வேண்டும். திருப்பலி முடிந்ததும் உண்ணாவிரதம் இருப்பவர்களை மாலையிட்டு மேடைக்கு அழைத்து வர வேண்டும். எதற்காகச் சாகும்வரை உண்ணாவிரதம் இருக்கிறோம் என்பதை மேடையில் விவரித்துக் கூறி உண்ணாவிரதத்தை ஆரம்பிக்க வேண்டும் என்பது ஏற்பாடு. ஞாயிறு காலையைத் தேர்ந்தெடுத்ததற்குக் காரணமே அன்றுதான் மக்கள் அதிக எண்ணிக்கையில் திருப்பலிக்கு வருவர். அவர்கள் பங்கேற்கும் விதத்தில் காலையில் உண்ணாவிரதத்தை ஆரம்பித்தால்தான் அர்த்தம் உள்ளதாக இருக்கும் என்பது இயக்கத்தினரின் எண்ணம். அதுதான் செல்லையாவின் எண்ணமாகவும் இருந்தது.

செல்லையா அரசு தொடக்கப்பள்ளியில் ஆசிரியராகப் பணிபுரிந்தார். பள்ளிக்குச் செல்லும்போது பேன்ட்ஸ் அணிந்திருப்பார். இயக்கம் சம்பந்தமான வேலைகளைச் செய்யும்போது வெள்ளை வேட்டி - சட்டைதான் அவரது உடை.

அவர் ஆசிரியப் பணிக்கு வந்ததே ஓர் அபூர்வ நிகழ்வு. கிளியூர் தான் அவரது சொந்தக் கிராமம். அது ஒரு தனிப் பங்கு. அங்குள்ள கிறிஸ்தவர் அனைவரும் தலித்துகள். சுமார் இருநூற்றி ஐம்பது குடும்பங்கள் இருக்கும். பெரும்பாலோர் நிலமற்ற ஏழை விவசாயக் கூலிகள்.

ஏழைகளுக்கு ஒரே செல்வம் அவர்களது குழந்தைகளே. ஒவ்வொரு வீட்டிலும் நான்கு அல்லது ஐந்து குழந்தைகள் இருந்தனர். குழந்தைகள் எண்ணிக்கை கூடக் கூட அவர்கள் ஓரளவு பசியில்லாமல் உண்டனர். அதற்கு ஒரே காரணம் அவர்களைச் சிறு வயதிலேயே வேலைக்கு அனுப்புவதுதான். ஏழு வயதுச் சிறுவர் சிறுமியர்கூட ஒரு நாளைக்குச் சுமார் பத்து, இருபது ரூபாய் சம்பாதித்துவிடுவர்.

செல்லையாவின் பெற்றோர்களும் விவசாயக் கூலிகளே. செல்லையாதான் மூத்தவர். அவருக்கு இரண்டு தங்கைகளும் ஒரு தம்பியும் இருந்தனர். ஒவ்வொருவருக்கும் இடையே இரண்டு வருடங்கள் வித்தியாசம் இருந்தன. வறுமையில் வாடிய அவரது பெற்றோர் பிள்ளைகள் படிக்க வேண்டும் என்று நால்வரையும் பள்ளிக்கு அனுப்பினர். பல நாள்கள் வீட்டில் ஒருவேளை உணவுதான் அவர்களுக்குக் கிடைத்தது. பள்ளியில் வழங்கப்படும் மதிய உணவை உண்டுதான் ஓரளவு பசியைப் போக்கினர்.

வீட்டின் வறுமையானது செல்லையாவைச் சிறுவயதிலேயே பாதித்தது. பெற்றோர் தாங்கள் படிப்பதற்காக எவ்வளவு கடினமாக உழைக்கின்றனர் என்பதை உணர்ந்தார். பொறுப்புடன் மிகவும் கஷ்டப்பட்டுப் படித்தார். இறை பக்தியிலும் வளர்ந்தார். தினமும் திருப்பலிக்குச் சென்றார். பூசைக்கு உதவி செய்தார். அவருக்கு நல்ல குரல்வளம் இருந்தது. பாடகர் குழுவில் சேர்ந்தார். தாளம் தப்பாமல் நன்கு பாடக் கற்றுக்கொண்டார். பள்ளியில் நடக்கும் பாட்டுப் போட்டிகளில் கலந்துகொண்டு பரிசுகளையும் பெற்றார்.

கிளியூரில் மறை மாவட்ட நடுநிலைப் பள்ளி இருந்தது. அப்பள்ளியில்தான் அவர் படித்தார். அப்பள்ளியில் பணிபுரிந்த ஆசிரியர்கள் அனைவரும் கிறிஸ்தவர்களாக இருந்தாலும் அவர்கள் வெளியூரைச் சார்ந்த ஆதிக்கச் சாதியினர். ஏனோதானோ என்று ஆசிரியர்கள் பாடம் நடத்தினாலும் கடின உழைப்பால் செல்லையா மிகச் சிறப்பாகப் படித்தார். உயர்நிலைப்பள்ளிப் படிப்பையும், மேல்நிலைப் பள்ளிப் படிப்பையும் அருகில் உள்ள நகரத்தில் தொடர்ந்த அவர் அதிக மதிப்பெண்கள் பெற்று பன்னிரெண்டாம் வகுப்பில் தேர்ச்சியடைந்தார்.

வீட்டின் பொருளாதாரச் சூழ்நிலை காரணமாகக் கல்லூரிக்குச் செல்ல அவரால் முடியவில்லை. பெற்றோரின் சுமையைக் குறைக்கவும், உடன் பிறந்தவர்களுக்கு உதவவும் தொடக்கப் பள்ளி ஆசிரியராகப் பணிபுரிய விரும்பினார். அதற்கு இரண்டு ஆண்டுகள் ஆசிரியப் பயிற்சி பெற வேண்டும். ஆசிரியப் பயிற்சிக்கு இடம் கிடைப்பது மிகவும் அரிதாக இருந்த காலம் அது. பொருளாதார பலமோ பரிந்துரைப் பலமோ இல்லாத அவரால் என்ன செய்ய முடியும்?

அவரது ஒரே நம்பிக்கை மறைமாவட்டம் நடத்திய ஆசிரியப் பயிற்சிப் பள்ளிதான். அப்பள்ளியில் சுழற்சி முறையில் மூன்று ஆண்டுகளுக்கு ஒருமுறை பங்குக்கு ஓர் இடம் வழங்கப்படுவது வழக்கம். அவ்வருடம் கிளியூருக்கு இடம் வழங்கப்படவேண்டும். அதை உணர்ந்த செல்லையா பங்குப் பணியாளரைச் சந்தித்து பங்கின் சார்பாகத் தன்னைப் பரிந்துரைக்கும்படி கேட்டுக்கொண்டார். பங்கில் ஆசிரியப் பயிற்சிக்குத் தகுதியானவர்கள் என்று சிலர் இருந்தாலும் தனது குடும்பந்தான் மிகவும் வறுமையானது என்பதால் தன்னைத்தான் பரிந்துரைக்க வேண்டும் என்பது செல்லையாவின் நியாயம்.

அப்பங்கில் பணியாளர் ஆல்பர்ட் என்ற ஆதிக்கச் சாதியைச் சார்ந்த பணியாளர் இருந்தார். செல்லையா கூறியவற்றைக் கேட்ட அவர் பரிந்துரைக் கடிதம் கொடுத்தார். தனக்கு நிச்சயம் ஆசிரியப் பயிற்சிப் பள்ளியில் இடம் கிடைக்கும் என்று செல்லையா நம்பினார். காரணம் அப்பங்கிலிருந்து வேறு யாரும் ஆசிரியப் பயிற்சிக்கு விண்ணப்பிக்கவில்லை.

ஆனால் அவருக்கு இடம் கிடைக்கவில்லை.

அதிர்ச்சியடைந்த செல்லையா பங்குப் பணியாளரைச் சந்தித்துத் தனக்கு இடம் கிடைக்காததிற்கான காரணத்தைக் கேட்டார். பங்குப் பணியாளர் ஆல்பர்ட் நமட்டுச் சிரிப்புடன் அதுபற்றித் தனக்கு எதுவும் தெரியாது என்று சுருக்கமாகப் பதிலளித்து ஒதுங்கிக்கொண்டார்.

பணியாளரின் சிரிப்பு செல்லையாவிடம் சந்தேகத்தை எழுப்பியது. இவர் தனக்கு உண்மையிலேயே பரிந்துரைக் கடிதம் வழங்கினாரா இல்லையா என்ற கோணத்தில் சிந்தித்தார். ஆசிரியப் பயிற்சிப் பள்ளியின் நிர்வாகியாக இருந்த பணியாளரைச் சந்தித்து தனக்கு ஏன் இடம் வழங்கப்படவில்லை என்று கேட்டார். நிர்வாகி சொன்ன காரணம் செல்லையாவை அதிர்ச்சியடையச் செய்தது.

செல்லையாவிற்குப் பரிந்துரைக் கடிதம் வழங்கிய பணியாளர் ஆல்பர்ட், ஆசிரியப் பயிற்சிப் பள்ளியின் நிர்வாகியைச் சந்தித்து, பரிந்துரைக் கடிதப்படி செயல்பட வேண்டாம் என்றும், தனது பங்கைச் சார்ந்த வேறு ஒருவரைப் பரிந்துரைப்பதாகவும், அவருக்கே இடம் அளிக்க வேண்டும் என்று வலியுறுத்தியதாகவும், அதனால் பங்குப் பணியாளர் கூறியவருக்கே இடம் வழங்கியதாகவும் கூறினார்.

தனக்குத் தெரியாமல் தனது பங்கிலிருந்து ஆசிரியப் பயிற்சிக்குச் சென்றது யார் என்ற கேள்வி செல்லையாவிடம் எழுந்தது. மாணவனின் பெயரைக் கேட்டார். சீமோன் என்றார் நிர்வாகி. அப்பெயரில் தனது பங்கில், ஊரில் யாருமே இல்லை என்று செல்லையா கூறினார்.

வியப்படைந்த நிர்வாகி மாணவன் சீமோனின் சான்றிதழைப் பார்த்தார். அப்பையன் படித்த பள்ளியானது பரிந்துரை செய்த பங்குப் பணியாளர் ஆல்பர்ட்டின் சொந்த ஊரில் உள்ள பள்ளி என்பதை அறிந்தார். சாதியைப் பார்த்தபோது அந்தப் பையனுடைய சாதியும், பணியாளர் ஆல்பர்ட்டின் சாதியும் ஒன்றாக இருந்தது. பங்குக்கு என்று ஒதுக்கப்பட்ட இடத்தில் பங்கிலிருந்த ஏழை தலித் மாணவனை ஒதுக்கிவிட்டு அந்த இடத்திற்குத் தனது சொந்த ஊரில் சொந்த சாதியைச்

சார்ந்த மாணவனுக்கு இடம் கொடுக்கப் பங்குப் பணியாளர் பரிந்துரை செய்திருப்பதை நிர்வாகி உணர்ந்தார்.

செல்லையாவுக்கு அநீதி இழைக்கப்பட்டதை உணர்ந்த நிர்வாகி மிகவும் வருந்தினார். பங்குப் பணியாளரை நம்பியதால்தான் அவர் பரிந்துரை செய்த பையனைப் பற்றிச் சரியாக விசாரிக்கவில்லை என்றும், அது தனது தவறு என்றும் ஏற்றுக்கொண்டார். ஏற்கெனவே அந்தப் பையனுக்கு இடம் வழங்கிவிட்டதால் தன்னால் தற்போது ஒன்றும் செய்ய முடியாது என்றும், காத்திருந்தால் அடுத்த ஆண்டு நிச்சயம் இடம் வழங்குவதாகவும் செல்லையாவுக்கு வாக்குறுதி அளித்தார். தான் காத்திருப்பதாகச் சொன்னார்.

பங்குப் பணியாளரின் செயல் செல்லையாவை அதிகம் பாதித்தது. பொய், ஏமாற்று, நம்பிக்கைத் துரோகம், சாதி வெறி ஆகிய அனைத்துத் தீமைகளையும் செய்துவிட்டு பொய் பேசாதே, அடுத்தவனை ஏமாற்றாதே, நம்பிக்கைத் துரோகம் செய்யாதே, சாதியைக் கடந்து செயல்படு என்று இவரால் எப்படிச் சிறிதுகூடக் கூச்சமில்லாமல் மறையுரை வழங்க முடிகிறது என்று வியந்தார். பங்குப் பணியாளரின் கபட வேடத்தை எதிர்த்து ஏதாவது செய்ய வேண்டும் என்ற கோபம் இளைஞர் செல்லையாவிடம் எழுந்தது. ஆனால் அப்படி அவர் செய்யத் துணியவில்லை. தனது உணர்வுகளை வெளியில் காட்டிக் கொள்ளாமல் அடக்கிக்கொண்டார். அதற்கான தண்டனையை இறைவன் அவருக்கு வழங்குவார் என்று இறைப்பற்று மிகுந்த செல்லையா நம்பினார். தனக்கு நடந்த அநீதிபற்றி அவர் யாரிடமும் சொல்லவில்லை.

தீயதிலும் செல்லையாவிற்கு நல்லது பிறந்தது. அவர் அரசுத் தேர்வில் அதிக மதிப்பெண்கள் பெற்றிருந்ததால் மதிப்பெண்கள் அடிப்படையில் வழங்கப்படும் இட ஒதுக்கீட்டின்படி அவருக்கு அரசு ஆசிரியப்பயிற்சிப் பள்ளியில் இடம் கிடைத்தது. அதோடு உதவித் தொகையும் கிடைத்தது. இரண்டு ஆண்டுகள் மிகச் சிறப்பாகப் படித்து தேர்வில் வெற்றி பெற்றார்.

கிளியூரில் உள்ள மறைமாவட்ட நடுநிலைப் பள்ளியில் அவ்வாண்டு ஆசிரியர் ஒருவர் பணிஓய்வு பெற்றார். அந்த இடத்தில் தன்னை நியமிக்கும்படி பங்குப் பணியாளரான தாளாளர் ஆல்பர்ட்டிடம் செல்லையா விண்ணப்பித்தார். தன்னைத்தான் நியமிப்பார் என்று நம்பினார். காரணம் பங்கிலிருந்து வேறு யாரும் ஆசிரியர் வேலைக்காகக் காத்திருக்கவில்லை என்பதுதான்.

செல்லையாவுக்கு அநீதி இழைத்த பங்குப் பணியாளர் தற்போது நேர்மையுடன் நடப்பார் என்று செல்லையா நம்பினார். ஆனால் அவர் செல்லையாவை நியமிக்காமல் தனது சாதியைச் சார்ந்த ஒருவரை வேறு ஒரு பங்கிலிருந்து நியமித்தார். தனக்கு இழைக்கப்பட்ட இரண்டாம் கொடுமையைச் செல்லையாவால் சிறிதுகூடத் தாங்கிக்கொள்ள முடியவில்லை. இறைவன் அவரைத் தண்டிப்பார் என்று நம்பியது பொய்த்துவிட்டதே. முதல் தப்பில் தண்டனை கிடைக்காததால்தான் மறுபடியும் மிகத் துணிவுடன் மீண்டும் தப்புச் செய்துள்ளார் என்று வேதனைப்பட்டார். மக்களைத் திரட்டி ஏதாவது செய்ய வேண்டும் என்ற வெறி அவரிடம் எழுந்தது. எப்படித் திரட்டுவது? என்ன செய்வது? அவருக்குத் தெரியவில்லை. நீறுபூத்த நெருப்பாக இருந்தார்.

வேலையில்லாமல் மிகவும் சிரமப்பட்டார். பெற்றோருக்குப் பாரமாக இருக்க விரும்பாமல் கூலி வேலைக்குச் சென்றார். என்றாவது கட்டாயம் வேலை கிடைக்கும் என்று காத்திருந்தார்.

இரண்டு ஆண்டுகளுக்குப் பின் அவருக்கு அரசுப் பள்ளியில் வேலை கிடைத்தது. அவரது வாழ்வில் வசந்தம் ஆரம்பமானது. இருப்பினும் தனக்குத் கிடைத்த வேதனையான அனுபவங்களை அவர் மறக்கவில்லை. தனது உடன் பிறந்தவர்களின் முன்னேற்றத்திற்குத் தனது வருமானத்தின் பெரும் பகுதியைச் செலவிட்டார். ஒரு பகுதியை பங்கு இளைஞர்களின் விழிப்புணர்விற்காகச் செலவிட்டார். திருமணத்தில் நாட்டம் இல்லை.

உடன் பிறந்தவர்கள் ஒவ்வொருவரும் நன்கு படிக்கவும், வேலை கிடைக்கவும் உதவியதோடு அவர்களின் திருமணத்திற்கும் ஏற்பாடு செய்தார். அதன்பின் தனது ஊதியம் முழுவதையும் மக்களுக்காகச் செலவிட்டார். தான் பாதிக்கப்பட்டதுபோல மற்ற தலித் கிறிஸ்தவர்கள், குறிப்பாக இளைஞர்கள் பாதிக்கப்படக்கூடாது என்பதில் மிகவும் தெளிவாக இருந்தார். தலித் கிறிஸ்தவர்களின் நலனுக்காகப் பங்கு அளவில் இளைஞர்களை ஒருங்கிணைத்து அவர்களுக்கு விழிப்புணர்வு வழங்கினார்.

கிளியூரைப்போல மற்ற பங்குகளிலும் தலித் கிறிஸ்தவர்கள் ஒதுக்கப்படுகின்றனர் என்பதை உணர்ந்தார். அவர்களையும் ஒருங்கிணைத்தார். இளைஞர்களிடையே தொடர்பை ஏற்படுத்தி ஒருங்கிணைந்த பல கூட்டங்களை நடத்தினார்.

இந்த நிலையில் தலித் கிறிஸ்தவ இயக்கம் தோன்றியதை அறிந்தார். அதன் செயல்பாடுகளைக் கண்டு மிகவும் மகிழ்ந்தார். குறிப்பாக அந்த இயக்கத்தின் முழக்கமாகிய ‘தமிழகத் திருச்சபை தலித் திருச்சபையே’

என்பது அவருக்கு மிகவும் பிடித்திருந்தது. அந்த இயக்கத்தில் தன்னை முழுமையாக இணைத்துக்கொண்ட செல்லையா தான் ஒன்று சேர்த்த இளைஞர்களையும் இணைத்தார். இயக்கம் மறைமாவட்டத்தில் வளர மிகத் தீவிரமாகச் செயல்பட்டார். அவரது அர்ப்பண வாழ்வு இளைஞர்களை அதிகம் கவர்ந்தது. இளைஞர்களும் பெரும் எண்ணிக்கையில் இயக்கத்தில் சேர்ந்தனர். அவரது உழைப்பால் இயக்கம் மிகவும் வலுவடைந்தது. இயக்கத்தின் மறைமாவட்டத்தின் தலைவராக அவர் போட்டியின்றித் தேர்ந்தெடுக்கப்பட்டார். அதோடு தமிழகம் தழுவிய நிலையில் அவர் இயக்கத்தின் செயற்குழு உறுப்பினராகவும் நியமிக்கப்பட்டார்.

இயக்கத்தினரோடு மறைமாவட்ட ஆயரையும், பணியாளர்களையும் முற்றுகையிடும் முதல் போராட்டம் அவரது தலைமையில்தான் நடைபெற்றது. ஆயரும், பணியாளர்களும் தியானம் செய்த இடத்திற்குப் பணியாளர் அந்துவானின் அறிவுரைப்படி மக்களை வழிநடத்திச் சென்றார். போராட்டம் மிகப்பெரிய வெற்றியைக் கண்டது.

செல்லையாவின் போராட்ட அணுகுமுறை அனைவருக்கும் பிடித்திருந்தது. அதனால் மாநில அளவில் நடைபெறும் அனைத்துப் போராட்டங்களையும் செல்லையாதான் தலைமை ஏற்று நடத்த வேண்டும் என்று இயக்கத் தலைவர் அந்துவான் பணித்தார்.

அதனால்தான் பத்து அம்சத் திட்டங்களை ஆயர்கள் அறிவிப்பதற்குக் காரணமான போராட்டம் அவரது தலைமையில் நடந்தது. அந்தப் போராட்டத்தில் அவரது மறைமாவட்டத்திருந்து அதிகமாகக் கலந்துகொண்டனர். அதுபோலக் கருப்புக்கொடிப் போராட்டத்திற்கும் அவரது தலைமையில் அவரது மறைமாவட்டத்திலிருந்து கணிசமான எண்ணிக்கையில் இயக்கத்தினர் கலந்து கொண்டனர். அவரது செயல்பாடுகள் இளைஞர்களை மிகவும் கவர்ந்தது. அதனால்தான் கைது செய்யப்பட்டு காவலில் இருந்தபோது நடந்த கூட்டத்தில் செல்லையாவின் மறைமாவட்டத்தில் சாகும்வரை உண்ணாவிரதப் போராட்டத்தை நடத்த தலைவர் அந்துவான் பணித்தார்.

இயக்கத் தோழர்களுடன் வீடு திரும்பிய செல்லையா மிகத் தீவிரமாகச் சிந்தித்தார். ‘வெறுமனே சாகும்வர உண்ணா விரதப் போராட்டம் நடத்துறதுல எந்த அர்த்தமுமில்ல. அந்தப் போராட்டம் மக்கள்ட்ட ஒரு தாக்கத்த ஏற்படுத்தணும். அதுக்கு உண்ணாவிரதத்திற்கான காரணம் மறைமாவட்டத்துக்கு ஏத்த விதத்துல மிகவும் வலுவா

இருக்கணும்.' பணியாளர் அந்துவானின் எண்ணத்தை ஆராய்ந்தார். பரணி மறைமாவட்டத்தில் போராட்டத்திற்கான காரணங்கள் மிகவும் வலுவாகவும், ஏற்றதாகவும் இருந்தன. தலித் மக்கள் ஆயர் இல்லத்தில் போராடியபோது நிறைவேற்றுவதாக ஆயர் அளித்த வாக்குறுதிகள் வெறும் வாக்குறுதிகளாகவே இருந்தன. அந்த வாக்குறுதிகளை நிறைவேற்றச் சொல்லி போராடுவது மிகவும் இயல்பானதாக இருக்கும் என்று மகிழ்ந்தார்.

அவரது மனதில் யார் உண்ணாவிரதம் இருப்பது என்ற கேள்வி எழுந்தது. 'வயசானவுக சாகுறதுவரை உண்ணாவிரதம் இருந்தா நல்லா இருக்குமா? சாகப்போற காலத்துல இவுகளுக்கு வேற வேல இல்லாம இப்படிச் செய்றாங்கன்னுதான பேசுவாங்க. அதுக்குப் பதிலா இளைஞர்களும், இளம் பெண்களும் உண்ணாவிரதம் இருந்தா எப்படி இருக்கும்? இந்தப் பிள்ளைக இப்படிக் கொலபட்டினியா கெடக்காங்களே? இதக் கேக்கக்கூடாதா? இவுங்க கோரிக்க அம்புட்டும் நியாயமாத்தான இருக்குன்னு பாக்குறவுங்க சொல்வாங்களே? பொதுமக்க ஆதரவு கெடைக்குமே?'

தனது எண்ணப்படி செயல்பட விரும்பினாலும் தன்னிச்சையாக முடிவு எடுக்கச் செல்லையா விரும்பவில்லை. மறைமாவட்ட இயக்கக் கூட்டத்தினரை அழைத்து அதில் முடிவு எடுக்க விரும்பினார். அதன்படி இயக்கக் கூட்டம் நடந்தது. செல்லையாவின் கருத்தையே இயக்கத்தினர் அனைவரும் எதிரொலித்தனர். எனவே கணக்கெடுப்புக் கோரிக்கையை வலியுறுத்துவது, அதன்படி படிப்பிலும் வேலை வாய்ப்பிலும் இடஒதுக்கீடு வழங்குவது, புள்ளிவிவரப்படி இடஒதுக்கீடு அடையும்வரை வேறு யாரையும் நியமிக்காமல் இருப்பது, தீண்டாமையை அகற்றுவது என்ற கோரிக்கைகளை முன்வைப்பது என்றும், இளைஞர்களும், இளம் பெண்களும் சாகும்வரை உண்ணாவிரதம் இருப்பது என்றும், அந்தப் போராட்டத்தை இயக்கத்தின் இளைஞர் பிரிவே நடத்துவது என்றும் முடிவானது.

இப்போராட்டம் இளைஞர்களின் பொறுப்பு என்று அறிவித்ததோடு தனது பொறுப்பு முடிந்துவிட்டது என்று செல்லையா விலகவில்லை. இளைஞர்கள் போராட்டத்திற்காக நடத்தும் ஒவ்வொரு ஆலோசனைக் கூட்டத்திலும் கலந்துகொண்டு அவர்களை உற்சாகப்படுத்தினார். பணியாளர் அந்துவானோடு தொடர்புகொண்டு அவரது வழிகாட்டுதலின் அடிப்படையிலேயே இளைஞர்களுக்கு ஆலோசனைகளை வழங்கினார்.

யார் யார் உண்ணாவிரதம் இருப்பது என்ற பட்டியல் முதலில் தயாரிக்கப்பட்டது. இளைஞர்கள் நான்கு பேரும், இளம்பெண்கள் மூன்று பேரும் உண்ணாவிரதம் இருக்க முன் வந்தனர். உண்ணாவிரதத்திற்கு முன்பு மன ரீதியாக அவர்களைத் தயாரித்தார். உடல் ரீதியாக எந்தெந்த விதத்தில் தங்களைத் தயாரிப்பது என்ற பயிற்சியையும் அவர்களுக்குக் கொடுத்தார்.

உண்ணாவிரதத்தன்று பொதுக்கூட்டம் போட்டு கோரிக்கைகளைப் பற்றி மக்களுக்குத் தெளிவாக விளக்கம் அளிப்பது என்று முடிவெடுக்கப்பட்டது. அதற்கு ஏதுவாகத் தீர்மானிக்கப்பட்ட நாள்தான் அது.

உண்ணாவிரத வளாகத்திற்கு முந்தினநாள் மாலையே வந்து விட்டார். வேலை செய்த இளைஞர்களுடன் இரவு முழுவதும் இருந்தார். அவ்வப்போது வேலை செய்த இளைஞர்களுக்கு தேனீர், சேவு என்று வாங்கிக் கொடுத்தார்.

அவர் எதுவும் செய்யாவிட்டாலும் அவர் தங்களுடன் இருக்கிறார் என்ற தைரியத்தில் இளைஞர்கள் அனைவரும் மிகவும் உற்சாகமாக வேலை செய்தனர். தாங்கள் தலித் கிறிஸ்தவ இயக்கத்தினர் என்று அடையாளம் காண நெற்றியில் நீல நிற ரிப்பனைக் கட்டியிருந்தனர்.

பேராலயத்தில் திருப்பலி ஆரம்பிப்பதற்கும் இவர்கள் வேலை முடிப்பதற்கும் சரியாக இருந்தது. இளைஞர்கள் ஒருவர் மாற்றி ஒருவர் ஓய்வெடுத்ததாலும், ஓய்வெடுத்து வரும்போது திருப்பலிக்குச் செல்வதற்குத் தயாராக வந்திருந்ததாலும் அனைவரும் திருப்பலிக்குச் சென்றனர். மேடையைப் பாதுகாக்கும் பொறுப்பு ஒலிபெருக்கி உரிமையாளரிடம் கொடுக்கப்பட்டது.

மிகவும் உற்சாகமாக அவர்கள் இருந்தாலும் சாகும்வரை உண்ணாவிரதம் எப்படி நடைபெறுமோ என்ற கவலை அவர்களிடம் இருந்தது.

ஆனால் ஒருவரும் அதை வெளிக்காட்டவில்லை.

★★★

5

சாகும்வரை உண்ணாவிரதம் இருப்பதற்கு முன்வந்த ஏழுபேரும் அன்று இரவு தூங்கவில்லை. பசியை எப்படித் தாங்குவோம் என்ற கவலை அவர்களை நிறைத்திருந்தது.

பசியாய் இருப்பது அவர்களுக்கு ஒன்றும் புதியது அல்ல. ஒருவேளை பசியாய் இருந்தாலும் அடுத்த வேளை கூழோ கஞ்சியோ ஏதோ கிடைக்கும். தொடர்ந்து பட்டினியாய் இருந்ததில்லை.

ஆனால் அவர்கள் சாகும் வரை உண்ணாவிரதம் இருக்க முன் வந்ததற்குக் காரணம் திருச்சபையிடம் அவர்களுக்கு இருந்த ஆழ்ந்த நம்பிக்கைதான். நிச்சயம் மறைமாவட்டத்தின் ஆயர் தாங்கள் பட்டினியாய் இருப்பதை அனுமதிக்க மாட்டார். முதல் நாளிலேயே ஆயரோ அல்லது அவரது பிரதிநிதிகளோ வந்து கோரிக்கைகளை நிறைவேற்றுவதாகக் கூறி உண்ணாவிரதத்தை முடித்து வைப்பர் என்று நம்பினர்.

அப்படி அவர்கள் நம்பினாலும் அவர்களிடம் சிறிது அவநம்பிக்கையும் இருந்தது. கோரிக்கைகளை நிறைவேற்ற ஆயர் முன்வருவாரா? அப்படி நிறைவேற்றுவதாக இருந்தால் அவர் இல்லத்தை முற்றுகையிட்ட போதே இந்தக் கோரிக்கைகளை நிறைவேற்றுவதாக வாக்குக் கொடுத்தவர் நிறைவேற்றியிருப்பாரே? இன்றுவரை நிறைவேற்றாதவர் இனிமேல் நிறைவேற்றுவார் என்று எப்படி நம்பலாம்? ஒருவேளை கோரிக்கைகளை நிறைவேற்ற ஆயர் முன்வந்தாலும் அவரைச் சுற்றியுள்ள சாதிப்பற்றுடைய பணியாளர்கள் அவரைச் சுயமாக முடிவெடுக்க அனுமதிப்பார்களா?

தூக்கமில்லாமல் படுக்கையில் புரண்டுகொண்டிருந்த அவர்களைச் செல்லையா எழுப்பவும் சுறுசுறுப்பாக எழுந்து திருப்பலிக்குச் செல்லத் தங்களைத் தயாரித்தனர்.

திருப்பலிக்குச் செல்வதற்கு முன்பாகவே ஏதாவது சாப்பிட்டு விட்டுச் செல்ல விரும்பினர். அவர்கள் தங்கியிருந்த விடுதியில் அந்த அதிகாலை நேரத்தில் உணவு கிடைக்காது என்று கூறிவிட்டனர்.

என்ன செய்வது என்று தெரியாமல் விழித்தபோது வேளாங்கண்ணி அனைவருக்கும் உணவு கொண்டுவந்தார்.

"நீங்க எந்திரிக்கிறதுக்கு முன்னாடி உங்களுக்கு இட்லி வாங்கி வரலாம்னு நெனச்சேன். ஆனா நானு வருகிறதுக்கு முன்னாடியே நீங்க எந்திரிச்சிட்டீங்க."

"நாங்க எங்க எந்திரிச்சோம். உண்ணாவிரதம் எப்பிடி இருக்கப் போகுதோன்னு நெனச்சி ராத்திரிப்பூரா தூங்கவேயில்ல. காலையில தான் ஏதோ அசதியில தூங்குனோம். அப்பத்தான் செல்லையா வந்து எங்கள உசுப்புனாரு" என்றார் உண்ணாவிரதம் இருக்கும் இளைஞர் கபிரியேல். அவருக்குத் தன்னால் உண்ணாவிரதம் இருக்க முடியுமா என்ற ஐயம் இருந்துகொண்டே இருந்தது.

"அக்கா, நீங்க எங்ககூடத்தான படுத்திருந்தீங்க. தூக்கம் வராம இருந்த எங்ககூட நீங்களும் விடிய விடியப் பேசிக்கிட்டுத்தான இருந்தீங்க. அப்படியிருக்க எப்பத் தூங்குனீங்க?" என்றார் அமலா.

வேளாங்கண்ணி உண்ணாவிரதம் இருக்கும் மூன்று பெண்களுடன் ஒரே அறையில்தான் தங்கி இருந்தார். அமலாவும், வேளாங்கண்ணியும் இணைந்துதான் கலக்கமுடன் இருந்த மற்ற இரண்டு பெண்களுக்கும் உற்சாகம் கொடுத்தனர். சாதிக்க முடியும் என்ற நம்பிக்கையை அவர்களுக்குக் கொடுத்தனர்.

"விடிய விடிய நாம பேசுனோம். கருக்கல்ல நீங்க அசந்து தூங்கிட்டீங்க. கொஞ்ச நேரம் தூங்குனா ரொம்ப நல்லதுன்னு நெனச்சேன். எனக்கும் தூக்கம் வந்துச்சு. தூங்குனா காரியம் சொணங்கிரும்னு நெனச்சேன். அதுனால உங்களுக்குச் சாப்பிட ஏதாவது வாங்கி வந்துட்டு உங்கள எழுப்பலாம்னு கருக்கல்லயே வெளியே போயிட்டேன். இங்க ஒரு வீட்டுல ஒரு கிழவி காலையிலேயே இட்லி சுட்டு விக்கும்னு கேள்விப்பட்டேன். அந்தக் கெழவிய எழுப்பி இட்லி சட்னி செய்ய கூடமாடா வேல செஞ்சுட்டு வாங்கி வந்தேன். இங்க வந்து பாத்தா அதுக்குள்ள நீங்க எந்திரிச்சிட்டீங்க. சீக்கிரம் சாப்பிடுங்க. பூசைக்கு நேரமாகுது."

அவரை நன்றியுடன் பார்த்த அவர்கள், சூடாக இருந்த இட்லிகளை மிகவும் வேகமாக உண்டனர்.

"அக்கா, நீங்களும் ரெண்டு இல்லி சாப்பிடுங்க" என்றார் அமலா.

"இல்லம்மா. நீங்கதான் உண்ணாவிரதம் இருக்கப்போறீங்க. நீங்கதான் சாப்பிடணும். நானு எப்பனாலும் சாப்பிடலாம்."

"அக்கா, நானு ஒண்ணு கேட்டா நீங்க தப்பா நெனைக்க மாட்டீங்களே" என்று அமலா தயக்கத்துடன் கேட்டார்.

"நானு எதுக்குத் தப்பா எடுத்துக்கிடணும். எதுனாலும் கேளு."

"அக்கா நீங்களும் எங்ககூட உண்ணாவிரதம் இருந்தா ரொம்ப நல்லா இருக்கும். எங்களுக்கும் தைரியமா இருக்கும். நாங்க எல்லாருமே இத விரும்புறோம்" என்று கூறிய அமலா, மற்றவர்களைப் பார்த்து "நீங்களும் சொல்லுங்கடீ" என்று அதிகாரத்துடன் கூறினார்.

"ஆமாங்கா. நீங்களும் எங்ககூட உண்ணாவிரதம் இருங்கக்கா" என்றனர் அனைவரும். வேளாங்கண்ணி என்ன பதில் சொல்லப் போகிறாரோ என்ற எதிர்பார்ப்பு அனைவரது முகங்களிலும் பிரதிபலித்தது.

வேளாங்கண்ணி அவர்கள் ஒவ்வொருவரையும் கூர்ந்து பார்த்தார். பிறகு ஒரு பெருமூச்சு விட்டபடி நிதானமாகக் கூறினார். "எனக்கும் உண்ணாவிரதம் இருக்கணும்னு ஆசைதான். ஆனா செல்லையா மாமாதான் வேண்டாம்னு சொல்லிட்டாரு."

"அவரு ஏன் உங்கள வேண்டாம்னு சொல்லணும்? அப்படிச் சொல்ல அவருக்கு என்ன அதிகாரம் இருக்கு?" என்று சிறிது கோபத்துடன் கபிரியேல் கேட்டார்.

அதே நிதானத்துடன் பதில் சொன்னார் வேளாங்கண்ணி. "நானும் இதே கேள்வியத்தான் மாமாட்டக் கேட்டேன். அதுக்கு அவரு இந்த உண்ணாவிரதத்தில இளைஞர்களும், இளம்பெண்களும் மட்டும் பங்குபெறணும்னு இயக்கம் முடிவு செஞ்சிருக்கு. அதுனால நீ வேண்டாம்னு சொல்லிட்டாரு."

"அக்கா, நீங்க என்ன கெழவியா? உங்களுக்கு அப்பிடி என்ன வயசாயிருச்சி. நீங்களும் குமரிதான். இன்னும் கலியாணம் ஆகல. அதுனால இளைஞர்க உண்ணாவிரதத்துல நீங்களும் கலந்துக்கிடணும்" என்றார் கபிரியேல் அதிக எதிர்பார்ப்புடன்.

"எனக்குக் கலியாணம் ஆகலங்கிறது நெசந்தான். கலியாணம் ஆகாத எல்லாரும் குமரிகன்னு சொல்லமுடியுமா? தம்பி, எனக்கு எத்தன வயசு இருக்கும்னு நெனைக்க?"

"உங்களுக்கு இருபத்தஞ்சு இல்லாட்ட ஒருவயசு முன்னப்பின்ன இருக்கலாம்னு நெனைக்கேன்" என்றார் கபிரியேல்.

"இல்லப்பா. எனக்கு முப்பது வயசுக்கும் மேல."

"முப்பது வயசுக்கும் மேலயா? ஆனா உங்களப் பாத்தா அதுமாதிரி தெரியல" என்ற அமலா, "இந்த வயசுவர ஏன் கலியாணம் முடிக்கல?

ஆளு நல்லாத்தான இருக்கீங்க. யாராவது உங்களக் காதலிச்சு ஏமாத்திட்டாங்களா" என்றார் குறும்புடன்.

"அதப் பேசுற நேரம் இதுவா? சீக்கிரம் சாப்பிடுங்க. பூசைக்கு நேரமாயிருச்சி. போகணும்" என்று அவர்களை அவசரப்படுத்தினார்.

ஆனால் 'யாராவது உங்கள ஏமாத்திட்டாங்களா' என்று அமலா கேட்ட கேள்வி அவரை மிகவும் தாக்கியது. வேளாங்கண்ணியின் நினைவுகள் கடந்த காலத்திற்குச் சென்றன.

வேளாங்கண்ணியின் பிறந்த ஊர் இலந்தக்குளம். கிளியூர் பங்கைச் சார்ந்த கிளைக் கிராமம் அது. அக்கிராமத்தில் சுமார் ஐம்பது தலித் கிறிஸ்தவக் குடும்பங்கள் இருந்தன. புனித தனிஸ்லாஸ் பெயரில் ஆலயம் இருந்தது. ஆலயத்தில் பீடத்திற்கு மேலே நடுவில் பாடுபட்ட சுரூபம் இருந்தது. அதன் வலப்பக்கம் புனித தனிஸ்லாஸ் சுரூபமும், இடப்பக்கம் அன்னை வேளாங்கண்ணி சுரூபமும் இருந்தன. வாரத்திற்கு ஒருமுறை கிளியூர் பங்குப் பணியாளர் அங்கு வந்து திருப்பலி நிறைவேற்றுவார். அங்கே மறைமாவட்டம் நடத்தும் தொடக்கப்பள்ளியும் இருந்தது. இரண்டு ஆசிரியர்கள் மட்டுமே அதில் பணிபுரிந்தனர்.

வேளாங்கண்ணியின் பெற்றோர் விவசாயக் கூலிகள். கடின உழைப்பாளிகள். தினமும் கூலி வேலைக்குச் செல்வர். இவர்களுக்குப் பிறந்தவர்தான் வேளாங்கண்ணி.

வேளாங்கண்ணி ஒரு வயதுக் குழந்தையாக இருந்தபோது அவரது அப்பா கரும்பு வெட்டச் சென்றார். பாம்பு கடித்தது. கரும்புத் தோட்டத்திலிருந்து மருத்துவமனைக்குக் கொண்டுசெல்லும் வழியிலேயே அவரது உயிர் பிரிந்தது.

வேளாங்கண்ணியின் அம்மா லூர்தம்மா அதிகம் வருத்தப்பட்டாலும் தனது கைக்குழந்தையை நினைத்து மனதைத் தேற்றிக்கொண்டார். வேறு திருமணம் செய்துகொள்ள அவர் விரும்பவில்லை. மகளை வளர்ப்பதையே தனது லட்சியமாகக் கொண்டு வாழ்ந்தார்.

கூலிவேலைக்குச் செல்லும்போது குழந்தையையும் தூக்கிக் கொண்டு செல்வார். வேலை செய்யும் இடத்தில் இருக்கும் ஏதாவது ஒரு மரக்கிளையில் தொட்டில் கட்டி குழந்தையைத் தூங்க வைப்பார். வயலில் வேலை செய்தாலும் ஒரு கண் குழந்தையைப் பார்த்தபடிதான் இருக்கும்.

குழந்தையுடன் இருக்கும் அவளுக்கு வேலை கொடுக்க நிலச் சொந்தக்காரர்கள் முதலில் தயங்கினர். வேலையை விட்டுவிட்டு குழந்தைக்குப் பால் கொடுக்கச் சென்றுவிடுவாரோ என்பதுதான் தயக்கத்திற்குக் காரணம்.

லூர்து நல்ல வேலைக்காரி. வரிசையாகக் களை எடுக்கும்போதும், அறுவடை செய்யும்போதும் மிகவேகமாக வேலைசெய்து முந்திச் சென்றுவிடுவார். இருப்பினும் தனக்குப் பக்கத்தில் இருப்பவர் சுணங்காமல் இருக்க அவருக்கும் உதவி செய்வார்.

குழந்தையைத் தூக்கிச் செல்லும்போதும் இதேபோன்ற வேகத்தை அவர் காட்டுவாரோ என்ற தயக்கம் ஆரம்பத்தில் இருந்தது. அவர்களது தயக்கத்தைக் கண்ட லூர்து முன்னைவிட வேகமாக வேலை செய்ய ஆரம்பித்தார். அதைக் கண்ட நிலச் சொந்தக்காரர்கள் அவருக்கு வேலை கொடுக்க நான் நீ என்று போட்டிபோட்டு முன்வந்தனர். அதனால் அவருக்கு எப்போதும் வேலை கிடைத்தது. ஆனால் எப்போதும் தலித் மக்கள் வயலில்தான் வேலை செய்தார். வேலையில்லாத சமயங்களில் ஆதிக்கச் சாதியினரது வயல்களுக்குச் சென்றார்.

லூர்துக்கு மாதா மேல் அதிக பக்தி. ஒவ்வொரு சனிக்கிழமையும் தவறாமல் கோயிலுக்குச் சென்று அங்குள்ள வேளாங்கண்ணி மாதா சுரூபத்திற்கு மெழுகுதிரி ஏற்றி பக்தியுடன் செபிப்பார்.

அவர்களுக்கு எதிர்த்த வீட்டில் ஞானம் என்ற சிறுவன் இருந்தான். வேளாங்கண்ணிக்கு ஒரு வயது இருக்கும்போது அவனுக்கு வயது பத்து இருக்கும். லூர்து கணவனை இழந்து தவித்தபோது ஞானம்தான் வேளாங்கண்ணியைத் தூக்கிவைத்து விளையாடுவான். லூர்து வேலை செய்து களைப்புடன் வந்து வீட்டு வேலைகளையும் செய்ய வேண்டும். கிணற்றிலிருந்து தண்ணீர் எடுத்துவர வேண்டும். சமைக்க வேண்டும். அந்தச் சமயங்களில் ஞானம் குழந்தையைத் தூக்கிவைத்து விளையாடுவான். குழந்தையும் இரு கைகளையும் நீட்டியபடி ஞானத்திடம் மிகவும் விருப்பமுடன் தாவிச் செல்லும்.

ஞானம் மிகவும் பக்தியானவன். வாரம் ஒருமுறை பங்குப் பணியாளர் திருப்பலிக்கு வரும்போது அவன்தான் முதல் ஆளாகக் கோயிலுக்குச் செல்வான். பூசைக்கு உதவியும் அவனே செய்வான்.

மற்ற நாள்களில் தினமும் மாலையில் செபம் மட்டும் இருக்கும். ஒவ்வொருநாளும் மாலைச் செபத்திற்குச் செல்வான். தனியாகச் செல்வது இல்லை. வேளாங்கண்ணியையும் தூக்கிக்கொண்டு செல்வான்.

ஞானத்தின் அம்மாவிடம் தெருவில் இருக்கும் மற்ற பெண்கள், "ஓம் மகனப் பாருத்தா. எப்பப் பாத்தாலும் ஊர்து மகளையே தூக்கிக்கிட்டு அலைறான். அவனுக்கு ஒரு தம்பியோ, தங்கச்சியோ பெத்துக் கொடுத்தா"ன்னு கேலி செய்வர்.

அப்போது வேளாங்கண்ணிக்கு இரண்டு வயது இருக்கும். மழலைச் சொற்களால் தனது அம்மாவை மட்டுமில்லாமல் அந்தத் தெருவிலிருந்த எல்லாரையும் ஆச்சரியப் படுத்தினாள். 'இந்த வயசுல எப்பிடிப் பேசுறான்னு பாரேன்'னு எல்லாரும் ஆச்சரியப்பட்டனர்.

ஒருநாள் வீட்டிற்கு வெளியே தெருவில் குழந்தை வேளாங்கண்ணி விளையாடிக்கொண்டிருந்தாள். அப்போது...

ஒரு எருமைமாடு கட்டுகளை அறுத்துவிட்டு மிரட்சியுடன் 'மே...' என்று கத்திக்கொண்டு மிகவேகமாகத் தெருவில் ஓடி வந்தது.

வரும் ஆபத்தை குழந்தை உணரவில்லை. "மாடு... ஓடுது..." என்று மழலைச் சொற்களை உதிர்த்தபடி எருமையைப் பார்த்து மகிழ்ச்சியுடன் கைகொட்டி சிரித்தாள்.

தனது வீட்டின் திண்ணையில் அமர்ந்திருந்த சிறுவன் ஞானம் ஆபத்தை உணர்ந்தான். ஒரு நொடிகூடத் தாமதிக்கவில்லை. மிக வேகமாக ஓடி குழந்தையைத் தள்ளிவிட்டான்.

"அம்மா..." என்று அலறியபடி குழந்தை தூரத்தில் விழுந்து பெருங்குரலில் அழுதது.

அதே நேரம் வெறிகொண்டு ஓடிவந்த எருமை ஞானத்தின்மீது மோதி அவனைக் கீழே தள்ளி அவனை மிதித்துக்கொண்டு ஓடியது.

பலத்த காயம் ஏற்பட்ட சிறுவனை மருத்துவமனைக்குக் கொண்டு சென்றனர். கீழே விழுந்தபோது கல்லில் தலை மோதியதால் மூளையில் ரத்தக்கசிவு ஏற்பட்டிருப்பதாகவும் பிழைப்பது அரிது என்றும் மருத்துவர் கூறினார். அவர் கூறியபடி அடுத்த நாளே அவன் இறந்தான்.

ஊரே ஊர்தைத் தூற்றியது. ஞானத்தின் இறப்பிற்கு அவள்தான் காரணம் என்று அவளை மிக மோசமாகத் திட்டினர்.

ஞானம் மிகவும் அன்பான பையன். ஊரில் உள்ள எல்லோரும் அவனை விரும்பினர். எடுத்துக்காட்டான ஒரு சிறுவனாக இருந்தான். ஒருசில பெற்றோர் தங்களது பிள்ளைகளிடம் ஞானத்தப் போல இருங்கடா என்று சொல்வர்.

மகன் இறந்த சோகம் ஞானத்தின் அம்மாவை மிகவும் பாதித்தது. சில நாள்கள் ஒன்றும் சாப்பிடாமலே இருந்தார். ஒரே பிள்ளை. இப்படி இறந்துவிட்டானே என்ற வேதனையிலிருந்து அவரால் மீள முடியவில்லை. மனநோயாளியானார். ஒருசில மாதங்களில் இறந்துவிட்டார். ஞானத்தின் அப்பா தனியாகச் சமைத்துச் சாப்பிட்டு வந்தார். மனைவி, மகன் இறந்த சோகம் அவரிடம் அதிகம் இருந்தது. நடைப்பிணமாக ஊரில் திரிந்தார்.

லூர்துவை ஊரார் திட்டியபோது அவரது பதில் கண்ணீராக வெளிப்பட்டது. ஆனால் ஞானத்தை லூர்து மறக்கவில்லை. ஞானம் இறந்தது ஒரு வெள்ளிக்கிழமை. ஒவ்வொரு வெள்ளிக்கிழமையும் வேளாங்கண்ணியைத் தூக்கிக்கொண்டு ஞானத்தின் கல்லறைக்குச் செல்வார். ஞானத்தின் கல்லறையில் மெழுகுதிரி ஏற்றி, பத்தி கொளுத்தி வைத்து அவனிடம் வேண்டுவார். தன் மகள் உயிருடன் இருப்பதற்கு அவன்தான் காரணம் என்றும், அவளது நல் வாழ்வுக்காக கடவுளிடம் வேண்டும்படியும் செபிப்பார். மகள் குழந்தை என்றும் பார்க்காமல் அவளையும் அவ்வாறு வேண்டும்படி கூறுவார்.

அங்குதான் அவரது கணவரின் கல்லறை இருந்தது. ஆனால் அக்கல்லறைக்குச் செல்வது இல்லை. வருடத்திற்கு ஒருமுறை நவம்பர் மாதம் இரண்டாம் தேதி மரித்த அனைத்து ஆன்மாக்களுக்காக வேண்டும் போது மட்டும் அக்கல்லறையைச் சுத்தம் செய்து கணவருக்காக வேண்டுவார்.

மகள்தான் அனைத்தும் என்று வாழ்ந்த லூர்துவின் மரணமும் மிகவும் சோகமானது.

லூர்து என்று பெயர் இருந்ததால் என்னவோ அவருக்கு மாதா மீது அளவில்லாத பக்தி. வீட்டில் லூர்து மாதா படத்தை வைத்திருந்தார். தினமும் படத்திற்கு பத்தி கொளுத்தி வேண்டியபின்தான் வேலையை ஆரம்பிப்பார். அதுபோல ஒவ்வொரு சனிக்கிழமை மாலையிலும் கோயிலுக்குச் சென்று, வேளாங்கண்ணி அன்னைக்கு மெழுகுதிரி கொளுத்தி வேண்டுவதையும் தொடர்ந்தார். தனது மகளின் வாழ்வு நலமுடன் இருக்கவேண்டும் என்பதுதான் அவரது ஒரே செபமாக இருந்தது.

அவருக்குக் கூலி வேலை எப்போதும் கிடைத்தது. வேலையில்லை என்று ஒருநாளும் வீட்டில் இருந்ததில்லை. அதனால் மகளுக்கு எந்தவிதமான குறையும் வைக்காமல் தேவையானவை அனைத்தையும் வாங்கிக்கொடுத்தார்.

தனது மகளை நன்கு படிக்க வைக்க நினைத்தார். ஐந்து வயது ஆனதும் மகளைத் தூக்கிக்கொண்டு பள்ளிக்குச் சென்றார். தலைமை ஆசிரியர் அவ்வூரைச் சேர்ந்தவர். லூர்துக்கு தூரத்துச் சொந்தம் வேறு. அவரிடம் பிள்ளையை முதல் வகுப்பில் சேர்க்கச் சொல்லிவிட்டு பிரிய மனமில்லாமல் வேலைக்குச் சென்றார்.

ஆனால் சிறிது நேரத்தில் மகள் தான் வேலை செய்யும் இடத்திற்கே அழுது கொண்டு வந்து அவளைத் திகைக்க வைத்தாள். ஏன் அழுகிறாள் என்று தெரியவில்லை. ஒருவேளை தன்னைப் பிரிய மனமில்லாமல் பள்ளியிலிருந்து ஓடி வந்திருக்கலாம் என்று எண்ணியபடி மறுபடியும் பிள்ளையைத் தூக்கிக்கொண்டு பள்ளிக்குச் சென்றார்.

லூர்தை பார்த்ததும் தலைமை ஆசிரியர் சிறிது கோபமாகச் சொன்னார். "என்ன லூர்து, உம் மக ரொம்ப பிடிவாதக்காரியா இருப்பா போல தெரியுதே. இந்த வயசுல இம்புட்டு பிடிவாதமா இருக்கக் கூடாது. பிள்ளய இப்படியா வளக்கிறது?"

"அப்பிடியெல்லாம் இருக்க மாட்டாளே? என்ன விசயம்?" என்று மகளை அணைத்தபடி கவலையுடன் தலைமை ஆசிரியரிடம் கேட்டார்.

"நம்ம சாதிக் கிறிஸ்தவப் பிள்ளைகளப் பள்ளியில சேர்க்கும் போது அந்தப் பிள்ளைகள இந்துன்னுதான் நானு எழுதுவேன். அப்பத்தான் மேல்படிப்பு படிக்க அரசு உதவி கிடைக்கும். படிச்சி முடிச்ச பெறகு வேலையும் கிடைக்கும். உம் பிள்ளைக்கும் அதுமாதிரிச் செஞ்சேன். உம்பிள்ள பேரு வேளாங்கண்ணி. அதுல முத எழுத்து 'வே'. கடைசி எழுத்து 'ணி'. இரண்டையும் சேர்த்து வேணின்னு பெயரை வச்சி இனும உம் பேரு வேளாங்கண்ணியில்ல. வேணி. யாரு கேட்டாலும் வேணின்னு சொல்லணும். அதுமாதிரி இந்துன்னும் சொல்லணும்னேன். அம்புட்டுத்தான். அதுவரைக்கு சிரிச்சிக்கிட்டு இருந்த ஓம் மக அழுக ஆரம்பிச்சிட்டா. எம் பேரு வேளாங்கண்ணி... வேளாங்கண்ணின்னு சொல்லி அழுதுகிட்டே இருந்தா. எம்புட்டுச் சொல்லியும் கேக்கல. நீ எம்புட்டு அழுதாலும் ஓம் பேரு வேணிதான்னு சொன்னேன். அப்ப அஞ்சாங்கிளாஸ் பையங்க கத்திக்கிட்டு இருந்தாங்க. அவுங்களக் கவனிக்க அந்தக் கிளாசுக்குப் போனேன். ஒரு வாத்தியாரு... மூணு கிளாசக் கவனிக்க முடியுமா? மூணு கிளாசுக்குப் பாடம் நடத்த முடியுமா? எட்மாஸ்டர் வேலையைப் பார்க்க முடியுமா? என்ன செய்றது? அந்தக் கிளாசுக்குப் போயிட்டு கொஞ்ச

நேரங் கழிச்சி ஆபீசுக்கு வந்து பாத்தா உம் மகளக் காணோம். எங்க போனாள்னு யாருக்கும் தெரியல. பள்ளிக்கூடம் முழுசும் தேடுனோம். காணோம். வீட்டுக்கு ஓடிட்டாளோன்னு நெனைச்சி ரெண்டு பையங்கள உன் வீட்டுக்கு அனுப்புனேன். அதுக்குள்ள நீயே பிள்ளையத் தூக்கிக்கிட்டு வந்துட்ட" என்று தலைமை ஆசிரியர் மிகவும் வேதனையுடன் கூறினார்.

லூர்து அவர் பேசியதைக் கேட்கும் மனநிலையில் இல்லை. மிகவும் கோபமாகக் கத்தினார். "ஏன் அண்ணே, உங்ககிட்ட எம் மகள இந்துன்னு போடச் சொன்னேனா? பள்ளிக்கூடத்துக்குப் போறேன்னு ரொம்பச் சந்தோசமாப் போனவ அழுதுக்கிட்டே வாராளேன்னு பாத்தேன். இப்பத்தான காரணம் புரியுது. ஆசை ஆசையா வேளாங்கண்ணின்னு மாதா பேர வச்சோம். அந்தப் பேரக் கூப்பிடும்போதே எம்புட்டுச் சந்தோசமா இருக்கும் தெரியுமா? அதெல்லாம் உங்களுக்கு எங்க புரியப்போகுது. என்னமோ வேணியாம்... கோணியாம். எதுக்குப் பேர மாத்துனீங்க? எம் மகளுக்கு அரசாங்க சலுக வேணாம். அவுக வேலையும் வேணாம். நானு உழைக்கேன். என் உழைப்புல எம் மக படிச்சா போதும். சொந்தமா வேல செஞ்சி பிழைச்சாப் போதும்."

இந்தச் சின்ன வயசிலயே இந்தப் பேரு மேல இம்புட்டு ஆசையா என்று வேளாங்கண்ணியை நினைத்து ஊரார் ஆச்சரியப்பட்டனர். அதே நேரத்தில் தெருவில் உள்ள எல்லாரும் லூர்தை திட்டினர். "சின்னப்பிள்ள ஏதோ தெரியாமச் சொல்லுதுன்னா அவளக் கண்டிக்காம எட்மாஸ்டருட்டப் போயி சண்ட போட்டிருக்காளே! இவளுக்கு ஏதாவது ஆச்சினா பிள்ள எப்பிடிப் படிப்பா? பின்னாடி என்ன வேலைக்குப் போவான்னு கொஞ்சமாவது யோசிக்க வேண்டாம்? இவ புருசன் இருந்தான்னா இதுமாதிரிச் செய்ய விடுவானா? அப்பனில்லாத பிள்ளையின் வாழ்வ நாசமாக்குறாளே."

லூர்து எதைப்பற்றியும் கவலைப்படவில்லை. வேளாங்கண்ணி என்ற பெயரில் கிறிஸ்தவள் என்ற அடையாளத்தில் தன் மகள் படிப்பதில் அவர் பெருமைப்பட்டார்.

வேளாங்கண்ணி சிறு வயதில் அதிகம் விளையாடிக்கொண்டு இருந்தாலும் வயது அதிகரிக்க அதிகரிக்கத் தனது பொறுப்பை உணர்ந்து மிக நன்றாகப் படித்தார். வகுப்பில் முதல் மாணவி என்ற பெயரை எடுத்தார். அவ்வூரில் தொடக்கக் கல்வியைக் கற்றபின் கிளியூர் சென்று அங்கு எட்டாம் வகுப்புவரை படித்தார்.

அதன்பின் அதற்கடுத்து உள்ள ஒரு சிறிய நகரத்தில் உள்ள உயர்நிலைப் பள்ளியில் சேர்ந்து படித்தார்.

பத்தாம் வகுப்பு படித்தபோது அவளது வாழ்வையே புரட்டிப்போடும் அந்தச் சம்பவம் நடந்தது.

அது செப்டம்பர் மாதம். காலாண்டுத் தேர்வுக்காக மும்முரமாகப் படித்தார். மிகச் சிறப்பாகப் படித்ததால் அனைத்து ஆசிரியைகளின் அன்பையும் அவர் பெற்றிருந்தார்.

அம்மாதம் எட்டாம் தேதி அன்னையின் பிறப்பு விழா. வேளாங்கண்ணித் திருத்தலத்தில் தேவதாயின் திருவிழா மிகச் சிறப்பாகக் கொண்டாடப்படும் நாள்.

அந்தத் திருத்தலத்திற்குச் செல்வது என்று லூர்து நேர்ச்சை செய்திருந்தார். அதற்கான ஏற்பாடுகளை மிகவும் மும்முரமாகச் செய்தார்.

காலாண்டுத் தேர்வுச் சமயத்தில் செல்வது நல்லதல்ல என்ற எண்ணம் லூர்துக்கு ஏற்படவில்லை. தனது நேர்ச்சையை நிறைவேற்ற வேண்டும் என்ற எண்ணம் மட்டுமே இருந்தது.

வேளாங்கண்ணிக்குச் செல்லவேண்டும் என்றதும் வேளாங்கண்ணியும் எதுவும் சொல்லவில்லை. தனது படிப்புக்கு திருத்தலப் பயணம் தடையாக இருக்கும் என்று எண்ணவில்லை. அன்னை தனது படிப்பை ஆசீர்வதிப்பார், தன்னால் நன்கு தேர்வு எழுத முடியும், நல்ல மதிப்பெண்களைப் பெற முடியும் என்ற நம்பிக்கை மட்டுமே அவரிடம் இருந்தது. மூன்று நாள்கள் விடுப்பு கேட்டார். தலைமை ஆசிரியை கொடுக்க மறுத்தார். அதைப்பற்றிச் சிறிதும் கவலைப்படாமல் அம்மாவுடன் வேளாங்கண்ணி திருத்தலத்திற்குப் புறப்பட்டார்.

வேளாங்கண்ணியில் தங்குவதற்கு இடம் கிடைக்கவில்லை. கொண்டுசென்ற பையையும் தூக்கிக்கொண்டே திருவிழா திருப்பலியில் பக்தியுடன் கலந்துகொண்டனர். மிகவும் உருக்கமாக வேண்டினர்.

ஆனால் அவர்களுக்கு முழுமையான திருப்தி ஏற்படவில்லை. அன்னையின் தேர்பவனியைப் பார்த்தால்தான் முழு திருப்தி கிடைக்கும் என்று இருவருமே நினைத்தனர். தேர்பவனியைப் பார்ப்பதற்காகக் கூட்டத்தோடு கூட்டமாக இருவரும் நின்றனர்.

தொலைவில் அன்னையின் தேர் வருவது தெரிந்தது. அருகில் வரட்டும் என்று மிகவும் ஆவலுடன் காத்திருந்தனர். அன்னையின்

தேர் மெதுவாக, மிக மெதுவாக அவர்கள் நின்றுகொண்டிருந்த இடத்திற்கு அருகில் வந்தது.

லூர்து பரவசமடைந்தார். குவிந்த கரங்களுடனும், நீர்நிறைந்த விழிகளுடனும் அன்னையின் திருவுருவத்தைப் பயபக்தியுடன் பார்த்தபடி மெய்மறந்திருந்தார். அவரது உடலின் ஒவ்வொரு அணுவையும் அன்னையின் அருள் நிறைப்பதாக உணர்ந்தார்.

அப்போது...

கரம் குவித்திருந்த லூர்து திடீரென்று கீழே விழுந்தார். அப்படியே அசைவற்றுக் கிடந்தார். கூட்டம் நெருக்கியது.

வேளாங்கண்ணி அம்மாவைக் கவனிக்கவில்லை. அவரும் பயபக்தியுடன் கரம் குவித்தபடி மின்னொளியில் தேரில் எழுந்தருளி யிருக்கும் அன்னையின் திருவுருவத்தைப் பார்த்தபடியே இருந்தார்.

கூட்டத்தில் ஏதோ சலசலப்பு ஏற்பட வேளாங்கண்ணி திரும்பிப் பார்த்தார். அம்மாவைக் காணோம். சுற்றிலும் பார்த்தார். அப்போது தான் அம்மா கீழே கிடப்பதை அவர் உணர்ந்தார்.

என்ன நடந்தது என்று அவருக்குப் புரியவில்லை. கூட்ட நெரிசலின் காரணமாக கீழே விழுந்திருக்கலாம் என்று எண்ணினார். "அம்மா... அம்மா... எந்திரிம்மா..." என்று கூறியபடி குனிந்து அவரைத் தூக்க முயன்றார். முடியவில்லை.

அம்மா எழுவதற்கு முயற்சிப்பதுபோலத் தெரியவில்லை. அம்மாவை உற்றுப் பார்த்தார். மலங்க மலங்க விழித்தபடி அம்மா செயலற்றுக் கிடப்பதை அறிந்தார். அம்மாவுக்கு ஏதோ நடந்துவிட்டது என்ற உணர்வு அப்போதுதான் வேளாங்கண்ணிக்கு ஏற்பட்டது. என்ன செய்வது என்று தெரியவில்லை. அந்த நொடியில் தான் தனியாக, அனாதையாக இருப்பதாக உணர்ந்தார். அந்த உணர்வு அவரை மிகவும் வலிமையாகத் தாக்கியது. அதைத் தாங்க முடியாமல் தனது அம்மாவைப் பார்த்து "அம்மா" என்று மிகப் பலமாக அலறினார்.

அந்த அலறல் அவரை நெருக்கிக்கொண்டு இருந்த கூட்டத்தினரைத் தாக்கி விண்நோக்கி எழுந்து திருத்தலம் முழுவதிலும் மிகப்பலமாக எதிரொலித்தது. ஒரு நொடி அனைத்தும் அசைவற்று இருந்ததுபோல ஓர் உணர்வு ஏற்பட்டது. கூட்டத்தினரின் ஒட்டுமொத்த கவனமும் அங்கே திரும்பியது.

அப்போதுதான் அவர்கள் கீழே விழுந்து கிடந்த பெண்ணையும் அலறும் பெண்ணையும் வியப்புடனும் பரிதாபத்துடனும் பார்த்தனர்.

"ஐயோ பாவம். வாத நோய் வந்தது மாதிரியில இருக்கு" என்றார் வேதனையுடன் ஒரு பெண்.

மற்றொரு பெண் கதிகலங்கச் சொன்னார். "உடல்நலமில்லாத எல்லாரும் அன்னையின் திருத்தலத்திற்கு வந்து நலம் பெற்றுச் செல்வாங்க. நல்ல உடல் நலத்தோட இருந்த இவுங்களுக்கு இந்த இடத்துல இப்படி நடந்திருக்கே. மனசுக்கு ரொம்பக் கஷ்டமாவுல இருக்கு."

"இவ என்ன செஞ்சிட்டு இங்க வந்தாளோ? அதான் மாதா தண்டிச்சிருப்பாங்க" என்றார் கரங்குவித்திருந்த மற்றொரு பெண்.

"விழுந்து கெடக்கிறவளுக்கு உதவாம இப்பிடியா பேசுவீங்க" என்று சிறிது கோபத்துடன் கூறிய ஒரு பக்தை உதவ முன்வந்தார். அவருக்கு இன்னும் சிலர் உதவினர். லூர்தை தூக்கிச் சென்று மருத்துவமனையில் சேர்த்தனர். வாத நோய் தாக்கியிருப்பதாக மருத்துவர் சொன்னார்.

செய்வது அறியாமல் வேளாங்கண்ணி திகைத்தார். அம்மாவின் நோய் அவரைச் செயலற்றவராக்கியது.

அன்னையின் பக்தர்கள் சிலர் உதவ முன்வந்தனர். அவர்கள் கொடுத்த உதவியால் ஒரு காரில் அம்மாவை ஊருக்கு அழைத்து வந்தார். மருத்துவ மனையில் சேர்த்து சிகிச்சைக்கு ஏற்பாடு செய்ய அவரால் முடியவில்லை.

ஊரே வேதனையில் மூழ்கியது. "கடவுள் ஏன்தான் லூர்த இப்பிடிச் சோதிக்கிறாரோ... தெரியலையே."

அம்மாவை அருகில் இருந்து கவனித்துக்கொள்ள வேண்டிய சூழ்நிலை வேளாங்கண்ணிக்கு ஏற்பட்டது. பணமும் தேவைப்பட்டது. உதவுவதற்கு யாரும் முன்வரவில்லை. திருப்பிக்கொடுக்க வேண்டும் என்ற நிபந்தனையுடன் உதவச் சிலர் முன்வந்தனர்.

ஆனால் எந்தவிதமான எதிர்பார்ப்பும் இன்றி உதவ முன்வந்தார் சூனியக்கிழவி. அவர்தான் அம்மக்களுக்கு மருத்துவர். அனைத்து விதமான நோய்களுக்கும் அவரே மூலிகைகளைப் பயன்படுத்தி மருந்து தயாரித்துக் கொடுப்பார். எந்த மூலிகை எங்கே இருக்கும் என்று அவருக்கு நன்கு தெரியும். நேரடியாக வீடுகளுக்குச் சென்று

நோயாளிகளைச் சோதித்து மூலிகைகளைப் பயன்படுத்தி கசாயம் செய்து கொடுப்பார். மூலிகைகளை அரைத்து மருந்தாகவும் கொடுப்பார். கர்ப்பிணிப் பெண்களுக்கு ஆலோசனை சொல்வதோடு அவர்தான் பிரசவமும் பார்ப்பார். சிக்கலான பிரசவங்களையும் தனது அனுபவத் திறமையால் எந்தவிதமான சேதாரமும் இல்லாமல் தாய் வேறு குழந்தை வேறு என்று பிரித்துவிடுவார். பணம் என்று எதுவும் யாரிடமும் கேட்கமாட்டார். யாராவது தானியங்களைக் கொடுத்தால் அதை வேண்டாம் என்று மறுப்பதில்லை. பரம்பரையாக அவரது குடும்பத்தினர்தான் மருத்துவம் செய்தனர். தனது தாயிடமிருந்து மருத்துவக் கலையைக் கற்றார். தாயை மிஞ்சிய குட்டியாக அவர் திகழ்ந்தார்.

அவருக்குச் சூனியக்காரி என்ற பட்டம் கிடைத்ததே ஒரு கதை. அவர் தனது இளம் வயதில் அம்மாவிடமிருந்து மருத்துவம் கற்றதோடு அவரோடு இணைந்து மருத்துவமும் செய்தார். அவரை ஊரார் சின்ன மருத்துவச்சி என்றே அழைத்தனர். அவர் அழகாகவும், திடகாத்திரமாகவும் இருந்தார். அவரைப் பார்ப்போர் கட்டாயம் மறுபடியும் திரும்பிப் பார்ப்பர். தாயும், மகளும் தலித் மக்களுக்கு மட்டும் அல்லாமல் ஆதிக்கச் சாதியினருக்கும் மருத்துவம் செய்தனர். அவருடைய அம்மாவுக்கு உடல்நலமில்லாத சமயம் அது. அப்போது தனது மனைவிக்குப் பிரசவம் என்று ஆதிக்கச் சாதியைச் சார்ந்த ஒருவரிடமிருந்து நடுச்சாமத்தில் அழைப்பு வந்தது. அம்மாவால் செல்லமுடியவில்லை. வழக்கமாக அம்மாவுடன் செல்லும் அவர் பிரசவம் என்றதும் யாருடைய துணையும் இல்லாமல் துணிந்து தனியாகச் சென்றார். அங்கு சென்ற பின்புதான் தன்னை அடைவதற்கான சதிதான் பிரசவ அழைப்பு என்பது புரிந்தது. மிகவும் துணிவுடன் போராடி பத்திரமாக வீடுவந்து சேர்ந்தார்.

நடந்த நிகழ்ச்சி அவரை மிகவும் பாதித்தது. அதற்காக அவர் ஆதிக்கச் சாதிப் பெரியவர்களிடம் கூறி தனக்கு நியாயம் வேண்டும் என்று கேட்கவில்லை. நடந்ததைக் கேள்விப்பட்ட தலித் மக்களும் தங்கள் இனப் பெண்ணுக்கு நியாயம் வேண்டும் என்று கோரவில்லை. ஆனால் ஊரில் ஓர் அமைதியற்ற பதற்றமான சூழ்நிலை உருவானது. நிகழ்ச்சி நடந்த ஒரு மாதத்திற்குப் பின்பு அவரைக் கெடுக்க முயன்ற ஆதிக்கச் சாதியைச் சார்ந்தவர் தனது படுக்கையில் பிணமாகக் கிடந்தார். மாரடைப்பால் இறந்தார் என்று சொல்லப்பட்டாலும் சின்ன மருத்துவச்சிதான் ஏதோ சூனியம் செய்து அவரைக் கொன்றுவிட்டார் என்ற செய்தி பரவியது. அவரிடம் சிலர் கேட்டபோது அவர் அதை

மறுக்கவும் இல்லை. ஏற்கவும் இல்லை. ஏளனமான சிரிப்பே பதிலாக இருந்தது. அதிலிருந்து சின்ன மருத்துவச்சி என்ற பெயர் மறைந்து சூனியக்காரி என்ற பட்டம் கிடைத்தது. அந்தப் பெயரை அவர் மிகவும் விரும்பினார். அவருக்கு அப்பெயர் மிகப் பெரிய பாதுகாப்பாக இருந்தது. அவரைக் கண்டு ஊரார் பயந்தனர். மிகவும் மரியாதையுடன் நடத்தினர். அதற்குப் பின் ஆதிக்கச் சாதியைச் சார்ந்த யாரும் பிரசவத்திற்கு இவரையோ அல்லது இவரது அம்மாவையோ அழைக்காமல் மருத்துவ மனைக்குச் செல்ல ஆரம்பித்தனர்.

அம்மா இறந்ததும் சூனியக்காரி தனது மகளுக்குத் தனக்குத் தெரிந்த மருத்துவத்தைக் கற்றுக்கொடுத்தார். தன்னோடு தன் மகளையும் அழைத்துச் சென்றார். அவருக்கு வயசானபோது சூனியக்காரி என்ற பெயர் மருவி சூனியக்கிழவி என்ற புதிய பட்டம் கிடைத்தது. அவரது மகளை சின்னச் சூனியக்காரி என்று அழைத்தனர். அப்பெயரை அவர் எதிர்த்ததால் சின்ன மருத்துவச்சி ஆனார். அவர்கள் மூலிகைகளுக்காக எங்கெங்கோ அலைவதைக் கண்ட பெரியவர் பிச்சைமுத்து, தனது வயலில் ஒரு சிறுபகுதியில் தேவையான மூலிகைகளை வளர்க்க ஆரம்பித்தார். மூலிகை தேடுவதற்காக அவர்கள் அலைய வேண்டிய நிலை மறைந்தது. ஆனால் அதே சமயத்தில் சமூகத்தில் ஏற்பட்ட மாற்றத்தால் மருத்துவத்திற்கும், பிரசவத்திற்கும் அவர்களை நாடுபவர்களின் எண்ணிக்கை படிப்படியாகக் குறைந்தது. தலித் மக்களிடமும் மருத்துவ மனையை நோக்கிச் செல்லும் வழக்கம் அதிகரித்தது. அதைக்கண்டு சூனியக்கிழவியோ, அவரது மகள் சின்ன மருத்துவச்சியோ கவலைப்படவில்லை. யாருக்கும் உடல்நலமில்லை என்றால் வீடுகளுக்குச் சென்று ஆறுதல் சொல்வர். மருத்துவம் செய்யச் சொன்னால் மட்டுமே செய்வர்.

லூர்துக்கு வாத நோய் வந்தது என்று கேள்விப்பட்டதும் சூனியக்கிழவி தனது மகளோடு சென்று பார்த்தார். தினமும் காலை மாலை இரண்டு வேளையும் சென்று வேப்பெண்ணெயில் பல்வேறு மூலிகைகளைச் சேர்த்து லூர்தின் பாதிக்கப்பட்ட காலிலும், கையிலும் நன்றாகத் தடவி நீவிவிட்டார். மருந்துக்கும், மருத்துவத்திற்கும் என்று ஒரு ரூபாய்கூட அவர்கள் வேளாங்கண்ணியிடம் வாங்கவில்லை.

அவர்களது மருத்துவம் வேளாங்கண்ணிக்குப் பெரிய ஆறுதலாக இருந்தது. அம்மாவின் வாழ்வைப்பற்றி நினைத்தார்.

கணவனை இழந்த நிலையில் தனது அம்மா யாருடைய உதவியையும் நாடாமல் தனது காலில் சுயமாக நின்றது வேளாங்கண்ணிக்கு

நினைவு வந்தது. அந்த வழியில் செல்லத் திட்டமிட்டார். படிப்புக்கு முற்றுப்புள்ளி வைத்தார். மற்ற பெண்களுடன் கூலி வேலைக்குச் சென்றார். கூலி வேலை செய்வது மிகவும் கடினமாக இருந்தது. மன உறுதி இருந்ததால் அவரால் அதைத் தாங்கிக்கொள்ள முடிந்தது. வேலை செய்யப் பழகிக்கொண்டார்.

அம்மாவைக் கவனித்துக்கொள்வது, வேலைக்குச் செல்வது என்பதுதான் அவரது வாழ்வாக மாறியது. தனக்கு இப்படி ஒரு நிலை வந்ததே என்று அவர் வருத்தப்படவில்லை. குறிப்பாக மாதாவின் திருத்தலத்தில் தனது அம்மாவுக்கு இந்த நிலை வந்ததே என்று பலர் வேதனையுடன் கூறினாலும் அவர் அதைப்பற்றி வருத்தப்படவில்லை. குழந்தையிலிருந்து எந்தக் குறையும் இல்லாமல் தன்னை வளர்த்த அம்மாவைக் கவனித்துக்கொள்ள ஒரு வாய்ப்பு கிடைத்ததே என்ற மனநிலைதான் அவரிடம் இருந்தது.

ஆனால் அதற்கு முற்றிலும் மாறான மனநிலையில் லூர்து இருந்தார். தனது மகளின் படிப்பு பாழாகிவிட்டதே, அவளுக்கு எதிர்காலமே இல்லாமல் போய்விட்டதே என்று புலம்பினார்.

ஆனால் அந்த நிலையிலும் அவரிடமிருந்த மாதா பக்தி குறையவில்லை. அன்னையை முழுவதுமாக நம்பினார். அன்னையின் திருத்தலத்தில் தனக்கு இந்த வியாதி வந்ததால் அன்னை ஓர் அற்புதம் செய்து தன்னை முழுவதுமாகக் குணமாக்குவார் என்று நம்பினார். அதனால் அவரது ஒரே மன்றாட்டு 'தாயே... என்னைக் குணமாக்கு, தாயே... என்னைக் குணமாக்கு' என்பதாகத்தான் இருந்தது. அன்னை தன்னை முற்றிலும் குணமாக்கிவிடுவார், மீண்டும் தன்னால் பழயபடி வேலைக்குச் செல்ல முடியும், மகளின் படிப்பும் தொடரும் என்ற அசைக்க முடியாத நம்பிக்கை அவரிடம் இருந்தது. அந்த நம்பிக்கை அவரை வாழ வைத்தது.

அவரது நம்பிக்கையாலோ அல்லது சூனியக்கிழவியின் மருத்துவத்தாலோ என்னவோ படுத்த படுக்கையாகவே இருந்த அவரால் சிறிது நகர முடிந்தது. ஒரு கையும், ஒரு காலும் நோயால் பாதிக்கப்பட்டிருந்த அவரால் சிறிது எழ முடிந்தது. சுவரைப் பிடித்தபடி வீட்டிற்குள்ளாகவே ஓளவு நடக்க முடிந்தது. மாதா தன்னைக் கைவிடவில்லை என்று உணர்ந்த அவர் நம்பிக்கையின் வெளிப்பாடாக மற்றொரு முடிவு எடுத்தார்.

★★★

6

அன்று பிப்ரவரி பதினோராம் தேதி. சிறுமி பெர்னதத்துக்கு லூர்து அன்னை காட்சி கொடுத்த நாள். தனது பெயர்கொண்ட திருநாள் என்பதையும் லூர்து நினைத்தார்.

கடந்த ஐந்து மாதங்களாக வாத நோயால் துன்பப்படும் தனக்கு அன்னை இன்று ஓர் அற்புதம் செய்வார், தன்னை முழுவதுமாகக் குணமாக்குவார் என்று மிக உறுதியாக நம்பினார். 'இன்று அன்னையின் நாள், எனது நாள், அன்னைக்கும் எனக்கும் உள்ள உறவை உறுதிப்படுத்தும் நாள், அதை வளர்க்கும் நாள்' என்ற உணர்வு ஏற்பட்டது.

அன்று அதிகாலையிலேயே கண்விழித்த அவர் வீட்டில் மாட்டியிருந்த லூர்து அன்னையின் படத்தைப் பார்த்துச் செபிக்க ஆரம்பித்தார். "அம்மா தாயே, லூர்து மாதாவே, இந்தத் தேதியிலதான் லூர்து நகர்ல சிறுமி பெர்னதத்துக்கு காட்சி கொடுத்தீங்க. தனக்கு மாதா காட்சி கொடுத்தாங்கன்னு சிறுமி சொன்னத யாரும் நம்பல. அடையாளம் வேணும்னு கேட்டாங்க. பாறையில இருந்து தண்ணீரச் சுரக்கவச்சி நீங்க காட்சி கொடுத்தத நிரூபிச்சிங்க. அந்த இடத்துலயிருந்து இன்னைக்கும் தண்ணி சுரந்துக்கிட்டே இருக்காம். அந்தத் தண்ணியில குளிச்சாலோ உடம்புல தெளிச்சிக்கிட்டாலோ எந்த நோயி இருந்தாலும் அது குணமாயிறதாச் சொல்றாங்க. அம்மா, அத நானு நம்புறேன். முழுசா நானு நம்புறேன். எனக்கு அந்தத் தண்ணிய யாரு கொடுப்பா. அம்மா, நோயினால நானு ரொம்பக் கஷ்டப்படுறேன். அழுதுக்கிட்டே இருக்கேன். அந்த அழுகைய உங்க திருத்தலத்துல இருக்குற புதுமைத் தண்ணியா நெனைக்கேன். அந்தத் தண்ணியில நானு குளிச்சிக்கிட்டே இருக்கேன். அம்மா, எனக்கு நல்ல சுகத்தக் கொடும்மா. கட்டாயம் கொடுப்பன்னு நம்புறேன். இன்னைக்குள்ள எனக்கு கொடும்மா. கட்டாயம் கொடுக்கணும். கொடும்மா. நல்ல சுகத்தக் கொடும்மா."

மறுபடியும் மறுபடியும் வேண்டியபடியே இருந்தார்.

காலை... புதுமை எதுவும் நடக்கவில்லை.

மதியம்... அவரது உடலில் எந்த மாற்றமும் இல்லை.

மாலை... அப்போதும் உடல் அப்படியேதான் இருந்தது.

இரவு... நிச்சயம் மாதா தன்னைக் குணமாக்குவார் என்று தீவிரமாக நம்பினார். விழித்தே இருந்தார்.

நடு இரவு... அப்போதும் எதுவும் நடக்கவில்லை.

நம்பிக்கையின் எல்லை அந்த அளவு மட்டுமே. இழுக்கப்படும் ரப்பர் அறுவதுபோல அவரது நம்பிக்கையும் அறுந்தது. எந்த வேகத்தில் அறுந்ததோ அதே வேகத்தில் விரக்தி அவரை முழுவதுமாக நிறைத்தது.

அவரது விழிகளிலிருந்து வழிந்த நீர் முற்றிலுமாக நின்றது. வீட்டில் எரிந்துகொண்டிருந்த சிம்னி விளக்கொளியில் சுவரில் தொங்கிய லூர்து மாதாவின் படத்தையே வெறித்துப் பார்த்தார். பின் அருகில் படுத்திருந்த மகளை அன்புடன் பார்த்தார். இனியும் மகளுக்குச் சுமையாகத் தான் இருக்கக்கூடாது என்ற எண்ணம் அவரிடம் ஆழமாக வேரூன்றியது.

காலையில் எழுந்த வேளாங்கண்ணி வழக்கம்போல லூர்தன்னை படத்திற்கு பத்தி கொளுத்தினார். அதைப் பார்த்த அவரது அம்மா திரும்பிப் படுத்துக்கொண்டார். எதுவும் பேசவில்லை. காலையிலும் பிற்பகலிலும் எதுவும் சாப்பிடவும் இல்லை.

மாலையில் வேலையிலிருந்து திரும்பிய வேளாங்கண்ணி அம்மா சாப்பிடாமல் இருப்பதைக் கண்டு அவரைக் கடிந்து கொண்டார். வேகவேகமாகச் சமைக்க ஆரம்பித்தார்.

சமைத்து முடித்ததும் சூடான உணவை தட்டில் வைத்து படுத்திருந்த அம்மாவிற்கு முன்பாக வைத்தார். வழக்கமாக எழுந்து சாப்பிடும் அம்மா அன்று உணவை ஊட்டிவிடச் சொன்னார். தான் ஊட்டி விடுவதாக எத்தனையோ முறை சொல்லியும் மறுத்து தனது இடது கையாலேயே சாப்பிடும் அம்மா இன்று ஊட்டிவிடச் சொன்னது அதிசயமாக இருந்தது. உணவை ஊட்டிவிடப் போனார்.

"மகளே, உம் மடியில படுக்கட்டுமா...?"

அம்மாவின் தலையைத் தனது மடியில் வைத்துக்கொண்டு அவருக்கு ஊட்டி விட்டார். சிறிது உண்ட அவர் போதும் என்று தலையாட்டினார்,

"நானு உனக்கு பாரமா இருக்கேன்ல."

"ஏம்மா இப்படிப் பேசுறீங்க... என்ன நீங்க எப்பிடிக் கவனிச்சிக்கிட்டீங்க. உங்களக் கவனிக்க எனக்குச் சந்தர்ப்பம் கெடைச்சிருக்கேன்னு சந்தோசப்படுறேன். எனக்கு என்னைக்குமே நீங்க பாரமா இருக்கமாட்டீங்க."

"நானு உனக்கு இனும பாரமா இருக்க மாட்டேன்."

"அம்மா... நீங்க இப்படிப் பேசுறதுதான் எனக்குப் பாரமா இருக்கு."

அதன்பின் ஹூர்து எதுவும் பேசவில்லை.

வேளாங்கண்ணியும் உணவு உண்டபின் அசதியில் படுத்துத் தூங்கினார்.

மறுநாள் காலை எழுந்தபோது அம்மாவின் படுக்கை வெறுமையாக இருந்தது. 'எங்க போயிருப்பாங்க...?' வேளாங்கண்ணி தேடினார். எங்கும் இல்லை. எங்கும் செல்லவும் முடியாதே? காலை இழுத்துக்கொண்டு சிறிது வீட்டிற்குள் நடப்பார். அவ்வளவே. எங்கும் செல்வதற்கு வாய்ப்பு இல்லயே...

அப்போது...

தெருவில் ஒரே கூச்சல்.

வேளாங்கண்ணி வெளியே வந்தார்.

எல்லாரும் அலறியபடி அருகில் இருந்த கிணற்றை நோக்கி ஓடினர்.

வேளாங்கண்ணியும் பதற்றத்துடன் அங்கே ஓடினார்.

கிணற்றில் குப்புற மிதந்தபடி கிடந்த உடலைக் கண்டு "ஐயோ... அம்மா..." என்று அலறிய வேளாங்கண்ணி மயங்கிக் கீழே விழுந்தார்.

விழித்துப் பார்த்தபோது தான் வீட்டில் படுத்திருப்பதையும், பெண்கள் அனைவரும் அவரைச் சுற்றி அமர்ந்து ஒப்பாரி வைப்பதையும் கண்டார்.

எழுந்து கிணற்றுக்கு ஓட முயற்சித்தார்.

அவளை யாரும் வெளியே செல்ல அனுமதிக்கவில்லை.

கிணற்றிலிருந்து ஹூர்தின் உடலைத் தூக்கிய ஆண்கள் நேராகக் கல்லறைக்குத் தூக்கிச் சென்று புதைத்துவிட்டனர். இரண்டு மணி நேரத்தில் அனைத்தும் முடிந்துவிட்டது.

அதன்பின் வேளாங்கண்ணி அழவே இல்லை. அம்மாவின் படுக்கையை வெறித்துப் பார்த்தபடியே இருந்தார். மற்ற பெண்கள் அவரை அழும்படி கட்டாயப்படுத்தினர். ஆனால் அவர் அழவில்லை.

இரண்டு நாள்கள் எதுவும் சாப்பிடாமல் அப்படியே இருந்தார். மூன்றாம் நாள் அதிகாலையில் யாருக்கும் தெரியாமல் கல்லறைக்குச் சென்றார். புதிதாகத் தோன்றிய கல்லறைக்குச் சென்றார். சிறிது நேரம் அங்கேயே நின்றார்.

"ஏம்மா இப்படிச் செஞ்ச..." அவரது அடிமனத்தில் அமுக்கி வைத்திருந்த துக்கம் வெடித்துச் சிதறியது. 'ஓ...' என்று மிகப் பலமாக ஒப்பாரி வைத்து அழுதார். அந்த ஒப்பாரியின் ஓலம் இலந்தக்குளம் கிராமம் முழுவதும் அதிகாலையில் எதிரொலித்தது.

வேளாங்கண்ணிக்கு அப்போது வயது பதினாறுதான். அந்த இளம் வயதிலேயே தனது அம்மாவைப் போல வைராக்கியமாக வாழ ஆரம்பித்தார். யாருடைய உதவியையும் அவர் எதிர்பார்க்கவில்லை. யாருடைய துணையையும் அவர் தேடவில்லை. தினமும் வேலைக்குச் செல்வார். கடினமாக உழைப்பார். தானாகச் சமைத்து உண்பார். மற்றவர்களின் மகிழ்வான நிகழ்வுகளுக்குச் செல்வதைத் தவிர்த்தார். ஆனால் துக்கமான நிகழ்வுகளுக்குச் சென்று அவர்களின் வேதனையில் பங்கெடுப்பார். ஞாயிற்றுக்கிழமைகளில் கோயிலுக்கும் தவறாது செல்வார்.

ஆனால் வெள்ளிக்கிழமைகளில் மட்டும் கல்லறைக்குச் செல்வதை ஒரு தவமாகச் செய்தார். வெள்ளிக்கிழமைதான் அவரது அம்மா இறந்த நாள். கல்லறைக்குச் சென்று சிறிது நேரம் அமைதியாக நிற்பார். பின் ஞானத்தின் கல்லறைக்குச் சென்று அங்கு மெழுகுதிரி ஏற்றி, பத்தி கொழுத்திவைத்து செபிப்பார். வெள்ளிக்கிழமைகளில் அவர் கல்லறைக்குச் செல்வதை அடமழையால் கூடத் தடுக்க முடியவில்லை.

இப்படி வாழ்ந்த வாழ்வை மாற்றியது செல்லையாதான். செல்லையாவை வேளாங்கண்ணி சிறுவயதில் பார்த்திருக்கிறார். தனது ஊரிலிருந்து ஆறாவது வகுப்புப் படிக்க வேளாங்கண்ணி கிளியூருக்குச் சென்றபோது அவ்வூரில் அவரைப்பற்றித்தான் அனைவரும் பேசினர். அவர் நன்கு படித்தும் மறைமாவட்டம் நடத்திய ஆசிரியப் பயிற்சியில் அவருக்கு இடம் கிடைக்காத சதியையும், அரசு பயிற்சிப் பள்ளியில் படித்த பின்பும் ஆசிரியப் பணியை மறைமாவட்டம் கொடுக்காமல்

புறக்கணித்த நிலையில் அரசுப் பள்ளியில் வேலை கிடைத்திருப்பதையும் கண்டு வியந்து ஊரே பாராட்டியது.

வேளாங்கண்ணியும் அந்தச் சிறு வயதிலேயே செல்லையாவைப் பார்த்து வியந்திருக்கிறார். அதே நேரத்தில் பங்குப் பணியாளர்மீது அவருக்குக் கோபம் எழுந்தது. 'எதுக்கு இந்தச் சாமியாரு சாதி வெறியோட நடக்கணும்?' என்று தன்னைத்தானே கேட்டுக் கொண்டார். செல்லையா மீது ஒருவிதமான அனுதாபம் அவரிடம் ஏற்பட்டது. அந்த அனுதாபம் கிளியூரில் அவர் படித்தது வரை இருந்தது.

அம்மாவின் இறப்பிற்குப்பின் தனக்கென ஒரு வாழ்வை அமைத்துக்கொண்டு அதிலிருந்து சிறிதும் விலகாமல் வேளாங்கண்ணி சில ஆண்டுகள் வாழ்ந்தார். ஒரு நாள் கிளியூரிலிருந்து செல்லையா என்ற ஆசிரியர் வந்திருக்கிறார். அவர் ஊராரிடம் ஏதோ பேசப் போகிறாராம் என்று கேள்விப்பட்ட வேளாங்கண்ணிக்கு பழைய ஞாபகம் எழுந்தது. அந்த ஞாபகத்தை விலக்க அவரால் முடியவில்லை. வழக்கமாக எந்தக் கூட்டத்திற்கும் செல்லாத அவர் அந்தக் கூட்டத்திற்குச் சென்றார்.

கூடியிருந்த மக்களுக்கு வணக்கம் சொன்ன செல்லையா மறைமாவட்டத்தில் தலித் கிறிஸ்தவர் எப்படி இருக்கின்றனர் என்று பொதுவாகப் பேசியபின் அவர்களிடம் ஒரு கேள்வியைக் கேட்டார். "இந்த ஊருல ஊருக்குப் பொதுவா நமக்குன்னு சொந்தமான நிலம் எதுவும் இருக்கா?"

"ஆமா... இருக்கு" என்றார் ஒரு முதியவர்.

"எவ்வளவு இருக்கும்?"

"ரெண்டு ஏக்கர் இருக்கும். அதுக்கென்ன இப்ப?"

"அந்த நெலத்த நம்ம பங்குச் சாமியாரு விக்கப்போறாராம்."

கூடியிருந்த மக்கள் அனைவரும் அதிர்ச்சியடைந்தனர். அந்த நிலம் அவர்கள் வாழ்வுடன் இணைந்த ஓர் அங்கமாக இருந்தது. அந்த நிலத்தை பங்குப்பணியாளர் விற்கப்போகிறார் என்பதை அவர்களால் தாங்கிக்கொள்ள முடியவில்லை.

நாட்டாமை கோபத்துடன் கேட்டார். "யாரு நெலத்த யாரு விக்கப்போறது?"

"நெலம் நம்மதுனாலும் பங்குச்சாமியார் பேருலதான் பட்டா இருக்காம்."

“அவரு பேருல இருந்தா அவரால விக்க முடியுமா?” என்றார் ஒருவர் வீராப்புடன்.

“அவரு பேருல பட்டா இருந்தா அவரு விக்காம பெறகு உங்க அப்பனா விப்பான்?” என்றார் மற்றொருவர் இளக்காரமாக.

“வித்துட்டு அவரால உயிரோட இருக்க முடியுமா? தலைய வெட்டிரமாட்டேன்” என்றார் அதே வீராப்புடன்.

“இவரு இதுவர எத்தன பேரு தலைய வெட்டுனாராம்?” என்று அதே இளக்காரத்துடன் கேட்டார்.

“எதுக்குப்பா வீணா பேசிக்கிட்டு இருக்கீங்க? காரியத்துக்கு வருவோம்.”

“நம்ம நெலம் எப்பிடி பங்குச் சாமியார் பெயருக்குப் போச்சு?”

“அது நம்ம பெருசுக்குத்தான் தெரியும்? என்ன பெருசு கொஞ்சம் சொல்லேன்” என்றார் நாட்டாமை.

பெரியவர் தோளில் இருந்த துண்டை எடுத்து முகத்தை நன்றாகத் துடைத்தார். துண்டைச் சுருட்டி தரையில் வைத்து அதற்குமேல் வசதியாக அமர்ந்தார்.

“பெருசு செய்றதப் பாத்தா ஏதோ பெருசா சொல்லப் போகுதுன்னு நெனக்கேன்” என்றார் ஓர் இளைஞர்.

“ஆமாண்டா, பெருசாத்தான் சொல்லப்போறேன். இளவட்டப் பயக சினிமாதான் எல்லாம்னு கெடக்கீக. எவனெவன் பெயருலயோ ரசிகர் மன்றம் வச்சிக்கிட்டு அலைறீங்க. இப்பிடி அலைஞ்சா நம்ம நெலத்த பங்குச் சாமியாரு விக்காம பெறகு என்ன செய்வாரு? ஊரப் பத்தி யாரு நெனைக்கா?”

“ஊரப்பத்தி நெனைக்கிறதுனாலதான இப்பக் கூடியிருக்கோம். விசயத்தச் சொல்லு” என்றார் நாட்டாமை.

அவருக்கு வயது எழுபது இருக்கலாம். நரைத்திருந்த தலைமுடி அடர்த்தியாக இருந்தது. முறுக்கி விடப்பட்ட மீசையில் கம்பீரமாக இருந்தார். சட்டை போடவில்லை. சட்டையோடு அவரைப் பார்த்தவர்கள் யாரும் இல்லை. எப்போதும் தலையில் துண்டைக் கட்டியிருந்தார். அவரைப் பெருசு, கிறுக்கன், ஆண்டி என்று வெவ்வேறு பட்டப் பெயர்களில் அழைத்தனர். அதைப்பற்றி அவர் கவலைப்பட்டதாகத் தெரியவில்லை. ஆனால் அவர் பெயர் பிச்சைமுத்து. அந்தப் பெயர்

யாருக்கும் தெரியவில்லை. அவருக்கென்று இரண்டு ஏக்கர் நிலம் இருந்தது. அந்த நிலத்திலேயே இருப்பார். எப்போதாவதுதான் ஊருக்குள் வருவார். யாரிடமும் அதிகம் பேச மாட்டார். ஆனால் அவரைக் கண்டால் ஊராருக்குச் சந்தோசம். ஏதாவது கிண்டல் செய்வர். தனி ஆளாக இருந்தார். வீடு இருந்தது. ஆனால் வீட்டில் தங்குவது அரிது.

பெரியவர் அனைவரையும் ஒருமுறை கூர்ந்து பார்த்தார். பிறகு நிதானமாகச் சொல்ல ஆரம்பித்தார். "அந்த நெலம் நமக்குக் கெடைச்சதுக்கும், நம்ம கிறிஸ்தவ மதத்துக்கு வந்ததுக்கும் தொடர்பு இருக்கு."

எல்லாரும் நிமிர்ந்து உட்கார்ந்தனர்.

"எல்லாத்தையுமே சொல்லுங்க" என்றார் ஓர் இளைஞர்

"எல்லாத்தையும் சொல்லத்தான் போறேன். எல்லாரும் கவனமா கேளுங்க."

பெரியவர் தான் உட்கார்ந்திருந்த துண்டைச் சரிசெய்து வசதியாக உட்கார்ந்தார். பிறகு தொண்டையைச் சிறிது சரி செய்துகொண்டு மிகவும் உணர்ச்சியுடன் பேசினார்.

"அந்தக் காலத்துல நமக்குச் சொந்தம்னு கையகல நெலங்கூடக் கெடையாது. நம்ம குடிசைக இருக்கிற நெலம்கூட அப்பப் புறம்போக்கு நெலமாத்தான் இருந்துச்சு. நம்மள ஆதிக்கச் சாதிக்காரங்க டேய்... புறம்போக்குன்னுதான் கூப்பிடுவாங்க. நாம அம்புட்டுப்பேரும் ஆதிக்கச் சாதிக்காரங்கிட்ட கொத்தடிமையாத்தான் வேல பாத்தோம். நாம சரியா வேல செய்யலன்னு அவுங்க நெனச்சாங்கன்னா நமக்கு குட்டை மரங்கிற தண்டனயக் கொடுத்தாங்க."

"குட்டை மரம்னா என்ன தாத்தா? கொஞ்சம் விளக்கமாச் சொல்லுங்க" என்றார் மற்றொரு இளைஞர்.

"இப்பவர என்னப் பெருசு, கிறுக்கன், ஆண்டின்னு கூப்பிட்டீங்க. "இப்ப திடீருன்னு நானு தாத்தாவாயிட்டேனாக்கும். பரவாயில்ல. நீ கேக்காட்டாலும் நானு சொல்லத்தான் போறேன்" என்ற பெரியவர் பிச்சைமுத்து நிதானமாக எல்லாரையும் பார்த்தார். பிறகு வேதனையுடன் சொல்ல ஆரம்பித்தார்.

"குட்டை மரங்கிறது ஒரு மரக்கட்டை. அந்த மரக்கட்டையில ஒரு இரும்புச் சங்கிலிய கட்டி வச்சிருப்பாங்க. அந்தக் குட்டை மரம்

இப்ப நமக்குச் சொந்தமான ஊர் பொது நெலம் இருக்கே அங்க கெடக்கும். நாம ஆதிக்கச் சாதிக்காரங்ககிட்டக் கொத்தடிமையாத்தான் இருந்தோம். நம்மள்ல யாருக்காவது தண்டன கொடுக்கணும்னு அவுங்க நெனச்சா மொதல்ல போட்டிருக்கிற துணிகள அவுக்கணும். கோவணத்த மட்டும் கட்டிக்கிடணும். அந்தக் காலத்துல நாமளும் பெருசா எதயும் உடுத்தல. இடுப்புல ஒரு வேட்டியும், தோளுல ஒரு துண்டும்தான் இருக்கும். இப்ப நானு இருக்கேன்ல. அதுமாதிரித்தான் அம்புட்டுப்பேரும் இருப்பாங்க. வெளியூருக்கு எங்கயும் போகணுமே. அதுக்கு ஒருசிலரு ஒரு சட்டையோ என்னவொ வைச்சிருப்போம். அதுகூட கலியாணத்துக்கு போடுறதுக்கு எடுத்ததா இருக்கும். அதுக்குப் பெறகு யாரு சட்டையப் போட்டா? பெறகு அந்தக் குட்டை மரத்தில இருக்கிற சங்கிலியோட சேர்த்துக் கட்டி வெயில்ல போட்டிருவாங்க. நாளுபூராம் சுட்டெரிக்கிற வெயில்ல அங்கயே கெடக்கணும். யாரும் தண்ணி மொதக்கொண்டு எதையுமே கொடுக்கக்கூடாது. எந்த உதவியும் செய்யக்கூடாது.”

“இது ரொம்ப அநியாயமாவுல இருக்கு. இப்பிடியுமா இருந்துச்சு?”

“நம்ம ஆளுகள்ல ரொம்ப வீறாப்பா ஒருத்தரு இருந்தாரு. குட்டை மரத் தண்டன அவருக்குப் பிடிக்கல. மொதலாளிககிட்ட கொத்தடிமையா இருந்தாத்தான அவுங்க இந்தத் தண்டனயக் கொடுப்பாங்கன்னு நெனச்ச அவரு யாருட்டயும் கொத்தடிமையா இருக்கல. சொந்தமாச் சம்பாதிச்சி வாழ்ந்தாரு. அவர ஒரு மொதலாளி தங்கிட்ட கொத்தடிமையா இருக்கணும்னு சொன்னாரு. அவரு மாட்டேன்னு சொல்லிட்டாரு. மொதலாளி சொல்றத எப்பிடி மீறலாம்னு அவரப் பிடிச்சி அவருக்கு இந்த குட்டைமரத் தண்டனையக் கொடுத்தாங்க. வெயில்ல சங்கிலியால இணைக்கப்பட்ட மரக்கட்டையோட அவரு கெடந்தாரு. அவருக்கு தாகம்னா அப்பிடி ஒரு தாகம். தண்ணி கொடுங்கன்னு கேட்டாரு. ஒருத்தரும் கொடுக்கல. அப்படி யாராவது கொடுத்தா கொடுத்தவனுக்கும் குட்ட மரத் தண்டன கெடைக்கும்னு பயம். தண்ணி கெடைக்கலங்கிறதுனால அந்த ஆளு என்ன செஞ்சாரு தெரியுமா?”

“என்ன செஞ்சிருப்பான். மூத்திரத்தக் குடிச்சிருப்பான். வேற என்ன செய்ய முடியும்?”

“நாமதான் இப்பிடி நெனைக்கிறோம். ஆனா அவரு அந்தப் பெரிய மரத்த அப்படியே தூக்கித் தலையில வைச்சிக்கிட்டு குளத்துக்குப் போயிட்டாரு. அந்தக் குளத்துத் தண்ணிய வகுறுமுட்டக் குடிச்சிட்டு குளக்கரையில இருந்த மர நிழலுல அப்படியேபடுத்துத் தூங்கிட்டாரு.”

"பரவாயில்லயே! அவரு பெரிய சண்டியருதான். ஆமா அவரச் சும்மாவா விட்டாங்க?"

"சும்மா எங்க விட்டாங்க. இந்தக் கையிதான மரக்கட்டயத் தூக்குச்சின்னு கைய ஒடச்சாங்க. இந்தக் காலுதான குளத்துக்கு நடந்துச்சுன்னு கால ஒடச்சாங்க. குட்ட மரம் சின்னதா இருந்திச்சின்னுதான தூக்குனான்னு அதுக்குப் பதிலா பெரிய மரக்கட்டைய வச்சிட்டாங்க. அதுக்குப் பெறகு அந்த ஆளால எழுந்து நடக்க முடியல. எந்த வேலயும் செய்ய முடியல. படுக்கையில கெடந்து செத்தே போயிட்டாரு."

"ரொம்பக் கொடுமையாவுல இருக்கு."

"இதயே கொடுமைன்னு சொன்னா இனும நானு சொல்லப் போறத என்னன்னு சொல்லுவேன்னு தெரியல."

பெரியவர் கண்களை மூடி ஒருசில வினாடிகள் தியானிப்பது போல அமர்ந்தார். பிறகு மெதுவாகக் கண்களைத் திறந்து சொல்ல ஆரம்பித்தார். "நம்ம ஆளுகள்ல ஒருத்தன் ஒரு முதலாளிட்ட கொத்தடிமையா இருந்தான். அவன் எப்பிடிக் கொத்தடிமையா ஆனாங்கிறதே ஒரு கத. அவனுக்குக் கலியாணம். சிறப்பாச் செய்யணும்னு மொதலாளிட்ட கடன் வாங்கியிருக்கான். அவரும் கடனக் கொடுத்துட்டு அவனக் கொத்தடிமையா வச்சிக்கிட்டாரு. சீக்கிரம் கடனத் தீக்கணும்னு நெனச்சி பொண்டாட்டியயும் கொத்தடிமையா வேல செய்ய வச்சான். பத்துப் பனிரெண்டு வருசங்களுக்குமேல கொத்தடிமையா இருந்திருக்காங்க. கடன் தீந்திருக்கும்னு நெனச்சி கணக்குக் கேட்டாங்க. கடன் தீரலன்னு சொன்ன மொதலாளி வட்டியயும் சேர்த்து ஒரு பெரிய தொகையக் கடனாச் சொல்லியிருக்காரு. அப்படிச் சொன்னாக்கூட பரவாயில்ல. கடனத் தீக்க அவன் மகனையும் கொத்தடிமையா வேலைக்கு அனுப்பச் சொல்லியிருக்காரு. அவன் மொதலாளிட்ட கெஞ்சியிருக்கான். ஐயா, நானு எம் மகனப் படிக்க வச்சிருக்கேன். அவன் அஞ்சாங்கிளாஸ் படிக்கான். ஆறாங்கிளாசுக்கு வெளியூருக்கு அனுப்பி படிக்க வைக்கணும்னு நெனைக்கேன். அவன் நல்லாப் படிப்பான். நானும் எம் பொஞ்சாதியும் எம்புட்டு வருசமுனாலும் கொத்தடிமையா இருக்கோம். அவன விட்டுறுங்கன்னு கெஞ்சியிருக்கான். மொதலாளி இதுக்குச் சம்மதிக்கல. மகனக் கூட்டிக்கிட்டு வா. மாடு மேய்க்கப் போகச் சொல்லணும்னு சொல்லியிருக்காரு. மகன மாடு மேய்க்க அனுப்ப முடியாதுன்னு திட்டவட்டமா அவன் சொல்லிட்டான். நானு சொல்றத எப்பிடி மீறலாம்னு கோபப்பட்ட முதலாளி அவனுக்குக் குட்டை மரத் தண்டனையக் கொடுத்தாரு. அவன் வெயில்ல நாளு பூராம் கோமணத்தோட

கெடந்தான். வெயிலு ஏற ஏற அவனுக்கு தாகம் தாங்க முடியல. தண்ணி... தண்ணின்னு கத்தியிருக்கான். யாரும் தண்ணி கொடுக்கல. அப்பங்காரன் தாகத்தால தவிக்கிறத அவன் மகன், பத்து வயசுப் பாலகனால பாத்துக்கிட்டுச் சும்மா இருக்க முடியல. வீட்டுல இருந்த ஒரு கலயத்துல தண்ணியக் கொண்டுபோய் அப்பனுக்குக் கொடுத்திருக்கான். நீ எப்பிடிடா தண்ணி கொடுக்கலாம்னு கோபப்பட்ட மொதலாளி அந்தப் பச்சப் பிள்ளயப் பிடிச்சி அவன நிர்வாணமாக்கி அவனுக்கும் அந்தக் குட்டை மரத் தண்டனையக் கொடுத்திருக்காரு. சின்னப்பய. படிக்கிற பய. பள்ளிக்கூட நெழலுலயே இருந்த பய. அவனால வெயிலத் தாங்க முடியல. தண்ணி தண்ணின்னு கத்தியிருக்கான். யாரும் தண்ணி கொடுக்கல. பாவம் தண்ணி தண்ணின்னு கத்தியே மயங்கி விழுந்துட்டான். பொழுது சாய காலுல கட்டியிருந்த சங்கிலிய அவுத்துட்டு அவன் மொகத்துல தண்ணியத் தெளிச்சிப்பாத்தா எந்த அசைவும் இல்ல. அப்பத்தான் எல்லாத்துக்கும் புரிஞ்சது அவன் செத்துட்டான்னு."

பெரியவரால் தொடர்ந்து பேச முடியவில்லை. கண்ணீர் முட்டிக் கொண்டு வந்தது. தான் அமர்ந்திருந்த துண்டை எடுத்து விழிநீரைத் துடைத்தார். அங்கே பேரமைதி நிலவியது. ஒருசில பெண்களின் விசும்பல் மட்டும் அந்தப் பேரமைதியைக் கலைத்தபடி இருந்தது.

தன்னைத் தேற்றிக்கொண்ட பெரியவர் தொடர்ந்து கூறினார். "சிறுவனின் சாவு நம்ம அம்புட்டுப் பேரையும் பாதிச்சது. இனிமயும் அமைதியா இருக்கிறதுல எந்த அர்த்தமும் இல்லங்கிறது எல்லாருக்கும் புரிஞ்சது. ஏதாவது செய்யணுங்கிற வெறி அம்புட்டுப் பேருக்கும் வந்துச்சு. ஆனா என்ன செய்றதுன்னு புரியல. பக்கத்து ஊருல இருந்த ஒருத்தரு கிறிஸ்தவச் சாமியாருட்ட சொன்னா அவரு உதவுவாருன்னு சொன்னாரு. நம்ம ஆளுகள்ல கொஞ்சப் பேரு பட்டணத்துல இருந்த கிறிஸ்தவச் சாமியாரப் பாத்து அவருட்ட நடந்ததச் சொன்னாங்க. அவரு ஒரு வெள்ளக்காரச் சாமியார். இப்படியும் நடக்குமான்னு அவரு துடிச்சிப் போயிட்டாராம். அப்ப வெள்ளக்காரங்க ஆட்சி செஞ்சாங்க. அவுங்ககிட்டச் சொல்லியிருக்காரு. அவுங்க காவலர்கள அனுப்பி நடந்தத விசாரிச்சி அந்த மொதலாளியக் கைது செஞ்சிருக்காங்க. நம்ம ஆளுக இனும கொத்தடிமையா இருக்கக் கூடாதுன்னு நெனச்சி அரசாங்கத்திட்டச் சொல்லி எல்லாருக்கும் நெலம் வாங்கிக் கொடுத்திருக்காரு அந்த வெள்ளக்காரச் சாமியார். குடும்பத்துக்கு ரெண்டு ஏக்கர் நெலம் கெடச்சிருக்கு. நம்ம ஆளுகளுக்கு இப்பிடியும் மனுசங்க இருக்காங்களே என்று நெனச்சி அவரத் தெய்வமா கும்பிட

ஆரம்பிச்சாங்க. நீங்க என்னத் தெய்வமாக் கும்பிடக் கூடாதுன்னு சொன்ன அவரு தனது தெய்வத்தப் பத்திச் சொல்லியிருக்காரு. நம்ம ஆளுகளும் நீங்க கும்பிடுற தெய்வம்தான் எங்களுக்கு வேணும்னு சொல்லி கிறிஸ்தவ மதத்துக்கு மாறியிருக்காங்க. இப்ப நாம உக்காந்திருக்கோமே இந்த இடம்கூட அவரு வாங்கியதுதான். அவருதான் இந்தக் கோயிலக் கட்டுனாரு. கோயிலுக்கு என்ன பேரு வைக்கலாம்னு யோசிச்சாங்க. அப்ப அவரு புனித தனிஸ்லாசு கோயிலுன்னு பேரு வைக்கலாம்னு சொன்னாரு. ஏன் இந்தப் பேருன்னு கேட்டாங்க. தனிஸ்லாஸ் சின்னப் பையனா இருந்தப்பவே செத்தாராம். அவரு நல்ல வாழ்க்கை வாழ்ந்ததுனால அவர திருச்சபை புனிதரா மாத்துச்சாம். இந்த ஊருல கிறிஸ்தவத்துக்கு எல்லாரும் வந்ததுக்கு அடிப்படைக் காரணம் அந்தச் சின்னப் பையனுக்கு குட்டை மரத் தண்டனை கொடுத்ததுதான். அதனால இந்தச் சின்னப் பையன் நெனப்பா அந்தச் சின்னப் பையன் தனிஸ்லாஸ் பெயர கோயிலுக்கு வைக்கலாம்னு சொன்னாராம். அதனாலதான் கோயிலுக்கு இந்தப் பேரு. அப்புறம் கோயிலுக்குன்னு கொஞ்சம் நெலம் வேணும்னு ரெண்டு ஏக்கர் நெலம் கோயிலுக்கு வாங்கிக் கொடுத்திருக்காரு. நம்ம ஆளுகளும் ரொம்பச் சந்தோசப்பட்டிருக்காங்க. அப்ப இருந்து நமக்கு ஒரு வழக்கம் ஆரம்பிச்சிச்சு. நாம ஆடிமாசம் பதினெட்டாந் தேதி நம்ம நெலத்த உழுது வெதைக்க ஆரம்பிப்போம். அப்ப என்ன செய்வோம்னா நாம எல்லாரும் வெதக்கிற தானியத்த எடுத்துட்டு கோயிலுக்கு வருவோம். எல்லாரும் சாமி கும்பிடுவோம். பெறகு ஒரு கை வெதய கோயில்ல வச்சிட்டு எல்லாரும் கோயில் நெலத்துக்குப் போவோம். எல்லாரும் அந்த நெலத்த உழுவோம். அதுக்குப் பெறகுதான் நம்ம நெலத்துல போயி உழுது வெதப்போம். அப்ப நம்ம ஊர கிளியூர் பங்கோட சேத்திருக்காங்க.

அதனால நெலத்த கிளியூர் பங்குச் சாமியார் பேருல நம்ம முன்னோர்க எழுதிக் கொடுத்திருக்காங்க. இப்பத் தெரியுதா இந்த நிலம் நமக்கு எப்படி வந்துச்சின்னு. இந்த நெலத்த நாம விக்க அனுமதிக்கலாமா?"

பெரியவர் பிச்சைமுத்து சொன்னவற்றைக் கேட்ட அனைவரும் கோபத்தில் கொதித்தெழுந்தனர்.

"நெலத்த விக்க ஏற்பாடு செய்யும் சாமியார மொதல்ல வெட்டணும்."

"நீ கொஞ்சம் பேசாம இருக்கயா."

"இப்ப ஒனிய வெட்டவா?"

"ஏம்பா என்னென்னமோ பேசுறீங்க. வெட்டுறதயெல்லாம் பெறகு பேசுங்க. மொதல்ல நடக்கிறதப் பாருங்க."

"நாம எல்லாரும் சாமியாருட்டப் போயி நெலத்த விக்கக் கூடாதுன்னு சொல்வோம்."

"நெலம் எம் பேருலதான் இருக்கு. நானு விப்பேன். நீங்க செய்றதச் செய்யுங்கன்னு சொன்னா என்ன செய்றது?" "அப்ப அவர வெட்ட வேண்டியதுதான்."

"யாருடா இவன்? எப்பப் பாத்தாலும் வெட்டுறதுலயே இருக்கான்?"

"பெறகு என்ன செய்றது. அதயாவது சொல்லுங்க."

"அவரு விக்கிறதுல பிடிவாதமா இருந்தாருன்னா பிசப்புட்டப் போயிச் சொல்ல வேண்டியதுதான்."

"பிசப் துணையோடதான் விக்கிறதா ஒரு பேச்சு இருக்கு."

"அப்ப பிசப்ப மொதல்ல வெட்ட வேண்டியதுதான்."

"இவனக் கொஞ்ச நேரம் பேசாம இருக்கச் சொல்லுங்கப்பா. ஆமா... எதுக்கு பிசப் துணை போகணும்?"

"கிளியூருல எட்டாங்கிளாஸ்வரதான் பள்ளிக்கூடம் இருக்கு. அத உயர்நிலைப் பள்ளியா மாத்தப் போறாங்களாம். அதுக்குக் கட்டடம் வேணும். கட்டுறதுக்குப் பணம் வேணும். பணமில்ல. அதானலதான் நெலத்த வித்து பள்ளிக்கூடம் கட்டப் போறாங்களாம்."

"இது நல்ல கதையாவுல இருக்கு. அங்க பள்ளிக்கூடம் கட்டணும்னா நம்ம நெலத்த எதுக்கு விக்கணும்?"

"நாமளும் கிளியூர்க்காரங்களும் ஒண்ணா இருக்கோம். இதனால நம்மளுக்குள்ள பிரச்சன வரும்போல இருக்கே."

"ஆமா... பெரச்சின ரொம்பப் பெருசா வரும். என்ன செய்யலாம்?" "நாம மொதல்ல கிளியூர்க்காரங்ககிட்டப் பேசுவோம். அவுங்க நம்மள ஆதரிச்சா சாமியாரால ஒண்ணும் செய்ய முடியாது."

"இது நல்ல யோசனையா இருக்கே. ஆமா அதுக்கு யாரு ஏற்பாடு செய்றது?"

"அதுக்கு நானு ஏற்பாடு செய்றேன். இத ஒரு அணுகுமொறையாப் பயன்படுத்தலாம். வேற என்ன செய்யலாம்னும் சொல்லுங்க" என்றார் செல்லையா.

"நெலத்த யாரும் வாங்குறது மாதிரி இருந்தா அவுங்ககிட்டச் சொல்லி நெலத்த வாங்கக் கூடாதுன்னு சொல்லலாம்."

"நெலத்த யாரும் வாங்குறேன்னு சொன்னா அவனையும் வெட்ட வேண்டியதுதான்."

"இவனென்ன வெட்டுறதுலயே குறியா இருக்கான். யாரும் நெலத்த வாங்குறது மாதிரியிருந்தா இவங்கிட்டச் சொல்லுங்கப்பா. இவன் போயி வெட்டட்டும்."

"நானு மட்டுமா வெட்டுவேன். ஊரோட போயி வெட்டுனா நானும் சேந்துக்கிட்டுப் போயி வெட்டுவேன்."

"அப்ப ஊரு வெட்டுறதுன்னு முடிவெடுத்தா உங்கிட்டச் சொல்றோம். அதுவர பேசாம சூத்தப் பொத்திக்கிட்டு உக்காந்திரு."

"யாரும் வாங்றது மாதிரி இருந்தா அவுங்ககிட்ட வில்லங்கமான எடத்த வாங்காதீங்கன்னு சொல்லுவோம்."

"வேற என்ன செய்யலாம்? நீங்கதான் வெளியூருல இருந்து வந்திருக்கிங்க. நீங்கதான் என்ன செய்யலாம்னு சொல்லணும்."

"பொதுவா திருச்சபை தலித்துகளுக்கு அவ்வளவா எதுவும் செய்யல. ஆனா நாமதான் திருச்சபையில அதிகமா இருக்கோம். நமக்கு அதிகமாக எதுவும் செய்யாம இருக்கிற இந்த நேரத்துல நம்மளப் பிரிக்கிற வேலயயும் திருச்சப தீவிரமாச் செய்யுது. அதனால மொதல்ல நாம ஒண்ணு சேர்ந்து ஒரு சக்தியாத் திரளணும். திருச்சபையில நமது உரிமைய நெலை நாட்டணும். இதுக்கு நீங்க தயாரா?"

அனைவரும் தயாராக இருப்பதாகக் கூறினர்.

"ஆம்பளக மட்டும் சேர்ந்தா பத்தாது. பொம்பளகளும் சேரணும். பொம்பளகள ஒண்ணு சேர்க்க விழிப்புணர்வுள்ள ஒரு பொம்பள பொறுப்பேத்தா நல்லா இருக்கும்" என்றார் செல்லையா.

அதுவரை அமைதியாக இருந்த வேளாங்கண்ணி துணிவுடன் கூறினார். "நானு அதுக்குத் தயாரா இருக்கேன்."

ஊரே வியப்புடன் வேளாங்கண்ணியப் பார்த்தது. திருமணம் முடிக்கச் சொல்லி அவரது உறவினர்கள் எவ்வளவோ சொன்னபோதும்

சிறிதும் அதற்கு உடன்படவில்லை. எந்த எதிர்பார்ப்பும் இல்லாமல் அவரைத் திருமணம் செய்யப் பல இளைஞர்கள் தயாராக இருந்த போதும் தான் குடும்ப வாழ்விலோ பொது வாழ்விலோ ஈடுபடத் தயாராயில்லை என்று கூறி மறுத்து தான் உண்டு, தனது வேலையுண்டு என்று தனியாக வாழ்ந்த அவர் இன்று தானாக வலிய வந்து பெண்களை ஒன்று சேர்க்கிறேன் என்று சொன்னதால் ஆச்சரியப்பட்டனர்.

"ஏம்மா... நீயி தாய் தகப்பினில்லாத கன்னிப்பொண்ணு. கூடப்பிறந்தவுங்களும் யாரும் இல்ல. தனியா வாழ்ற. பெண்கள ஒண்ணு சேர்க்கணும்னா முடியிற காரியமா? அதுக்குன்னு அதிகமா நேரத்தச் செலவிடணும். பல இடங்களுக்குக் கூப்பிடுவாங்க. போகணும். சின்னப் பொண்ணு. ஒத்தயில வேற கெடக்கிற. உன்னால இதச் செய்ய முடியுமா?" என்று கரிசனையுடன் கேட்டார் நாட்டாமை.

"ஒத்தயில கெடக்கிறதுனாலதான் செய்ய முடியும்னு சொல்றேன்."

அதுவரை நடந்த நிகழ்ச்சிகளை நினைத்துப்பார்த்த வேளாங்கண்ணி நனவுலகுக்குத் திரும்பினார். தனக்குத்தானே கேள்வி எழுப்பிக் கொண்டு விடை தேட முயன்றார்.

'நானு எதுக்கு அம்புட்டு வீறாப்பா பெண்கள ஒண்ணு சேக்கிறேன்னு சொல்லிப் பொதுவாழ்வுக்கு வந்தேன்? அப்ப எனக்குள்ள ஒரு வெறும இருந்துச்சி. தனிம என்னை வாட்டுச்சி. வாழ்க்கைக்கு அர்த்தமே இல்லாதது மாதிரி இருந்துச்சி. அதப் போக்கணும்னு நெனச்சுக்கிட்டு இருந்தேன். ஒருவேள எல்லாரு மாதிரியும் கலியாணம் முடிச்சா அது சரியாப் போயிருமோன்னு நெனச்சேன். ஆனா திருமணத்துல எனக்கு கொஞ்சங்கூட விருப்பமில்ல. எனது வெறும, தனிம மறையணும்னா என் வாழ்க்கைக்கு ஓர் அர்த்தம் வேணும்னு தோணுச்சி. அந்த அர்த்தம் என்னன்னு தேடிக்கிட்டு இருந்த சமயத்துலதான் செல்லையா அங்க வந்தாரு. அவரு சொன்னதக் கேட்டப்பத்தான் நானு தேடிக்கிட்டு இருக்கிற அர்த்தம் பெண்கள ஒருங்கிணைக்கிறதுல இருக்குன்னு புரிஞ்சிக்கிட்டேன். நானு ஏதோ உணர்ச்சிவசத்துல எடுத்த முடிவுன்னு எல்லாரும் நெனச்சாங்க. நானு அதப் பெருசா எடுத்துக்கிடல. பெண்கள ஒருங்கிணைக்கிறத வாழ்க்கையின் லச்சியமா நெனச்சி நானு முழுமூச்சா ஈடுபட்டேன். மொதல்ல திருச்சபையில தலித் கிறிஸ்தவங்களுக்கு என்னென்ன பிரச்சினைகன்னும், அதுலயும் குறிப்பா தலித் பெண்களுக்கு என்னென்ன பிரச்சினைகன்னும் தெரிஞ்சிக்கிட்டேன். அதுக்குச் செல்லையா ரொம்ப உதவுனாரு. அதுக்குப் பெறகு பல ஊர்களுக்குச் செல்லையாவோட போனேன்.

பெறகு தனியாப் போகவும் கத்துக்கிட்டேன். பெண்களச் சந்திச்சேன். அவுங்ககிட்ட பேசுனேன். பெண்கள் அமைப்ப உருவாக்குனேன். எனக்குச் செல்லையாதான் குரு. அவர மொதல்ல குருவாத்தான் பார்த்தேன். ஆனா அவருடைய செயல்பாடுக, அவரு கலியாணம் முடிக்காம இருந்தது எல்லாம் என்ன அவருட்ட இழுத்துச்சி. அவரக் கலியாணம் முடிச்சிக்கிட்டா எப்பிடி இருக்கும்னு நெனச்சிப் பாத்திருக்கேன். நல்ல தம்பதிகளா இருப்போம்னு தோணுச்சி. ஆனா நானு அவருட்ட இதப்பத்தி ஒருநாளுகூடப் பேசல. ஆனா என் நெனப்புச் சரிதானான்னு என்னையே கேட்டுக்கிட்டேன். புருசன் பொஞ்சாதியா வாழ்ந்தா இதுமாதிரி பொது வாழ்வுல முழுசுமா ஈடுபட முடியுமான்னு கேள்வி எழுப்புனேன். நிச்சயம் முடியாதுன்னு தோணுச்சி. குழந்தைகள வளக்கிறது, அவுக எதிர்காலம்னு சுயநலமா செயல்பட வழிவகுக்குமேன்னு நெனச்சேன். என் ஆசையக் குழிதோண்டிப் புதைச்சேன். அவரு ஒரு துறவிபோல வாழ்றாரு. அதுமாதிரி நானும் ஒரு பெண் துறவி போல வாழ்றேன். துறவிபோல என்ன... துறவியா, உண்மையான துறவியா, ஏழை எளிய மக்களுக்காக வாழ்றேன். அதனாலதான் இந்த உண்ணாவிரதத்துக்கு முழுமூச்சா ஒழைக்கேன். செல்லையாதான் இது இளம் பெண்கள் உண்ணாவிரதம். நீ கலந்துக்கிட வேண்டாம்னு சொன்னாரு. அதனாலதான் நானு கலந்துக்கிடல.'

"என்னக்கா நாங்க அம்புட்டுப்பேரும் சாப்பிட்டு முடிச்சிட்டு பூசைக்குப் போகத் தாயாரா இருக்கோம். நீங்க என்னத்தையோ நெனச்சிக்கிட்டு உக்காந்திருக்கீங்க."

வேளாங்கண்ணி தன்னைச் சமாளித்தபடி கூறினார். "நானு உங்கள நெனச்சித்தான் வெசனத்தோட இருந்தேன். வாங்க போவோம்." உண்ணாவிரதம் எப்படி முடியுமோ என்ற கவலை மறுபடியும் அவரை நிறைத்தது.

★★★

7

சாகும்வரை உண்ணாவிரதத்தில் கலந்துகொள்ள இருந்த அந்த ஏழுபேரும் ஆலயத்திற்கு விரைந்து சென்றனர். மிகவும் பக்தியுடன் திருப்பலியில் கலந்துகொண்டனர். தங்கள் வாழ்நாளில் ஒருநாள்கூட அதுபோலப் பக்தியாக அவர்கள் திருப்பலியில் கலந்துகொண்டிருக்க மாட்டார்கள்.

அன்று கிறிஸ்து அரசர் திருவிழா. நற்செய்தியில் இறுதித் தீர்ப்புப் பகுதியை பக்தியுடன் வாசித்த பணியாளர் புரட்சிகரமான மறையுரையை வழங்கினார்.

"இன்றைய வாசகம் மத்தேயு நற்செய்தியிலிருந்து வாசிக்கப் பட்டது.

இயேசு தனது பொது வாழ்வில் பல செய்திகளைக் கூறினார். அவர் இறுதியாகக் கூறியது இறுதித் தீர்ப்பைப் பற்றிய இன்றைய நற்செய்தியைத்தான். இதற்குப்பின் இயேசுவின் பாடுகள் ஆரம்பமாகின்றன. இதிலிருந்தே நாம் தெரிந்துகொள்ளலாம் இந்த இறுதி அறிவுரை எவ்வளவு முக்கியமானது என்று. கிறிஸ்தவ வாழ்வின் சாரமே இதில்தான் அடங்கியிருக்கிறது. நாம் துன்பப்படுகிறவர்களுக்கு உதவ வேண்டும். நாம் செய்யும் உதவியின் அடிப்படையில்தான் இறுதித் தீர்ப்பு இருக்கும். பசியாய், தாகமாய், ஆடையில்லாமல், வீடில்லாமல் இருக்கிறவர்களுக்கு உதவ வேண்டும். இப்படி உதவி செய்யாவிட்டால் நிச்சயம் நாம் தண்டிக்கப்படுவோம்."

பீடத்தில் வைக்கப்பட்டிருந்த நீரை ஒரு மடக்குக் குடித்துவிட்டு மறுபடியும் மறையுரையைத் தொடர்ந்தார். "நாம் திருப்பலிக்கு வருகிறோம். திருப்பலி என்பது ஒரு சடங்கு. இது ஆன்மீகம் அல்ல. ஆன்மீகம் என்பது பிறரை அன்பு செய்வது, ஏழைகள் சார்பாக நிலைப்பாடு எடுத்து அவர்களுக்கு உழைப்பது. உதவுவது. இந்தத் திருப்பலி நம்மைப் பிறரை அன்பு செய்ய சக்தியை, பலத்தை, தெளிவைக் கொடுக்கிறது. இதில் கலந்துகொண்டுவிட்டு அடுத்தவர்களை அன்பு செய்யவில்லை என்றால் நாம் பொய்யர்கள். கிறிஸ்தவ வாழ்வு வாழாதவர்கள். எனவே கிறிஸ்தவ வாழ்வில் திருப்பலியின் அர்த்தத்தைப் புரிந்துகொள்வோம். இந்தப் புரிதல் நம்மை அடுத்தவர்களை அன்பு செய்யும் ஆன்மீகத்தை நோக்கி அழைத்துச் செல்லட்டும்."

அவரின் மறையுரையை அனைவரும் மிகவும் கவனமுடன் கேட்டனர்.

'மறையுரை நல்லாத்தான் இருக்கு. ஆனா அதுபடி ஆயர்க, பணியாளர்க செயல்பட மறுக்காங்களே? ஊருக்குத்தான உபதேசம் செய்றாங்க. தாங்க அதுபடி வாழ்றதில்லயே?' மறையுரையைக் கேட்ட செல்லையாவின் மனதில் எரிச்சல் எழுந்தது.

திருப்பலி தொடர்ந்து நடந்துகொண்டிருந்தது. திருவிருந்தில் கலந்துகொண்ட அவர் உண்ணாவிரதப் போராட்டம் வெற்றிகரமாக நடக்க வேண்டும் என்று கிறிஸ்து அரசரிடம் மனமுருகி வேண்டினார்.

இறுதி ஆசீர்வாதத்திற்கு முன்பாகப் பங்குப்பணியாளர் அறிவிப்பு என்று எதை எதையோ விவரித்துக்கொண்டிருந்தார். தலித் கிறிஸ்தவ இயக்கத்தினர் உண்ணாவிரதம் இருப்பது பற்றி அவர் எதையும் குறிப்பிடாதது அவருக்கு வேதனையை அளித்தது. அதற்குப் பின்பும் அவரால் அங்கு அமைதியாக அமர்ந்திருக்க முடியவில்லை. எழுந்து உண்ணாவிரதத் திடலுக்குச் சென்றார்.

அறிவிப்பை முடித்த பணியாளர் இறுதி ஆசீரை வழங்கினார். ஆசீர் வழங்கிய உடன் செல்லையா உண்ணாவிரதப் பந்தலிலிருந்து உண்ணாவிரதம் ஆரம்பிக்கும் செய்தியை ஒலிபெருக்கி வழியாக அறிவித்தார்.

அதே நேரத்தில் ஆலயத்திற்கு முன்பு சில தலித் இளைஞர்கள் தலையில் நீல நிற ரிப்பனைக் கட்டியபடி பறையடிக்க ஆரம்பித்தனர். சில தலித் இளைஞர்கள் ஒன்றுகூடி பறை முழக்கத்தின் தாளத்திற்கு ஏற்ப நடனமாடினர். மற்ற தலித்துகள் அங்கு ஒன்றுகூடி அவர்களது ஆட்டத்தை ரசித்தனர். பறை முழக்கத்திற்கு ஏற்ப அவர்களது தலைகள் மிக இயல்பாக ஆடின. கால்களும் ஆடின.

"வெக்கம் மானமில்லாம ஆடுறாங்க பாரு. அதனாலதான் இவனுக இன்னும் இப்படியே இருக்காங்க" என்று முனங்கியபடி ஆலயத்தைவிட்டு வெளியே வந்தார் ஒருவர்.

அவரது முனங்கலைத் தெளிவாகக் கேட்ட மற்றொருவர் அவரிடம் "இவனுக சாகும்வர உண்ணாவிரதம் இருக்கப் போறாங்களாம். சாகட்டும். மற்ற சாதிக்காரங்க அம்புட்டுப்பேரும் ஆயரப் போய்ப் பார்த்து இவுங்க கோரிக்கய ஏத்துக்கிடக்கூடாதுன்னு சொல்வோம். அப்படி ஏத்துக்கிட்டா திருச்சபையில பயங்கரமா கலவரம் வெடிக்கும்னு சொல்வோம்" என்று மிகவும் கோபமாகச் சொன்னார்.

"ஆமா... நாம இத இப்படியே விட்டுறக்கூடாது. நீங்க உங்க சாதிக்காரங்க எல்லாத்தயும் கூப்பிடுங்க. நானு எங்க சாதிக்காரங்க எல்லாத்தயும் கூப்பிட்டு நேத்தே கூட்டம் போட்டுப் பேசிட்டோம். இன்னைக்கு ஞாயிற்றுக்கிழமை. எல்லாரும் வீட்டுலதான் இருப்பாங்க. எல்லாரும் ஒண்ணு சேர்ந்து ஆயர உடனே போயிப் பாப்போம்."

"கட்டாயம் போவோம். இவனுக அம்புட்டுப்பேரும் படிச்சி பட்டம் வாங்கிய பயலுக. ஆனா இவனுகளப் பாத்தா படிச்சவுங்க மாதிரியா இருக்கு. காட்டுமிராண்டிக மாதிரி ஆடுறாங்க. என்னதான் படிச்சாலும் அவுங்க சாதிப்புத்தி கொஞ்சமாவது போகுதா பாருங்க?" என்றார் மிகவும் எரிச்சலுடன்.

தங்களது உண்ணாவிரதத்துக்கு எதிராகச் சதி நடக்கிறது என்பதை அறியாத இளைஞர்கள் நரம்புகள் புடைக்க நடனமாடினர். பெரியவர்கள் சிலர் உண்ணாவிரதம் இருக்கும் அனைவருக்கும் மாலை அணிவித்து நெற்றியில் சிலுவை அடையாளமிட்டனர். பெண்களும் அவர்களுக்குச் சிலுவை அடையாளமிட்டனர். உறவினர்கள் சிலர் அவர்களுக்கு முத்தமிட்டனர்.

பறை முழக்கத்துடனும் நடனத்துடனும் உண்ணாவிரதப் பந்தலை நோக்கி அவர்கள் ஊர்வலமாகச் சென்றனர்.

தலித்துகளின் உண்ணாவிரதத்தில் நியாயம் இருக்கிறது என்று உணர்ந்த தலித்துகள் அல்லாத சிலரும் அவர்களுடன் இணைந்து உண்ணாவிரதத் திடல் நோக்கிச் சென்றனர்.

தீரத்துடனும் அதேசமயம் நளினமாகவும் நடனமாடியபடி சென்ற இளைஞர்களில் ஒருவர் கிளியூரைச் சேர்ந்தவர். தலித் அல்லாத தனது ஆசிரியர் சீமோன் வருவதைக் கண்டு வியந்தார். அவர் ஆடுவதை நிறுத்திவிட்டு ஆசிரியரை நோக்கி விரைந்தார்.

"சார்... நீங்களும் ஊர்வலத்துல எங்களோடு சேர்ந்து உண்ணாவிரதத் திடலுக்கு வருகிறது மனசுக்கு ரொம்பச் சந்தோசமா இருக்கு. உங்கள நாங்க தலித்துக விரோதின்னு நெனச்சோம். ஆனா அதுக்காக நானு இப்ப வெக்கப்படுறேன்" என்றார் வேதனையுடன்.

"தம்பி... நானு தலித் விரோதிதான். உங்க தலைவர் செல்லையா இருக்காரே. அவருக்குத் துரோகம் செஞ்சவன் நானுப்பா" என்று வேதனையுடன் கூறினார் சீமோன் ஆசிரியர்.

"அவருக்கு நீங்க எந்தத் துரோகமும் செய்யலயே சார்." ஆச்சரியத்துடன் கேட்டார் இளைஞர்.

“தம்பி, நீ ரொம்பச் சின்னப் பையன். உனக்கு அதெல்லாம் தெரிஞ்சிருக்காது. அவுக ஊருல, அதாவது கிளியூருல எங்க மாமா ஆல்பர்ட் சாமியாரா இருந்தாரு. அப்ப நானு பனிரெண்டாம் வகுப்பு முடிச்சிருந்தேன். கல்லூரியில சேர்ந்து பட்டம் பெற எனக்கு ரொம்ப ஆச. சாமியார் மாமாட்டப் போயி உதவி கேள்னு எங்க அம்மா சொன்னாங்க. நானும் அவருட்டப் போயி என்னச் சிறந்த கல்லூரியில சேர்த்துப் படிங்க வையுங்கன்னு சொன்னேன். அவரு எங்கிட்ட கல்லூரிக்கெல்லாம் போக வேண்டாம். பட்டம் வாங்கிட்டு வேலயில்லாம ஆயிரக்கணக்குல இளஞர்க இருக்காங்க. நீ ஆசிரியப் பயிற்சிக்குப் போக ஏற்பாடு செய்றேன். கிளியூருக்கு இந்த வருசம் ஆசிரியப் பயிற்சிக்கு ஓர் இடம் கொடுக்கணும். இங்க ஒருத்தன் இருக்கான். அவரு சொன்னது செல்லையாவ. அவன் தனக்குத்தான் கிடைக்கும்னு கனவு கண்டுக்கிட்டு இருக்கான். அந்த இடத்துக்கு உன்ன அனுப்புறேன். ரெண்டே வருசத்துல நீ வாத்தியார் பயிற்சிய முடிச்சிருவ. அப்ப இங்க ஒரு வாத்தியார் ஓய்வு பெறுவாரு. அந்த இடத்துல உன்ன நியமிக்கேன். அப்புறம் உன் வாழ்நாள் பூராம் நீ கவலப்படத் தேவயில்லன்னு சொன்னாரு. எனக்கு அவர் செய்றது அநியாயம்னு புரிஞ்சிச்சி. யாரோ ஒரு தலித்துக்குக் கிடைக்கிற வாய்ப்ப நானு பறிக்கிறேனேன்னு நெனச்சேன். சாமியார் மாமாட்ட நானு உறுதியா மறுத்திருக்கலாம். ஆனா ஆசை யார விட்டுச்சி? ஒத்துக்கிட்டேன். அதனால செல்லையாவுக்கு அவுங்க ஊரு கோட்டாவுல அவருக்குக் கிடைக்க இருந்த ஆசிரியப் பயிற்சி இடம் அவருக்குக் கெடைக்கல. நானு பறிச்சிட்டேன். படிச்சி முடிச்ச பெறகு செல்லையாவுக்கு அவுங்க ஊருல கெடைக்க இருந்த வாத்தியார் வேலயயும் எங்க சாமியார் மாமா தயவுல பிடுங்கிட்டேன். ஆனா அதுக்கு கடவுள் எனக்குச் சரியான தண்டன கொடுத்துட்டாரு” என்று மிகவும் நொந்துபோன குரலில் சொன்னார் சீமோன் ஆசிரியர்.

“சார்... என்னென்னமோ சொல்றீங்க.”

“உண்மையத்தான் சொல்றேன். வேல கிடைச்ச கொஞ்ச வருசத்துக்குப் பின்னால எனக்கு கலியாணம் முடிஞ்சது. என் வாழ்க்கயில இனிமே சந்தோசம்தான்னு நெனச்சேன். ஆனா என் வாழ்க்கயில இனி சந்தோசமே இல்லங்கிறத அதுக்குப் பெறகுதான் புரிஞ்சிக்கிட்டேன்.”

“என்ன சார் நடந்துச்சி? உங்க மனைவிக்கும் உங்களுக்கும் ஏதாவது பெரச்சினையா?”

“அவ தெய்வம்பா. அவளாலதான் நான் இன்னும் உயிரோட இருக்கேன். அவ ஒரு பள்ளியில ஆசிரியையா வேல பார்த்தா. அதனாலதான் எனக்கு அவளக் கலியாணம் செஞ்சி வச்சாங்க. கலியாணம் முடிஞ்ச ஒரு வருசத்துல எனக்கு ஒரு பையன் பெறந்தான். நானு ரொம்ப சந்தோசப்பட்டேன். ஆனா அவன் பிறவியிலயே ஊனமானவன், மனவளர்ச்சி இல்லாமப் பிறந்தாங்கிறது கொஞ்ச காலத்துக்குப் பெறகுதான் எங்களுக்குத் தெரிய வந்துச்சி. அவனால கையக் கால இயல்பா அசைக்க முடியல. நடக்கவும் முடியல. எங்களால இதத் தாங்க முடியல. எங்களுக்கு ஏன் இந்தத் தண்டன? நாங்க என்ன தப்புச் செஞ்சோம்? யாருக்கும் எந்தக் கெடுதலும் செய்யலயே? நல்லதத்தான செய்றோம்னு எம் மனைவி தெனம் கடவுள்ட்ட முறையிட்டா. அவ செபத்தத் தெனமும் கேட்ட என்னால உண்மைய மறைக்க முடியல. எதையும் மறைக்காம நடந்த எல்லாத்தையும் சொன்னேன். அம்புட்டயும் கேட்ட அவா அடப்பாவி... ஒரு ஏழை தலித் வாழ்க்கையில மண்ண அள்ளிப் போட்டிருக்கயே. இது அநியாயமுன்னு உனக்குத் தெரியலயா? அவுங்க சாபத்துனாலதான் இப்பிடி ஒரு கொழந்த பிறந்திருக்குன்னு ஒப்பாரி வச்சி அழுதா. அவள எவ்வளவோ சமாதானப் படுத்தப் பாத்தேன். முடியல. அவளச் சமாதானப் படுத்த நானு சொன்ன வார்த்தைக அவள ரொம்பவே காயப்படுத்தியிருக்கு. அதுக்குப் பெறகு எங்கூடப் பேசல. ஒரு நாளு ரெண்டு நாளு இல்ல. ஒரு வருசம் ரெண்டு வருசமுன்னு இல்ல. இன்னைக்கு வரைக்கும் பேசல. புருசன் பொஞ்சாதிங்கிற குடும்ப வாழ்க்கையும் இல்ல. எங்கிட்டச் சொல்லாம வேலய ராஜினாமா செஞ்சா. மகனக் கவனிக்கிறதுதான் தன் வாழ்கையின்னு அவ இருக்கா. இப்ப அவனுக்குப் பதினைஞ்சு வயசு ஆகப் போகுது. முன்னப்போல அவளால என் மகனத் தூக்க முடியல. படுக்கையச் சுத்தம் செய்ய முடியல. குளிக்க வைக்க முடியல. ரொம்பக் கஷ்டப்படுறா. நானு உதவி செய்றேன்னு போனா என்ன அவ பாக்குற பார்வயிருக்கே... அப்பப்பா... என்ன எரிக்கிற மாதிரி பாக்கா. என்ன செய்றதுன்னு தெரியாம இருக்கேன். தெனம் தெனம் நானு செத்துக்கிட்டு இருக்கேன். நிம்மதிங்கிறது கொஞ்சங்கூட இல்ல. நடை பொணமா வாழ்ந்துக்கிட்டு இருக்கேன்.”

அவரது கண்களில் கண்ணீரைக் கண்ட அந்த இளைஞருக்கு என்ன செய்வது என்று தெரியவில்லை. ஆதரவாக அவரது கரங்களைப் பற்றினார்.

அந்தக் கரங்களை உறுதியாகப் பற்றிக்கொண்ட சீமோன் ஆசிரியர் தழுதழுத்த குரலில் கூறினார். "தம்பி, உங்க உண்ணாவிரதம் என் கண்களத் தெறந்திருச்சி. நானு செஞ்சதுக்கு பரிகாரம் தேடணும்னு நெனக்கேன். இந்த ஊர்வலத்துல உண்மையான மன வருத்தத்தோட நானு வாரேன். உண்ணாவிரதம் இருக்கிறவுங்களுக்கு ஆதரவா, ஆறுதலா இருக்க வாரேன்னு நெனைக்க வேண்டாம். நானு செஞ்ச பாவத்துக்குப் பரிகாரம் செய்ய வாரேன். சாதிங்கிற உடையை இதுவர நானு போட்டிருந்தேன். நானு அதத் தூக்கி எரிஞ்சிட்டு நிர்வாணமா எந்த ஆடையும் இல்லாம வாறேன். இந்த உண்ணாவிரதத்துல கலந்துக்கிட்டு நானு புது மனுசனா புதுப் பெறப்பெடுக்கப் போறேன். ஆமாம்பா... இந்த உண்ணா விரதத்துல நானு பேசுறதுக்கு நீ எனக்கு ஒரு வாய்ப்பு வாங்கித் தரணும். நானு கூட்டத்துல, எல்லாருக்கும் முன்னால நடந்ததக் கூறணும். செல்லையாவுக்கு எங்க மாமா செஞ்ச அநியாயத்தச் சொல்லணும். அதுக்கு உடந்தையா நானு இருந்ததச் சொல்லணும். அப்படி பொதுவுல அறிக்கையிட்டாத்தான் எனக்குப் பாவமன்னிப்புக் கெடைக்கும். அப்பிடி அறிக்கையிட்டா உங்க உண்ணாவிரதத்துக்கும் ஓர் அர்த்தம் இருக்கும், வெற்றியும் கெடைக்குங்குற எண்ணத்துல நானு இப்படிக் கேக்கல. நானு மன்னிப்புப் பெறணும். எனக்கு அமைதி வேணும். நிம்மதி வேணும். அந்தச் சுய நலத்தோட தான் நான் கேக்கேன். எனக்கு அனுமதி வாங்கிக் கொடுப்பியா தம்பி."

ஊர்வலம் உண்ணாவிரதத் திடலை அடைந்தது.

★★★

8

அதிகாலையிலேயே எழுந்த பணியாளர் அந்துவான் பரணியை நோக்கி ஒரு காரில் பயணித்தார். உண்ணாவிரதம் இருப்பவர்களைச் சந்தித்து அவர்களை உற்சாகப்படுத்தத் திட்டமிட்டிருந்தார். உண்ணாவிரதம் இருப்பவர்கள் காலை ஆறு மணிக்குத் திருப்பலிக்குச் சென்று விடுவர் என்பது தெரியும். அதனால் அவர்களைக் காலை ஐந்தரை மணிக்கு முன்பாகவே சந்திக்க விரும்பினார். அவர் பயணித்த கார் சீரான வேகத்தில் சென்றது.

பணியாளர் அந்துவானிடம் ஒரு வழக்கம் இருந்தது. தலித் கிறிஸ்தவ இயக்கத்தை ஆரம்பித்த அவர் பல போராட்டங்களை வெற்றிகரமாக நடத்தினார். அவர் நடத்தினார் என்பதைவிட இயக்கத்தினரே போராட்டங்களை நடத்தினர் என்று சொல்லலாம். போராட்டங்களில் கலந்துகொள்வதைத் தவிர்த்தார். அதற்காக அவர் போராட்டங்களிலிருந்து முற்றிலுமாக ஒதுங்கிவிடவில்லை.

போராட்டங்களை அவர் எதிர்ப்புக்கான போராட்டம், உரிமைக்கான போராட்டம் என்று இரண்டு விதமாகப் பார்த்தார்.

திருச்சபை தலித் கிறிஸ்தவர்களைப் புறக்கணித்துச் செயல்பட்ட சமயங்களில் அதை எதிர்த்துப் பல போராட்டங்கள் நடத்தினார். பெரும்பாலான அத்தகைய போராட்டங்கள் அவரது தலைமையில் தான் நடந்தன. அதனால்தான் புதிய ஆயர் நியமனத்தை எதிர்த்துக் காவேரிப்பள்ளியில் நடந்த கருப்புக்கொடிப் போராட்டத்திற்கு அவர் தலைமை வகித்தார்.

ஆனால் உரிமைக்கான போராட்டத்தை இயக்கத்தினரே நடத்த வேண்டும் என்று எண்ணினார். அதற்காக அவர்களுக்கு நன்கு பயிற்சியளித்து அவர்களைப் போராடச் செய்தார். அதோடு தனது கடமை முடிவடைந்தது என்று அவர் எண்ணவில்லை. போராட்டத்தன்று அவர் போராட்டம் நடக்கும் ஊரில்தான் இருப்பார். அவர்களுக்கு உற்சாகம் அளிப்பார். கைது போன்ற சிக்கல்கள் வந்தால் அவர்களைப் பிணையில் எடுப்பதற்கு அனைத்து முயற்சிகளும் செய்வார். சில சமயங்களில் போராட்டம் நடத்துபவர்களைப் பேச்சுவார்த்தைக்கு அழைத்தால் இயக்கத்தினரே சென்று பேச்சுவார்த்தை நடத்த அவர் ஊக்குவிப்பார். பேச்சு வார்த்தை மற்றொரு நாளில் நடைபெறுவதாக

இருந்து இயக்கத்தினர் அவரைக் கட்டாயப் படுத்தினால் பேச்சு வார்த்தையில் சிலசமயங்களில் அவர் கலந்து கொள்வார்.

உரிமைக்கான போராட்டம் என்று அவர் திரும்பத் திரும்பக் கூறினாலும் மக்கள் அதை கோரிக்கைகளுக்கான போராட்டம் என்றே அழைத்தனர். கோரிக்கை என்பது வேறு, உரிமை என்பது வேறு என்று அவர் பலமுறை கூறினாலும் இயக்கத்தினர் பலருக்கு அதன் வேறுபாடு புரியவில்லை. உரிமைகளைக் கோரிக்கைகளாகத்தானே வெளிப்படுத்துகிறோம். அப்படியே அழைத்தால் என்ன என்பது பெரும்பாலான இயக்கத்தினரின் எண்ணமாக இருந்தது.

ஆனால் செல்லையா அந்த வித்தியாசத்தை மிகவும் தெளிவாக அறிந்திருந்தார். தலித் கிறிஸ்தவர்கள் கேட்பது பிச்சையல்ல. மாறாக அவர்களது உரிமை. திருச்சபை இதைச் செய்யக் கடமைப் பட்டிருக்கிறது என்பது அவருக்கு மிகவும் நன்றாகத் தெரியும். இருப்பினும் கோரிக்கை என்றால் மற்றவர்களுக்கு எளிதாகப் புரியும் என்பதால் அவரும் கோரிக்கை என்ற வார்த்தையைச் சில சமயங்களில் பயன்படுத்தினார்.

பணியாளர் அந்துவான் பயணித்த வாகனம் திடீரென்று நின்றது. காரில் அமர்ந்தபடியே சாலையைப் பார்த்தார். கண்ணுக்கு எட்டிய தூரம் வரையில் சிகப்பு விளக்குகளை உமிழ்ந்தபடி வாகனங்கள் நின்று கொண்டிருந்தன. இந்த அதிகாலை வேளையில் வாகனங்கள் ஏன் நிற்க வேண்டும்? ஓட்டுநரிடம் கேட்டார். விபத்தாக இருக்கலாம் என்றார். எப்போது இந்தப் போக்குவரத்து சீராகும் என்று அவருக்குத் தெரியவில்லை.

'இன்னும் அரைமணி நேரத்துல போயிருக்கலாம். நானு வருவேன்னு காத்திருப்பாங்களோ? அப்படி இருக்காது. நானு வருவேன்னு சொன்னேன். ஆனா எப்ப வருவேன்னு சொல்லல. அதனால காத்திருக்க மாட்டாங்க.' போக்குவரத்து பாதிப்பு பற்றி அவர் எரிச்சல் அடைந்தாலும் தனக்குத்தானே சமாதானம் சொல்லிக் கொண்டார்.

அவர் அன்று வருவேன் என்று சொன்னதற்குக் காரணம் இருந்தது. போராட்டம் நடைபெறும் இடத்திற்கு அவர் செல்வது வழக்கம். என்றாலும் சில சமயங்களில் வருவேன் என்று சொன்ன பிறகும் அவர் செல்வது இல்லை. தான் இல்லாமலே இயக்கத்தினர் போராட்டங்களை நடத்த வேண்டும். அப்போது எழும் பிரச்சினைகளைத்

தனது உதவியில்லாமல் இயக்கத்தினரே சமாளிக்க வேண்டும் என்பது தான் அதற்குக் காரணம்.

ஆனால் சாகும்வரை உண்ணாவிரதப் போராட்டத்திற்குக் கட்டாயம் வருவதாகச் சொன்னார். இந்தப் போராட்டம் அவ்வளவு எளிதானதல்ல. போராட்டக்காரர்களுக்கு மனஉறுதியும், இயக்கக் கொள்கைகளில் ஆழ்ந்த அர்ப்பணமும் அவசியம் தேவை. இவை உண்ணாவிரதம் இருப்பவர்களிடம் இருந்தன.

உண்ணாவிரதம் இருப்பவர்களைப் பற்றி அவர் பெருமையாக நினைத்தார். 'இந்தச் சின்ன வயசிலயே இப்படி ஒரு முடிவு எடுத்திருக்காங்களே! ஆச்சரியமா இருக்கே! ஆனா இவுங்க இப்படி ஓர் உண்ணாவிரதப் போராட்டம் நடத்த நானு ஏன் ஒத்துக்கிட்டேன்? நம்மையே துன்புறுத்தி போராட வேண்டுமா? வேறு வழியில போராடியிருக்கக் கூடாதா?'

சாகும்வரை உண்ணாவிரதப் போராட்டத்திற்குத் திட்டமிட்ட போது அவர் திருச்சபையை அதிகம் நம்பினார். 'திருச்சபையை நிர்வகிக்கும் ஆயர்களுக்கு மனச் சாட்சி இருக்கு. அதனால இளைஞர்களின் சாகும்வரை போராட்ட அறிவிப்பு பரணி ஆயரை அதிர்ச்சியடையச் செய்யும். அவரும் ஆயருக்குரிய மனநிலையில தனது மக்கள் பசியில வாடுவத விரும்பமாட்டாரு. பிரச்சினையும் வெளி உலகிற்குத் தெரியக்கூடாதுன்னு நெனப்பாரு. அதனால உண்ணாவிரத அறிவிப்பைக் கைவிட்டு விடுங்க. பேச்சுவார்த்தைக்கு வாங்கன்னு அழைப்பாருன்னு நம்புனேன். ஆனா நானு நெனைச்சபடி நடக்கல. வேல வெட்டி இல்லாத இளைஞர்க வெளையாட்டுக்கு அறிவிச்சிருக்கலாம்னு ஆயரு நெனச்சிருக்கலாம். ஆனா இப்ப உண்மயிலயே போராட்டம் ஆரம்பிக்கப் போகுது. ஆயருக்கு நிச்சயம் அதிர்ச்சியா இருக்கும். அதனால உடனே பேச்சு வார்த்தைக்கு வரச்சொல்லி அழைக்கலாம். அப்படி அழைச்சா பேச்சு வார்த்தைக்குச் செல்லணும். கோரிக்கைக நியாயமானதுன்னு எடுத்துச் சொல்லணும். இதனால யாருக்கும் பாதிப்பு இல்லன்னு சொல்லணும். நிச்சயம் ஆயர் கோரிக்கைகள ஏற்பார். ஆயர உண்ணாவிரத இடத்துக்குக் கூட்டிக்கிட்டுப் போகணும். அங்க மக்கள் முன்னால கோரிக்கைகள ஏற்பதா அறிவிக்கச் சொல்லணும். குளிர்பானத்தை போராட்டக்காரர்களுக்கு ஆயரக் கொண்டே கொடுக்கச் செய்து உண்ணாவிரதத்த முடிச்சி வைக்கணும். உண்ணாவிரதம் இருந்தவுங்களப் பாராட்டி அவுங்களைக் கௌரவிக்கணும். இன்னைக்குள்ள எல்லாம் முடிஞ்சிரும். இரவு திரும்பிரணும்.'

போக்குவரத்து சீராக ஒருமணிநேரம் பிடித்தது. நேரத்தைப் பார்த்தார். காலை ஆறு மணி. இப்போது திருப்பலி ஆரம்பித்திருக்கும். உண்ணாவிரதம் இருப்பவர்கள் திருப்பலிக்குச் சென்றிருப்பர். இனி அவசரமாகச் சென்று எதையும் சாதிக்கப் போவதில்லை என்று உணர்ந்த அவர் ஓட்டுநரிடம் நிதானமாகத் தங்கும் விடுதிக்குச் செல்லும்படி கூறினார்.

கார் மறுபடியும் சீரான வேகத்தில் சென்றது. அந்துவானுக்கு இதற்கு முன்பு பரணியில் நடந்த போராட்டத்தின் நினைவு வந்தது.

இயக்கம் ஆரம்பித்த சமயம் அது. இயக்கம் செல்லையாவின் ஈடுபாட்டால் பரணி பகுதியில் ஆழமாக வேரூன்றி மிக வேகமாக வளர்ந்தது. முதல் போராட்டத்தைப் பரணியில் நடத்தத் திட்டமிட்டார்.

இம்மானுவேல் சபையினரிடம் ஒரு பழக்கம் இருந்தது. அவர்கள் செல்லும் இடத்தில் சபையினரின் இல்லம் இருந்தால் அங்குதான் தங்குவர். பரணியிலும் இம்மானுவேல் சபையினர் நடத்தும் கல்வி நிறுவனம் இருந்தது. எனவே அந்துவான் அங்கு சென்று தங்கி போராட்டத்திற்கான அனைத்து ஏற்பாடுகளையும் செய்தார். தான் எதற்காக அங்குத் தங்குகிறேன் என்பதை அங்குள்ள இல்லத் தலைவரிடம் சொல்;லவில்லை. அவரும் கேட்கவில்லை.

ஆயர் இல்லத்தில் மறைமாவட்டப் பணியாளர்கள் அனைவரும் தியானம் செய்தனர். அந்த நாளில் இயக்கத்தினர் செல்லையாவின் தலைமையில் முழக்கத்துடன் ஆயர் இல்லம் சென்றனர். தியானம் நடைபெற்ற அரங்கிற்குள் முழங்கியபடி நுழைந்தனர்.

ஆயரும், தியானம் செய்த பணியாளர்களும், தியானம் கொடுத்தவரும் அதிர்ந்தனர். இப்படிப்பட்ட ஒரு சூழ்நிலையை அவர்கள் தங்களது வாழ்வில் என்றுமே எதிர்கொண்டதில்லை. என்ன செய்வது என்று தெரியாமல் அனைவரும் விழித்தனர்.

தியான அரங்குக்குள் சென்ற இயக்கத்தினர் ஆயர் மற்றும் பணியாளர்கள் முன்பாக ஒன்று கூடினர். தியானம் கொடுத்தவரை மற்றவர்களோடு அமரச் சொன்னார் செல்லையா. அவரும் அவ்வாறே செய்தார். ஆயரைத் தியானம் கொடுத்தவர் இடத்திற்கு அழைத்த செல்லையா அவரை அமரச் சொன்னார். ஆயரும் எந்தவிதமான மறுப்பும் சொல்லாமல் அப்படியே செய்தார்.

பின் செல்லையா இயக்கத்தினரைப் பார்த்து அனைவரையும் தரையில் அமரச் சொன்னார். அனைவரும் அமைதியாக அமர்ந்தனர். பின்

இயக்கத்தினரைப் பார்த்து உணர்ச்சியுடன் கேட்டார். “திருச்சபையில சாதியிருக்காது. சமத்துவம் இருக்கும்னு நம்பி நாம சேர்ந்தோம். அந்த உன்னதமான சமத்துவ மதிப்பீடு திருச்சபையில இருக்கா?”

“இல்ல.” போராட்டத்தினர் உணர்ச்சியுடன் கத்தினர்.

“என்ன ஆச்சி?”

“செத்துப்போச்சி.”

“அப்ப என்ன செய்யணும்?”

“ஒப்பாரிவைச்சி அழணும்” என்று கர்ச்சித்தனர். உடனே அனைத்துப் பெண்களும் ஒப்பாரி வைத்து அழ ஆரம்பித்தனர்.

ஆயரும் பணியாளர்களும் என்ன செய்வது என்று தெரியாமல் தவித்தனர். அரங்கைவிட்டு வெளியேற எண்ணினர். ஆனால் அரங்க வாயிலில் யாரும் வெளியே சென்றுவிடாதபடி இயக்கத்தினர் சிலர் நின்றனர். அவர்களை மீறிக்கொண்டு வெளியே செல்ல யாரும் துணியவில்லை.

ஒப்பாரிவைத்த பெண்களை அமைதிப்படுத்திய செல்லையா, சமத்துவம் உயிர்த்தெழுவது ஆயரின் கையில்தான் இருக்கிறது என்றார். சமத்துவம் உயிர்த்தெழ மறைமாவட்டத்தில் சாதியக் கணக்கெடுப்பு நடத்த வேண்டும் என்றும், அந்தக் கணக்கெடுப்பின்படி அந்தந்த சாதிக்குரிய விகிதாச்சாரப்படி கல்வி நிறுவனங்களில் நியமனமும், சேர்க்கையும் இருக்க வேண்டும் என்றும், அதோடு விகிதாச்சாரத்தை எட்டும்வரை மற்றவர்களை நியமிக்கக் கூடாது என்றும் அவர் கோரிக்கைகளை முன்வைத்தார். கோரிக்கைகள் நியாயமாக இருந்ததால் ஆயரால் மறுக்க முடியவில்லை. கோரிக்கைகள் அனைத்தையும் ஏற்பதாகக் கூறினார்.

இதனால் மகிழ்ந்த செல்லையா இயக்கத்தினரிடம் தங்கள் மகிழ்ச்சியை வெளிப்படுத்தக் கேட்டுக்கொண்டார். ஆண்கள் பலமாக விசிலடிக்க, பெண்கள் ஆயருக்கு முன்பாக நடனமாடி தங்கள் மகிழ்வை வெளிப்படுத்தினர்.

போராட்டத்தின் நோக்கம் நிறைவேறியதை அறிந்த அவர்கள் அனைவரும் உணவறைக்குச் சென்றனர். அங்கு தியானம் செய்பவர் களுக்காக வைக்கப்பட்டிருந்த மதியஉணவு இருந்தது. அனைவரும் சுவைமிக்க அந்த உணவை உண்டனர். உணவறைக்குச் செல்ல

வேண்டும் என்பது திட்டமிடாத செயல். இருப்பினும் உணவு உண்டு, நிறைந்த மகிழ்வுடன் திரும்பினர்.

அதன்பின் இயக்கத்தினரின் நிர்ப்பந்தத்தின் காரணமாகத்தான் கோரிக்கைகளை ஏற்றதாக அறிவித்த மறைமாவட்ட ஆயர் தான் ஒப்புக்கொண்டபடி எதையும் செய்யப்போவதில்லை என்று அறிவித்தார். அதோடு இயக்கத்தினர் தனக்கு முன்பாக ஒப்பாரி வைத்தும், விசிலடித்தும், நடனமாடியும் தன்னைக் கேவலப்படுத்தியதாக அறிவித்தார். மேலும் இத்தகைய போராட்டத்திற்குப் பின்னணியில் பரணியில் இருக்கும் இம்மானுவேல் சபையினர் இருப்பதாகவும் அங்கிருந்துதான் போராட்டத்திற்குத் திட்டமிட்டதாகவும் குற்றம் சாட்டினார்.

பரணியில் இருந்த இம்மானுவேல் சபையினருக்கு அப்போது தான் இவை அனைத்தும் அந்துவானின் வேலை என்று தெரிந்தது. இல்லத் தலைவர் அந்துவானை அழைத்தார். "நீங்கதான் இந்தப் போராட்டத்த நடத்தினீங்களா?"

"போராட்டத்த நான் நடத்தல. இயக்கம் நடத்துச்சு. நான் திட்டமிட்டேன்."

"போராட்டம் நடத்தத்தான் இங்க வந்தீங்கன்னு ஏன் சொல்லல?"

"நீங்க கேக்கல. நான் சொல்லல."

"எதுக்கு இங்க தங்குறீங்கன்னு சொல்லணுங்கிற ஒழுங்கு சபையில இருக்கு. அது தெரியாதா உங்களுக்கு?"

"தெரியும்."

"தெரிஞ்சும் ஏன் சொல்லல?"

"சொல்லிருந்தா போராட்டத்த நடத்த அனுமதிச்சிருப்பீங்களா?"

"நிச்சயம் அனுமதிச்சிருக்க மாட்டேன்."

"அதனாலதான் சொல்லல. ஆமா நானு நல்லதத்தான செஞ்சிருக்கேன். இதுவர நம்ம சபை தலித் மக்களுக்கு உரிய உரிமைய வழங்கனும்னு பேசுனோம். ஆனா அதச் செய்யல. இப்ப மறைமாவட்டம் செய்ய சம்மதிச்சிருக்கு. சந்தோசப்பட வேண்டிய செய்திதான."

"போராட்டம் நடத்தப் போறதா சபைத் தலைவருட்ட உத்தரவு வாங்குனீங்களா?"

"நல்லதச் செய்ய எதுக்கு உத்தரவு?"

"உங்களுக்கு நல்லதுன்னு தெரியுது. ஆனா இங்க இல்லத்துல உள்ள யாருக்கும் இந்தப் போராட்டத்துல உடன்பாடு இல்ல. எல்லாரும் எதுக்குறாங்க. இங்க இருந்து எதுக்குப் போராட்டத்த நடத்தணும்னு கேக்குறாங்க. ஆயரும் நம்ம சபையின் மாநிலத் தலைவருக்கு கடிதம் எழுதியிருக்காரு. அதுமட்டுமில்ல. ரோமுல உள்ள சபைத் தலைவருக்கும் உங்க மேல நடவடிக்க எடுக்கணும்னு கடிதம் எழுதியிருக்காரு."

"அவரு கடிதம் எழுதுனா எழுதட்டும். நல்லது செஞ்சா பிரச்சின வரத்தான் செய்யும். அத நாம சமாளிப்போம். இதுக்குப்போயி வருத்தப்படலாமா?

"வருத்தப்படாம சந்தோசமா படுவாங்க. இங்க உள்ள எல்லாரும் நீங்க வேணுன்னே சாதிப் பிரச்சினயத் தூண்டுறது மாதிரி இருக்குன்னு சொல்றாங்க."

"சாதிப் பிரச்சினய நானு தூண்டுறேனா? திருச்சபையில சாதியம் இல்லங்கிறது கொள்கை. ஆனா சாதி இருக்கு. அதோட சாதியப் பார்வையிலதான் திருச்சபையும் செயல்படுது. சபையும் செயல்படுது. அதனால பாதிக்கப்படுறது தலித் மக்கள். அதிக எண்ணிக்கையில இருக்கும் தலித் மக்களுக்கு எந்தவிதமான உரிமையும் இல்லாம அவுங்கள அடிமைப்படுத்துறீங்க. இத எதுத்தா நானு சாதியத் தூண்டுறதாக் குற்றம் சொல்றீங்க. இது சரியா?"

"இங்க பாருங்க. உங்ககிட்ட நானு விவாதிக்க வரல."

"சரி... நானு என்ன செய்யணும்னு விரும்புறீங்க."

"இந்த மாதிரி போராட்டம் அது இதுன்னு சொல்லிக்கிட்டு இங்க வந்து தங்காதீங்க. அதனால எங்களுக்குப் பிரச்சின. நீங்க இப்ப உடனே இல்லத்தில இருந்து போங்க."

"சரி... நானு போறேன். இனிம போராட்டம்னா இங்க வந்து தங்க மாட்டேன். சரியா"

அந்துவான் வெளியேறினார். அதன்பின் இயக்க வேலைக்காகச் செல்ல வேண்டிய சூழ்நிலை ஏற்பட்டால் அவர் இம்மானுவேல் சபையினரின் இல்லத்தில் தங்குவது இல்லை. மாறாக இயக்கத்தினரின் வீடுகளிலோ அல்லது விடுதிகளிலோ தங்குவது வழக்கம்.

பழைய ஞாபகத்திலிருந்து அவர் விடுபட்டபோது கார் விடுதியின் முன்பாக நின்றது. காரிலிருந்து இறங்கி தனக்கென்று ஒதுக்கப்பட்ட அறைக்குச் சென்றார்.

மணியைப் பார்த்தார். காலை எட்டு மணி. உண்ணாவிரதம் ஆரம்பிக்கும் நேரம். ஏதோ சத்தம் கேட்டது. கூர்ந்து கேட்டார். பறையொலி முழக்கம் தெளிவாகக் கேட்டது. அவரால் நிம்மதியாக அறையில் அமர்ந்திருக்க முடியவில்லை. எழுந்து அறையிலேயே குறுக்கும் நெடுக்குமாக நடந்தார். உண்ணாவிரத இடத்திற்குச் செல்ல வேண்டும் என்ற உணர்வு அவரது உள்ளத்தை நிறைத்தது. ஆனால் தான் அங்கு சென்றால் அனைவரின் கவனமும் தன்மேல் திரும்பும் என்று அறிவு கூறியது. அவர் அங்கு செல்வதைத் தவிர்த்தார்.

ஆனால் அவரால் அறையில் இருக்க முடியவில்லை. அறிவை உணர்வு வென்றது. மெதுவாக நடந்து உண்ணாவிரதம் இருக்கும் திடலை அடைந்தார். யாருக்கும் தெரியாமல் கூட்டத்தினரோடு ஒருவராக இருந்து நடப்பதைப் பார்க்கலாம் என்று எண்ணினார். கூட்டத்தின் பின்னால் யாருக்கும் தெரியாமல் அமைதியாக அமர்ந்தார்.

அவர் எதிர்பார்த்ததைவிட கூட்டம் மிக அதிகமாக இருந்தது. உண்ணாவிரதம் இருப்பவர்கள் மட்டும் மேடையில் அமர்ந்திருந்தனர். வேறு யாரும் மேடையில் இல்லை.

உண்ணாவிரதம் இருக்கும் இளைஞர்களில் ஒருவர் மட்டும் தாங்கள் ஏன் சாகும்வரை உண்ணாவிரதம் இருக்கப்போகிறோம் என்பதை விளக்கிப் பேசவேண்டும் என்றும், அதன்பின் மற்றவர்கள் பேசலாம் என்றும் ஏற்பாடு செய்யப்பட்டிருந்தது. திட்டமிட்டபடி இளைஞர்களின் தலைவர் கபிரியேல் தாங்கள் ஏன் உண்ணாவிரதம் இருக்கப் போகிறோம் என்பதை விளக்க ஆரம்பித்தார்.

"அன்புள்ளவர்களே, நாங்கள் அனைவரும் இளைஞர்கள். தலித் கிறிஸ்தவர்கள். படித்தவர்கள். பட்டம் பெற்றவர்கள். நாங்கள் படிக்க, பட்டம் பெற எவ்வளவு கஷ்டப்பட்டோம் என்பது எங்களுக்கும் எங்களது பெற்றோருக்கும் மட்டும்தான் தெரியும். நாங்கள் கிறிஸ்தவத்தில் சேர்ந்ததால் எங்களுக்கு அரசு அளித்த சலுகைகள் மறுக்கப்பட்டன. மற்ற இந்து சகோதரர்களுக்குக் கிடைக்கும் சலுகைகள் எங்களுக்குக் கிடைக்கவில்லை. மதம் மாறியதால் எங்களுக்கு அரசு கொடுத்த பரிசு இது. இந்த நிலை தலித் கிறிஸ்தவர்களாகிய எங்களுக்கு மட்டும்தான்.

மற்ற சாதியினர் கிறிஸ்தவத்திற்கு மாறியபொழுது அவர்கள் அரசால் பாதிக்கப்படவில்லை. அவர்கள் இந்துவாக இருந்தபோது அரசு என்ன சலுகைகளை வழங்கியதோ அதே சலுகைகளை கிறிஸ்தவர்களாக மதம் மாறியபின்பும் அரசு கொடுத்தது. கிறிஸ்தவத்திற்கு மதம் மாறியதால் பாதிக்கப்பட்டவர்கள் தலித் கிறிஸ்தவர்கள் மட்டும்தான். நாங்கள் அதை நினைத்துக் கவலைப்படவில்லை. கிறிஸ்தவர்களாக மாறியதால் கிறிஸ்தவ சமூகம் எங்களை ஏற்கும். சாதியம் மறையும். சமத்துவமாக வாழலாம் என்று எண்ணினோம். ஆனால் கிறிஸ்தவத்திலும் சாதியம் இருக்கிறது. நாங்கள் கிறிஸ்தவர்களாக மாறிய பின்பும் தலித்துகளாகத்தான் நடத்தப்பட்டோம். தீண்டத்தகாதவர்களாக மற்றவர்களால் ஒதுக்கப்பட்டோம். மற்ற மதத்தினர் மட்டும் இவ்வாறு நடத்தவில்லை. ஆதிக்கச் சாதி கிறிஸ்தவர்களால் முற்றிலுமாக ஒதுக்கப்பட்டோம். இந்த நிலையை நாங்கள் எதிர்த்தோம். ஆனால் எங்கள் எதிர்ப்பை யாரும் கண்டுகொள்ளவில்லை. திருச்சபையானது முற்றிலுமாக எங்களைப் புறக்கணித்தது. அரசிடம் நாங்கள் சிறுபான்மையினர் என்று கூறிய திருச்சபை கல்வி நிறுவனங்களை ஆரம்பித்தது. ஆனால் கிறிஸ்தவத்தில் பெரும்பான்மையான எங்களுக்குக் கிறிஸ்தவக் கல்வி நிறுவனங்களில் இடம் கிடைக்கவில்லை. வேலை வாய்ப்பும் எங்களுக்கு வழங்கப்படவில்லை. தலித் கிறிஸ்தவர்கள் மட்டுமே இருக்கும் கிராமங்களில்கூட மற்ற சாதியைச் சார்ந்தவர்களைத்தான் ஆசிரியர்களாக திருச்சபை நியமித்தது. எங்களில் படித்தவர்கள் சிலர் இருக்கின்றனர். அவர்களை நியமிக்கவில்லை. பொறுத்துப் பார்த்த நாங்கள் எங்களுக்கு நீதி வேண்டும் என்று இயக்கமாக ஒன்று சேர்ந்தோம். ஆயர் இல்லம் சென்று போராடினோம். யாருக்கும் பாதிப்பு இல்லாத விதத்தில் எங்களது கோரிக்கைகளை முன்வைத்தோம். எங்களுடைய கோரிக்கைகள் இதுதான்."

கோரிக்கைகளைப் பட்டியலிட்ட அவர் தொடர்ந்து பேசினார். "ஆயர் அவர்கள் எங்களது கோரிக்கைகள் நியாயமானவை, யாருக்கும் பாதிப்பு இல்லாதவை என்று கூறி அதன்படி செயல்படுவதாக வாக்களித்தார். ஆனால் அந்த வாக்கை மீறிவிட்டார். கணக்கெடுப்பு நடக்கவே இல்லை. நாங்களும் ஆயரைப் பலமுறை சந்தித்துக் கேட்டோம். அவர் எங்களது கோரிக்கைகளை நிறைவேற்றுவது போலத் தெரியவில்லை. எங்களுக்கு வேறு வழியில்லை. எனவே எங்களது கோரிக்கைகளை நிறைவேற்ற வேண்டும் என்று நாங்கள் சாகும்வரை உண்ணாவிரதம் இருக்கிறோம். நாங்கள் யாருக்கும், எந்தச் சாதியினருக்கும் எதிரிகள் இல்லை. எல்லாச் சாதியினருக்காகவும்

நாங்கள் போராடுகிறோம். எங்களுடைய கோரிக்கை தவறு என்றோ, நாங்கள் மற்ற சாதியினரது உரிமையைப் பறிக்கிறோம் என்றோ யாராவது நினைத்தால் இப்போது தாராளமாக இந்த மேடைக்கு வந்து தங்களது கருத்தைச் சொல்லலாம். நாங்கள் செய்வது தவறு என்று நிரூபித்தால் நாங்கள் இப்பொழுது உடனடியாக உண்ணாவிரதத்தை நிறுத்தி விடுகிறோம். யாராவது வந்து தங்கள் தரப்பு நியாயத்தைக் கூறுகிறீர்களா?"

பேச்சை நிறுத்திய கபிரியேல் கூட்டத்தினரைப் பார்த்தார். கூட்டத்தில் எந்த விதமான சலசலப்பும் இல்லை. கபிரியேல் சொல்வதை முழுவதுமாக ஆதரிப்பதுபோல கூட்டம் அமைதி காத்தது.

"யாரும் இங்கே வந்து பேச முன்வரவில்லை. எல்லாருமே எங்க கோரிக்கைகள் சரியானவை என்று ஏற்றிருக்கிறீர்கள். அப்படியென்றால் எங்களுக்கு ஆதரவு கொடுங்கள். நாங்கள் அனைவரும் மிகவும் ஏழைகள். பொருளாதார நெருக்கடியிலும் மிகவும் கஷ்டப்பட்டு படித்தோம். கிறிஸ்தவ கல்லூரிகளில் எங்களுக்கு இடம் கிடைக்க வில்லை. அரசு கல்லூரிகளில் படித்தோம். பெற்றோர் கடன் வாங்கி எங்களைப் படிக்க வைத்தனர். இப்பொழுது நாங்கள் பட்டதாரிகள். ஆனால் வேலையில்லை. வீட்டில் பசியில் கிடந்து சாகிறோம். பசியில் வீட்டில் சாகிறதை விட்டுட்டு இங்கே பொதுவில் சாகலாம் என்றுதான் இந்த சாகும் வரை உண்ணாவிரதப் போராட்டத்தை ஆரம்பித்திருக்கிறோம். இதற்கு நீங்கள் ஆதரவு தர வேண்டும் என்றும், எங்களது நியாயத்தை ஆயரிடம் கூறவேண்டும் என்றும் கேட்கிறோம்."

கூட்டத்தினர் தங்களது அமைதியின் மூலம் தங்களது சம்மதத்தைத் தெரிவித்தனர்.

மறுபடியும் கபிரியேல் மக்கள் மொழியில் பேசினார். "நமது திருச்சப ஆதிக்கச் சாதியின் திருச்சபையா இருக்கு. ஆதிக்கச் சாதியினர் தான் கல்வியிலும் வேலை வாய்ப்பிலும் பயனடைறாங்க. ஒரு உதாரணத்தைச் சொல்லப் போறேன். ஆனா அத நானு சொல்ல விரும்பல. ஆதிக்கச் சாதியைச் சார்ந்த ஒருவர் தனது அனுபவத்த இங்கு நமது முன்பாகச் சொல்லப் போறாரு. அவரு சொல்றதக் கவனமாக் கேளுங்க. அவரை மேடைக்கு வரும்படி அன்புடன் அழைக்கிறேன்."

சிறிது நேரம் அமைதி நிலவியது. யாரும் மேடைக்கு வரவில்லை.

கபிரியேல் குழப்பம் அடைந்தார். சீமோன் ஆசிரியரைக் கூட்டத்தில் தேடினார். அவர் எங்கிருக்கிறார் என்று அவரால்

கண்டுபிடிக்க முடியவில்லை. எனவே மறுபடியும் ஒலிபெருக்கியில் பேச ஆரம்பித்தார். "இங்கு மேடைக்கு வந்து தனது அனுபவங்களைப் பகிரும்படி கிளியூரில் பணிபுரியும் ஆசிரியர் சீமோன் அவர்களை அன்புடன் அழைக்கிறேன்;"

சீமோன் ஆசிரியர் என்றதும் கூட்டத்தினர் கரவொலி எழுப்பினர்.

சீமோன் ஆசிரியர் மேடைக்கு வருவதாகத் தெரியவில்லை. கூட்டத்தினர் அனைவரும் சீமோன் ஆசிரியர் எங்கிருக்கிறார் என்று தேடினர்.

கூட்டத்தில் அமர்ந்திருந்த சீமோன் ஆசிரியர் எழுந்தார். மேடைக்குச் செல்வதற்குப் பதிலாக எதிர்த்திசையில் கூட்டத்திலிருந்து விலகி விரைவாக நடந்து வெளியேறினார்.

கபிரியேல் அவரைக் குழப்பத்துடன் பார்த்தார். கூட்டத்தினரும் ஒன்றும் புரியாமல் விழித்தனர்.

***

9

‘சாகும்வரை உண்ணாவிரதப் பிரச்சினய எப்பிடி எதிர்கொள்றது?’

பரணியின் ஆயர் மிகத் தெளிவாக இருந்தார். ‘எந்த முடிவா இருந்தாலும் அது எல்லாரும் சேர்ந்து எடுத்த முடிவா இருக்கணும். நானு மட்டும் எடுத்த முடிவா இருக்கக்கூடாது. அப்படிச் செயல்பட்டாத்தான் மறைமாவட்டத்த நடத்த முடியும்.’

அதே சமயம் அவரிடம் மற்றொரு எண்ணமும் எழுந்தது. ‘அப்படின்னா எனக்குன்னு ஒரு முடிவு இல்லயா? தலித் கிறிஸ்தவங்க பிரச்சினயால அதிகம் பாதிக்கப்பட்டது நானுதான். என்ன எந்தெந்த விதத்திலெல்லாமோ கேவலப்படுத்துனாங்க. ஒரு நிர்ப்பந்தத்துல எடுத்த முடிவக் காரணம்காட்டி போராடுறாங்க. மறைமாவட்ட பணியாளர்க எல்லாரும் இதுக்கு ஒத்துக்கிட்டாலும் நானு ஒத்துக்கிடமாட்டேன். நான்தான் ஆயர். நான்தான் முடிவெடுக்கணும். மத்தவுங்க ஆலோசன சொல்லலாம். அவ்வளவுதான். ஆனா முடிவெடுக்கிற அதிகாரம் எங்கிட்டத்தான் இருக்கு. எந்தக் காரணமாக இருந்தாலும் மறை மாவட்டத்துல சாதிய ரீதியா கணக்கெடுப்பு நடத்த நானு ஒத்துக்கிட மாட்டேன். இதுதான் எம் முடிவு. ஆனா இது எம் முடிவுங்கிறது தெரியாம மறைமாவட்டம் ஒட்டுமொத்தமா இத்தகைய முடிவ எடுத்திருக்காங்கன்னு எல்லாரும் சொல்ற விதத்துல செயல்படணும். அதுல ரொம்பக் கவனமா இருக்கணும்.’

பரணி மறைமாவட்டத்தின் முதல் ஆயர் அவர். கூடல் உயர் மறைமாவட்டத்திலிருந்து பரணி மறைமாவட்டம் சுமார் பதினைந்து ஆண்டுகளுக்கு முன்பு பிரிந்தது. முதல் ஆயர் என்றால் நிர்வாகத்திற்காகப் பல அடிப்படை வசதிகளைச் செய்ய வேண்டியிருக்கும். சுமார் இருபது ஏக்கர் நிலத்தை வாங்கினார். அங்கு தான் தங்குவற்காகப் பெரிய கட்டடத்ததைக் கட்டினார். மேலும் பணியாளர்கள் ஒன்று கூடுவதற்கான அரங்கம், அவர்கள் தங்குவதற்கான அறைகள், பல்வேறு பணிக் குழுக்கள் செயல்பட அடிப்படை வசதிகள் போன்றவைகளுடன் கட்டடம் இருந்தது. கட்டடத்தைச் சுற்றி நிழல்தரும் மரங்களோடு பல பழ மரங்களையும் வளர்க்க ஏற்பாடு செய்தார். கட்டடத்துக்குப் பின்புறம் அழகிய பூங்கா ஒன்றையும் அமைத்தார். மீதியான இடத்தில் விவசாயம் நடந்தது.

அன்பானவர், சிரித்த முகத்துடன் எப்போதும் இருப்பவர், எந்த நேரத்திலும் மக்களைச் சந்திக்கத் தயங்காதவர் என்ற பெயர் அவருக்குண்டு. ஆனால் தலித் கிறிஸ்தவர் பிரச்சினையில் அவரது நிலைப்பாடு அவரின் நம்பகத்தன்மையைக் கேள்விக்குறியாக்கியது. ஒரு வேளை தலித் கிறிஸ்தவரின் அணுகுமுறை அவரைக் காயப்படுத்தி யிருக்கலாம். ஆனால் அந்தக் காயத்திலிருந்து அவர் விடுபட்டிருக்க வேண்டும். அவ்வாறு செய்யாமல் அவர்களின் நியாயமான கோரிக்கைகளைப் புறக்கணிப்பது சரியல்ல என்பது சில நடுநிலையாளர்களின் நிலைப்பாடு.

அன்று ஞாயிற்றுக்கிழமை. அதிலும் கிறிஸ்து அரசர் திருவிழா. பங்குகளில் திருப்பலி காலை ஒன்பது மணிக்குள் முடிந்திருந்தது. காலை பத்தரை மணிக்கு ஆயர் இல்லத்தில் அவசரக் கூட்டம் என்றும் அனைத்துப் பணியாளர்களும் கட்டாயம் வரவேண்டும் என்றும் ஆயர் தகவல் அனுப்பியிருந்தார். பணியாளர்கள் ஒவ்வொருவராக ஆயர் இல்லத்திற்கு வர ஆரம்பித்தனர்.

அப்போது ஆதிக்கச் சாதியைச் சார்ந்த பல பெரியவர்களும் ஆயர் இல்லத்திற்குள் மிகவும் உரிமையோடு நுழைந்தனர். ஆயரும் பணியாளர்களும் நடத்தும் கூட்டத்தில் தாங்களும் கலந்து கொள்வதாகவும், தங்களைக் கலந்து கொள்ளாமல் எந்த முடிவு எடுத்தாலும் மறை மாவட்டத்தில் மிகப் பெரிய கலவரம் வெடிக்கும் என்றும் அதற்கு ஆயரும் பணியாளர்களும்தான் பொறுப்பேற்க வேண்டும் என்றும் எச்சரித்தனர்.

அவர்களது வருகை ஆயரை மகிழ்வடையச் செய்தது. வந்தவர் அனைவரும் ஆதிக்கச் சாதியினர். அவர்கள் நிச்சயம் தலித் கிறிஸ்தவர்களின் கோரிக்கைகளுக்கு எதிராகப் பேசுவர். அவர்களைத் தனியாகச் சந்தித்து அவர்களது எண்ணங்களைத் தெரிந்துகொண்டு அதன்பின் பணியாளர்களின் கூட்டத்தைக் கூட்டலாம். அதுதான் முறை. ஆனால் இப்பொழுது வழக்கத்தையெல்லாம் பார்க்கக் கூடாது. இவர்களையும் கூட்டத்தில் கலந்துகொள்ளச் செய்தால் தனது எண்ணத்திற்கு வலு சேர்க்கும் என்று முடிவெடுத்த ஆயர் அவர்களது விருப்பத்தை ஏற்றார். ஆதிக்கச் சாதியினர் இணைந்த பணியாளர்கள் கூட்டம் ஆரம்பமானது.

பொது நிலையினர் கலந்துகொண்டதை எந்தப் பணியாளரும் எதிர்க்கக் கூடாது என்று ஆயர் எண்ணினார். எனவே மிகக் கவனமாகவும், சுருக்கமாகவும், நேரடியாகப் பிரச்சினைக்கு வரும் விதத்திலும் பேசினார். “நம்ம மறைமாவட்டம் ஒரு மிகப் பெரிய

இக்கட்டுல இருக்கு. அது நம்ம எல்லாருக்கும் நல்லாத் தெரியும். அந்தப் பிரச்சினயப் பேசி ஒரு முடிவு எடுக்கத்தான் இங்க வந்திருக்கோம். இப்ப நம்ம மறைமாவட்டத்துல சாதிய அடிப்படையில கணக்கெடுப்பு நடத்தணுமா? வேண்டாமா? அதப்பற்றி தங்க கருத்தச் சொல்றவுங்க சுருக்கமாச் சொல்லலாம்."

"ஆண்டவரே, எனக்கு ஒரு சந்தேகம் இருக்கு. கேக்கலாமா?" என்றார் சாதிய சங்கங்களின் ஒரு தலைவர்.

"தாராளமா கேளுங்க."

"நம்ம திருச்சபையில, கத்தோலிக்கத் திருச்சபையில சாதி இருக்கா இல்லையா? சொல்லுங்க."

"கொள்க அடிப்படையில சாதியில்ல."

"திருச்சபையில கொள்க அடிப்படையில சாதி இல்லயில்ல. அப்படியிருக்க சாதி எங்கயிருந்து திருச்சபையில வந்துச்சி. இல்லாத ஒண்ணுக்கு எப்பிடி கணக்கெடுப்பு நடத்துறது? அதனால திருச்சபையில சாதியில்ல. கணக்கெடுப்பு நடத்த முடியாதுன்னு அறிவிங்க. அவ்வளவுதான். எதுக்குத் தயங்கணும்?" பிரச்சினைக்கு முடிவு சொல்லிவிட்டோம் என்ற கர்வத்துடன் அனைவரையும் பார்த்தபடி அமர்ந்தார்.

"இதோ இப்பப் பேசுனாரே. இவரு ஒரு சாதிக்குத் தலைவரு. இத வெக்கத்தோடயும், வேதனயோடயும் சொல்றேன். நானும் அந்தச் சாதியச் சார்ந்தவன்தான். நேத்து ராத்திரி தங்கள் சாதியச் சார்ந்த எல்லாத்தயும் கூப்பிட்டுப் பேசுனார். அதுல நானும் கலந்துக்கிட்டேன். அது நெசமா பொய்யான்னு சொல்லச் சொல்லுங்க. சாதியில்லயாம் சாதி. புளுகுறாரு" என்றார் ஒருவர். அனைவரும் திரும்பிப் பார்த்தனர். அங்கே கம்பீரமாக நின்று கொண்டிருந்தார் சீமோன் ஆசிரியர்.

உண்ணாவிரதத்தில் தனது அனுபவங்களைச் சொல்லி தனது பாவங்களுக்குப் பரிகாரம் தேட வேண்டும் என்ற எண்ணத்தில்தான் அதில் கலந்துகொண்டார் சீமோன் ஆசிரியர். தனக்குப் பேசச் சந்தர்ப்பம் வழங்க வேண்டும் என்றும் ஓர் இளைஞர் மூலம் கேட்டார். நிச்சயம் தனக்குப் பேச சந்தர்ப்பம் கிடைக்கும் என்ற நம்பிக்கை இருந்தது. கூட்டத்தில் தனது அனுபவங்களைக் கூறி உண்மையை உடைக்க வேண்டும் என்ற வெறி அவரிடம் இருந்தது. ஆனால் கூட்டத்தில் அவரால் அமைதியாக அமர்ந்திருக்க முடியவில்லை. அன்று ஆயர் இல்லத்தில் நடைபெறும் கூட்டம் பற்றி முதல்நாளே தனது சாதியத் தலைவர் சொன்னது ஞாபகத்திற்கு வந்தது. இங்கே

உண்ணாவிரதத்தில் கலந்து கொள்பவர்கள் ஓரளவு விழிப்புணர்வு பெற்றவர்கள். அவர்களுக்கு ஆதிக்கச் சாதியினரின் செயல்பாடுகள் மிகவும் நன்றாகத் தெரியும். தனது அனுபவங்களைச் சொல்லித்தான் அவர்களிடம் விழிப்புணர்வு ஏற்படுத்த வேண்டும் என்ற தேவை இல்லை. தனது அனுபவங்களை வேறு ஒரு நேரத்தில்கூடப் பேசலாம். ஆனால் ஆயரைச் சந்திக்க ஆதிக்கச் சாதியினர் செல்லும்போது அங்கு தான் கட்டாயம் இருக்க வேண்டும். அங்கு தனது அனுபவங்களைச் சொல்ல வேண்டும். பணியாளர்களும், ஆதிக்கச் சாதியினரும் எப்படிச் சாதி வெறியுடன் செயல்படுகின்றனர் என்பதை அப்பட்டமாகச் சொல்லவேண்டும். சாதியக் கணக்கெடுப்பு நடத்த ஆயரை வற்புறுத்த வேண்டும் என்று முடிவு செய்தார்.

அதன்பின்பு அவரால் உண்ணாவிரதப் போராட்டத்தில் கலந்து கொள்ள முடியவில்லை. அங்கிருந்து உடனே செல்லவேண்டும் என்ற உந்துதல் அவரிடம் எழுந்தது. அப்போது பேசுவதற்காக அவரை அழைத்தனர். தன்னை அழைக்கின்றனர் என்ற உணர்வுகூட அவரிடம் எழவில்லை. கூட்டத்திலிருந்து எழுந்த அவர் ஆயர் இல்லத்தை நோக்கி விரைந்தார். சரியான நேரத்தில் குறுக்கிட்டார்.

சீமோன் ஆசிரியரை எரிச்சலுடன் பார்த்தார் சாதியத் தலைவர். "ஆமா... நானு சாதியத் தலைவர்தான். நேத்து எங்க வீட்டுல சாதியக் கூட்டம் நடந்துச்சு. இப்ப அதுக்கு என்ன?"

"சாதியக் கூட்டம் போட்டு பேசிட்டு இப்ப சாதி இல்லன்னு சொன்னா என்ன அர்த்தம்."

"நானு என்ன சொன்னேன். கிறிஸ்தவக் கொள்கையில சாதியம் இல்ல. அப்படிச் சொன்னது தப்பா? ஆனா நடை முறையில இருக்கலாம். அது அவுங்க தனிப்பட்ட பிரச்சின. அத மறைமாவட்டப் பிரசினையா எதுக்குக் கொண்டு வரணும்?"

"அப்ப சாதி பாக்கும் நீங்க கிறிஸ்தவரில்ல. அப்படித்தான."

"இங்க பாருங்க சார். விதண்டாவாதம் பண்ணாதீங்க. சாதி அடிப்படையில கணக்கெடுப்பு நடத்தணுமா வேண்டாமா. அதப்பத்தி மட்டும் பேசுங்க" என்றார் மறைமாவட்ட முதன்மைப் பணியாளர்.

"நானு எனது அனுபவத்தச் சொல்றேன். அதுக்குப் பெறகு நீங்களே முடிவு எடுங்க" என்று சொன்ன சீமோன் ஆசிரியர் தனது மாமா ஆல்பர்ட் கிளியூரில் பங்குப் பணியாளராக இருந்த சமயத்தில் செல்லையாவுக்குப் பதிலாகத் தன்னை ஆசிரியப்பயிற்சிப் பள்ளியில்

சேர்த்ததையும், கிளியூரிலேயே செல்லையாவுக்குப் பதிலாக தன்னை ஆசிரியராக நியமித்ததையும் உணர்ச்சியுடன் கூறினார்.

பிறகு ஆவேசமாகக் கூறினார். "கிறிஸ்தவத்துல சாதியம் இருக்கு. பணியாளர்க சாதி பாக்குறாங்க. அதனால பாதிக்கப்படுறது தலித் கிறிஸ்தவுங்கதான். அவுங்க கோரிக்கை நியாயமானது. அதை ஏற்கணும். சாகும்வர உண்ணாவிரதம் இருக்கிறவுங்ககிட்ட இதச் சொல்லி உடனடியா அவுங்க உண்ணாவிரதத்த நிறுத்துங்க."

சீமோன் ஆசிரியரின் மாமா பணியாளர் ஆல்பர்ட் எழுந்தார். "எனது அக்கா மகன்தான் சீமோன். அவன் சொன்னது எல்லாம் சரிதான். நானு கிளியூர் பங்குப் பணியாளரா இருந்த சமயத்துல நானு இதச் செஞ்சேன். இது ஏதோ அநியாயங்கிறது மாதிரி இவன் பேசுறான். நானு என்ன அநியாயம் செஞ்சேன்? நானு இதுவர ஆறு ஏழு பங்குகள்ள பங்குப் பணியாளரா இருந்திருக்கேன். போன இடங்கள்ள எல்லாம் மறைமாவட்டத்துக்குச் சொத்து வாங்கினேன். மறை மாவட்டம் இப்ப பொருளாதாரத்துல ஓரளவு நல்ல நிலையில இருக்குன்னா அதுக்கு நானு கடினமா உழைச்சிருக்கேன். உங்க எல்லாத்துக்கும் அது தெரியும். எனது குடும்பம் என்னை கடவுளுக்கு ஒப்புக்கொடுத்தாங்க. அப்படி ஒப்புக்கொடுத்த குடும்பத்துக்கு நானு ஏதாவது செய்ய வேண்டாமா? செய்யக்கூடாதுன்னு ஏதாவது சட்டம் இருக்கா? சொல்லுங்க." ஒரு நிமிடம் அமைதியாக நின்றார். யாரும் எதுவும் பேசவில்லை. மறுபடியும் ஆரம்பித்தார்.

"என் அக்கா, அதுதான் சீமான் வாத்தியாரின் அம்மா. எங்கிட்ட தம் மகனுக்கு ஆசிரியப் பயிற்சிப் பள்ளியில இடம் வாங்கிக்கொடுக்கணும், வேலை போட்டுக் கொடுக்கணும்னு கேட்டா. அதச் செஞ்சேன். மனித நேயத்தோட செஞ்சேன். இது தப்பா? இது ஏதோ தப்புங்கிறது மாதிரி எனது மருமகன் சொல்றான். நம்ம தலைவர் இயேசு என்ன செஞ்சாரு. சிலுவையில தொங்கியபோதுகூட தனது அம்மாவக் கவனிக்கணும்னு நெனச்சாரு. தான் ரொம்ப நேசிச்ச சீடருட்ட தன் அம்மாவ ஒப்படைச்சிட்டுத்தான் செத்தாரு. குடும்பத்தக் கவனிடான்னு சொன்னது இயேசுதான். அதுமாதிரித்தான் செஞ்சேன். இது என்ன தப்பா? இதுல எங்க சாதியம் வந்துச்சு. ஏதோ கற்பனையில கதை விடுறான். அவன் சொல்றதக் கேக்க வேண்டாம். திருச்சபையில கொள்கை ரீதியா சாதி இல்ல. ஆனா இப்ப நடைமுறையில இருக்கு. ஆனா சாதியற்ற நிலைய நோக்கி நாம போறோம். இந்தச் சமயத்துல சாதியக் கணக்கெடுப்பு நடத்துனா அது சாதிய வலுவடையச் செய்யும். நம்ம பயணத்துக்குத் தடையா இருக்கும். அதனால எந்தக் காரணத்துக்காவும் சாதியக் கணக்கெடுப்பு நடத்த அனுமதிக்கக் கூடாது."

"நம்ம மறைமாவட்ட மூத்த பணியாளர் ரொம்பத் திறமையாப் பேசுனாரு. நாம ஏதோ சாதிய மறந்து பயணம் செய்றோம்னு சொன்னாரு. அது நெசமா? ஒவ்வொருத்தரும் தங்கள் நெஞ்சத் தொட்டுச் சொல்லுங்க. முன்னவிட இப்ப சாதி உணர்வு பணியாளர்ககிட்ட அதிகரிச்சிருக்கு. அதச் சாதி வெறின்னுகூடச் சொல்லலாம். சாதிவாரியா பணியாளர்க ஒண்ணு சேர்றாங்க. இத மறுக்கச் சொல்லுங்க. விதிவிலக்கா ஒருசில பணியாளர்க இருக்கலாம். ஆனா பெரும்பாலான பணியாளர்க சாதிய அடிப்படையிலதான் செயல்படுறாங்க. தங்கள் சாதியினருக்குத்தான் நிறுவனங்கள்ல வேல கொடுக்குறாங்க. தங்கள் சாதியினரத்தான் கல்வி நிறுவனங்கள்ள சேக்குறாங்க. அவுங்க படிக்க உதவியும் செய்றாங்க. சாதிய அடிப்படையில பணியாளர்கள் என்னென்ன செய்றாங்கன்னு சொல்லிக்கிட்டே போகலாம். சுருக்கமாச் சொன்னா திருச்சபையில சாதி இருக்கு. அது ஆயருட்ட இருக்கு. பணியாளர்ககிட்ட இருக்கு. துறவிககிட்ட இருக்கு. பொது நிலையினருட்ட இருக்கு. இதத் தமிழக ஆயர்களே ஏத்துக்கிட்டாங்க. அதனாலதான் பத்து அம்சத் திட்டங்கள இந்த வருட ஆரம்பத்துல அறிவிச்சாங்க. அந்தக் கூட்டத்துல நம்ம ஆயரும் இருந்திருக்காரு. சாதியில்லன்னு ஆயர்க கூட்டத்துல நம்ம ஆயர் பேசியிருக்கலாமே? ஏன் பேசல? ஏன்னா சாதி இருக்குன்னு அவருக்கு நல்லாத் தெரியும். பத்து அம்சத் திட்டத்த அறிவிச்சி பத்து மாசங்களுக்கு மேல ஆகப் போகுது. அது என்னென்னுகூட ஆயர் அறிவிக்கல. ஏன் அறிவிக்கல? அத எப்படி நிறைவேத்தலாம்னு கூட்டம் போட்டுப் பேசல. ஏன் பேசல? ஏன்னா ஆயரே சாதி... நானு என் வாயால அப்படிச் சொல்ல விரும்பல. உண்ம இப்படி இருக்க தலித் கிறிஸ்தவுங்க நியாயமான கோரிக்கய ஏற்கக் கூடாதுங்கிறது அநியாயம். இந்தக் கோரிக்கை யாருக்காவது எந்த சாதிக்காவது எதிரா இருக்கா? சொல்லுங்க." இளம் தலித் பணியாளர் ஜோதி துணிந்து தனது கருத்தை மிகவும் தெளிவாக விளக்கினார்.

"ஆயர்க உட்பட எல்லாப் பணியாளர்களும் சாதி பாக்குறாங்கன்னு பணியாளர் ஜோதி சொல்றத நானு வன்மையாக் கண்டிக்கிறேன். அவரு தனது பேச்சத் திரும்பப் பெறணும்" என்றார் ஒரு பணியாளர் மிகவும் கோபமாக.

"ஆமா. நானும் கண்டிக்கிறேன்" என்றார் மற்றொரு பணியாளர். பல பணியாளர்கள் இதே கருத்தைக் கோபத்துடன் வெளிப்படுத்தினர்.

மறுபடியும் பணியாளர் ஜோதி எழுந்தார். "நம்ம மறைமாவட்டப் பணியாளர்க ஒவ்வொருத்தரும் சாதிய அடிப்படையில என்னென்ன செஞ்சாங்கன்னு சொல்லவா? என்னால ஆதாரத்தோட பேச முடியும். வாங்க... திறந்த மனசோட பேசுவோம். இருக்கிறத இல்லன்னு

சொல்ல வேண்டாம். பொய் வேசம் போட வேண்டாம். இப்ப ஆதிக்கச் சாதியச் சார்ந்த பணியாளர்கதான் மறைமாவட்டத்துல அதிகம். ஆனா மூணு தலித் பணியாளர்கதான் மறைமாவட்டத்தில இருக்குறோம். நாங்க பணியாளர்களா திருநிலைப்படுத்தப்பட்டதே ஓர் அதிசயம். புதுமை. ஒவ்வொருத்தரும் பயிற்சிக் காலத்துல சாதிய அடிப்படையில என்னென்ன கொடுமைகளச் சந்திச்சோம்னு சொன்னா நீங்க எல்லாரும் நாக்கப் புடுங்கிக்கிட்டுச் சாகணும். அதெல்லாம் பேச வேண்டாம்னு நெனக்கேன். இப்ப எல்லாரும் சாதியக் கணக்கெடுப்பு நடத்த வேண்டாம்னு சொல்றீங்க. நானும் அத ஏத்துக்கிடுறேன். அதுக்கு மாத்தா இப்ப மற்றொரு கணக்கெடுப்பு நடத்துவோம். ஆசிரியப் பணி செய்றவுங்க எந்தெந்தச் சாதியச் சேர்ந்தவுங்க எவ்வளவுபேர் இருக்காங்கன்னு கணக்கெடுப்பு நடத்துவோமா? சொல்லுங்க. செய்வோம். படிக்கிறவுங்களுக்கு உதவுறோம். மறுக்கல. எந்தெந்த சாதியச் சார்ந்தவுங்களுக்கு எவ்வளவு கொடுத்திருக்கிறோம்னு கணக்கெடுப்பு நடத்துவோமா? சொல்லுங்க. செய்வோம். யாரும் இதுக்கு ஒத்துக்கிடமாட்டீங்க. ஏன்னா இப்ப இருக்கிற அமைப்புல ஆதிக்கச் சாதியினர்தான் அதிகம் பயன் அடைறீங்க. அந்தப் பயன் தொடரணும்னு நெனக்கீங்க. கணக்கெடுப்பு நடந்தா அப்பட்டமா எல்லாம் வெளிய தெரிஞ்சிடும். இந்த நிலையத் தொடர முடியாதுன்னு தெரியும். அதனாலதான் சாதியக் கணக்கெடுப்பு எடுக்க எதுக்குறீங்க."

"திருச்சபை ஏதோ ஒரு வேலை வாய்ப்பு நிறுவனம்னு நெனச்சிக்கிட்டு பணியாளர் ஜோதி பேசுறார். திருச்சபை ஒரு சமூக சேவை நிறுவனமில்ல. அது இறைமக்கள் கூட்டம். இறைவனால் தேர்ந்தெடுக்கப்பட்ட மக்கள். இறைமக்கள். சாதிய பிரச்சின மதப் பிரச்சினயில்ல. அது ஒரு சமூகப் பிரச்சின. சமூகந்தான் சாதிப் பிரச்சினையத் தீக்கும். தீக்க முடியும். அத மதப் பிரச்சினயா ஆக்காதீங்க. மதத்தால சாதிப் பிரச்சினயத் தீக்க முடியாது" என்று மிகத் தீவிரமாகப் பேசினார் ஒரு பணியாளர்.

"திருச்சபையில சாதியம் இருக்கா இல்லையா? பதில் சொல்லுங்க" என்றார் பணியாளர் ஜோதி.

"சாதியம் இல்லன்னு சொல்லல. திருச்சபையில சாதியம் இருக்கு. ஆனா திருச்சபையால சாதியத்த போக்க முடியாதுன்னு சொல்றேன். அது சமூகப் பிரச்சின. சாதிய திருச்சபையில இருந்து போக்கிட்டா சமூகத்துல அது போயிருமா? மத்தவுங்க நம்மள சாதியில்லாதவுங்கன்னு ஏத்துக்கிடுவாங்களா? மாட்டாங்க. அதனால சாதிய ஒழிக்க சமூகத்துல போராடணும். திருச்சபையில போராடக்கூடாது."

“இது நல்ல கதையாவுல இருக்கு. கிறிஸ்தவுங்களாகிய நாம சாதியில்லாதவுங்களா, சாதிய மறுத்து நடக்கக்கூடாதா?”

“அப்படி நடக்க முடியாதுன்னு சொல்றேன். நானு உதாரணத்துக்கு ஒரு சாதியச் சொல்றேன். அது எங்க சாதிதான். நாடார்க சாதி. நாடார்கள அந்தக் காலத்துல தீண்டத்தகாதவுங்களா மட்டும் நடத்தல. மாறா காணக்கூடாதவுங்களா நடத்துனாங்க. தலித்துகளவிடவும் கேவலமா நடத்துனாங்க. ஐயையோ எங்களக் கேவலமா நடத்துறாங்களே! எங்களுக்கு உதவுங்கன்னு எங்க முன்னோர்க எந்த சாதியிட்டயும் கேக்கல. யாருட்டயும் பிச்ச எடுக்கல. தங்கள் முன்னேற்றத்துக்குத் தாங்களே திட்டமிட்டாங்க. சங்கம் ஆரம்பிச்சாங்க. நிதியச் சேகரிச்சாங்க. ஊருக்கு ஊரு பள்ளிகள ஆரம்பிச்சாங்க. படிச்சாங்க. சுயமா வியாபாரம் செய்ய ஆரம்பிச்சாங்க. கொஞ்சம் கொஞ்சமா முன்னேறுனாங்க. தங்களக் கேவலமா நடத்துனதத் துணிஞ்சி எதுத்தாங்க. நாகர்கோயில் பகுதியில எங்க இனப் பெண்கள் மேலாடை அணியக் கூடாதுங்கிற சட்டம் இருந்துச்சு. அத எதுத்தாங்க. ஒரு மிகப் பெரிய போராட்டம் நடத்தி பெண்கள மேலாடை அணியவச்சாங்க. சிவகாசியில வியாபாரம் செஞ்சி முன்னேறுனாங்க. ஆதிக்கச் சாதியனரால பொறுக்க முடியல. எதுத்தாங்க. எங்க சொத்த கொள்ளையடிக்க வந்தாங்க. வாங்கடான்னு அவுங்களத் துணிஞ்சி எதுத்தாங்க. கொள்ளையடிக்க வந்தவுங்கள பிணமா அவுங்க வந்த மாட்டு வண்டிகள்ளயே திருப்பி அனுப்புனாங்க. எங்களுக்கு உதவுங்கன்னு யாருட்டயும் அவுங்க கேக்கல. அதுமாதிரி செயல்படுறத விட்டுட்டு கணக்கெடு. அந்த விகிதத்துல எங்களுக்குக் கொடுன்னு கேக்குறது வெக்கமாயில்ல.”

“ரொம்பத் தெரிஞ்சமாதிரிப் பேச வேண்டாம். நீங்க சொன்னது நெசத்துல ஒரு பகுதிதான். மத்தத ஏன் மறைக்கீங்க? தோள்சீல போராட்டத்துக்கு முன்னால ஒரு பிரிவினை சபையைச் சேர்ந்த பாஸ்டர் ஒருத்தருதான் குப்பாயங்கிற மேலாடைய நாடார் பெண்கள் அணிய திருவிதாங்கூர் அரசருட்ட கேட்டு உரிமை வாங்கிக் கொடுத்தாரு. இங்க நம்ம பரணி மறைமாவட்டத்துல ஓர் ஊருல நாடார்கள ஆதிக்கச் சாதியினர் கேவலமா நடத்துனாங்க. எதுத்திருக்கலாமே. முடியல. கௌசானல் என்ற வெள்ளக்காரச் சாமியாருட்டச் சொன்னாங்க. அவரும் உதவினாரு. அதனாலதான் நாடார்க துணிஞ்சி ஆதிக்கச் சாதியினர எதுத்துப் போராடுனாங்க. கொலைக் குற்றம் சாட்டப்பட்டுச் சிறைக்குப் போனாங்க. நீதிமன்றம் தூக்குத் தண்டனை கொடுத்துச்சு. ஆனா அவுங்க உயிரக் காப்பாத்த லண்டன்வர போயி போராடி வெற்றி வாங்கிக் கொடுத்தாரு அந்த வெள்ளக்காரப் பணியாளர். அவரு

இல்லன்னா அந்த ஊருல போராடியிருப்பாங்களா? இன்னொரு ஊருல டிரெளசர் வடிவுல இருந்த கோயில்ல நாடார்க தலித்துகளோடு ஒரு பக்கமா இருந்தாங்க. அங்கயும் அந்த வெள்ளக்காரப் பணியாளர் தான் தடுப்புச் சுவர இடிச்சாரு. பணியாளர்களின் உதவி இல்லன்னு சொல்ல வேண்டாம். இந்தச் சரித்திரத்த மறக்க வேணாம். மறைக்க வேணாம். இப்ப நாடார் பணியாளர்களுக்கு ஆதிக்கச் சாதியினர் மனோபாவம் வந்திருச்சி. அத விடுங்க. நானு என்ன சொல்வேன்னா நீங்க எப்படிப் போராடித் தலை நிமுந்து நடந்தீங்கன்னு உங்க வழிய தலித்துகளுக்குச் சொல்லிக்கொடுங்க. அவுங்களோடு கைகோத்து நடங்க. அத விட்டுட்டு ஆதிக்கச் சாதியினர் மனநிலையில இருந்து செயல்படுறது கொஞ்சங்கூட நல்லால்ல.” பணியாளர் ஜோதி தனது கருத்தை மிகவும் வலுவாகக் கூறினார். நாடார் பணியாளருக்கு என்ன சொல்வது என்று தெரியவில்லை. அமைதியானார்.

விவாதம் தேவையில்லாமல் எங்கெங்கோ செல்வதைப் பணியாளர் ஆல்பர்ட் விரும்பவில்லை. கூட்டத்தினரிடையே சாதியக் கணக்கெடுப்பு வேண்டாம் என்ற நிலைப்பாடு எடுத்திருப்பவர்கள்தான் மிகவும் அதிகம் என்பதை உணர்ந்தார். எனவே பிரச்சினையை ஒரு முடிவுக்குக் கொண்டுவரும் நோக்கில் மிகவும் கவனமாகப் பேசினார்.

“ஆண்டவரே... நாம தேவையில்லாம எதெதையோ பேசுறோம். இப்ப நாம முடிவெடுக்க வேண்டியது ஒண்ணுதான். சாதியக் கணக்கெடுப்பு எடுக்கப்போறோமா இல்லையாங்கிறதுதான். அதுக்காகத்தான் கூடியிருக்கோம். அதனால சாதியக் கணக்கெடுப்பு வேணுங்கிறவுங்கள கையத் தூக்கச் சொல்லுங்க. நெறையப் பேரு கையத் தூக்கினா கணக்கெடுப்பு நடத்துவோம். இல்லாட்டி வேண்டாம். என்ன நானு சொல்றது சரிதான?”

பெரும்பாலோர் அதுதான் சரி என்றனர்.

“ஆண்டவரே, ஓட்டெடுப்பு நடத்தி முடிவெடுக்க வேண்டிய பிரச்சினையில்ல இது. இது ஒரு மதிப்பீடு பிரச்சினை. மதிப்பீட ஓட்டெடுப்புக்கு விடுறது சரியில்ல. நீதியா நடக்கலாமா, வேண்டாமான்னு ஓட்டெடுப்புக்கு விடுவீங்களா? மதிப்பீட என்னைக்குமே ஓட்டெடுப்புக்கு விடமுடியாது. சாதியினால பயனடைஞ்சவுங்கதான் அதிகமா இங்க இருக்காங்க. இவுங்க ஒண்ணு சேர்ந்து முடிவு எடுக்கிறது கொஞ்சங்கூடச் சரியில்ல. இப்பிடி முடிவெடுக்கிறத நானு வன்மையாக் கண்டிக்கிறேன். இப்ப இங்க நடந்த விவாதத்தின் அடிப்படையில நீங்களே ஒரு முடிவ அறிவிங்க. இல்லாட்டி மறைமாவட்டம் முழுவதும் பிரதிநிதித்துவம்

இருக்கும் வகையில ஒரு பங்குக்கு ஐந்து பேரையோ, பத்துப் பேரையோ வரச்சொல்லி அவுங்க முடிவுக்கு விடுங்க. இப்ப ஓட்டெடுப்பு நடத்துறது கேவலமானது. கொடுமையானது. அநீதியானது. நானு வன்மையாக் கண்டிக்கிறேன்." பணியாளர் ஜோதி ஓட்டெடுப்பு முறையை மிகவும் ஆக்ரோசமாக எதிர்த்தார்.

அவரது எதிர்ப்பை ஆயர் கண்டுகொள்ளவில்லை. இத்தகைய சூழ்நிலை உருவாகக் காத்திருந்ததுபோல விரைவாகச் செயல்பட்டார். "நாம இங்க ஒரு மணி நேரத்துக்கும் மேல விவாதிச்சோம். பலரும் திறந்த மனதோட கருத்தச் சொன்னீங்க. எல்லாரும் கேட்டோம். இந்தச் சூழ்நிலையில நானா ஒரு முடிவ அறிவிச்சா அது நல்லா இருக்காது. கூடிச் சேர்ந்து எடுக்கிற முடிவுதான் சரியா இருக்கும். அதனால ஓட்டெடுப்பு நடத்தலாம். மறைமாவட்டத்துல சாதியக் கணக்கெடுப்பு நடத்தணும்னு விரும்புறவுங்க கைகளைத் தூக்குங்க."

இரண்டு தலித் பணியாளர்களும், சாதி பார்க்காமல் நடுநிலை வகிக்கும் இரண்டு பணியாளர்களும், சீமோன் ஆசிரியரும் ஆக ஐந்து பேர் கைகளை உயர்த்தினர். பணியாளர் ஜோதி வாக்கெடுப்பைப் புறக்கணித்து அங்கிருந்து வெளியேறினார்.

"கணக்கெடுப்பு வேண்டாங்கிறவுங்க கைகளைத் தூக்குங்க."

ஒட்டு மொத்தக் கூட்டமும் கைகளை உயர்த்தியது.

"சாதியக் கணக்கெடுப்பு வேண்டாங்கிறது பெரும்பாலோரின் விருப்பம். அப்படியே நடக்கிறேன். சரிதானே."

"அதுதான் ஆண்டவரே சரி. நாங்க போறோம். உங்க ஆசீர்வாதத்தோட போறோம். எல்லாரும் முட்டி போடுங்க" என்று கூறிய சாதியத் தலைவர் முதல் ஆளாக மண்டியிட்டார்.

அவரைத் தொடர்ந்து அனைவரும் மண்டியிட்டனர். மண்டியிடாத சீமோன் ஆசிரியர் "அப்ப சாகும்வர உண்ணாவிரதம் இருப்பவுங்க கதி?" என்று படபடப்புடன் கேட்டார்.

'சாகட்டும்' மனதுக்குள் மகிழ்வுடன் சொன்னார் சாதியத் தலைவர்.

அவரின் குறுக்கீடைக் கண்டுகொள்ளாத ஆயர் அனைவருக்கும் தனது ஆசியை வழங்கினார்.

★★★

10

அப்போது இரவு மணி பனிரெண்டு இருக்கும்.

நவம்பர் மாதத்தின் இறுதி. குளிர் சிறிது அதிகமாக இருந்தது.

உண்ணாவிரதம் இருந்த ஏழுபேரும் மேடையில் சுருண்டு படுத்திருந்தனர். உறங்குகிறார்களா அல்லது விழித்திருக்கிறார்களா என்று தெரியவில்லை. அன்று முதல்நாள் என்பதால் பசியை அவர்கள் அவ்வளவு உணரவில்லை. இரண்டுவேளை உண்ணாமல் இருந்தது அவர்களுக்கு ஒன்றும் புதிதாக இல்லை. நாள் முழுவதும் உற்சாகமாக இருந்த அவர்கள் அப்போதுதான் களைத்துப்போய் படுத்திருந்தனர்.

மேடைக்கு முன்பாக அமைக்கப்பட்டிருந்த பந்தலில் இருபது பேர்போலப் படுத்திருந்தனர். உண்ணாவிரதம் இருப்பவர்களின் உறவினர்களும் அதில் அடக்கம்.

பணியாளர் அந்துவானும் செல்லையாவும் மேடையைப் பார்த்தபடி நாற்காலிகளில் அமர்ந்திருந்தனர். உறக்கம் அவர்களது இமைகளைத் தழுவவில்லை.

"நீங்க உங்க அறைக்குப் போயி கொஞ்ச நேரமாவது தூங்குங்க" என்று செல்லையா பணியாளர் அந்துவானிடம் கூறினார்.

"உறக்கமா? எனக்கா? இன்னைக்கு நிச்சயம் வராது. அறைக்குப் போயி தூங்காம இருக்கிறதவிட இங்கயே இருந்தா மனசுக்குக் கொஞ்சம் ஆறுதலா இருக்கும். நானு அதிகமா நம்பி ஏமாந்துட்டேன். ஆயருக்கு மனச்சாட்சி இருக்கும்னு நம்புனேன். ஆனா மனசே இல்லன்னு அவரு நிரூபிச்சிட்டாரு. இன்னைக்கே உண்ணாவிரதம் முடிஞ்சிரும்னு நெனச்சேன். முடியல. அடுத்த கட்டம் பற்றியோசிச்சிக்கிட்டு இருக்கேன்."

"அதப்பத்தி காலையில யோசிக்கலாம். தூங்கி எந்திரிச்சா ஒரு வழி நிச்சயம் கிடைக்கும்."

"எனக்கு நீங்க ஆறுதல் சொல்றதா நெனச்சி உங்கள நீங்களே ஏமாத்த வேண்டாம். உங்களுக்கு வருத்தமோ ஏமாத்தமோ இல்லையா? சாகும் வரை உண்ணாவிரதம்னு ஒரு முடிவு எடுத்தாச்சு. என்ன நடந்தாலும்

சரின்னு துணிஞ்சிரணும்னு தோணுது. ஆனா உண்ணாவிரதம் இருக்கிறவுங்கள நெனச்சாத்தான் ரொம்ப வேதனையா இருக்கு."

"நானு கொஞ்ச நேரத்துக்கு முன்னால அவுங்ககிட்டப் பேசுனேன். ஆயர் எடுத்த முடிவ அவுங்ககிட்டச் சொன்னேன். ஆயர் அந்த முடிவத்தான் எடுப்பார்னு தங்களுக்கு நல்லாத் தெரியும்னு சொன்னாங்க. சாகும்வரை உண்ணாவிரதம் இருக்கிறதுல உறுதியா இருக்காங்க."

"அதுதான் எனக்கு பிரச்சினையே! இப்ப உறுதியா இருப்பாங்க. பசியின் கொடுமைய நாளைக்குத்தான் உணர ஆரம்பிப்பாங்க. பசி அதிகரிக்க அதிகரிக்க உடம்பு ரொம்பப் பலவீனமாப்போகும். அவுங்க எப்படித் தாங்குவாங்க? திருச்சபைய அதிகமா நம்பிட்டேன்னு என்ன நானே நொந்துக்கிடுறேன்."

"நீங்க ஒரு துறவி. திருச்சபைய அதிகமா நம்பிட்டீங்க. நாங்க அப்பிடியில்ல. சாதாரணமானவுங்க. திருச்சபைய நம்பல. ஆயரு இப்படி ஒரு முடிவ எடுப்பாருன்னு எங்களுக்கு நல்லாத் தெரியும். அதனால அந்த ஏழு பேருக்கும் நல்லா பயிற்சி கொடுத்திருக்கேன். அவுங்க சாகுறதுக்குத் துணிஞ்சிதான் இருக்காங்க."

"அதுல எனக்குச் சந்தேகமில்ல. அடுத்த கட்டத்தப்பத்தி கொஞ்சம் யோசிச்சிருக்கேன். இனும நாம பத்திரிகைகள, பொது நிலையினர அதிகமா நம்பணும். நாளைக்கு நிருபர்கள வரச்சொல்லியிருக்கேன். அவுங்க உண்ணாவிரதம் இருக்கிறவுங்கள பேட்டி எடுப்பாங்க. பத்திரிகைகள்ல எழுதுவாங்க. நாளை மாலைப் பத்திரிகைகளிலும், அடுத்தநாளு எல்லா பத்திரிகைகளிலும் உண்ணாவிரதம் பத்தி செய்தி வரும். மக்கள் படிப்பாங்க. உண்ணாவிரதம் பத்திப் பேசுவாங்க. போராட்டம் நியாயமானதுன்னு அம்புட்டுப்பேரும் சொல்வாங்க. ஆயருக்கு நெருக்கடி அதிகரிக்கும். நிச்சயம் நாளை மறுநாளு சாதிவாரிக் கணக்கெடுப்புக்கு சம்மதிச்சிருவாருன்னு நம்புறேன். நாம நெனச்சதச் சாதிப்போம். ஆனா இவுங்கள நெனச்சித்தான் கவலப்படுறேன்."

செல்லையா பதில் பேசவில்லை. அமைதியாக இருந்தார்.

பணியாளர் அந்துவான் கண்களை மூடினார். கண்களின் இமைகளை ஊடுருவிக்கொண்டு ஒளி உள்ளே நுழைந்தது. ஒளியின் நிறம் சிறிது சிறிதாக சிகப்பாக மாறியது. அந்தச் சிகப்பு ஒளியும் சிறிது சிறிதாக மறைந்தது. இருள் சூழ்ந்தது. ஒன்றும் தெரியவில்லை.

இருளின் ஆதிக்கம் ஆரம்பமானது. ஆனால் அந்த இருள் அந்துவானுக்குப் புத்துயிர் அளித்தது.

அந்துவானுக்கு இருள் என்றால் மிகவும் பிடிக்கும். இருளைக் கண்டு அவர் பயப்பட்டதில்லை. சிறுவயதிலிருந்தே இருளை மிகவும் நேசித்தார். இருளில் மிகவும் இயல்பாக, இயற்கையாக அவரால் இருக்க முடிந்தது. யாரும் தன்னைக் கவனிக்கிறார்களோ என்ற பயம் இல்லை. வெளி வேசம் போட வேண்டிய அவசியம் இல்லை. உடலை செயற்கையாக மறைக்க வேண்டிய அவசியம் இல்லை. கூச்சம் இல்லை. வெட்கம் இல்லை. முழு நிர்வாணமாக அவரால் இருக்க முடிந்தது. இருளுக்கு அவர் பழக்கப்பட்டதால் இருள்தான் அவருக்கு எல்லாமுமாக இருந்தது. இருளே இயல்பு. இருளே நண்பன். இருளே துணைவன். இருளே ஒளி. இருளே வழி. இருளே வாழ்வு. இருளே இறைவனின் தூதன் என்ற மனநிலை அவரிடம் ஏற்பட்டது. இருளில் எதையும் மறைக்காமல் தான் இருப்பதால் இறைவன் தன்னை முழுவதுமாகப் பார்க்க முடிகிறது என்று நம்பினார்.

சிறுவயதில் அவர் உடை அணிவதைத் தவிர்த்தார். அவரது பெற்றோர் வலுக்கட்டாயமாக அவருக்கு உடையை அணிவித்தனர். அதை அவர் கழட்டிப்போட்டுவிட்டு நிர்வாணமாக அலைவார். அதை அந்த வயதில் அவர் கேவலமாகக் கருதவில்லை. வெட்கப்படவில்லை. சுதந்திரம் என்று எண்ணினார். உடை தேவையற்ற சுமை, அது சுதந்திரத்திற்குத் தடை என்று நினைத்தார். அதனால் பெற்றோரிடம் அவர் பலமுறை அடிவாங்கினார். அவர்களது திருப்திக்காக கோமணத்துடன் அவர் அலைந்தார். அவரை மற்றவர்கள் திகம்பரச் சித்தன் என்று பட்டப் பெயர் வைத்து அழைத்தனர். திகம்பர சாமியார் நிர்வாணச் சாமியார் என்று எண்ணினர். அதனால் அவருக்கு அப்பெயரைச் சூட்டிக் கேலி செய்தனர். அப்படி அழைத்ததை அவர் கேவலமாக நினைக்கவில்லை. ஏன் அப்படி அழைக்கின்றனர் என்றுகூடக் கவலைப்படவில்லை. அதுபற்றி எதுவும் அவருக்குத் தெரியவில்லை. தெரிய விரும்பவும் இல்லை.

அவர் நிலவற்ற இரவில், அதுவும் குறிப்பாக அமாவாசை அன்று யாருக்கும் தெரியாமல் வீட்டிலிருந்து புறப்படுவார். இருளில் அவருக்குப் பாதை தெரிந்தது. காட்டுக்குச் செல்வார். நடுக் காட்டில் அமர்ந்து இருளைப் பார்ப்பார். அதை விரும்பினார். சூனியத்தின் அழகை ரசித்தார். சூன்யம் அவரிடம் பல்வேறு விதமான எண்ணங்களைத் தோற்றுவித்தது. பல படிப்பினைகளை அந்த சூன்யம் அவருக்குக் கற்றுக்

கொடுத்தது. ஒளி கற்றுக்கொடுக்காத பாடத்தை இருள் அவருக்குக் கற்றுக்கொடுத்தது.

இருளில் அவரால் நட்சத்திரங்களைக் காண முடிந்தது. என்னால் நட்சத்திரங்களைக் காண முடிகிறது. ஆனால் அவை என்னைப் பார்க்க முடியாது. என்னால் ஒளியில் இருப்பவர்களைப் பார்க்க முடியும். அவர்களால் என்னைப் பார்க்க முடியாது. அதிசயமல்லவா இது? இருளின், சூனியத்தின் சக்தியல்லவா அது? அவர் வியந்தார்.

பகலிலும் நட்சத்திரங்கள் இருக்கின்றன. பகலின் ஒளி அவற்றை மறைக்கிறது. அழகை ஒளித்து வைக்கிறது. ஒளி அழகின் எதிரி. உண்மையின் எதிரி. உண்மையை மறைக்கிறது. இருப்பதை இல்லாததுபோல ஒரு மாயையை ஒளி உருவாக்குகிறது. ஒளி உண்மைக்கு எதிரி. ஒளியிலும் இருளைக் காணும் பக்குவத்தை அவர் அடைந்தார்.

இருளில் அவர் நிர்வாணமாக நடனமாடினார். இருளில் சூன்யத்தில் சிள் வண்டுகளின் ஒலி மிகவும் தெளிவாகக் கேட்டது. அந்த ஒலியின் தாளத்திற்கு ஏற்ப ஆடினார்.

சிறிய வயதில் மற்றவர்களிடம் சூனியம் பற்றி, இருளைப் பற்றி, இருளின் அழகைப் பற்றிப் பேசினார். இவரைப் புரிந்துகொள்ள முடியவில்லை. பைத்தியக்காரன் என்றனர்.

ஆனால் ஒளியில் இருப்பவர்கள்தான் தங்கள் மனதின் இருளை மறைத்துக்கொண்டு செயற்கையாக நடிக்கின்றனர் என்பதை உணர்ந்தார். அந்த உணர்வை அவர் வெளிப்படுத்தவில்லை. ஆனால் தான் அவ்வாறு இருக்கக்கூடாது என்பதில் மிகவும் தெளிவாக சிறுவயதிலிருந்தே இருந்தார்.

கண்களை மூடிய அவருக்கு ஒளியில் இருந்த ஆயரின் அந்த முடிவு வான தூதர்களின் நிர்வாண நடனத்துடன் அரங்கேறியது. சாதியப் பணியாளர்களின் கபடப் பேச்சு ஆலயக் கோபுரங்களின் ஒலிபெருக்கியிலிருந்து கம்பீரக் கரகரப்புடன் அலறியது. ஆதிக்கச் சாதியினரின் அற்பத்தனமான சாதியப் பாடல்கள் மேடைக் கச்சேரியாக நஞ்சைக் கக்கின.

ஒளியில் இருப்பவர்களால் இருளில் இருக்கும் தலித் கிறிஸ்தவர்களின் எண்ணங்களை, உணர்வுகளைக் காண முடியவில்லை. காணவும் முடியாது. அவர்கள் காண வேண்டும் என்று நாம் எடுக்கும்

ஒவ்வொரு முயற்சியும் நமக்குத் தோல்விதான். அவர்களை இருளுக்கு அழைத்து வந்து நமது செயல்களை அவர்களுக்குக் காட்ட முடியாது. அவர்களால் இருளுக்கு வர முடியாது. அப்படியே வந்தாலும் அவர்களால் நமது செயல்களைக் காண முடியாது. அவர்களது கண்கள் இருளுக்குப் பழக்கப்படவில்லை. இருளுக்குப் பழக்கப்பட ஆண்டுகள் பல ஆகும். அதுவரை நாம் பொறுத்திருக்க முடியாது. வேறுவிதமாகத்தான் செயல்பட வேண்டும்.

அவருக்கு அனைத்தும் தெளிவாகியது. உண்ணாவிரதத்தை ஆதிக்கச் சாதியைச் சார்ந்த திருச்சபையின் நிர்வாகிகளால், பணியாளர்களால், சாதியத் தலைவர்களால் புரிந்துகொள்ள முடியாது. அவர்கள் புரிந்துகொள்ளும் வகையில் செயல்பட வேண்டும். அந்த வழி எது? தெரியவில்லை. ஆனால் இப்போதைய வழியாகிய சாகும்வரை உண்ணாவிரத வழி சரியில்லாத வழி, தேவையில்லாத வழி, புரியாத வழி என்பது மட்டும் அவருக்கு மிகவும் தெளிவாகப் புரிந்தது.

அடுத்து என்ன செய்ய வேண்டும் என்பதைவிட இந்த வழியைத் தொடரக் கூடாது என்பதில் அவருக்குத் தெளிவு ஏற்பட்டது.

கண்களை மூடியபடியே இருள் கற்றுத்தந்த பாடத்தை அசைபோட்டபடி அமைதியாக இருந்தார். எவ்வளவு நேரம் அப்படியே இருந்தார் என்று தெரியவில்லை. விழித்த போது அருகில் செல்லையா இல்லை. அவரும் படுத்திருந்தார்.

தற்போதைய வழியை அடைக்க என்ன செய்ய வேண்டும் என்று யோசிக்க ஆரம்பித்தார். ஒரு நாள் காத்திருக்கலாமே என்றது இருள். காத்திருந்தார்.

உண்ணாவிரதத்தின் இரண்டாம் நாள். காலை பத்து மணிக்கு நிருபர்களைச் சந்திக்க ஏற்பாடு செய்யப்பட்டிருந்தது. நிருபர்களின் வருகைக்காக அந்துவான், செல்லையா, இயக்கத்தினர் காத்திருந்தனர். ஆனால் எந்த நிருபரும் வரவில்லை.

காலை பத்து மணிக்கே பேட்டி கண்டு அன்றைய மாலைப் பத்திரிகைகளில் வெளியிடுவதாகச் சொன்னார்களே! இன்னும் வரவில்லையே! கவலை அனைவரையும் நிறைத்தது.

ஒருவேளை சிறிது காலம் கடந்து வரலாம். காத்திருந்தனர்.

மணி பதினொன்றானது. அப்போதும் வரவில்லை. எதிர்பார்ப்பு அதிகரித்தது. பரபரப்புடன் காணப்பட்டனர்.

பணியாளர் அந்துவான் அமைதியாக இருந்தார். "பத்திரிகைகள ஆதிக்கச் சாதியினர்தான் நடத்துறாங்க." செறிவான வார்த்தைகள் அவரது வாயிலிருந்து உதிர்ந்தன.

"அப்படீன்னா பத்திரிகைகள்ல உண்ணாவிரதத்தப் பத்தி எழுதக் கூடாதுன்னு சொல்லியிருப்பாங்களா?"

அந்துவான் ஒன்றும் பேசவில்லை. அமைதியாக இருந்தார். முன் இரவில் இருந்த கலக்கம் அவரிடம் இல்லை. மிகவும் தெளிவாக இருந்தார். இருள் அவருக்கு ஒரு வழியைக் காட்டியிருந்தது. மற்றவர் களுக்கும் அவர் ஒரு முடிவுடன் இருந்ததுபோலத் தெரிந்தது. அந்த முடிவு என்ன என்று அவர்களுக்குத் தெரியவில்லை.

உண்ணாவிரதம் இருந்தவர்கள் மிகவும் சோர்வுற்றனர். முதல் நாளில் இருந்த உற்சாகம் அவர்களிடம் இல்லை. உட்காரக்கூட முடியவில்லை. படுத்திருந்தனர். சில சமயங்களில் கண்களை மூடி இருந்தனர். மயங்கிவிட்டார்களா? அடிக்கடி சோதித்தனர்.

இரண்டாம் நாள் இரவும் பணியாளர் அந்துவான் பந்தலிலேயே அமர்ந்திருந்தார். செல்லையா அவரை அறைக்குச் சென்று ஓய்வெடுக்கும் படி எவ்வளவோ கேட்டுக்கொண்டும் அவர் அங்கேயே இருந்தார். கண்களை மூடவில்லை. இருள் அவருக்குத் தேவையான பாடங்களைக் கற்றுக்கொடுத்துவிட்டது. இனி அந்தப் பாடத்தின் வழி செயல்பட வேண்டும். அவ்வளவே.

மூன்றாம் நாள் மாலை. உண்ணாவிரதம் இருந்த அமலா மயங்கினார். உடனடியாக அவரைக் காவலர்கள் மருத்துவமனைக்குத் தூக்கிச் சென்றனர்.

"உண்ணாவிரதத்த முடிங்க. இல்லாட்டா உண்ணாவிரதம் இருக்கும் எல்லாத்தயும் நாங்க வலுக்கட்டாயமா மருத்துவமனைக்குத் தூக்கிச் செல்லுவோம்" என்று அதிகாரத் தோரணையில் மிரட்டினார் காவல் துறை ஆய்வாளர்.

ஆயரின் பணம் ஆய்வாளர் மூலமாகப் பேசியதாக அந்துவான் உணர்ந்தார். அமைதியாகப் பதிலளித்தார். "ஆயர அழைச்சிக்கிட்டு வாங்க. உண்ணாவிரதத்த முடிச்சுக்கிறோம்."

"அது என் வேலயில்ல. இன்னைக்கு ராத்திரி வரைக்குக் கெடு கொடுக்கேன். அதுக்குள்ள உண்ணாவிரதத்த முடிச்சிரணும். இல்லாட்ட எல்லாத்தயும் வலுக்கட்டாயமா தூக்கிக்கிட்டுப் போயிருவோம்." ஆய்வாளர் அகன்றார்.

உண்ணாவிரதம் இருந்த ஒரு பெண் மயங்கிவிட்டார் என்ற செய்தி மக்களிடம் பரவியது. அன்று மாலையில பெரும் கூட்டம் உண்ணாவிரத அரங்கில் கூடியது. ஆயரையும், பணியாளர்களையும் எதிர்த்துப் பலர் காரசாரமாகப் பேசினர்.

பணியாளர் அந்துவானிடம் வந்த செல்லையா "நீங்க எதுவுமே சாப்பிடாம, குடிக்காம இருக்கீங்க. இதையாவது குடிங்க." அவரிடம் ஒரு குளிர்பானப் பாட்டிலைக் கொடுத்தார்.

மறுக்காமல் அதைப் பெற்றுக்கொண்டார். ஆனால் குடிக்கவில்லை. அதையே பார்த்தபடி இருந்தார்.

"குடிங்க."

"ஆமா... குடிக்கணும்."

குளிர்பானத்துடன் மேடையை நோக்கி நடந்தார்.

மேடையில் காரசாரமாகப் பேசிக்கொண்டிருந்தார் சீமோன் ஆசிரியர். செல்லையாவுக்குக் கிடைத்திருக்க வேண்டியவை அனைத்தும் சாதி உணர்வுள்ள தனது சாமியார் மாமாவால் எப்படி தனக்குக் கிடைத்தது என்பதையும், ஆயர் இல்லத்தில் கூட்டம் எப்படி நடந்தது என்பதையும் மிகவும் விளக்கமாகவும், உணர்வுடனும் பேசினார்.

மேடையை நோக்கிப் பணியாளர் அந்துவான் வருவதைக் கண்ட சீமோன் ஆசிரியர் தனது பேச்சை முடித்துக்கொண்டார்.

"உயிரை இழக்கத் தயாராக இருக்கும் அன்புள்ள இளைஞர்களே" மேடை ஏறி ஒலிபெருக்கியில் பேச ஆரம்பித்த அந்துவானின் குரல் உடைந்தது. சற்று நேரம் அமைதியாக நின்றார். கூட்டத்திலும் பேரமைதி நிலவியது. மிகவும் சோர்ந்து பாதி மயக்க நிலையில் இருந்த உண்ணாவிரதம் இருந்தவர்கள் தங்கள் பலத்தை ஒன்று சேர்த்து எழுந்து அமர்ந்தனர்.

தொண்டையைச் சரி செய்த அந்துவான் தொடர்ந்து பேசினார். "இந்த உண்ணாவிரதம் வெற்றியடைஞ்சிருச்சி."

அவர் சொல்லி முடிப்பதற்கு முன்பாகக் கூட்டத்தினர் பயங்கரமாகக் கரவொலி எழுப்பினர். உண்ணாவிரதம் இருந்தவர்கள் கைகுலுக்கிக் கொண்டனர். அந்துவான் தான் வைத்திருந்த குளிர்பானப் பாட்டிலை அவர்களிடம் கொடுத்தார். ஒவ்வொருவரும் சிறிது குடித்தனர்.

செல்லையாவுக்கு ஒன்றும் புரியவில்லை. விழித்தார். ‘நம்மளோடதான இப்ப வரை இருந்தாரு. கோரிக்கைகள ஆயர் நிறைவேத்துறதா எந்தத் தகவலும் வரலையே?’ குழம்பினார்.

அவரைப் பாராட்ட வந்தவர்களிடம் கைகுலுக்கவில்லை. அதிர்ச்சியுடன் அந்துவானைப் பார்த்தபடியே இருந்தார்.

சிறிது நேரம் கூட்டத்தினரின் ஆரவாரத்தைப் பார்த்த அந்துவான் தனது கையை உயர்த்தினார். ஒட்டுமொத்தக் கூட்டமும் அமைதியானது. அவரது பேச்சைக் கேட்கத் தயாரானர்.

“நானு ஒரு துறவி. திருச்சபையை அதிகமா நேசிக்கிறவன். திருச்சபைக்கு மனச்சாட்சி இருக்குன்னு நம்புனேன். அதனாலதான் இந்தப் போராட்டத்த அறிவிச்சேன். நம்ம கோரிக்கைகள மனச்சாட்சியுள்ள திருச்சபை கேக்கும்னு முழுசுமா நம்புனேன். முதல் நாளே போராட்டம் முடிஞ்சிரும்னு நெனச்சேன். முடியல. மூணு நாளாக் காத்திருந்தோம். முடிவடையல. இப்பப் போராட்டம் வெற்றியடைஞ்சிருச்சின்னு அறிவிக்கேன். திருச்சபைக்கு மனச்சாட்சி இல்லங்கிறத நம்ம போராட்டம் மூலமா அறிஞ்சிக்கிட்டேன். அந்தவிதத்துலதான் போராட்டம் வெற்றின்னு அறிவிச்சேன்.”

கரவொலி எழுப்பிய கூட்டத்தினரின் கரங்களில் கூர்மையான ஊசிகள் குத்துவதுபோன்ற வலியை உணர்ந்தனர். உண்ணாவிரதம் இருந்தவர்களைப் பாராட்டுவதற்காக எழுந்தவர்களின் கால்கள் சோர்வடைந்து சரிந்து வீழ்ந்தன. குளிர்பானம் குடித்த உண்ணா விரதத்தினர்களின் நாக்குகள் மிகவும் கொடுமையான கசப்பை உணர்ந்து துப்பின.

“நாம கவலைப்பட ஒண்ணுமே இல்ல. நம்ம கொள்க தோக்கல. உரிமைகள் கிடைக்காமப் போனதா சரித்திரமே இல்ல. காலதாமதம் ஆகலாம். ஆனா கட்டாயம் கிடைக்கும். மனச்சாட்சி இல்லங்கிறத தங்க செயல்மூலமா நிரூபிச்சிட்டாங்க. மனச்சாட்சி இல்லாதவுங்ககிட்ட மனச்சாட்சி உள்ளவுங்க எப்பிடி நீதிய எதிர்பார்க்க முடியும்? இப்பப் போராட்டத்த முடிக்கலைனா காவலர்க உண்ணாவிரதம் இருக்கும் எல்லாரையும் ராத்திரியோட ராத்திரியா தூக்கிக்கிட்டுப் போயிருவாங்க. அத எதுக்கக்கூட இங்க யாரும் இருக்கப் போறதில்ல. காலையில வந்தா உண்ணாவிரதம் இருந்ததுக்கான எந்த அடையாளமும் இருக்காது. நாம குழம்புவோம். பத்திரிகைகள்லயும் செய்தி வரப்போறதில்ல. இயேசு சொன்னது மாதிரி எதுகளுக்கோ முன்னால நாம விலை

மதிப்பில்லா சமத்துவங்கிற முத்த எறிஞ்சிட்டோம். அதுக எதுக்குதுக. அதுக்காகக் கவலைப்பட வேண்டாம். நமது போராட்டக் களத்த மாத்துவோம். போராட நாம ஏன் நம்மளயே துன்பப்படுத்திக் கொள்ளணும்? நாம ஏன் சாகணும்? இனி மத்தவுங்க துன்பப்படுறது மாதிரி நாம போராடுவோம். நிச்சயம் நமக்கு வெற்றிதான். ஏன்னா கடவுள் நம்மோட இருக்காரு."

அப்படிப் பேசிய பணியாளர் அந்துவானுக்கு அவ்வளவு விரைவில் ஒரு மிகப் பெரிய நெருக்கடிவரும் என்று எதிர்பார்க்கவில்லை.

* * *

11

எழுபதுகளில் இம்மானுவேல் சபையின் பொது அமர்வு ரோமையில் நடந்தது. உலகம் முழுவதிலும் இருந்து தேர்ந்தெடுத்த பிரதிநிதிகளும், மாநில அதிபர்களும் கலந்து கொண்டனர். சபை எந்த விதத்தில் செயல்படவேண்டும் என்று விவாதித்தனர். நீதியை நிலைநாட்டுவதும், அதற்காக உழைப்பதுமே விசுவாசம் என்ற புதிய புரிதல் ஏற்பட்டது.

இந்த முடிவானது தமிழக இம்மானுவேல் சபையில் புத்துணர்ச்சியை ஏற்படுத்தியது. தமிழகச் சூழ்நிலையில் தலித்துகள்தான் சமூகம், பொருளாதாரம், கலாச்சாரம், அரசியல், மதம் ஆகிய அனைத்துத் தளங்களிலும் நீதி கிடைக்காமல் மிகவும் கொடூரமான துன்பங்களை அனுபவிக்கின்றனர். எனவே இவர்கள் சார்பாக நிலைப்பாடு எடுத்துச் செயல்படுவதுதான் நமது விசுவாசம் எனச் சபையினர் தீர்மானித்தனர்.

தமிழகத்தின் கிழக்குப் பகுதியில் எப்போதும் வறட்சி நிலவியது. அதே நேரத்தில் அங்கு சாதியின் அடித்தளத்தில் பல கலவரங்கள் ஏற்படுவதையும் இம்மானுவேல் சபையினர் அறிந்திருந்தனர்.

இம்மானுவேல் சபையினர் இப்பகுதியை மிக முக்கியமான பகுதியாகக் கருதினர். 17ஆம் நூற்றாண்டில் தமிழகத்தில் பணியாற்ற இம்மானுவேல் சபையினர் ஐரோப்பாவிலிருந்து வந்தனர். அவர்களில் சிலர் பிராமணர்களிடம் உழைக்கத் தங்களைப் பிராமண சன்னியாசி என்றும், பிற்பட்டவர்களிடம் உழைக்கச் சிலர் பண்டார சன்னியாசி என்றும் பிரிந்து பணியாற்றினர். அந்த நூற்றாண்டின் பிற்பகுதியில் போர்ச்சுக்கல் நாட்டிலிருந்து இம்மானுவேல் சபைப் பணியாளர் ஒருவர் இப்பகுதிக்கு வந்தார். தன்னைப் பண்டார சன்னியாசி என்று அறிமுகம் செய்த அவர் இப்பகுதியில் பிற்படுத்தப்பட்ட மக்களிடையே உழைத்தார். பலரைக் கிறிஸ்தவத்திற்கு மதம் மாற்றினார். அப்பகுதியை ஆண்ட மன்னர் அவருடைய பணியை விரும்பாமல் அவரது தலையைத் துண்டித்துக் கொன்றார். அவர் கொல்லப்பட்ட இடமானது செம்மண் திடலாக மாறியது. அது ஒரு புதுமை என்று மக்கள் உணர்ந்தனர். அந்த ஊரைச் செந்திடல் என்றே அழைத்தனர். அவரது பணியை அங்கீகரிக்கும் விதத்தில் திருச்சபையானது அவரைப் புனிதர் என்று அறிவித்தது.

மக்கள் பண்டார சன்னியாசி கொல்லப்பட்டச் செந்திடலை ஒரு திருத்தலமாகக் கருதினர். ஆண்டு முழுவதும் பக்தர்கள் அங்கு வந்தனர். செப்டம்பர் மாதம் முதல் வாரத்தில் மிக அதிகமாக அங்கு வந்து புனிதரை நினைத்து ஒன்பது நாள்கள் திருவிழாக் கொண்டாடினர். அந்தத் திருத்தலத்தில் இம்மானுவேல் சபையினர் தங்கி, அங்கு வரும் பக்தர்களின் ஆன்மீகத் தேவைகளை நிறைவு செய்தனர். செந்திடலிலும், அதைச் சுற்றியுள்ள கிராமங்களிலும் தலித் கிறிஸ்தவர்களே அதிகம் இருந்தனர். அவர்களின் நலனுக்காக ஒரு பள்ளியையும் ஆரம்பித்தனர்.

நீதிக்காக உழைப்பதே விசுவாசம் என்பதை உணர்ந்த இம்மானுவேல் சபையைச் சார்ந்த விழிப்புணர்வுள்ள ஒரு குழுவினர் எழுபதுகளின் பிற்பகுதியில் மிகவும் பிற்பட்ட இப்பகுதியைத் தேர்வு செய்து தலித் மக்களின் விடுதலைக்காக உழைத்தனர்.

இவர்களது அணுகுமுறை முற்றிலும் வித்தியாசமாக இருந்தது. தாங்கள் இம்மானுவேல் சபையைச் சார்ந்த துறவிகள் என்பதை மக்களிடம் அறிவித்தாலும் மதச் சம்பந்தமான எந்தச் செயலையும் செய்யவில்லை. மதத்தைக் கடந்து மனித நேய அடிப்படையில் செயல்பட்டனர். சபையினரின் இல்லம் இருந்த செந்திடலில் தங்கவில்லை. தலித் மக்களோடு கிராமங்களில் தங்கினர். அவர்கள் கொடுத்த உணவை உண்டனர். தலித் மக்களோடு தங்களை முழுவதுமாகக் கரைத்துக்கொண்டனர்.

பள்ளர், பறையர், அருந்ததியர் என்ற தனித்தனி அடையாளங்களில் மக்கள் இருந்தனர். ஆனால் அனைவருமே தீண்டாமையால் பாதிக்கப் பட்டனர். எனவே தீண்டாமையால் பாதிக்கப்பட்டவர் என்ற நிலையில் இவர்கள் அனைவரையும் ஒன்று சேர்த்து, தலித்துகள் என்ற பொது அடையாளத்தின் வழியாக இணைத்தனர். மதமும் பிரிக்கக் கூடாது என்ற எண்ணத்தில் மதத்திற்கு அப்பாற்பட்ட நிலையில் மக்கள் இயக்கமாக ஒன்று சேர்ந்தனர். இயக்கத்தின் வழியாக தீண்டாமையையும், கொத்தடிமையையும் முழுமூச்சுடன் எதிர்த்து விடுதலை அளித்தனர். அரசியல் விழிப்புணர்வைக் கொடுத்தனர். அரசியலில் தலித் என்கின்ற அடையாளத்தில் போட்டியிட அடித்தளமிட்டனர்.

இவர்களது முயற்சியால் தலித்துகளில் ஒருசிலர் ஒருசில இடங்களில் ஊராட்சித் தலைவர் தேர்வுக்குப் போட்டியிட்டு வென்றனர். கல்வி கற்கும் சூழ்நிலையையும் ஏற்படுத்தினர். பொருளாதார முன்னேற்றத்திற்காகத் தொழிற்பயிற்சியும் கொடுத்தனர். தலித் என்ற அடையாளத்தில் மக்கள் துணிவுடனும், விடுதலை உணர்வுடனும் வாழ ஆரம்பித்தனர்.

தலித் கிறிஸ்தவர்களுக்கு என்று சில தனிப்பட்ட பிரச்சினைகள் இப்பகுதியில் இருக்கின்றன என்பதை உணர்ந்த பணியாளர் அந்துவான் அவைகளுக்கு விடிவு காணும் நோக்கில் தலித் கிறிஸ்தவ இயக்கத்தை இப்பகுதியிலும் ஆரம்பித்தார். மக்கள் இயக்கமும் தலித் கிறிஸ்தவ இயக்கமும் இணைந்து இரட்டைக் குழல் துப்பாக்கியாக இப்பகுதியில் செயல்பட்டது.

இந்த இரண்டு இயக்கங்களும் சமூகத்தில் இருக்கக்கூடிய அவலங்களுக்கு எதிராகப் போராடியவரையில் இம்மானுவேல் சபையினர் அனைவரும் இந்த இயக்கங்களை ஆதரித்தனர். ஆனால் இந்த இயக்கங்கள் இம்மானுவேல் சபையினரின் செயல்பாடுகளைக் கேள்வி கேட்க ஆரம்பித்தபோது சபையினரால் அதைத் தாங்கிக் கொள்ள முடியவில்லை. இயங்கங்களுக்கு எதிரான நடவடிக்கைகளில் இம்மானுவேல் சபையைச் சார்ந்த பெரும்பாலான ஆதிக்கச் சாதியப் பணியாளர்கள் செயல்பட ஆரம்பித்தனர். செந்திடலில் இருந்த சபையினர் சிலரிடமும் இப்போக்கு இருந்தது.

இருபதாம் நூற்றாண்டின் இறுதிப் பத்து ஆண்டுகளின் தொடக்கத்தில் செந்திடலுக்குப் புதிய பங்குப் பணியாளராக அடைக்கலம் பொறுப்பேற்றார். அவரும் தங்களோடு பணிபுரியும் இம்மானுவேல் சபையினரைப்போல இருப்பார் என்று மக்கள் மகிழ்ந்தனர். ஒருசில வருடங்களுக்குப்பின் அவரிடம் ஒரு கோரிக்கையோடு தலித் கிறிஸ்தவத் தலைவர்கள் வந்தனர்.

"சாமி, செந்திடலில புனிதரின் திருவிழாவ அந்தக் காலத்துல ஒம்பது நாள் கொண்டாடுனாங்க. சாதி விழாவாத்தான் கொண்டாடுனாங்க. ஒவ்வொரு நாளுக்கும் ஒரு சாதியிரின் மண்டகப்படி இருக்கும். அப்ப எங்க சாதிக்காரங்க வந்து தங்குறதுக்குன்னு நாங்க ஒரு ஓட்டுக்கட்டடம் கட்டினோம். காலப்போக்குல சாதிவாரியா மண்டகப்படி இருக்கக் கூடாதுன்னு போராடுனோம். ஒருவழியா அது ஒழிஞ்சது. நம்ம மக்களுக்கு கல்வி கொடுங்கன்னு சொன்னோம். அத அப்ப இருந்த பணியாளர்க ஏத்துக்கிட்டு ஒரு பள்ளிய ஆரம்பிச்சாங்க. கட்டடம் இல்ல. நாங்களே கட்டி எங்க உபயோகத்துல இருந்த கட்டடத்தைக் கேட்டாங்க. அதுவும் சும்மாதான இருக்கு. திருநாளு சமயத்துல மட்டும் பயன்படுத்திக்கிடலாம்னு நெனச்சி உங்ககிட்டக் கொடுத்தோம். நீங்களும் அதுல பள்ளிய ஆரம்பிச்சீங்க. கொஞ்ச காலத்துக்குப் பெறகு புதுசா பள்ளியக்கட்டி அதுல பள்ளிய நடத்துனீங்க. இப்ப நாங்க கட்டிய அந்தக் கட்டடம் சும்மாதான் இருக்கு. நீங்க அத எங்களுக்குக்

கொடுத்தீங்கன்னா ரொம்ப உபயோகமா இருக்கும். இயக்கக் கூட்டங்கள நடத்த இடமில்ல. அங்க எங்க கூட்டங்கள நடத்துவோம்" என்றார் செல்வதாஸ். அப்பகுதி தலித் கிறிஸ்தவர்களுக்கு அவர் தலைவராக இருந்தார்.

"கட்டடம் யாரு நெலத்துல இருக்கு?" என்று பணியாளர் அடைக்கலம் கேட்டார்.

"கட்டடம் கோயில் நெலத்துலதான் இருக்கு" என்றார் உதவித் தலைவர் சாலமோன்.

"கோயில் நெலத்துல இருக்கிற கட்டடத்துக்கு நீங்க எப்பிடி உரிமை கொண்டாடலாம்."

"கோயில் நெலந்தான். அத நாங்க மறுக்கல. ஆனா அந்த நெலத்த எங்க உபயோகத்துக்குக் கொடுத்தாங்க. நாங்க எல்லா ஊர்கள்லயும் வரிப் போட்டு, பணம் சேத்து தேவையான பொருள்கள வாங்குனோம். பெறகு கட்டட வேல ஆரம்பிச்சப்ப வீட்டுக்கு ஒரு ஆளு கட்டாயம் வேலைக்கு வரணும்னு சொன்னாங்க. ஒவ்வொரு ஊர்க்காரங்களா வேலைக்கு வந்து இதக் கட்டுனோம். சும்மா கெடக்குற கட்டடத்தக் கொடுக்குறதுல உங்களுக்கு என்ன கஷ்டம்?"

"உங்களுக்கு மட்டும் கொடுத்தா மத்த சாதிக்காரங்களும் கேப்பாங்க. அவுங்களுக்கும் கொடுக்கணும். பிரச்சின வரும். அதுனால கொடுக்க முடியாது."

"மத்த சாதிக்காரங்க தங்களுக்குன்னு எங்க கட்டடம் கட்டுனாங்க? எல்லாரும் கோயில் கட்டிய கட்டடத்துலதான் தங்குனாங்க. எங்கள அங்க தங்க அனுமதிக்கல. தீட்டுன்னு தள்ளி வச்சாங்க. அதனால அப்ப உள்ள பணியாளர்ககிட்ட எங்க முன்னோர்க நாங்க தங்குறதுக்குக் கட்டடம் கேட்டாக. கட்டடத்துக்குப் பதிலா நெலம் கொடுத்தாங்க. அதுல நாங்களாக் கட்டிக்கிட்டோம். அதனால பிரச்சின வராது."

"நான்தான் கொடுக்க முடியாதுன்னு சொன்னேன்ல. அப்புறம் எதுக்குத் திரும்பத் திரும்பக் கேக்குறீங்க."

"சாமி, நீங்க இப்பவே பதில் சொல்ல வேண்டாம். நல்லா யோசிங்க. மத்தவுங்ககிட்டயும் ஆலோசன கேளுங்க. உங்க மாநில தலைவருட்டயும் கேளுங்க. அதுக்குப் பெறகு ஒரு முடிவச் சொல்லுங்க."

"கொடுக்க முடியாதுன்னு சொல்லிட்டேன்ல. பெறகு எதுக்கு நானு அடுத்தவுங்ககிட்ட ஆலோசனை கேக்கணும்? நீங்க போங்க"

என்று கூறிய அவர், தான் அமர்ந்திருந்த நாற்காலியிலிருந்து எழுந்து தனது அறைக்குச் செல்ல முயன்றார்.

"சாமி, எடுத்தோம் கவிழ்த்தோம்னு பேசாதீங்க. எங்களாலயும் அப்படிப் பேச முடியும்."

"நானு எப்படிப் பேசணும்னு உங்ககிட்டக் கத்துக்கிடத் தேவையில்ல" என்று கோபமாகச் சொன்னார் பணியாளர் அடைக்கலம்.

"சாமி, அப்ப பிரச்சின பெருசா மாறும்."

"என்ன மெரட்டுறீங்களா? நீங்க என்ன செய்வீங்க?"

"அப்படீன்னா நாங்க கட்டடத்த முற்றுகையிட்டு கைப்பற்றுவோம்."

"அப்படி ஒரு நெனப்பு உங்ககிட்ட இருக்கா?"

"சாமி, இறுதியா உங்ககிட்டச் சொல்றோம். பண்டாரசாமி திருநாளுக்கு முன்னால எங்களுக்கு ஒரு நல்ல முடிவச் சொல்லுங்க. இல்லாட்ட கட்டடத்த நாங்க கட்டாயம் முற்றுகையிடுவோம்" என்று கூறிய தலைவர் செல்வதாஸ் மற்றவர்களுடன் வெளியேறினார்.

அவர்களுக்குப் பங்குப் பணியாளரின் ஆணவமான பேச்சு சிறிதும் பிடிக்கவில்லை. இருப்பினும் அவர் தங்களது கோரிக்கையை இம்மானுவேல் சபையைச் சார்ந்த மற்றவர்களிடம் விவாதித்து ஒரு நல்ல முடிவைச் சொல்வார் என்றே நம்பினார்.

பணியாளர் அந்துவானிடம் பிரச்சினையை எடுத்துச் செல்ல சிலர் விரும்பினர். ஆனால் அவர் பரணி உண்ணாவிரதத்தில் அதிக ஈடுபாட்டோடு இருப்பதை அறிந்த அவர்கள் அவரிடம் பிரச்சினையைச் சொல்லவில்லை. தாங்களே சமாளிக்கலாம் என்று எண்ணினர்.

செந்திடல் பங்கின் கிளைக் கிராமமான தண்டலத்தில் ஊர்த் திருவிழாவைக் கொண்டாடும் மாதம் அது. ஆனால் மக்கள் பிளவுபட்டு இருந்தனர். அதில் ஒரு பிரிவினர் பங்குப்பணியாளரை அணுகி ஊர்த் திருவிழாவைக் கொண்டாடவேண்டும் என்றனர். மற்ற பிரிவினரும் பங்குப்பணியாளரைச் சந்தித்து, முதலில் இரண்டு பிரிவினரையும் அழைத்து பிரச்சினையைப் பேசி முடித்துச் சமாதானம் ஏற்பட்ட பிறகு திருவிழாக் கொண்டாடலாம் என்றனர்.

இரண்டு பிரிவினரையும் அழைத்துப் பேச பங்குப் பணியாளர் அடைக்கலத்திற்கு ஆர்வம் இல்லை. அதற்காகத் தனது நேரத்தைச்

செலவிட விரும்பவில்லை. பிரிவினை பற்றி ஆதிக்கச் சாதித் தலைவரிடம் சொல்லவேண்டும். அவர் சொன்னால் கட்டாயம் கேட்பார்கள் என்று எண்ணி அந்த ஊர் ஆதிக்கச் சாதித் தலைவரிடம் அடைக்கலம் முறையிட்டார். இரண்டு பிரிவினரையும் அழைத்த ஆதிக்கச் சாதித் தலைவர் இதுதான் தீர்வு என்று தானாக ஒரு முடிவை அறிவித்தார். அந்த முடிவு ஒரு பிரிவினருக்குச் சாதகமாக இருந்தது. மற்ற பிரிவினரால் அதை ஏற்க முடியவில்லை. ஆனால் ஆதிக்கச் சாதித் தலைவரை எதிர்த்து அவர்களால் பேச முடியவில்லை. தங்களது எதிர்ப்பை ஊர்த் திருவிழாவைப் புறக்கணிப்பதின் மூலம் வெளிப்படுத்தத் திட்டமிட்டனர்.

தலித் தலைவர்கள் செல்வதாஸ், சாலமோன் இவர்களால் பங்குப் பணியாளர் அடைக்கலத்தின் செயலைச் சிறிதும் ஏற்றுக்கொள்ள முடியவில்லை. ஆதிக்கச் சாதியினரின் பிடியிலிருந்து தலித்துகள் விடுதலை அடைய வேண்டும் என்று இதே சபையைச் சார்ந்த பணியாளர்கள் நம்மோடு தங்கி வேலை செய்கின்றனர். அப்படி இருக்க அதே சபையைச் சார்ந்த பணியாளர் அடைக்கலம் நம்மை ஆதிக்கச் சாதியினரிடம் அடகு வைக்கிறாரே என்று மிகவும் வேதனைப்பட்டனர்.

தங்களோடு தங்கிப் பணிபுரியும் இம்மானுவேல் சபையினரைச் சந்தித்து பிரச்சினையைச் சொன்னார்கள். செந்திடலில் இருக்கும் சபையினரிடம் எந்த மோதல் போக்கையும் வைத்துக்கொள்ளக் கூடாது என்பது தங்களது கொள்கை என்றும், எனவே பிரச்சினையில் தலையிட விரும்பவில்லை என்றும் சொன்னார்கள்.

தலித் கிறிஸ்தவத் தலைவர்களால் அதை ஏற்க முடியவில்லை. "ஆதிக்கச் சாதியினருக்கு எதிராக நாங்கள் செயல்படத் தூண்டுறீங்க. நம்ம பிரச்சினையை நாமளே தீக்கணும்னு நீங்க எங்களுக்கு வழிகாட்டுனீங்க. இப்ப உங்க சபையச் சார்ந்தவரே ஆதிக்கச் சாதியினரிடம் நம்ம பிரச்சினய கொண்டு போறாரு. அதத் தட்டிக் கேக்க மறுக்குறீங்க. உங்க செயல்பாட்டுல கொஞ்சமாவது நியாயம் இருக்கா?" என்றார் செல்வதாஸ்.

மௌனம்தான் அவர்கள் பதிலாக இருந்தது.

மறுபடியும் அவர்கள் பங்குப் பணியாளரைச் சந்தித்துப் பேசினர்.

"சாமி, தண்டலத்து மக்கள அழைச்சி நீங்களே பேசியிருக்கலாம். அப்படிச் செய்யாம ஆதிக்கச் சாதிக்காரங்ககிட்ட பிரச்சினைய எப்படி நீங்க கொண்டுபோகலாம்?" என்று கேட்டார் செல்வதாஸ்.

"இதக் கேக்க நீங்க யாரு?"

"சாமி, நாங்க இப்பகுதி தலித் கிறிஸ்தவ இயக்கத்தின் தலைவர், உதவித் தலைவர் மற்றும் இயக்கத்தினர்" என்றார் சாலமோன்.

"உங்க இயக்கம் திருச்சபைக்கு எதிரான இயக்கம். திருச்சபைக்குத் தொடர்ந்து பிரச்சினையக் கொடுக்கிற இயக்கம். இயக்கத்தின் ஆலோசனையைக் கேக்கணுங்கிற அவசியம் எனக்கில்ல."

"எங்க இயக்கத்துக்கு உங்க சபையைச் சார்ந்தவருதான் தலைவரா இருக்காரு. அப்படி இருக்க எங்க இயக்கத்த எப்பிடித் திருச்சபைக்கு எதிரான இயக்கம்னு சொல்லலாம்? நீங்க சொல்றது சரியில்ல. உங்க செயல்கள் சரியில்ல."

"உங்களுக்கு அப்படித் தெரியலாம். நானு சரியான போக்குலதான் போறேன்."

"நீங்களே பேசித் தீர்த்திருக்கலாமே?ஆதிக்கச் சாதியிடம் போறதுதான் சரியான போக்கா?"

"அத ஏன் எங்கிட்டக் கேக்கிறீங்க. நீங்களே பேசி பிரச்சினையத் தீர்த்திருக்கலாமே?"

"தீர்க்கத்தான் இருந்தோம். அதுக்குள்ள நீங்க ஆதிக்கச் சாதிக்காரங்கிட்டப் போயிட்டீங்க."

"பிரச்சின தீரணுங்கிறதுதான் முக்கியமே தவிர யாரு பிரச்சினயச் தீர்த்து வைக்கிறாருங்கிறது முக்கியமில்ல. இப்பப் பிரச்சின தீர்ந்திருச்சில. திரும்பவும் எதுக்கு அதப் பத்திப் பேசுறீங்க?"

"ஆதிக்கச் சாதிக்காரங்க பிடியிலிருந்து விடுபடணும்னுதான் நாங்க செயல்படுறோம். ஆனா நீங்க அதுக்கு மாறாச் செயல்படுறீங்க. உங்ககிட்ட ஆதிக்கச் சாதி மனோபாவம்தான் இருக்கு. அதனாலதான் இப்படிச் செயல்படுறீங்க."

"நானே பிரச்சினயப் பேசி ஒரு முடிவு எடுத்திருந்தாலும் திரும்பவும் நீங்க இதே குற்றச்சாட்டைத்தான் கூறுவீங்கன்னு எனக்கு நல்லாத் தெரியும். ஏன்னா நானு தலித் இல்லன்னு உங்க எல்லாருக்கும் தெரியும். என்னைச் சந்தேகக் கண்ணோட்டத்தோடவே பாக்கீங்க. தாராளமாப் பாருங்க."

"நீங்க எங்களத் தப்பாவே புரிஞ்சிருக்கீங்க. நாங்க அப்படிச் சொல்லல. நீங்க பிரச்சனயத் தீர்க்க முயற்சி எடுத்திருந்தா இரண்டு

தரப்பு நியாயத்தையும் கேட்டிருப்பீங்க. இப்ப அப்படி இல்ல. ஒரு குழுவுக்குச் சார்பா ஆதிக்கச் சாதித் தலைவர் தீர்ப்பளிச்சிருக்காரு. இன்னொரு குழு திருவிழாவப் புறக்கணிக்கப் போறாங்க. இந்த நில வேண்டாம். நீங்க ஊர்க் கூட்டத்தக் கூட்டுங்க. நாங்களும் வாறோம். ரெண்டு பிரிவினரின் பிரச்சினையையும் கேட்டு எல்லாரும் ஏத்துக்கிடுறது மாதிரி ஒரு முடிவ எடுப்போம். திருவிழாவச் சமாதானமாக் கொண்டாடுவோம்."

"அப்ப நீங்களும் நானும் ஒண்ணாயிருந்து இந்தப் பிரச்சினையப் பேசணும்னு சொல்றீங்களா? உங்களுக்கு எம்புட்டுத் துணிச்சலிருந்தா இது மாதிரிப் பேசுவீங்க? நீங்களும் நானும் ஒண்ணா? உங்கள நானு சமமா மதிக்கணுமா? நடக்கவே நடக்காது. திட்டமிட்டபடி திருநாளு நடக்கும். ஒரு பிரிவு புறக்கணிச்சா அது அவுங்க பிரச்சின. அவுங்க முடிவு. அதப் பத்தி நானு கவலைப்படப் போறதில்ல. இனும இதுமாதிரி கோரிக்கையோட எங்கிட்ட வராதீங்க. பங்கு விசயத்துல நீங்க தலையிடாதீங்க" என்று கூறிய அடைக்கலம் வேகமாக எழுந்து அறைக்குள் சென்று கதவை மூடிக்கொண்டார்.

தலித் தலைவர்கள் வேதனையோடு திரும்பினர். பணியாளர் அந்துவானிடம் பிரச்சினையை எடுத்துச் செல்ல எண்ணினர். ஆனால் அந்துவானும், அடைக்கலமும் ஒரே சபையினராக இருப்பதால் அவர்களிடையே பிரச்சினை ஏற்படத் தாங்கள் காரணமாக இருக்க வேண்டாம் என்ற பெருந்தன்மையில் அந்த எண்ணத்தைக் கைவிட்டனர். தாங்களே பிரச்சினையைச் சமாளிக்கலாம் என்று முடிவு செய்தனர்.

ஒரு பிரிவினரின் புறக்கணிப்பிற்கிடையே தண்டலம் திருவிழா ஒன்பது நாள்கள் நடைபெற்றது. அன்று கடைசி நாள். மாலையில் திருப்பலியும் அதைத் தொடர்ந்து தேர்ப்பவனியும் இருந்தது. தேர்ப்பவனி முடிய இரவு பத்து மணிக்குமேல் ஆனது. அதன்பின் பங்குப் பணியாளர் அங்கிருந்து செந்திடலுக்கு தனது இரு சக்கர வாகனத்தில் புறப்பட்டார்.

திருநாளைப் புறக்கணித்த பிரிவினரில் இரண்டு இளைஞர்கள் பங்குப் பணியாளர் அடைக்கலத்தின்மீது அளவுக்கு அதிகமான வெறுப்பில் இருந்தனர். அந்த வெறுப்பு வெறியானது. ஊரை ஒண்ணு சேர்க்காமல் பிரித்துவிட்டவரை சும்மா விடக்கூடாது. ஏதாவது செய்ய வேண்டும் என்று திட்டமிட்டனர்.

தேர்ப்பவனி நடந்தபோது சாராயம் வாங்கிக் குடித்தனர். சிறிது போதை ஏறியது. ஆனால் எதிர்பார்த்த மப்பு கிடைக்கவில்லை.

வாழைப்பழங்களை வாங்கி உண்டனர். மப்பு ஏறியது. தள்ளாடியபடியே சாலையில் நடந்தனர். சாலையில் இருபக்கமும் குழல் விளக்குகள் கட்டப்பட்டிருந்தன. அதில் இரண்டு குழல் விளக்குகளை கழற்றி ஆளுக்கு ஒன்றாக எடுத்தனர். ஏற்கெனவே அவர்களிடம் கயிறு இருந்தது. செந்திடலை நோக்கி இருளில் சாலையில் நடந்தனர்.

ஓர் இடத்தில் சாலையின் இரண்டு பக்கங்களிலும் பனைமரங்கள் இருந்தன. சாலையின் குறுக்கே மூன்றடி உயரத்தில் கயிறு இருக்கும்படி இருபக்கமும் இருந்த பனைமரத்தில் கட்டினர். பனைமரத்தோடு ஒட்டி நின்றுகொண்டனர். இருசக்கர வாகனத்தில் வரும் பணியாளர் அடைக்கலம் கயிற்றில் சிக்கி கீழே விழுவார். அவரைக் குழல் விளக்குகளால் அடித்துப் பலத்த காயத்தை ஏற்படுத்த வேண்டும் என்பதே அவர்கள் திட்டம்.

செந்திடலுக்கு இறுதிப் பேருந்து வழக்கமாக இரவு பத்து மணிக்கு வந்து செல்லும். அன்று இரவு பத்தரை மணிக்குமேல் வந்த பேருந்து அவர்கள் கட்டிய கயிற்றை அறுத்துக்கொண்டு சென்றுவிட்டது.

போதையில் தள்ளாடியபடியே அதை எடுத்து மறுபடியும் கட்ட நினைத்தனர். அதற்குள் இரு சக்கர வாகனம் வருவதைக் கண்டனர். போதையிலும் விரைந்து செயல்பட்டனர். குழல் விளக்குகளை எடுத்தனர். அருகில் நெருங்கியதும் அடைக்கலத்தைக் குழல் விளக்குகளால் அடித்தனர். பயங்கர சப்தத்துடன் குழல் விளக்குகள் இரண்டும் வெடித்துச் சிதறின. சத்தத்தைக் கேட்ட இருவரும் பயந்துபோய் அந்த இரவில் ஆளுக்கொரு திசையில் ஓடி மறைந்தனர்.

குழல் விளக்குகள் பலத்த சப்தத்தைத்தான் ஏற்படுத்தியதே தவிர அடைக்கலத்திற்கு எத்தவிதமான காயத்தையும் ஏற்படுத்தவில்லை. பத்திரமாக செந்திடலை அடைந்த அவர் தனது அறைக்குச் சென்றார்.

ஆனால் அவரால் நிம்மதியாக இருக்க முடியவில்லை. 'என்ன எப்படி அடிக்கலாம்? என்ன அடிக்கிற அளவுக்கு இவுங்களுக்கு எப்பிடி துணிவு வந்துச்சி? நிச்சயம் இதுக்குப் பின்னால இயக்கத் தலைவர்க இருக்கணும். இவுங்க தூண்டுதல் இல்லாம நிச்சயம் என்ன அடிச்சிருக்கமாட்டாங்க. அப்பிடியும் நிச்சயமா சொல்ல முடியாதே? இயக்கத் தலைவர்க யாரும் ஊருலபோயி எனக்கு எதுரா பேசுனது மாதிரி தெரியலையே? தூண்டுதல் இல்லாமத்தான் அடிச்சிருக்கணும். ஆனா அவுங்க தூண்டுதல் இருக்கோ இல்லையோ. இந்தச் சந்தர்ப்பத்த நல்லா பயன்படுத்தணும். செந்திடல் திருநாளுக்கு முன்னாடியே கட்டடத்தைப் பற்றிய முடிவைச் சொல்லாட்டா அதைக்

கைப்பத்துவோம்னு சொன்னாங்கள்ல. ஒரே கல்லுல ரெண்டு மாங்காய்கள அடிக்கணும்.'

உடனே அவர் சபையின் மாநில அதிபரைத் தொடர்புகொண்டு தான் தாக்கப்பட்ட சம்பவத்தை விவரித்தார். அதற்குப் பின்னணியில் இருந்தவர்களின் பெயர்களைக் குறிப்பிட்டார். இவர்கள் மீது பிணையில் வெளிவரமுடியாத வழக்கைத் தொடுத்தால்தான் செந்திடல் திருவிழாவைச் சிறப்பாகக் கொண்டாட முடியும் என்றார்.

இன்னும் பிரச்சினையை எப்படிப் பெரிது படுத்தலாம் என்று யோசித்தார். அங்கு சகோதரிகள் நடத்திய மருத்துவமனை ஒன்று இருந்தது. அந்த இரவில் அங்கு சென்ற அவர் தலையில் பெரிய கட்டைப் போடச்சொல்லி அங்கேயே படுத்துக்கொண்டார்.

மாநிலத் தலைவர் அப்பகுதிக்குப் புதியவர் அல்ல. தலித் மக்களோடு கிராமங்களில் தங்கி அவர்களுக்கு விடுதலை கிடைக்க வேண்டும் என்று பல ஆண்டுகள் உழைத்தவர். சபையின் தலைமையும் அவரது பணியைப் பாராட்டியது. சபையின் கொள்கையான நீதிக்காக உழைப்பதே விசுவாசம் என்பதை மிகச் சிறப்பாகச் செயல்படுத்துகிறார் என்று மகிழ்ந்தது. இப்படிப் பணிசெய்பவருக்குச் சபையில் உயர் பதவியைக் கொடுத்தால்தான் சபை வளரும் என்று எண்ணியது. அவருக்கு மாநிலத் தலைவர் பதவியைக் கொடுத்து அழகு பார்த்தது.

அப்படி மாநிலத் தலைவர் பதவியை அடைந்த அவரால் தங்கள் சபையைச் சார்ந்த ஒருவர் அடிபட்டதைச் சிறிதும் ஏற்க முடியவில்லை. அவரது செயலை விமர்சனக் கண்ணோட்டத்தோடு பார்க்க வேண்டும் என்று அவர் நினைக்கவில்லை. சபையினரைக் காப்பதுதான் தனது முதல் பணி என்று நினைத்தார். தான் வளர்த்த கடா தன்மீதே பாய்வதா? அதன் கொம்பை அறுக்க வேண்டும் என்று முடிவு செய்தார். தலைநகரில் சபை நடத்தும் புகழ் பெற்ற கல்லூரி இருந்தது. அதன் தலைவருடன் பேசி காவல்துறை உயர் அதிகாரிகள் மூலம் நடவடிக்கை எடுக்க ஆணையிட்டார். செந்திடலிலிருந்த குட்டைப் பணியாளரிடம் அந்தப் பொறுப்பை ஒப்படைத்தார்.

நடந்த நிகழ்வு என்ன, எத்தனைபேர் மேல் பொய் வழக்குத் தொடர வேண்டும் என்ற விவரங்களை எடுத்துக்கொண்டு குட்டைப் பணியாளர் தலைநகர் சென்றார். அங்கேயே தங்கி செல்வதாஸ், சாலமோன் மற்றும் தலித் கிறிஸ்தவ இயக்கத்தினர் பத்துப்பேர் மேல் வழக்குத் தொடர ஏற்பாடு செய்தார்.

அவரின் அறிவுரையின்படி காவலர்கள் தீவிரமாகச் செயல்பட்டனர். செல்வதாஸ், சாலமோன் மற்றும் பத்துப்பேரை கஞ்சா வைத்திருந்ததாக நடு இரவில் கைது செய்தனர். அவர்களைக் காவல் நிலையத்திற்கு இழுத்துச் சென்று நிர்வாணப்படுத்தி லத்தியால் மிகக் கொடுமையாக அடித்தனர். பலத்த காயத்தோடு இருந்த அவர்களுக்கு எந்தவிதமான மருத்துவ சிகிச்சைக்கும் ஏற்பாடு செய்யவில்லை. நீதிமன்றத்திற்கும் அழைத்துச் செல்லவில்லை. காவல் நிலையத்திலேயே மூன்று நாள்கள் வைத்திருந்து சித்திரவதை செய்தனர். மூன்று நாள்களுக்குப் பின்பே நீதிமன்றத்தின் வழியாகச் சிறையில் அடைத்தனர்.

பிணையில் உடனடியாக வெளிவர முடியாத கஞ்சா வழக்கு, அதுவும் பொய் வழக்கு ஏழை தலித் கிறிஸ்தவ மக்கள்மீது சுமத்தி யிருக்கிறோமே என்ற எந்தவிதமான குற்ற உணர்வும் இம்மானுவேல் சபைத் தலைமையிடமோ, செந்திடல் துறவிகளிடமோ இல்லை. அப்பகுதியில் தலித் மக்களோடு தங்கி அவர்களை இயக்கமாக ஒருங்கிணைத்த சபையினர் தங்களது தலைவரும், செந்திடல் பணியாளர்களும் செய்தது மிகப் பெரிய தவறு என்று அறிந்தனர். தாங்கள் பணிசெய்யும் பகுதியில் இருக்கும் சபையினரிடமிருந்து விலகியே இருக்கவேண்டும் என்ற நிலைப்பாட்டில் அவர்கள் இருந்ததால் அவர்களும் எதிர்த்துக் குரல் கொடுக்கவில்லை. சபையைச் சார்ந்த மற்றவர்களுக்கு தங்களது பணியாளர் ஒருவர் தாங்கப்பட்டதற்கு நீதி கிடைத்துவிட்டது என்றுதான் நினைத்தனரே தவிர பொய் வழக்கு, அதுவும் கஞ்சா வழக்கு போடப்பட்டது என்று யாருக்கும் தெரியவில்லை. உண்மையை அறியும் மனநிலையும் யாரிடமும் இல்லை. நீதிக்காக உழைப்பதே விசுவாசம் என்ற சபையின் உன்னத லச்சியத்தை சபை இவ்வாறு செயல்படுத்தியது.

ஆனால் நடப்பவை அனைத்தையும் அறிந்த பணியாளர் அந்துவானால் அமைதியாக இருக்கமுடியவில்லை. திருச்சபையின் தலைவர்களாகிய பேராயர்கள், ஆயர்கள், மறைமாவட்டப் பணியாளர்கள் முதலியவர்களிடம் மனச்சாட்சி என்பது சிறிதும் இல்லை என்ற நிலைப்பாட்டில் இருந்த அவரால் சபையினரின் இந்தச் செயலைச் சிறிதும் ஏற்க முடியவில்லை. 'நான் இருக்கும் இம்மானுவேல் சபையினரா இப்படிச் செஞ்சாங்க?' அவரால் முதலில் நம்ப முடியவில்லை.

தலித் கிறிஸ்தவ இயக்கத்தை ஆரம்பித்த புதிதில் பல போராட்டங்களுக்கு அவர் திட்டமிட்டார். அவர் முதலில் நடத்திய

போராட்டமே இம்மானுவேல் சபையினருக்கு எதிராகத்தான். இம்மானுவேல் சபையினர் பல புகழ்பெற்ற கல்வி நிறுவனங்களை நடத்தினர். வேலைவாய்ப்பிலும், படிப்பிலும் ஆதிக்கச் சாதியினர்தான் அந்த நிறுவனங்களால் பலன் அடைந்தனரே தவிர தலித் கிறிஸ்தவர்கள் முற்றிலுமாகப் புறக்கணிக்கப்படுகின்றனர் என்ற உண்மை அவரைச் சுட்டது. சபையினரின் இல்ல அதிபர்களின் கூட்டம் நடந்தபோது தலித் கிறிஸ்தவ இயக்கத்தினர் அவர்களை முற்றுகையிடும் போராட்டத்தை நடத்தினார். வேலை வாய்ப்பிலும், படிப்பிலும் தங்களது எண்ணிக்கையான அறுபத்தைந்து சதவிகிதத்திற்கு ஏற்றபடி இடஒதுக்கீடு வழங்க வேண்டும் என்பதே கோரிக்கை. சபையினரும் கோரிக்கையின் நியாயத்தைக் கருதி வேலை வாய்ப்பிலும், படிப்பிலும் ஐம்பது சதவிகிதம் அளிப்பதாக வாக்களித்தனர். அது நியாயமான இடஒதுக்கீடு இல்லை என்று புரிந்தாலும், இதை முதலில் ஏற்பதாகவும், ஆனால் தங்கள் இலக்கு அறுபத்தைந்து சதவிகிதம் என்ற நிலையில் மாற்றம் இல்லை என்றும் அறிவித்தார்.

ஓரளவு சபை நியாயமாக நடக்கும் என்று எண்ணிய நிலையில் இவ்வாறு சபை பொய்வழக்குத் தொடரும் என்று அவர் சிறிதும் எதிர்பார்க்கவில்லை. இம்மானுவேல் சபையினரிடமும் மனச்சாட்சி இல்லை என்ற முடிவுக்கு வந்தார். இந்த நிலையை நீடிக்க விடக்கூடாது என்று முடிவு செய்தார். நெருக்கடியான சமயங்களில்தான் அவர் மிகவும் தீவிரமாகச் செயல்படுவார்.

உடனடியாக மிகப்பெரிய வழக்குரைஞர்களைச் சந்தித்து வழக்கை எப்படி நடத்தலாம் என்று திட்டமிட்டார். பணம் அதிகம் செலவாகும் என்று வழக்குரைஞர்கள் கூறினர். எவ்வளவு செலவானாலும் பரவாயில்லை என்று கூறிய அவர் பணத்திற்கு இயக்கத்தின் வழியாக ஏற்பாடு செய்தார். வழக்குரைஞர்களின் இடைவிடாத முயற்சியால் கைது செய்யப்பட்ட அனைவரும் இருபத்தி ஏழு நாள்களுக்குப் பிறகு பிணையில் வெளியே வந்தனர்.

செல்வதாசால் தன்மீது சுமத்தப்பட்ட கஞ்சா வழக்கைச் சிறிதும் ஏற்க முடியவில்லை. இம்மானுவேல் சபையினரிடம் சராசரி மனிதர்களிடம் இருக்கக்கூடிய மனித நேயங்கூட இல்லையே? இவர்கள் எப்படி ஆன்மீகத் தலைவர்களாக இருக்க முடியும்? இவர்கள் காட்டும் கடவுள் எப்படி உண்மையான கடவுளாக இருக்க முடியும்? சிந்தித்த அவர் கிறிஸ்தவ மதத்திலிருந்தே வெளியேறினார். ஆனால் சாலமோனும் மற்றவர்களும் கஞ்சா வழக்கால் புடம்போட்ட தங்கமாக

மாறினர். அவர்கள் இன்னும் தீவிரமாக இயக்க வேலைகளைச் செய்ய ஆரம்பித்தனர்.

சூழ்நிலை முழுவதையும் பணியாளர் அந்துவான் அறிந்தார். இரவில் இருளின் பிடியில் அனைவரும் இருந்த சமயத்தில் அவரால் அமைதியாகச் சிந்திக்க முடிந்தது. 'ஏன் இவுங்க மேல கஞ்சா வழக்குப் போடணும்? அடைக்கலத்தை அடிச்சது வேற ரெண்டு இளைஞர்கள். அவுங்கமேல வழக்குப் போட்டிருக்கலாம். அப்பக்கூட ஆதிக்கச் சாதியினரிடம் பிரச்சினைய எடுத்துப்போன அடைக்கலத்தின் செயல நியாயப்படுத்த முடியாது. அவருக்கு என்ன தண்டன? சபையினர் என்ன தப்பு செஞ்சாலும் அவுங்களக் கண்டுகொள்ளக் கூடாதுங்கிறது சரியா? அவுங்களக் காப்பாத்தணுங்கிற நிலைப்பாடு சரியா? இப்படித் தப்புச் செஞ்சவுங்கள சபையினர் காப்பாத்தினா அவுங்க தொடர்ந்து தப்புதான செய்வாங்க. தவறு செஞ்சா தண்டிக்கப்படுவோங்கிற சூழ்நில இருந்தா இதுமாதிரி தப்பத் துணிஞ்சி செய்வாங்களா? சபை நியாயமற்ற வழியில போகுதோ? அடைக்கலம் ஆதிக்கச் சாதித் தலைவருட்ட பிரச்சினைய எடுத்துட்டுப்போகாம இருந்திருந்தா நிச்சயம் இளைஞர்க அடிச்சிருக்கமாட்டாங்க. என்ன செய்றதுன்னு தெரியாத இளைஞர் களுக்குத் தெரிஞ்ச ஒரே வழி அடிப்பது. அடிச்சிட்டாங்க. அவுங்க மேல வழக்குப் போட்டாலாவது ஓரளவு ஏத்துக்கிடலாம். ஆனா எந்தத் தப்பும் செய்யாத இயக்கத் தலைவர்க மேல பொய் வழக்குப் போடுற அளவுக்கு, அதுவும் கஞ்சா வழக்குப் போடுற அளவுக்கு அவுங்க என்ன செஞ்சாங்க? அவுங்க கேட்டது தாங்கள் உபயோகித்த கட்டடத்தத் தங்ககிட்டக் கொடுங்கணும். அதுவும் திருநாளுக்குள்ள கொடுங்கன்னு நிபந்தனையோட கேட்டதுதான். அதுனால அவுங்க மேல பிணையில வர முடியாத கஞ்சா வழக்கப் போட்டுட்டுத் திருநாளையும் கொண்டாடி முடிச்சிட்டாங்க. இதுமாதிரி தங்களுக்குன்னு கேட்டா பிணையில வெளிவரமுடியாத கஞ்சா வழக்கப் போடுவாங்களா? இத எப்பிடி ஏத்துக்கிட முடியும்?'

போராடிய தலித் கிறிஸ்தவர் மனநிலையிலிருந்து அனைத்துப் போராட்டங்களையும் ஆராய்ந்தார். 'வேலவாய்ப்பில அறுபத்தைஞ்சு சதவிகிதம் கொடுங்கன்னு திருச்சபைகிட்டயும், துறவு சபைகிட்டயும் போராடுனோம். இம்மானுவேல் சபை அம்பது சதவிகிதம் கொடுக்குறோம்னு சொல்லி கொடுக்க ஆரம்பிச்சிட்டாங்க. திருச்சபை இன்னும் கொடுக்கல. கொடுக்குதுன்னே வச்சிக்கிடுவோம். அதனால போராடுன ஏழை தலித் கிறிஸ்தவ மக்களுக்கு என்ன லாபம்? போராடுற அம்புட்டுப் பேரும் நிலமற்ற விவசாயக் கூலிகதான். இவுங்க

போராடுறதுனால படிச்சவுங்க பலன் அடைறாங்க. ஆனா போராடுன இவுங்களுக்கு என்ன லாபம்? படிச்சவுங்க நலனுக்காக இவுங்களப் பலிகடா ஆக்கணுமா? இவுங்க நலன முன்வச்சி ஏதாவது செய்யக் கூடாதா? கட்டாயம் ஏதாவது செய்யணும்.'

அந்துவானின் சிந்தனை மாநிலத் தலைவர்மீது திரும்பியது. 'மாநிலத் தலைவர் பொய் வழக்கு, அதுவும் கஞ்சா வழக்கு எப்படிப் போடலாம்? இவரு ஏழை தலித் மக்களோடு வாழ்ந்தவரு. அவுங்கள இயக்கமா ஒருங்கிணைச்சவரு. நீதிக்காக உழைப்பதுதான் விசுவாசங்கிற சபையின் எண்ணத்தச் செயல்படுத்துனவரு. அப்படிப் பணி செய்ததால தான் அவரு மாநிலத் தலைவரானாரு. ஆனா தலைவரானதும் தலித் மக்களுக்கு விரோதமா எப்பிடி அவரால செயல்பட முடிஞ்சது? தலித்துகள் ஆதிக்கச் சாதியினரிடம் போராடுனா அது நீதியானது. அதே போராட்டத்தச் சபையினரிடம் நடத்துனா அது அநீதியானதா? இவரு நீதியப் புரிஞ்சிக்கிட்டது இப்படித்தானா? இவருடைய நடவடிக்கையால சிலரு கிறிஸ்தவ மதத்திலிருந்தே போயிட்டாங்களே? இதுக்காகவா இவரு தலைவரானாரு? நீதிக்காக உழைப்பதுதான் விசுவாசம்னு சபை சொல்லுது. இவரு அநீதிக்காக உழைச்சு விசுவாசிகள அவிசுவாசிகளா மாத்துறாரே? இவரு தலைமைப் பதவிக்கு அணு அளவுகூட பொருந்தாதவரு. இவருக்கு எதிராப் போராட்டம் நடத்தணும். கஞ்சா வழக்குப் போட்டு ஏழை தலித் கிறிஸ்தவ மக்கள சித்திரவத செஞ்ச இவரு நிம்மதியா இருக்கக் கூடாது. பதவியில ஒரு நிமுசங்கூட நீடிக்கத் தகுதியில்லாதவரு. இயக்கம் வழியா இவருக்கு எதிராப் போராடணும்.'

பணியாளர் அந்துவான் மாநிலத் தலைவர்மீது வைத்த மிகக் கடுமையான விமர்சனத்தை ஏற்கும் மனநிலையில் அவர் இல்லை. 'சபையினரையே அடிக்கும் அளவுக்கு அந்துவான் இயக்கத்தினரை வளத்திருக்காரு. பரணியில நடந்த கூட்டத்துல இனி மத்தவுங்க துன்பப்படுறது மாதிரி நாம போராடுவோம்னு சொல்லியிருக்காரு. அதுக்கு என்ன அர்த்தம்? அடுத்தவுங்கள அடின்னுதான அர்த்தம். இத எப்பிடி என்னால பொறுத்துக்கிட முடியும்? சபையின் தலைவர்ங்கிற முறையில சபையினருக்கு நான் முழுப் பாதுகாப்பு கொடுக்கணும். இயக்கத்தினர இப்பிடியே வளரவிட்டா அடைக்கலத்தின் கதிதான் மத்த பணியாளர்களுக்கும் கிடைக்கும். சபையின் சொத்தையும் உரிமை கொண்டாடுறாங்க. இந்தப் போக்கையும் வளர விடக் கூடாது. முளையிலேயே கிள்ளணும். அதுக்குத்தான் கஞ்சா வழக்குப் போட்டேன். இத வேரோட பிடுங்கணும். அதுக்கு அந்துவான் தலைவரா இருக்கக் கூடாது.'

ஏற்கெனவே தமிழகப் பேராயர்களும், ஆயர்களும் அந்துவான்மீது மிகவும் கோபத்தில் இருந்தனர். பல ஆயர்கள் அந்துவான்மீது நடவடிக்கை எடுக்கவேண்டும் என்று மாநிலத் தலைவருக்குக் கடிதம் எழுதியிருந்தனர். பரணி ஆயரைப்போல சில ஆயர்கள் ரோமையில் உள்ள சபையின் தலைவருக்கும் கடிதம் எழுதியிருந்தனர்.

மாநிலத் தலைவரும் ரோமையிலுள்ள சபைத் தலைவருக்குக் கடிதம் எழுதினார். அந்துவான் திருச்சபையோடு எப்போதும் மோதுவதாகவும், அதனால் திருச்சபையோடு உள்ள உறவு பாதிக்கப் படுவதாகவும், அதோடு சபையினரையே அடிக்கும் அளவுக்கு அவர் இயக்கத்தினரை வழி நடத்துவதாகவும், அவர் இயக்கத் தலைவர் பதவியில் நீடித்தால் பிரச்சினை இன்னும் அதிகரிக்க வாய்ப்பு இருப்பதாகவும், எனவே அவரை இயக்கத்தின் தலைவர் பதவியிலிருந்து விலக உத்தரவிட வேண்டும் என்றும் அதில் குறிப்பிட்டார்.

திருச்சபையோடு நல்ல உறவை வைத்திருக்கவேண்டும் என்ற நிலைப்பாட்டில் ரோமையிலுள்ள இம்மானுவேல் சபைத் தலைவர் இருந்தார். பாதிக்கப்பட்டவர் நிலையிலிருந்து பிரச்சினையைப் பார்த்த அவரால் அந்துவானின் செயலில் எந்தவிதமான தவறையும் காண முடியவில்லை. இருப்பினும் திருச்சபையோடு நல்ல உறவை வைத்திருக்க வேண்டும் என்பதற்காக மாநிலத் தலைவர் வழியாக அந்துவானுக்குக் கடிதம் எழுதினார். அதில் மறைமாவட்டத்தின் நிர்வாகத்திற்கு இம்மானுவேல் சபையினர் பக்கபலமாகத்தான் இருக்க வேண்டுமே தவிர மறைமாவட்டத்தை எதிர்த்துப் போராடக்கூடாது என்றும், மறைமாவட்டத்தைப் பலவீனப்படுத்தும் எந்தச் செயலிலும் சபையினர் ஈடுபடக் கூடாது என்றும், எனவே இயக்கத்தின் தலைவர் பொறுப்பிலிருந்து உடனே விலக வேண்டும் என்றும், இயக்கத்தின் உறுப்பினராகக்கூட நீடிக்கக்கூடாது என்றும், மக்களே இயக்கத்தை நடத்துவதுதான் நல்லது என்றும் அதில் குறிப்பிட்டிருந்தார்.

சபைத் தலைவரின் கடிதம் அந்துவானுக்கு அதிர்ச்சியாக இருந்தது. இருப்பினும் இப்படிப்பட்ட நிலை தனக்குச் சபையால் ஏற்படும் என்று உணர்ந்திருந்தார். ஆனால் இவ்வளவு விரைவில் நடக்கும் என்று எதிர்பார்க்கவில்லை. சபையிலிருந்து வெளியேறுவோமா என்று நினைத்தார். ஆனால் உடனடியாக முடிவெடுக்கவில்லை. என்ன செய்யலாம் என்று அமைதியில் ஒருசில நாள்கள் யோசித்தார். இந்த நிகழ்வு வழியாக இறைவன் தன்னை மற்றொரு பணிக்கு அழைக்கிறார் என்ற இருளொளி அவரது மனதில் உதித்தது. இந்த இருளொளி அவருக்கு அமைதியைக் கொடுத்தது.

சபைத் தலைவருக்கு சலனமற்ற மனநிலையிலிருந்து கடிதம் எழுதினார். 'இந்தியத் திருச்சபை சாதியத் திருச்சபையாக இருக்கிறது. அதைப் புனிதப்படுத்தி இயேசுவின் சமத்துவப் பாதையில் செல்லவே இயக்கத்தை ஆரம்பித்தேன். இந்தப் பணி இன்னும் முடியவில்லை. இருப்பினும் தங்கள் விருப்பப்படி தான் தலைவர் பொறுப்பிலிருந்து விலகுகிறேன். உறுப்பினராகக்கூட நீடிக்கக் கூடாது என்பதுதான் தங்கள் விருப்பம் என்றால் அதனையும் ஏற்கிறேன். இனி இயக்கத்தினரின் எந்தப் போராட்டத்திற்கும் நான் பொறுப்பல்ல. இயக்கத்தினர் போராட்டம் நடத்தினால் அதைக் கட்டுப்படுத்த என்னைக் கேட்கக்கூடாது. புதிய வழியில் செயல்பட எனக்குக் கிடைத்த ஒரு வாய்ப்பு என்றே உங்கள் கடிதத்தை நினைக்கிறேன். நன்றி.'

எழுதியபடி செயல்படவும் ஆரம்பித்தார். தலித் கிறிஸ்தவ இயக்கத்தின் பொதுக் குழுவைக் கூட்டினார். புதிய தலைவருக்கான தேர்தல் நடந்தது. அரசு பதவி வகித்தவர், பணி ஓய்வு பெற்றவர், இயக்கத்திற்காக நேரத்தைத் செலவிடுபவர், படித்த தலித் கிறிஸ்தவர்களின் பிரச்சினையை நன்கு உணர்ந்தவர், இந்தப் பதவிக்கு மிகவும் பொறுத்தமானவர் என்று எண்ணி ஒருவரைத் தேர்ந்தெடுத்தனர். அனைவரும் மகிழ்ந்தனர்.

ஆனால் அவர் படித்த தலித்துகளின் பிரச்சினையைப் பற்றி மட்டுமே கவலைப்படுகிறார். அதற்காகப் போராடுகிறார். படிக்காத சாதாரண தலித்துகளின் பிரச்சினை பற்றி அவர் அக்கறை காட்டுவதில்லை என்ற குற்றச்சாட்டு ஒருசில மாதங்களுக்குள் எழுந்தது. அதே சமயம் இயக்கத்தை உடைக்க பணியாளர்கள் முயற்சி செய்கிறார்கள் என்ற தகவலும் கசிந்தது.

இயக்கத்தின் உறுப்பினராகக் கூட நீடிக்காத அந்துவான் நிலைமையை உணர்ந்தார். புதிய தலைவர் தனது வழியில் தொடரட்டும். படித்தவர்களின் நலனுக்காகப் போராடட்டும். இயக்கம் உடைபடாமல் இருக்க நடவடிக்கை எடுக்கட்டும். அவர் சுயமாகச் செயல்படுவதுதான் நல்லது என்று எண்ணினார்.

அந்துவான் புதிய வழியில் செயல்பட விரும்பினார். அந்த வழி என்ன?

தீவிரமாக யோசித்தார்.

★★★

12

பணியாளர் ஆல்பர்ட்டுக்கு வயது ஐம்பந்தைந்து இருக்கும். பரணி மறைமாவட்டத்தில் பல பங்குகளில் பணிபுரிந்தவர். சென்ற இடங்களில் எல்லாம் மறைமாவட்டத்திற்குச் சொத்துக்களை வாங்கிக் குவித்தார். அதனால் மறைமாவட்டத்தின் சொத்துக்களை நிர்வகிப்பவராக நியமிக்கப்பட்டார். மறைமாவட்டத்தில் ஓரளவு அவருக்கு நல்ல மதிப்பு இருந்தது.

அவரிடம் சாதி உணர்வு இருந்தாலும் சில சமயங்களில் அதையும் கடந்து செயல்படக்கூடிய மனப்பக்குவம் இருந்தது. யாராவது உதவி என்று கேட்டு வந்தால் அவர்கள் என்ன சாதி என்று பார்க்காமல் அவரால் முடிந்த உதவியைச் செய்தார். ஆனால் பண்ணையாரின் குணம் அவரிடம் இருந்தது. உதவி என்று கேட்பவர்களுக்கு தான் பெரியவன் என்று காட்டுவதற்காக உதவினார்.

அதே சமயம் தன்னிடம் உதவி பெற்றவர்கள் தனக்கு நன்றியுடன் இருக்கவேண்டும் என்று எண்ணினார். உதவி பெற்றவர் நன்றி காட்டவில்லை என்றால் அதை வெளியே காட்டமாட்டார். மனதிலேயே வைத்திருப்பார். மறுமுறை உதவி என்று கேட்டால் நிச்சயம் உதவமாட்டார். வார்த்தைகளால் அவர்களது மனதைக் குத்தி காயப்படுத்துவார். அது தவறு என்று அவருக்குப் படவில்லை. உதவி கேட்பவர்களுக்கு பிச்சையிடுவதாக நினைத்து உதவினாரே தவிர மனித நேயத்துடன் உதவினார் என்று சொல்லமுடியாது.

ஆனால் உரிமை என்ற மனநிலையில் யாராவது உதவி கேட்டால், அது மிகச் சிறிய உதவியாக இருந்தாலும் அவர்களுக்கு அதைச் செய்ய மாட்டார். அப்படிக் கேட்பவர்களை முழுவதுமாக வெறுத்தார். எதிரிகளாக, விரோதிகளாகப் பார்த்தார். உதவி செய்யாவிட்டாலும் பரவாயில்லை. அவர்களுக்குக் கெடுதல் செய்ய எந்த விதத்திலும் தயங்காதவர். அவர்களுக்கு வேறு யாரும் உதவக்கூடாது என்று உதவி செய்ய நினைப்பவர்களையும் தடுப்பவர்.

உரிமைபற்றி அறியாதவர் என்று சொல்ல முடியாது. ஆனால் பண்ணையார் மனநிலை இருந்ததால் உரிமை என்பது தனது கௌரவத்தைப் பாதிக்கும் என்று கருதினார். உரிமை என்பது கௌரவப் பிச்சை என்ற எண்ணம் இருந்தது. பிச்சை எடுப்பதற்குக்

கௌரவம் எதற்கு? உரிமை என்பது பொதுவுடைமையாளரின் வார்த்தை. அது திருச்சபைக்கு எதிரானது என்று நம்பினார்.

இறைவனிடம் வேண்டுவது அவரின் இரக்கத்தைப் பெறுவதற்காக. அதன் மூலம் கேட்டதைப் பெறலாம். ஆனால் யாரும் உரிமையுடன் கடவுளிடம் கேட்கவோ செபிக்கவோ முடியாது என்பதும் அவரது எண்ணம்.

கடவுள் தந்தையாக இருக்கிறார். தந்தை விரும்பினால் கொடுப்பார். உரிமை என்று தந்தையிடம் எதுவும் கேட்க முடியாது, கேட்கவும் கூடாது என்பதே அவரது நிலைப்பாடு.

தலித் கிறிஸ்தவர்கள் தாங்கள் எத்தனை சதவிகிதம் இருக்கிறோமோ அந்த விகிதத்திற்கு ஏற்ப வேலை வாய்ப்பிலும், சேர்க்கையிலும் இட ஒதுக்கீடு வழங்கவேண்டும் என்று கேட்பது உரிமை என்ற மனநிலையின் வெளிப்பாடு என்று உணர்ந்தார். எனவே கொடுக்கக் கூடாது என்பதில் உறுதியாக இருந்தார்.

உதவி என்று கேட்ட தலித் கிறிஸ்தவர்களுக்கு உதவியிருக்கிறார். ஆனால் செல்லையாவுக்கு மட்டும் அவர் உதவவில்லை. பங்கில் தான் மட்டுமே அதிக ஏழை. எனவே தனக்கே ஆசிரியப்பயிற்சிப் பள்ளியில் இடம் வாங்கிக் கொடுக்க வேண்டும் என்று செல்லையா உரிமையுடன் கேட்டார். இதை அவர் சிறிதும் விரும்பவில்லை. அதனால்தான் அவருக்கு உதவாமல் சீமோனுக்கு இடம் வாங்கிக் கொடுத்தார். செல்லையாவை எதிரியாகவே பார்த்தார். அதனால்தான் படித்து முடித்த பின்புகூட அவருக்கு வேலை கொடுக்கவில்லை.

இப்பொழுதும் அவர் தலித்துகளுக்கு உதவத் தயாராக இருந்தார். ஆனால் அவர்கள் அவரிடம் தங்களையே தாழ்த்திக்கொண்டு உதவி கேட்கவேண்டும். அவரைப் புகழ வேண்டும். அவரால்தான் முடியும் என்று அவரிடம் சரணாகதி அடைய வேண்டும்.

ஆனால் உண்ணாவிரதம் இருந்தவர்களுக்கும், அதற்கு ஆதரவாகச் செயல்பட்டவர்களுக்கும் நிச்சயம் உதவக் கூடாது என்ற மனநிலையில் இருந்தார். இருப்பினும் தனது நிலைப்பாடு சரிதானா என்ற ஐயம் அவரிடம் இருந்தது.

'உண்ணாவிரதம் இருந்த ஒருத்தரு எங்கிட்ட உதவின்னு வந்தா நானு செய்யணுமா? இல்ல மறுக்கணுமா? உதவி செய்யலாம். ஆனா அவுங்க இனிம உரிமைன்னு பேசுற இயக்கத்தோடச் சேரக்கூடாதுன்னு நிபந்தனை விதிக்கணும். இப்படிச் செஞ்சா, உரிமைன்னு கேட்டவுங்க,

உதவி பெறுவதற்கு இயக்கத்த விட்டுட்டு நம்மிடம் ஓடி வருவாங்க. அப்படித்தான் செய்யணும். அப்ப இயக்கம் வலுவிழக்கும். உடையும். மத்த பணியாளர்ககிட்டயும் சொல்லி அவுங்களையும் இதுமாதிரிச் செய்யத் தூண்டணும். இயக்கம் வலுவா இருக்கிற ஊருகள்ல இயக்கத்தப் பலவீனப்படுத்தணும். அந்த ஊர்களுக்குப் பூசைக்குப் போகக் கூடாது. திருவிழாக்களுக்குப் போகக் கூடாது. இயக்க உறுப்பினர்க கலியாணங்கள மந்திரிக்கக் கூடாது. இறந்தவுங்க அடக்கங்களுக்குப் போகக்கூடாது. இயக்கத்த விட்டுட்டோம்னு சொன்னா இவைக அனைத்தையும் செய்யலாம்.'

அதன்பின் அவர் இயக்கத்தை உடைக்கும் வேலையில் மிகத் தீவிரமாகச் செயல்பட்டார். ஆதிக்கச் சாதியைச் சேர்ந்த பெரும்பாலான பணியாளர்களிடம் சாதிய உணர்வு தூக்கலாகவே இருந்தது. தங்களது சாதிக்குத்தான் உதவ வேண்டும் என்ற வெறி இருந்தது. ஆனால் அவர்கள் அனைவரிடமும் தலித்துகள் வளரக்கூடாது, இயக்கம் வலுவடையக் கூடாது, அதை உடைக்க வேண்டும், அழிக்க வேண்டும் என்ற எண்ணம் இருந்தது. அத்தகைய பணியாளர்களை ஒன்று கூட்டினார். அவர்களிடம் தனது எண்ணத்தைக் கூறினார். அனைவரும் அதன்படி செய்வதாக வாக்களித்தனர்.

இயக்கத்தில் மிகத் தீவிரமாக இருப்பவர் செல்லையா. அவரை எதுவும் செய்ய முடியாது. மிகவும் உறுதியாக இருக்கிறார். அதற்கடுத்து இளைஞர்கள்தான் மிகத் தீவிரமாக இருக்கின்றனர். அவர்களை உடைக்க வேண்டும். அவர்களில் சிலரை வேலைவாய்ப்பு என்ற தூண்டிலைக் காட்டித் தன்பக்கம் இழுக்க வேண்டும் என்று முடிவு செய்தார்.

இளைஞர்களின் தலைவர் கபிரியேல். மிகவும் வறுமையில் வாடுபவர். அவரது தந்தை இன்னும் கூலி வேலைதான் செய்கிறார். அந்த வருமானத்தில்தான் குடும்பம் முழுவதும் வாழ்கிறது. மிகவும் கஷ்டப்பட்டு தனது மகனை அவர் பட்டப்படிப்புவரை படிக்க வைத்தார். அதற்குமேல் ஆசிரியப் பயிற்சியும் படிக்க வைத்தார். மகளைப் படிக்கவைக்கிறார். பணம் கட்ட மிகவும் சிரமப்படுகிறார். கபிரியேலுக்குவேலை கொடுப்பதாகவும், அவளது தங்கை படிப்புக்கு உதவுவதாகவும் சொல்லி அவரை இயக்கத்திலிருந்து பிரிக்கலாமே!

பரணி மறைமாவட்டத் தலித் கிறிஸ்தவர்கள் பிரச்சினை உண்ணாவிரதப் போராட்டத்திற்குப் பிறகு மிகவும் அதிகரித்தது. திருச்சபையானது இவ்வளவு தரம் தாழ்ந்து மனச்சாட்சி சிறிதும்

இல்லாமல் செயல்படும் என்று செல்லையா எதிர்பார்க்கவில்லை. இயக்கத்தினர் கேட்டது பொருளாதார முன்னேற்றமும், சமத்துவமும். அதற்குத் திருச்சபை கொடுக்கும் தண்டனை ஆன்மீகத் தண்டனை. திருவருட்சாதனங்களைப் பயன்படுத்தி இயக்கத்தினரைத் திருச்சபை தண்டித்ததை செல்லையாவால் சிறிதும் ஏற்க முடியவில்லை. இந்த நிலையைப் புதிய தலைவர் சிறிதும் கண்டுகொள்ளவில்லையே என்று மிகவும் வேதனைப்பட்டார்.

வேலைவாய்ப்பு, படிப்பு, ஆசிரியப்பயிற்சி, உதவித்தொகை போன்றவை இயக்கத்தினருக்கு முற்றிலுமாக மறுக்கப்பட்டது. இயக்க இளைஞர்கள் முற்றிலுமாகப் புறக்கணிக்கப்பட்டனர். இயக்கத்தினரின் போராட்டமானது திருச்சபையின் விசுவாசத்திற்கு எதிரான போராட்டமாகப் பணியாளர்கள் மறையுரையாற்றினர். திருவருட் சாதனங்களை மறுத்தல் என்ற ஆயுதத்தை இயக்கத்தினருக்கு எதிராக மிக அதிகமாகப் பயன்படுத்தினர்.

ஆயரும் பணியாளர்களைத் தட்டிக் கேட்கவில்லை. இயக்கத்தினர் செய்வது தெரியாமல் திகைத்தனர். ஆயரின் அங்கீகாரத்தின்படிதான் பணியாளர்கள் செயல்படுகின்றனரோ என்று ஐயப்பட்டனர். எனவே ஆங்காங்கே இயக்கத்தினரே சுயமாக முடிவெடுத்துச் செயல்பட்டனர்.

இவ்வாறு இயக்கத்தினர் தனிப்பட்ட விதத்தில் செயல்பட்டால் இயக்கம்; வளராமல் அழியுமே என்று செல்லையா மிகவும் வேதனைப் பட்டார். பரணி மறைமாவட்டத்தின் பிரச்சினையை இயக்கத் தலைவர் கண்டுகொள்ளாத இந்தச் சமயத்தில் மறைமாவட்ட இயக்கத்தினரை ஒன்று சேர்த்துப் பிரச்சினையை எப்படி எதிர்கொள்ளலாம் என்று பேசுவது நலம் என்று உணர்ந்தார். இயக்கத்தினரை அழைத்தார். இளைஞர்கள் அதிகம் கலந்துகொண்டனர்.

"திருவருட்சாதனங்களக் கொடுக்காத பங்குப் பணியாளர்கள ஆயரு இல்லத்துக்கு விரட்டணும். எங்க ஊருல நாங்க அப்படித்தான் செஞ்சோம்" என்றார் ஓர் இளைஞர்.

"என் தங்கச்சிக்கு கலியாணத்த மந்திரிக்க பங்குச் சாமியாரு மறுத்திட்டாரு. அவர அடிச்சி விரட்டுனோம். பெறகு ஊர்ப் பெரியவுங்கள வச்சி கலியாணத்த நடத்துனோம்" என்றார் மற்றொரு இளைஞர் காட்டமாக.

"அடிக்கிறது, வெரட்டுறது எல்லாம் வேண்டாம். அடிச்சா போலீசு, கேசுன்னு போகும். இப்ப செய்றதுமாதிரி ஊர்ப் பெரியவரே

தாலி எடுத்துக் கொடுக்கட்டும். இப்படிச் செஞ்சா தம்பதிகளுக்குப் பிள்ள பிறக்காதா என்ன?"

"திருமணத்துக்குப் போகாட்டாலும் சாவுக்குப் போகணுங்கிற பழக்கம் நம்மகிட்ட இருக்கு. அடக்கத்தக் கூட நல்ல விதமாச் செய்ய முடியல. சாமியாருக அடக்கத்துக்குக்கூட வரமாட்டேங்காங்க."

"நாமளே அடக்கம் செஞ்சா அந்த ஆத்மா மோட்சத்துக்குப் போகாதா என்ன? கட்டாயம் போகும். எங்க தாத்தாவ நாங்களே அடக்கம் செஞ்சோம். சாமியார் வந்தா அவரு வந்துட்டாரேன்னு அரக்கப் பரக்க அடக்கம் செய்யணும். இப்ப நிம்மதியாச் செய்றோம். சாமியாருக வராம இருக்குறதும் நல்லதுதான்."

"ஊர்த்திருநாள எப்பிடித்தான் கொண்டாடுறதாம்? சாமியாருக வரமாட்டேங்கிறாங்க. நாங்களே கொடியேத்தி திருநாள ஆரம்பிச்சோம். கடைசி நாளு சப்பரத்த ஆடம்பரமாத் தூக்கி எங்க நிலமையப் பாரு சாமின்னு ஊரச் சுத்துனோம். சாமியாரு இல்லாம திருநா கொண்டாடுறது என்னமோ மாதிரி இருக்கு."

"எங்க ஊருத் திருநாளுக்கும் பங்குச் சாமியாரு வரமாட்டேன்னு சொன்னாரு. நாங்க நம்ம தலித் சாமியாரப் பாத்து விசயத்தச் சொன்னோம். அவரு நானு வர்றேன்னு துணிஞ்சி வந்தாரு. அவுங்கள வச்சிக் கொடியேத்துனோம். திருநாள ரொம்ப ஆடம்பரமாக் கொண்டாடுனோம்.'

"எங்க ஊருக்கும் பங்குச் சாமியாரு வரமாட்டேன்னு சொன்னாரு. திருநாளப் பத்தி யோசிச்சோம். அதுனால எந்தப் பிரயோசனமும் இல்லன்னு தோணுச்சு. வீணான செலவுதான்னு தோணுச்சு. இனும ஊர்த் திருநாளே வேண்டாம்னு முடிவு செஞ்சிட்டோம்" என்றார் வேளாங்கண்ணி.

"என்ன மாயமோ தெரியல. எங்க ஊருல ஒருத்தனுக்கு வாத்தியார் வேல கொடுத்திருக்காங்க. ஆச்சர்யமா இருக்கு" என்றார் ஒருவர்.

ஒவ்வொருவரும் தாங்கள் விரும்பியபடி செயல்பட்டால் அது இயக்கத்தின் செயல்பாடு அல்ல. இயக்கத்தின் வழிகாட்டுதலின் அடிப்படையில்தான் ஒவ்வொருவரும் செயல்பட வேண்டும். தங்களது விருப்பப்படி செயல்படுவது இயக்கத்தை அழிவுக்கு இட்டுச் செல்லும் என்றார் செல்லையா.

இப்படியே சில காலம் தொடரட்டும். அதற்குப் பின்பாக ஒரு முடிவு எடுக்கலாம் என்பதே கூட்டத்தில் கலந்துகொண்ட பெரும்பாலோருடைய எண்ணம். அதற்கு எதிராக முடிவெடுக்கச் செல்லையா விரும்பவில்லை. ஆனால் தவறான வழி என்றுமட்டும் புரிந்தது.

'தமிழக ஆயர்க பத்து அம்சத் திட்டத்த அறிவிச்சிருக்காங்க. அதை எந்த ஆயரும் முழுமனசோட நிறைவேத்துற மாதிரித் தெரியல. அவைகள நிறைவேத்த இயக்கம் ஒவ்வொரு மறைமாவட்டத்திலும் மிகத் தீவிரமாகப் போராடணும். ஆனா போராட்டம் நடை பெறல. ஒட்டுமொத்தமான நலனப் பார்க்காம இயக்கத்தினர் தங்க ஊரப்பத்தி, சொந்த நலனப்பத்தி மட்டுமே பேசுறாங்க. இது சரியில்லயே! பணியாளர் இயக்கத்தச் சார்ந்த தனிப்பட்ட ஒருசிலருக்கு வேல கொடுக்குறது, கல்லூரியில சேக்குறது, உதவித் தொகை வழங்குறதுன்னு செய்றாங்க. இதுதான் இயக்கத்தின் வெற்றியா? இல்ல இப்படிக் கொடுத்து இயக்கத்த உடைக்கப் பாக்காங்களா?'

அவரது சந்தேகத்தை உறுதிப்படுத்தும் நிகழ்ச்சி கபிரியேல் மூலம் நடந்தது. கபிரியேலை அழைத்த பணியாளர் ஆல்பர்ட் மிகவும் நயமாகப் பேசினார். "தம்பி, இப்பத்தான் உன்னப்பத்தி கேள்விப் பட்டேன். குடும்பம் ரொம்பக் கஸ்டப்படுதாமே! இன்னும் அப்பா செய்ற கூலி வேலையிலதான் நீங்க எல்லாரும் வாழ்றீங்களாமே! நெனச்சா ரொம்பக் கஸ்டமா இருக்கு. தங்கச்சி வேற படிக்கணும். நானு ஒண்ணு சொன்னா கேப்பயா?"

"சொல்லுங்க."

"உங்க அப்பாவால இன்னும் எம்புட்டு நாளைக்குத்தான் கூலிவேல செய்ய முடியும். நீதான் குடும்பத்துக்குப் பெரியவன். நீதான் குடும்பத்தக் காப்பாத்தணும். உன்னால கூலி வேல செய்ய முடியுமா? படிச்சிருக்க. படிப்புக்கேத்த வேல நிச்சயம் அரசு கொடுக்காது. திருச்சபையால கொடுக்க முடியும். நீயி இயக்கம் அது இதுன்னுன்னு அலைஞ்சா நிச்சயம் திருச்சபை உனக்கு வேல கொடுக்காது. நீ இயக்கத்த விட்டுட்டு வா. உனக்கு வேல கொடுக்கணும்னு நானு ஆயர்ட்ட சொல்லி வேல வாங்கித் தாரேன். உன் தங்கச்சி படிப்புக்காகும் செலவ நானு ஏத்துக்கிடுறேன். நீ இப்பவே உன் முடிவச் சொல்ல வேண்டாம். நல்லா யோசி. இன்னும் ரெண்டு நாளுக்குப் பெறகு வந்து சொல்லு." பசியாய் இருந்த மீனுக்கு தூண்டில் புழுமூலம் ஆசையைத் தூண்டினார்.

வேலை வேண்டாம் என்று உடனடியாகக் கபிரியேல் மறுக்க எண்ணினார். இயக்கத்திலிருந்து பிரிவதை அவரால் சிறிதும் நினைக்க முடியவில்லை. ஆனால் வீட்டின் வறுமை அவரை வேறுவிதமாக நினைக்கத் தூண்டியது. இரண்டு நாள் அவகாசம் இருப்பதால் யோசித்து முடிவெடுக்கலாம் என்று நினைத்தார்.

"என்ன கபிரியேல், எங்க மாமா உன்ன அழைச்சாராமே! என்ன விசேசம்?" என்று அவரைச் சந்தித்த சீமோன் ஆசிரியர் கேட்டார்.

கபிரியேல் அனைத்தையும் சொன்னார்.

"தம்பி, நானு எங்கருத்தச் சொல்றேன். ஆலோசனையா நெனக்க வேண்டாம். நானு யாரு உனக்கு ஆலோசனை கூற? நீ மத்தவுங்க கிட்டயும் கேளு. நானு உன்இடத்துல இருந்திருந்தேன்னா உடனே ஒத்துக்கிட்டிருப்பேன். இயக்கத்தோட எந்தத் தொடர்பும் வச்சிக்கிட மாட்டேன்னு எழுதியே கொடுத்திருப்பேன். ஏன்னா வேல அம்புட்டு முக்கியம். குடும்ப வறுமை அடியோட போயிறும். என்ன ஒரு ரெண்டு வருசம் பல்லக் கடிச்சிக்கிட்டு இயக்கத்தோட நேரடித் தொடர்பு வச்சிக்கிடாம மறைமுகமா தொடர்பு வச்சிக்க. நேரடித் தொடர்பு வச்சிக்கிட்டா ஏதாவது காரணத்தக் காட்டி உன்ன வேலையிலயிருந்து நீக்கிருவாங்க. ரெண்டு வருசம் கழிச்சி வேல நிரந்தரமாயிரும். அதுக்குப்பெறகு இயக்கத்தோட தொடர்பு வச்சிக்க. எங்க மாமா இல்ல... யாராலயும் உன்ன அதுக்குப் பெறகு எதுவும் செய்ய முடியாது. ஆனா ஒண்ணே ஒண்ணு. அத நானு கட்டாயம் சொல்லணும். இந்த வேல விசயம் இருக்கே. அது ஒரு போதை மாதிரி. அதன் சுகத்த அறிஞ்ச பெறகு நீயே நெனைச்சாலும் உன்னால அந்த சுகத்த விட முடியாது. அந்தப் போதைக்கு அடிமையாயிருவ. வேலையில சேர்ந்து ரெண்டு வருசத்துக்குப் பெறகு இயக்க வேலை செய்வேன்னு சொல்றதெல்லாம் கேக்க நல்லா இருக்கும். ஆனா நிச்சயம் முடியாது. பணம், செல்வாக்கு, அந்தஸ்து இதயெல்லாம் வேல கொடுக்குது. அந்த போதைய விட்டுட்டு மீண்டும் இயக்க வேலகளச் செய்ய முடியாது. என்னப் பாரு. செல்லையாவுக்குத் துரோகம் செஞ்சு என் மாமா எனக்கு வேல கொடுத்தாரு. அது அநியாயம்னு எனக்கு நல்லாத் தெரியுது. அநியாயம்னு உண்ணாவிரதக் கூட்டத்துல பேசுனேன். ஆயர் நடத்துன கூட்டத்துலயும் பேசுனேன். அநியாயமா வேல கிடச்சதுனால அத நானு விடணும்ல. அதுதான நாயம். கூட்டத்துல அநியாயம்னு பேசுன நானு அதத்தான செஞ்சிருக்கணும்? ஆனா செய்யல. செய்ய முடியாது. ஏனா வேல கொடுக்கும் பணங்கிற சுகத்த லேசுல விட

முடியல. முடியாது. வேலய விட்டுட்டு நானு எங்க போவேன்? பொண்டாட்டிக்கும் வேல இல்ல. படுக்கையிலயே மகன் கெடக்கான். நானு வேலய விடல. விடமாட்டேன். அதனால என்னக் கேட்டா உன்னால ரெண்டு வருசம் கழிச்சி இயக்க வேலயச் செய்ய முடியாது. இயக்க வேலய இனிமச் செய்யவே மாட்டேன்னு முடிவெடுத்தா வேலயில சேரு. இயக்க வேலய ரெண்டு வருசம் கழிச்சிச் செய்வேன்னு முடிவெடுத்தா அது தப்பான முடிவு. வேல வேண்டாம். இயக்க வேலயத் தொடர்ந்து செய்."

"என்னால இயக்க வேலய ரெண்டு வருசங்கழிச்சித் துணிஞ்சி செய்ய முடியும். நானு அந்தஸ்தப் பாக்கமாட்டேன். இப்ப மொதல்ல என் குடும்பத்தக் கவனிக்கணும். நீங்க சொன்னத ஒரு எச்சரிக்கையா நெனைச்சிக்கிடுறேன். உங்க ஆலோசனைக்கு ரொம்ப நன்றி."

அதன் பிறகு வேறு யாரிடமும் அவர் ஆலோசனை பெறவில்லை. வேலையில் சேர்வதற்கான முயற்சியில் ஈடுபட்டார்.

★★★

13

அன்று திருவருகைக் காலத்தின் மூன்றாம் ஞாயிறு. இயேசுவின் பிறப்பு மிகவும் அருகில் வந்துவிட்டது என்பதால் மகிழ்வுடன் கொண்டாடும் நாள். திருவருகைக் காலத்தில் பீடம் மலர்களால் அலங்கரிக்கப்படுவதில்லை. ஆனால் அன்று மகிழ்வு ஞாயிறு என்பதால் கிளியூர் ஆலயபீடம் மணம் பரப்பும் அழகிய வண்ணமிகு மலர்களால் அலங்கரிக்கப்பட்டிருந்தது.

அன்றைய திருப்பலியில் கபிரியேல் கலந்துகொண்டார். அவர் மகிழ்வுடன் இருந்தாரா அல்லது வேதனையில் இருந்தாரா என்று கண்டுபிடிக்க முடியவில்லை. இறுக்கமான தோற்றத்துடன் திருப்பலியின் இறுதிவரை காணப்பட்டார்.

திருப்பலி முடிந்தது என்பதற்கு அடையாளமாக "சென்று வாருங்கள். திருப்பலி முடிந்தது" என்றார் திருப்பலி நிறைவேற்றிய பங்குப் பணியாளர்.

"இறைவா உமக்கு நன்றி." பதிலளித்த மக்கள் ஆலயத்திலிருந்து வெளியேற ஆரம்பித்தனர்.

"அன்புள்ள இறை மக்களே! ஒரு நிமிடம் அப்படியே அமருங்கள். ஒரு சிறிய அறிவிப்பு. அதன் பின் ஆலயத்திலிருந்து செல்லலாம்." பணியாளர் மக்களைக் கேட்டுக்கொண்டார்.

சிலர் அமர்ந்தனர். ஒரு சிலர் 'இந்த ஆளுக்கு வேற வேல இல்ல. சீக்கிரம் வீட்டுக்குப் போகவிடாம என்னத்தயாவது சொல்லி அறுப்பாரு.' முனங்கியபடி அமர்ந்தனர்.

"இப்போது இளைஞர் ஒருவர் தனது நிலைப்பாட்டை இங்கே அறிவிப்பார்" என்று பீடத்திலிருந்து அறிவித்த பணியாளர் அருகில் இருந்த நாற்காலியில் அமர்ந்தார்.

ஆலயத்தில் நிசப்தம். எந்த இளைஞர் வந்து என்ன சொல்லப் போகிறார் என்ற எதிர்பார்ப்பு அனைவரது முகங்களிலும் வெளிப்பட்டன.

ஒருசில வினாடிகள் யாரும் வரவில்லை. பிறகு மெதுவாக எழுந்த இளைஞர் ஒருவர் வாசக மேடையில் ஏறினார்.

அவரைக் கண்ட மக்கள் வியப்புடன் பார்த்தனர். 'கபிரியேலா? இன்னைக்கும் ஏதாவது பிரச்சினைய எழுப்பப்போறானோ?'

வாசக மேடையில் இருந்த ஒலிபெருக்கி முன்பாக நின்ற கபிரியேல் தனது சட்டைப் பையிலிருந்து ஒரு பேப்பரை எடுத்தார். அதற்கு இரண்டு வாரங்களுக்கு முன்பாக அதே நேரத்தில் அதே இடத்திலிருந்து சட்டைப் பையிலிருந்து ஒரு பேப்பரை எடுத்த ஞாபகம் வந்தது. அந்த நிகழ்வுகள் அவரது நினைவை நிறைத்தன.

சாகும் வரை உண்ணாவிரதம் இருந்த போராட்டத்தில் நினைத்ததைச் சாதிக்க முடியவில்லையே என்ற கோபம் கபிரியேலிடம் இருந்தது. இன்னும் ஒருநாளோ இரண்டுநாளோ உண்ணாவிரதத்தைத் தொடர்ந்திருக்கலாம். அதற்குள் இயக்கத் தலைவர் உண்ணாவிரதத்தை முடித்துவிட்டதில் அவருக்கு உடன்பாடு இல்லை.

தொடர்ந்து ஏதாவது போராட்டத்தில் ஈடுபட வேண்டும். திருச்சபை அதிகாரிகளுக்கு பிரச்சினையை, நெருக்கடியைக் கொடுக்கவேண்டும் என்றே எண்ணினார்.

ஊரைச் சார்ந்த இளைஞர்களிடம் அதுபற்றிப் பேசினார். அடுத்த போராட்டத்திற்குத் திட்டமிட்டனர். செல்லையாவிடம் எதுவும் சொல்லவில்லை.

அடுத்த ஞாயிறு திருவருகைக் காலத்தின் முதல் ஞாயிறு. இயேசுவின் பிறப்பிற்குத் தயாரிக்கின்ற காலம் ஆரம்பிக்கின்ற நாள். அன்றைய தினம் தங்கள் போராட்டத்தை நடத்தத் திட்டமிட்டனர் இளைஞர்கள். அனைவரும் திருப்பலிக்கு வந்தனர்.

"சென்று வாருங்கள். திருப்பலி முடிந்தது" என்று திருப்பலியை முடித்த பணியாளர் பீடத்தின் பக்கம் திரும்பி திவ்யநற்கருணைப் பெட்டிக்குத் தலைதாழ்த்தி மரியாதையைச் செலுத்தினார்.

"சாமி, நீங்க போறதுக்கு முன்னால உங்ககிட்ட கொஞ்சம் பேசணும். நீங்க அப்படியே அமருங்க" என்று சப்தமாகக் கூறியபடி கபிரியேல் பீடத்தில் ஏறினார்.

பங்குப் பணியாளர் குழம்பினார். ஒருசில இளைஞர்கள் பீடத்தில் ஏறுவதைக் கண்டார். மிகவும் படபடப்புடன் கூறினார். "இங்க எல்லாம் எதுவும் பேசக்கூடாது. இது கோவில். யேசுவின் பிரசன்னம் இருக்கும் இடம். அதனால அறைக்கு வாங்க. பேசலாம்."

"யேசுவுக்கும் தெரியட்டும்னுதான் இங்கயே பேசணும்னு சொல்றோம்" என்று கூறிய கபிரியேல் விரைந்து சென்று அவரது கரங்களைப் பற்றி நாற்காலியில் அமர வைத்தார். பீடத்தில் ஏறிய மற்ற இரண்டு இளைஞர்கள் பணியாளர் பக்கத்தில் அவர் எழுந்து சென்றுவிடாதபடி அரணாக நின்றனர்.

வீடுகளுக்குச் செல்வதாக இருந்தவர்கள் வியப்புடன் நடப்பவற்றைப் பார்த்தனர்.

வாசக மேடைக்குச் சென்ற கபிரியேல் அங்கிருந்த ஒலிபெருக்கியில் "எல்லாரும் அமைதியாக அமருங்க. ஒருசில நிமிடங்க நாங்க சொல்லப் போறதக் கேளுங்க" என்றார்.

அனைவரும் அமர்ந்தனர். அங்கு என்ன நடக்கிறது என்று யாருக்கும் எதுவும் புரியவில்லை. ஆச்சரியத்துடன் பார்த்தனர்.

"இன்னைக்குத் திருப்பலியில நம்ம சாமியார் நல்ல மறையுரை ஆற்றினார். இயேசுவின் பிறப்பு நெருங்குது. அவரது பிறப்பு மகிழ்ச்சியைக் கொடுக்கும், அதுக்கு நாம தயாரிக்கணும்னு சொன்னார். நெசந்தான். அவரது பிறப்பு இந்த வருசம் நமக்கு நிச்சயம் மகிழ்ச்சியக் கொடுக்கணும்னு விரும்புறேன். நானு மட்டுமில்ல நம்ம ஊருல உள்ள அம்புட்டுப் பேரும் விரும்புறோம். அந்த மகிழ்ச்சி திருச்சபை மூலமா நமக்குக் கெடைக்கணும்னு நாங்க இளைஞர்க நம்புறோம். இதுவரைக்கும் சாமியாரு நமக்கு பூசைய மட்டும் வச்சாரு. வேற எதையும் நமக்காகச் செய்யல. இப்ப இவரு ஆயருட்டப்போயி நாம கேக்குற கோரிக்கைகள நிறைவேத்த அனுமதி வாங்கிட்டு வரணும். பொதுவான கோரிக்கையில்ல. நம்ம பங்குக்கு, நம்ம ஊருக்கு என்ன வேணுமோ அதத்தான் கேக்குறோம். அந்த கோரிக்கைக என்னன்னு நானு இப்ப வாசிக்கிறேன். கவனமாக் கேளுங்க. ஏதாவது கோரிக்க வேணாம்னா நீங்க தாராளமாச் சொல்லலாம்."

கூட்டத்தினரைப் பார்த்தார். அனைவரும் மிகவும் அமைதியாக அமர்ந்திருந்தனர். தனது சட்டைப் பையிலிருந்து கோரிக்கை மனுவை கபிரியேல் எடுத்தார். முதல் கோரிக்கையை அமைதியாக வாசித்த அவர், பேசும் மொழியில் அதை விவரித்தார்.

"நம்ம ஊருல நடுநிலைப் பள்ளி இருக்கு. எட்டு வாத்தியாருக வேல செய்றாங்க. ஆனா யாரும் நம்ம ஊரச் சார்ந்தவங்களோ நம்ம தலித் இனத்தச் சார்ந்தவங்களோ இல்ல. இன்னும் கொஞ்ச நாளுல ஒரு வாத்தியார் ஓய்வு பெறப் போறாரு. அவருக்குப் பணி நீட்டிப்பு கொடுக்காம உடனடியா ஓய்வு கொடுக்கணும். நம்ம ஊருல படிச்சிட்டு பத்துப் பேர்களுக்குமேல வேலயில்லாம இருக்காங்க. அவுங்கள்ல ஒருத்தருக்கு அந்த வேலயக் கொடுக்கணும். எல்லாரும் ஒத்துக்கிடுறீங்களா?"

"ஒத்துக்கிடுறோம்." ஆலயத்தில் இருந்த அனைவரும் ஒரே குரலில் கத்தினர். "என்னமோ பிரச்சின பண்ணப்போறாங்கன்னு நெனச்சேன். நல்லதத்தான் இந்தப் பயக செய்றாங்க." ஒரு பெரியவர் தனக்குப் பக்கத்தில் அமர்ந்திருந்தவரிடம் மகிழ்வுடன் கூறினார்.

மகிழ்ந்த கபிரியேல் அடுத்த கோரிக்கையை வாசித்தார். "நம்ம பள்ளியில வெளியூர் வாத்தியார்கதான் வேல செய்றாங்க. இனிம யார் பணி ஓய்வு பெற்றாலும் நம்ம ஊர்க்காரங்களத்தான் ஆசிரியரா நியமிக்கணும்."

"நியாயமான கோரிக்கதான்" என்றார் ஒருவர். அனைவரும் தலையாட்டினர்.

"நம்ம ஊருல வேல செய்றவுங்க எப்பப் பணி ஓய்வு பெறுகிறாங்கன்னு நமக்குத் தெரியல. அதுவரை வருடத்திற்கு ஒருவர நமது மறைமாவட்டம் மற்ற ஊர்கள்ல நடத்தும் பள்ளிகள்ல தொடர்ந்து எட்டு வருசத்துக்கு எட்டுப்பேர நியமிக்கணும்."

"அப்படிப் போடு அரிவாள. நல்ல நல்ல கோரிக்கையா வைக்காங்க... கட்டாயம் இத மறைமாவட்டம் செய்யணும்" என்று ஒருவர் குரல் கொடுத்தார். கூட்டத்தினரும் பலமாக ஆமோதித்தனர்.

"இறுதியா ஒரு கோரிக்கை. இப்பத்தான் மொதத் தலைமுறையா நம்ம ஊருல எல்லாரும் படிக்காங்க. உயர்நிலைப்பள்ளி, மேல்நிலைப் பள்ளி, கல்லூரின்னு ரொம்பப்பேர் படிக்காங்க. ஆனா பெற்றோர்களால அவுங்க படிப்புக்குச் செலவிட முடியல. பெரும்பாலான பெற்றோர்க கூலிகளா இருப்பதுனால அவுங்களால தங்க பிள்ளைகளுக்குப் பணம் கட்ட முடியல. வட்டிக்குக் கடன் வாங்கி படிக்க வைக்காங்க. சிலரால பணம் கட்ட முடியல. அதனால படிப்பத் தொடர முடியல. குடும்பப் பாரத்தச் சுமக்க வேலைக்குப் போறாங்க. இந்த நிலைம மாறணும். அதுக்கு மறைமாவட்டம் உதவணும். மிகவும் ஏழையாக இருக்கிற குடும்பங்கள்ல இருந்து படிக்கிறவர்களுக்கு உதவித் தொகை வழங்கணும்."

அனைவரும் ஆரவாரத்துடன் கரவொலி எழுப்பி "இதக் கட்டாயம் மறைமாவட்டம் செய்யணும்" என்றனர்.

"இந்தக் கோரிக்கைகள ஆயர் நம்ம ஊருக்குச் செய்யணும்னு நம்ம பங்குச் சாமியார் போயி ஆயருட்டக் கேக்கணும். இப்பவே இன்னும் ஒரு மணி நேரத்துல போகணும். போகலைனா நாம அவர போக வைப்போம். போயி அனுமதி வாங்கிட்டுத்தான் ஊருக்கு வரணும். இதுதான் இந்த வருசம் கிறிஸ்மஸ்சுக்கான மகிழ்ச்சியான தயாரிப்பு."

வாசக மேடையிலிருந்து கபிரியேல் இறங்கினார். பங்குப் பணியாளரின் அருகில் இருந்த இரண்டு இளைஞர்களும் அங்கிருந்து விலகினர். மக்கள் ஆலயத்திலிருந்து சந்தோசமாக வெளியேறினர்.

இளைஞர்கள் ஒன்று கூடிப் பேசினர். "நாம வீட்டுக்குப் போயி சாப்பிட்டுட்டு இன்னும் ஒரு மணி நேரத்துல இங்க வரணும். பங்குச் சாமியார் இங்க இருந்து போகலைனா அவரப் போக வைக்கணும்." இளைஞர்கள் அங்கிருந்து சென்றனர்.

பணியாளர் பீடத்திலேயே சோகத்துடன் அமர்ந்திருந்தார். நடந்த நிகழ்வுகளை அவரால் சிறிதும் ஏற்றுக்கொள்ள முடியவில்லை. 'எதுக்கும் ஒரு மொறை இருக்கு. அவுங்க கோரிக்கைகள அலுவலகத்துக்கு வந்து கொடுத்திருக்கலாம். இப்படி பீடத்துல எல்லாருக்கும் முன்னால எப்படிக் கொடுக்கலாம்? கோயிலின் புனிதத்தக் கெடுத்திட்டாங்க. இவுங்க போகச் சொல்லி நானு போறதா? நிச்சயம் போகக் கூடாது. என்ன செய்றாங்கன்னு பாப்போம்.'

மெதுவாக எழுந்தார். ஆலயத்திலிருந்து வெளியேறினார். தனது அறைக்குச் சென்றார். உண்ணவில்லை. அறையோடு இணைந்திருந்த அலுவலகத்திற்குச் சென்று அமர்ந்தார். அங்கிருந்த ஜன்னல் வழியாக வானத்தை வெறித்துப் பார்த்தபடியே அமர்ந்திருந்தார்.

மணி பத்து. இளைஞர்கள் அனைவரும் அவரது அலுவலகத்திற்குள் நுழைந்தனர். "சாமி, இங்க இருக்காதீங்க. ஆயர்ட்டப் போயி பேசுங்க."

அமைதியாக அமர்ந்திருந்தார்.

"சாமி, நாங்க சொல்றோம். உங்க காதுல விழலையா?" பதிலில்லை. ஜன்னல் வழியாக வெளியே தொடர்ந்து பார்த்துக் கொண்டிருந்தார்.

"இவரு போற மாதிரி தெரியல. நம்ம வேலயக் காட்ட வேண்டியதுதான்."

நான்கு இளைஞர்கள் நாற்காலியோடு அவரைத் தூக்கி அலுவலகத்திலிருந்து வெளியே கொண்டு வந்தனர். ஆலய வளாகத்தைக் கடந்து வெளியே சாலைவரை தூக்கி வந்தனர். நடுச்சாலையில் நாற்காலியோடு அவரைக் கீழே வைத்தனர். அங்கேயே அவரை விட்டு விட்டு மீண்டும் அவரது அலுவலகத்திற்குச் சென்றனர். அலுவலக அறையையும், அவரது அறையையும் பூட்டி சாவியை எடுத்துக் கொண்டு சென்றுவிட்டனர்.

பணியாளர் நாற்காலியிலிருந்து எழுந்தார். நாற்காலியைத் தூக்கிக்கொண்டு மறுபடியும் ஆலய வளாகத்திற்குள் நுழைந்தார். தனது அறையின் வராண்டாவில் நாற்காலியைப் போட்டு அதில் அமர்ந்தார்.

சென்ற இளைஞர்கள் மறுபடி ஒரு காரில் வந்தனர். பணியாளரைக் காரில் ஏறச் சொன்னார்கள். அவர் அமைதியாக அமர்ந்திருந்தார். அவரை அப்படியே தூக்கினர். அவர் திமிறினார். அவரால் முடியவில்லை.

அவரைக் காரில் ஏற்றிய அவர்கள் ஆயர் இல்லத்திற்குச் சென்றனர். அவரை அங்கு இறக்கிவிட்டுத் திரும்பினர்.

"தம்பி, வாசிப்பா. அமைதியா நின்னா எப்பிடி?" பங்குப் பணியாளர் வாசக மேடையில்; இருந்த கபிரியேலை நோக்கிக் கூறினார்.

இரண்டு வாரங்களுக்கு முன்பு நடந்த ஒவ்வொன்றையும் நினைத்துப்பார்த்த கபிரியேலுக்கு இறுதி நேரத்தில் தயக்கம். 'எனக்கு வேலை கிடைக்கணுங்கிறதுக்காக இதைச் செய்யணுமா? இயக்கத்தக் காட்டிக்கொடுத்த மாதிரி ஆகாதா? என்னப்பத்தி மத்த இளைஞர்க என்ன நெனப்பாங்க? துரோகின்னு சொல்லுவாங்களே? யாருட்டயும் இதப்பத்திச் சொல்லல. சொல்லியிருந்தா ரொம்பக் கேவலமா, அருவருப்பாப் பாத்திருப்பாங்க. சீ தூரப் போடா நம்பிக்கத் துரோகின்னு காரித் துப்பியிருப்பாங்க. இயக்கத்திலிருந்து என்ன நீக்கியிருப்பாங்க. என்னவிட்டு அம்புட்டுப் பேரும் விலகிப் போயிருப்பாங்க. ஏங்கூட யாரும் பேசாம இருந்திருப்பாங்க. ஏதோ எதிரியப் பாக்குறது மாதிரி முறைச்சிருப்பாங்க. இளைஞர்க மட்டுமில்ல ஊரே என்னக் காரித் துப்பியிருக்கு. இந்த ஊருல தல நிமுந்து என்னால நடக்க முடியாத சூழ்நில உருவாகியிருக்கும். இப்பக்கூட காரியம் கைய மிஞ்சல. பேப்பர்ல இருக்கிறத வாசிக்காம எனக்கு வேலயக் கொடுக்கிறதாச் சொல்லி என்ன மன்னிப்புக் கேக்கச் சொல்றாங்கன்னு சொல்லலாம். அப்பிடிச் சொன்னா ஊருல உள்ள அம்புட்டுப்பேரும் என்னப் புகழ்வாங்க. நீதான்டா சரியான தலைவன்னு போற்றுவாங்க. ஆனா பெத்தவுங்க கஸ்டம் போகுமா? ஊரு சாப்பாடு போடுமா? வறுமை போகுமா? கடன்தொல்ல தீருமா? தங்கச்சி படிப்பு தொடருமா? நெனைச்சா நானு செய்றதுதான் சரியா இருக்கும். ரெண்டு வருசம். பல்லக் கடிச்சிக்கிட்டு எல்லா அவமானங்களை தாங்கிக்கிட்டு இருக்க வேண்டியதுதான். பெறகு நடந்ததச் சொல்லி மறுபடி இளைஞர்களோட சேர்ந்து பல போராட்டங்கள நடத்த வேண்டியதுதான்.'

"தம்பி. வாசிக்கப் போறயா இல்லயா? நேரமாகுது. எல்லாரும் வீட்டுக்குப் போகணும்." அவசரப்படுத்தினார் பங்குப் பணியாளர்.

கையிலிருந்த பேப்பரில் எழுதியிருந்ததை நடுங்கும் கரங்களுடன் கரகரத்த குரலில் வாசிக்கத் தொடங்கினார். "தலித் கிறிஸ்தவ இயக்கத்தின் பரணி மாவட்ட இளைஞர் தலைவராக இருக்கும் கபிரியேல் என்னும் நான் முழுமனதுடன் நானாக விரும்பி அனைவருக்கு முன்பாகவும் அறிவிப்பதாவது. இரண்டு வாரங்களுக்கு முன்பு திருப்பலி முடிந்ததும் ஆலயத்திலேயே பங்குப் பணியாளரை அவமதிக்கும் விதத்தில் நடந்துகொண்டேன். வலுக்கட்டாயமாக அவரை

அவரது அலுவலகத்திலிருந்து வெளியேற்றினேன். ஆலயத்தின் புனிதத்தையும் எனது செயலால் அவமதித்தேன். அதற்காக நான் வருத்தப்படுகிறேன். உங்கள் அனைவரிடமும் மன்னிப்புக் கேட்கிறேன். இவ்வாறு நான் செயல்பட அடிப்படைக் காரணம் தலித் கிறிஸ்தவ இயக்கமே. இந்த இயக்கம் திருச்சபைக்கு எதிரானது என்று நான் முழுவதுமாக நம்புகிறேன். எனவே நான் இயக்கத்தில் தொடர விரும்பவில்லை. இயக்கத்தின் இளைஞர் தலைவர் பதவியிலிருந்து விலகுகிறேன். உறுப்பினராக இருக்கவும் நான் விரும்பவில்லை. நான் இனிமேல் திருச்சபையின் எண்ணப்படியும், அதன் பிரதிநிதியாக இருக்கும் பங்குப் பணியாளரின் விருப்பப்படியும் நடப்பேன் என்று உங்கள் அனைவரின் முன்பாக வாக்களிக்கிறேன்."

வாசித்து முடித்த கபிரியேல் அந்தப் பேப்பரில் கையெழுத்திட்டு பங்குப் பணியாளரிடம் கொடுத்தார். பங்குப் பணியாளர் அதைப் பெற்றுக்கொண்டார்.

ஆலயத்தில் யாரும் எதுவும் பேசவில்லை. அதுபோன்ற அமைதி ஆலயத்தில் அதுவரை இருந்ததில்லை. அது அதிர்ச்சியின் அமைதியா? இயலாமையின் அமைதியா? ஏற்பின் அமைதியா? இறப்பின் அமைதியா? கோபத்தின் அமைதியா? வெறுமையின் அமைதியா? தோல்வியின் அமைதியா? ஆலயத்திலிருந்து நிசப்தமாக அனைவரும் வெளியேறினர்.

அந்தப் பேரமைதி சிறிது சிறிதாக மறைந்தது. பச்சோந்தி, காட்டிக் கொடுப்பவன், நம்பிக்கைத் துரோகி, முதுகில் குத்துபவன், வெளிவேடக்காரன், வேசம் போடுபவன் என்று ஊரே கபிரியேலைத் தூற்றியது. பிழைக்கத் தெரிந்தவன் என்று ஒருவர்கூடச் சொல்லவில்லை.

ஊராரின் நிலைப்பாடு கபிரியேலுக்கு மிகவும் வருத்தத்தைக் கொடுத்தது. அதை அவர் எதிர்பார்த்தால் அமைதியாகத் தாங்கிக் கொண்டார். 'ரெண்டு வருசம் பல்லக்கடிச்சிக்கிட்டு எல்லா அவமானங்களயும் தாங்கிக்கிடுவேன். ரெண்டு வருசத்துக்குப் பெறகு இயக்கம் வளரக் கடுமையா உழைப்பேன். இழந்த மதிப்பக் கட்டாயம் பெறுவேன்.'

ஆலயத்தில் மன்னிப்புக் கேட்ட அடுத்தநாளே கபிரியேலுக்கு ஆசிரியர் வேலை கிளியூரில் கிடைத்தது. அவருடைய தங்கை படிக்கும் விடுதியில் உணவுக் கட்டணம் பாதியாகக் குறைக்கப்பட்டது.

அவரது குடும்பம் பொருளாதாரத்தில் சிறிது சிறிதாக முன்னேறியது. இரண்டாவது வருடம் அவருக்குத் திருமண ஏற்பாடு நடைபெற்றது. பரணியில் ஆசிரியையாக இருப்பவரையே திருமணம் முடித்தார். மனைவி கிளியூரிலிருந்து பரணிக்குத் தினமும் பேருந்தில்

சென்று வந்தார். வேலையில் சேர்ந்து இரண்டு வருடங்கள் ஆயின. பணி நிரந்தரமானது. கபிரியேல் இயக்கத்தை மறக்கவில்லை. இப்போதுதான் திருமணம் முடித்திருந்ததால் இன்னும் சிறிது காலத்திற்குப்பின் இயக்க வேலையில் ஈடுபடலாம் என்று நினைத்தார்.

இன்னும் ஓராண்டானது. அவர் மனைவி கர்ப்பமடைந்தார். வேலைக்குத் தினமும் பேருந்தில் பரணிக்குச் செல்ல மிகவும் சிரமப்பட்டார். கிளியூரில் தங்குவதை விடப் பரணியில் வாடகை வீட்டில் தங்கினால் நன்றாக இருக்கும் என்று மனைவி ஆசைப்பட்டார். மனைவியின் ஆசையை நிராகரிக்க முடியவில்லை. பரணியில் ஒரு வாடகை வீட்டில் தங்கினார். ஒரு மகன் பிறந்தான். மகனைப் பார்த்து மிகவும் மகிழ்ந்தார்.

சில காலம் பரணியிலிருந்து தினமும் பேருந்தில் கிளியூரில் பள்ளிக்கு வந்து சென்றார். அவ்வாறு வந்து செல்வது கடினமாக இருந்தது. கௌரவக் குறைவு என்ற எண்ணமும் எழுந்தது. ஒரு மோட்டார் சைக்கிள் வாங்கினார். பணியில் சேர்ந்து ஐந்து ஆண்டுகள் ஆகிவிட்டன.

தனது அந்தஸ்திற்கு வாடகை வீடு சரியில்லை என்ற எண்ணம் எழுந்தது. சொந்தமாக வீடு கட்ட பரணியில் நிலம் வாங்கினார். பிறகு லோன் போட்டு வீடு கட்ட ஆரம்பித்தார். நல்ல அழகான வசதியான வீடு. மற்றொரு பெண் குழந்தை பிறந்தது. பிள்ளையைக் கவனிக்க அவர்களால் முடியவில்லை. ஆள் தேவைப்பட்டது. பெற்றோர்களைத் தனது வீட்டில் தங்க அழைத்தார். பெற்றோர் மறுத்துவிட்டனர். அவரது தந்தை கூலி வேலையைத் தொடர்ந்தார். பிள்ளையையும், வீட்டு வேலையையும் கவனிக்க ஒரு வேலைக்காரியை நியமித்தார்.

வேலையில் சேர்ந்து ஒன்பது வருடங்கள் ஆகிவிட்டன. பிள்ளைகளையும், மனைவியையும் பரணியில் பள்ளியில் விட்டுவிட்டு தான் பணிபுரியும் கிளியூர் பள்ளிக்கு வர அவரால் இயலவில்லை. இன்னும் இருசக்கர வாகனத்தையே நம்பியிருந்தால் முடியாது என்று எண்ணிய அவர் ஒரு நான்கு சக்கர வாகனம் வாங்கினால் நன்றாக இருக்கும் என்று எண்ணினார். எந்த வாகனம் வாங்கினால் தனது கௌரவத்துக்கு ஏற்ப இருக்கும் என்று பலரிடம் ஆலோசனை கேட்க ஆரம்பித்தார்.

★★★

14

செல்லையாவுக்கு வயது ஐம்பதை நெருங்கியது. வயதுக்கேற்ற பக்குவம் வளர்ந்திருந்தது. உணர்ச்சிவசப்படாமல் எதையும் ஆழ்ந்து யோசித்து நிதானமாகச் செய்யும் பழக்கம் அதிகரித்திருந்தது.

சிறிது காலம் இயக்கத்திலிருந்து ஒதுங்கியிருந்தார். ஆனால் உண்மையில் ஒதுங்கவில்லை. இயக்கத்தின் செயல்களைச் சிறிது விலகியிருந்து கவனித்தார். பல இடங்களில் இயக்கத்தினர் சுயமாக முடிவெடுத்துச் செயல்படுவதைக் கண்டு வேதனைப்பட்டார்.

பணியாளர் அந்துவானுக்குப் பதிலாக புதிதாகத் தேர்வு செய்யப்பட்ட தலைவர்தான் அதற்குக் காரணமோ என்று எண்ணினார். இயக்கத்தைச் சரியான திசையில் வழிநடத்தவும், புதிய போராட்டங்களுக்குத் திட்டமிடவும் அவர் முயற்சிக்கவில்லையே என்று கவலைப்பட்டார்.

ஆனால் புதிய தலைவர் ஓய்ந்திருக்கவில்லை என்ற மாற்று எண்ணமும் எழுந்தது. பேராயர்கள், ஆயர்கள், இருபால் துறவு சபையினருக்கு அடிக்கடி கடிதங்கள் எழுதினார். தலித் கிறிஸ்தவர் படிக்கவும், பணிபுரியவும் விகிதாச்சாரத்திற்கு ஏற்ப இட ஒதுக்கீடு வழங்க வேண்டும் என்ற இரட்டைக் கோரிக்கைகள் கடிதங்களின் சாரமாக இருந்தன.

அதேசமயம் இயக்கத்தினரின் மற்ற கோரிக்கைகளுக்கு அவர் அதிகம் கவனம் செலுத்தவில்லையே என்ற ஆதங்கம் இருந்தது. அதை எங்கே எப்படி வெளிப்படுத்துவது என்று தெரியவில்லை. அதற்கான சூழ்நிலையும் இல்லை.

கபிரியேலைப் போல இயக்கத்தில் தீவிரமாகச் செயல்பட்டவர் களுக்கு ஆங்காங்கே மறைமாவட்டங்களில் வேலைகள் கொடுக்கப் பட்டன. அதன் பிறகு அவர்களில் பெரும்பாலோருக்கு இயக்க ஈடுபாடு மிகவும் குறைந்து விட்டது. அல்லது முற்றிலும் மறைந்து விட்டது. தொடர்ந்து ஈடுபட்ட சிலரில் பெரும்பாலோர் தங்கள் குழந்தைகள், உறவினர்கள் நலன் என்றே இயக்கத்தில் செயல்பட்டனர். இதற்குக் காரணம் என்ன என்று அவர் அதிகம் சிந்தித்தார்.

'இயக்கம் வேலை தேடித்தரும் ஒரு அலுவலகமா? வேல வேணுங்கிற நோக்கத்துலதான் இயக்கத்துல சேர்றாங்களா? இல்லன்னா

வேல கெடைச்சதும் ஏன் இயக்கத்துல ஆர்வம் காட்டுறதில்ல? இந்த நெலைக்கு என்ன காரணம்? இது இயக்கத்தின் குறையா? இல்ல இதுல சேர்ந்தவுங்க குறையா? சுயநலக்காரங்க அதிகமாச் சேர்ந்திட்டாங்களா? இல்ல இது அதிகாரத் திருச்சபையின் சதியா? வேல கொடுத்து இயக்கத்த உடைக்காங்களா? இயக்கம் எல்லா தலித்துகளுக்கும் உரிமை கெடைக்கணும்னு போராடுது. தனிப்பட்டவுங்க நலனுக்காக இயக்கம் போராடல. அப்படிப் போராடணும்னா அதுக்கு இயக்கம் தேவையில்ல. ஆனா இப்ப இயக்கம் போற போக்கப்பாத்தா தனிப்பட்டவுங்க நலனுக்காகத்தான் போராடுறது மாதிரித் தெரியுது. திருச்சபை பத்து அம்சத் திட்டங்கள அறிவிச்சி பல வருசங்களாச்சி. பத்து வருசத்துக்குள்ள தீண்டாமய முழுசுமா திருச்சபையிலிருந்து அகற்றுவோம்னு ஆயர்க வாக்குக் கொடுத்தாங்க. ஆனா அதுக்கான முயற்சிய கொஞ்சங்கூட எடுக்கல. தீண்டாம மறைமுகமா இன்னும் தீவிரமாச் செயல்படுது. பத்து அம்சத் திட்டங்கள்ல ஒண்ணுகூட முழுசுமா எல்லா மறைமாவட்டங்கள்லயும் செயல்படுத்தல. சில மறைமாவட்டங்கள்ல பத்து அம்சத் திட்டம்னா என்னன்னுகூடத் தெரியல. இதுக்கு யார் பொறுப்பு? ஆயர்களா? இல்ல இயக்கமா? இயக்கம் பொறுப்புன்னா அதச் செயல்படுத்தாத இயக்கம் தோல்வியடைஞ்சிருச்சின்னு சொல்லலாமா? அப்படியும் சொல்ல முடியாதே. இப்ப ஒருசில தலித் ஆயர்க நியமிக்கப்பட்டிருக்காங்க. அதுக்குப் பொறுப்பு இயக்கத்துடைய போராட்டங்கதானே? ஒருசில துறவு சபைக, மறைமாவட்டங்க தலித்துகளுக்கு முன்னுரிமை கொடுத்துச் செயல்படுறாங்கன்னா அதுக்கு இயக்கம் துணிஞ்சி நடத்துன பல போராட்டங்கதானே? இனி இயக்கம் எந்த வழியில செல்லணும்?'

அவருக்கு தலித் ஆயர்கள்மேல் நம்பிக்கை ஏற்பட்டது. 'இப்ப தலித் ஆயர்க நியமிக்கப்பட்டிருக்காங்க. அவுங்களுக்கு தலித்துக நிலமை நல்லாப்புரியும். தீண்டாமைனா என்னன்னு தெரிஞ்சிருக்கும். ஏன்னா அவுங்க கட்டாயம் அத அனுபவிச்சிருப்பாங்க. அவுங்க பார்வை மத்த ஆயர்க பார்வையிலயிருந்து நிச்சயம் வித்தியாசமா இருக்கும். அவுங்களாலதான் தலித்துக நெலம உயரணும். இனும தலித் கிறிஸ்தவுங்க எதிர்காலம் தலித் ஆயர்க கரங்கள்லதான் இருக்கு. அவுங்கதான் தீவிரமாச் செயல்படணும். அவுங்களுக்கு பக்கபலமா இயக்கம் இருக்கணும். அவுங்கள அடிக்கடி சந்திக்கணும். அவுங்களுக்கு ஆலோசனைகளைக் கொடுக்கணும். அவுங்க ஆலோசனைகளையும் இயக்கம் கேக்கணும்.'

அவரிடம் வேறு எண்ணமும் எழுந்தது. ‘இயக்கம் அதிகாரத் திருச்சபையிட்ட அது வேணும், இது வேணும்னு கேக்குது. கேக்குறது மட்டுந்தான் இயக்கத்தின் வேலையா? தமிழகத் திருச்சபை தலித் திருச்சபைனு சொல்றோம். தலித் திருச்சபை எப்படி இருக்கும்? அதிகாரத் திருச்சபைக்கு தலித்துகளின் பங்களிப்பு என்ன? சமத்துவம் வரணும்னு போராடுறோம். அதுக்கு மேல எதுவும் இல்லயா? அதிகாரத் திருச்சபைக்குக் கொடுக்க தலித்துகளுக்கு எதுவும் இல்லையா? அதிகாரத் திருச்சபையை மக்கள் திருச்சபையா எப்படி மாற்றுறது’ அவருக்கு விடை கிடைக்கவில்லை. ஆனால் பங்களிப்பு இருக்க வேண்டும் என்றது அவரது உள்மனது.

பணியாளர் அந்துவானைச் சந்தித்து பல வருடங்கள் ஆனதைச் செல்லையா உணர்ந்தார். அவரைச் சந்தித்து இயக்கம் பற்றிய தனது ஆதங்கங்களைப் பகிர்ந்தார். அதிகாரத் திருச்சபையை மக்கள் திருச் சபையாக மாற்றுவது எப்படி என்றும் திருச்சபைக்கு நமது பங்களிப்பு என்ன என்பதைப் பற்றியும் கேட்டார்.

செல்லையா சொன்னவைகள் அனைத்தையும் அந்துவான் பொறுமையாகக் கேட்டார். அவருக்கு அவரது கடந்தகாலம் ஞாபகத்திற்கு வந்தது. தனது வாழ்க்கைப் பாதையை மாற்றிய அந்த நிகழ்ச்சியை நினைத்தார்.

பணியாளர் அந்துவான் சிறுவயதில் திகம்பரச் சித்தர்போல் சுதந்திரமாகத் திரிந்தாலும் இயல்பாகவே மிகவும் புத்திக் கூர்மை உடையவர். ஆரம்பக் கல்வியில் அது வெளிப்படவில்லையா அல்லது உணரப்படவில்லையா என்பது தெரியவில்லை. ஆனால் இம்மானுவேல் சபையில் சேர்ந்து பயிற்சி பெற்றபோது அவரது இயல்பு சிறிது சிறிதாக மலர்ந்தது. அவரது புத்திக்கூர்மையைக் கண்டு அனைவரும் வியந்தனர். மற்றவர் பாடங்களை மனப்பாடம் செய்தபோது அவர் அதன் கருத்துக்களை உள்வாங்கிச் சொந்த வார்த்தைகளில் அற்புதமாகச் சொல்வார். சில சமயங்களில் பாடங்களை யாரும் நினைத்துப் பார்க்காத கோணத்தில் பார்த்து தனது கருத்துக்களை எளிமையாகவும், ஆணித்தரமாகவும் விளக்குவார்.

குருத்துவப் பயிற்சி காலத்தில் இரண்டு ஆண்டுகள் தத்துவயியல் படிக்க வேண்டும். சரியாகப் புரியவில்லை என்று பல குரு மாணவர்கள் இதைப் படிக்க மிகவும் சிரமப்பட்டனர். ஆனால் அந்துவான் அதை மிகவும் விரும்பி, உணர்ந்து, ரசித்துப் படித்தார். வகுப்பில் சொல்லித்

கொடுக்கும் பாடங்களோடு தத்துவயியலார் எழுதிய புத்தகங்களையும் அதிகம் வாசித்தார். எப்போதும் அவர் புத்தகமும் கையுமாகவே இருந்தார். அவருடைய அறையில் சாக்கரடீஸ், பிளேட்டோ, அரிஸ்டாட்டில், கான்ட், சார்த், கீர்க்ககார்ட், ரூசோ, எங்கல்ஸ், மார்க்ஸ் போன்ற தத்துவயியலார் புத்தகங்கள் நிறைந்திருந்தன. நூலகத்திற்கும் தவறாமல் சென்று அங்குள்ள புத்தகங்களைப் பார்வையிட்டார். நூலகருக்கு அங்கிருக்கும் நூல்களைப் பற்றித் தெரிந்ததைவிட இவருக்கு அதிகம் தெரிந்திருந்தது.

ஓய்வு நேர உரையாடல்களில்கூட தத்துவயியல் கருத்துக்களைத் தனது வாழ்க்கையின் பின்னணியிலிருந்து மிக அற்புதமாக விளக்குவார். அவரது கருத்துக்களைக் கேட்க எப்போதும் அவரைச் சுற்றிச் சிலர் இருப்பர். மிகச் சிறப்பான மதிப்பெண்கள் பெற்று தத்துவயியலை முடித்தார்.

குருமாணவராகக் கல்லூரியில் படித்தபோது பொருளாதாரப் பாடத்தைத் தேர்வு செய்தார். கல்லூரியில் எப்போதும் முதல் மாணவனாகவே இருந்தார். முதுகலையில் தங்கப் பதக்கம் பெற்றார்.

சிறந்த அறிவாளியாக இருந்ததால் சபையினர் நடத்தும் கல்லூரியில் அவரைப் பேராசியராக நியமிக்க சபை விரும்பியது. அதற்குத் தயாரிக்கும் விதமாக முனைவர் பட்டத்திற்குப் படிக்கும்படி சபை அவரிடம் கேட்டுக்கொண்டது. குருப்பட்டம் பெற்றபின் அதற்குத் தயாரிக்க ஆரம்பித்தார்.

'நிலமற்ற தலித் கிறிஸ்தவர்களின் பொருளாதார நிலை' என்ற தலைப்பில் முனைவர் பட்டத்திற்கான தனது ஆய்வை ஆரம்பித்தார். பட்டுச் சேலைகளுக்குப் புகழ்பெற்ற வடமாவட்டத்தில் நாவலூர் என்ற கிராமத்தில் தங்கினார். அந்தக் கிராமத்தையும் அதைச் சுற்றி காவலூர், பூவலூர் உட்பட சில கிராமங்களையும் தேர்வுசெய்து தனது ஆய்வை மேற்கொண்டார். மிகச் சிறப்பாக ஆய்வை முடித்த அவர் தனது ஆய்வேட்டைப் பல்கலைக்கழகத்தில் சமர்ப்பித்தார். தேர்வாளர்கள் முன்பாக தனது ஆய்வை மிகச் சிறப்பாக விளக்கினார். உச்ச மதிப்பீட்டுக் குறியீட்டுடன் அவருக்கு முனைவர் பட்டம் வழங்கப்பட்டது.

மிகவும் மகிழ்ந்த அவர், தனது மகிழ்வைத் தான் ஆய்வு செய்த மக்களிடம் பகிர்ந்துகொள்ள நாவலூர் சென்றார். அவர்களிடம் தனது முனைவர் பட்டம் பற்றி மிகவும் பெருமையாகச் சொன்னார்.

அப்போது ஒருவர் மிகவும் இயல்பாகக் கிராமத்தினருக்கே உள்ள மனநிலையில் வெள்ளந்தியாக ஒரு கேள்வியைக் கேட்டார்.

"எங்க ஈனப் பெழப்ப எழுதி முனைவர் பட்டம் வாங்கிட்டீங்க. அதனால எங்களுக்கு என்ன நன்ம?"

அந்துவான் முற்றிலும் நிலைகுலைந்தார். அந்தக் கேள்விச் சம்மட்டி அவரை அடித்து வீழ்த்தியது. உச்ச மதிப்பீட்டுடன் முனைவர் பட்டம் பெற்ற அவரது பெருமை வேரோடு சாய்ந்தது. அதிகம் உழைத்து எழுதிய ஆய்வேடு கேள்வித் தீயில் எரிந்து சாம்பலாகி காற்றில் கரைந்தது. அப்படிப்பட்ட ஒரு கேள்வியை அவர் அணுவளவும் எதிர்பார்க்கவில்லை. இமைக்காமல் அவரையே பார்த்தார்.

அந்தக் கேள்வியை அவர் மட்டும் கேட்டதாக உணரவில்லை. ஆய்வுக்காகத் தான் சந்தித்து உரையாடிய ஒவ்வொருவரும் கேட்பதாக உணர்ந்தார். அதற்கும் மேலாக நிலமற்ற தலித் கிறிஸ்தவ விவசாயக் கூலிகள் ஒவ்வொருவரும் கேட்பதாக உணர்ந்தார். அந்தக் கேள்வி அவரது நிம்மதியை முழுவதுமாக அழித்தது. உண்ணவோ, உறங்கவோ விடாமல் அவரைத் தொடர்ந்து விரட்டியது. செந்தேளாக மாறி இடைவிடாமல் தனது கொடுக்கால் கொட்டியது. கொடுக்கின் ஒவ்வொரு கொட்டின் வேதனையிலும் ஒரு கேள்வியைப் பிரசவித்தது. ஆயிரக்கணக்கான கொட்டுகள். அதற்கேற்ற கேள்விப் பிரசவங்கள். அதிலிருந்து தப்பித்து ஓட அவர் விரும்பவில்லை. கொட்டட்டும் என்று முழுவதும் தன்னைக் கையளித்தார். அதன் வேதனையை முழுவதுமாக உணர்ந்தார். கேள்விகளை எதிர்கொண்டார்.

'நானு எதுக்காக இந்தத் தலைப்ப எடுத்தேன்? முனைவர் பட்டத்துக்கு மட்டுந்தானா? அதுக்கு மேல எதுவும் இல்லையா? அப்படின்னா நானு பட்டம்பெற மக்களப் பயன்படுத்தினேனா? அப்படிப் பயன்படுத்துறது சரியா? ஆராய அவுங்க என்ன உயிரற்ற ஜடங்களா? ரத்தமும் சதையுமான மனுசங்கங்கன்னு நானு ஏன் நினைக்கல? அவுங்கள ஆராய்ச்சி செஞ்சப்ப அவுங்க மனநில எப்படி இருந்திருக்கும்? இந்த ஆராய்ச்சி மூலமா நமக்கு ஏதாவது நல்லது கெடைக்கும்னு நெனச்சிருப்பாங்களே? அவுங்க எதிர்பார்ப்புக்கு ஏத்த மாதிரி எதுவும் செய்யலயே? அவுங்க எதிர்பார்ப்பு சரியா? அவுங்க எதிர்பார்ப்பு சரியில்லன்னு சொல்ல நானு யாரு? அப்படினா மக்கள மையப்படுத்தி ஆராய்ச்சியே செய்யக்கூடாதா? செய்யலாம். ஆனா அதனால மக்களுக்கு ஏதாவது நன்ம இருக்கணுமே? பொருள்கள ஆராய்றதும் மனுசங்கள ஆராய்றதும் ஒன்னா? நிச்சயம் வித்தியாசம் இருக்கணுமே? இந்த ஆராய்ச்சினால யாருக்கு என்ன நன்ம? நானு கல்லூரியில பேராசியரா நியமிக்கப்பட்டு நெறைய சம்பளம் வாங்க

பயன்படலாம். அதனால எனக்குத்தான நன்ம? ஆராய்ச்சி மூலமா எனக்குக் கெடச்ச அறிவ மாணவங்களுக்குப் பகிர்வேன்னு சொல்லலாம். ஆனா கல்லூரியில படிக்கிற மாணவர்க யாரு? எல்லாரும் பணக்காரங்க? அவுங்க எதுக்காகப் படிக்காங்க? தங்களுக்கு பட்டம்வேணும், அது மூலமா வேல வேணும்னுதான படிக்காங்க? யாராவது இவுங்களுக்கு உதவப் போறேங்கிற எண்ணத்துல படிக்க வாராங்களா? இல்லயே? படிச்ச பெறகாவது இவுங்களுக்கு உதவப் போறேன்னு சொல்வாங்களா? நிச்சயம் இல்லயே? அப்ப எம் படிப்பு எதுக்கும் உபயோகமில்லாத படிப்பா? என் அறிவு வளர மட்டும் உதவுன படிப்பா? எனது சுயநலத்துக்கான படிப்பா? எனது கௌரவத்துக்கான படிப்பா? யாருக்கும் உதவாதவுங்களுக்குச் சொல்லிக்கொடுக்கும் படிப்பா? மலட்டுப் படிப்பா?

'அதனால எங்களுக்கு என்ன நன்ம?' என்ற கேள்வி அவரது வாழ்க்கைப் பாதையை முற்றிலுமாக மாற்றியது. நிலமற்ற தலித் கிறிஸ்தவ விவசாயக் கூலியின் வழியாகக் கடவுள்தான் இந்தக் கேள்வியைத் தன்னிடம் கேட்டதாக உணர்ந்தார். இந்தக் கேள்விக்கான பதில் என்ன என்று சிந்தித்தார். கல்லூரியில் பணிபுரிவது இந்தக் கேள்விக்கான பதிலாக இருக்கமுடியாது என்பது மிகவும் தெளிவாகப் புரிந்தது. தனது வாழ்வு ஓர் அர்த்தமுள்ள வாழ்வாக மாற வேண்டும் என்றால் தான் ஆய்வு செய்த மக்களுக்கு நல்லது செய்ய வேண்டும். என்ன செய்யலாம்?

யோசித்தார். ஆய்வேட்டின் இறுதிப் பகுதியில் பரிந்துரை என்ற பகுதி இருந்தது. அதில் இந்த மக்கள் பொருளாதாரத்தில் முன்னேற என்னென்ன செய்யலாம் என்று விளக்கமாக எழுதியிருந்தார். அவைகளைச் செய்யலாமே என்று நினைத்தபோது அது சரியாக இருக்குமா என்ற சந்தேகமும் கூடவே எழுந்தது.

தன்னிடம் கேள்வி கேட்டவர்தான் இதற்கான பதிலைத் தர முடியும் என்று எண்ணினார். கேள்வி கேட்டவரைக் கடவுளாகவே உணர்ந்தார். ஏழைகளில்தான் இறைவன் இருக்கிறார் என்பதை வாழ்க்கை அனுபவத்திலிருந்து முழுவதுமாக உணர்ந்த அவர் அவரிடமே கேட்டார். "நானு உங்களுக்கு என்ன செய்யணும்? நீங்களே சொல்லுங்க."

"உங்களமாதிரி எங்க பிள்ளைகளும் படிக்கணும்னு நாங்க விரும்புறோம்" என்று எந்தத் தயக்கமும் இல்லாமல் கூறினார்.

"நிலமற்ற தலித் கிறிஸ்தவ விவசாயக் கூலிக பிள்ளைகளுக்கு கல்வி கொடுப்பதுதான் இறைவன் எனக்குக் கொடுத்திருக்கும் பணி. இதைச் செய்யணும். இதுலதான் எனது துறவு வாழ்விற்கான முழு அர்த்தமும் இருக்கு. எந்தச் சூழ்நிலையிலும் இதுலயிருந்து சிறிதும் பின்வாங்கக்கூடாது."

சபையானது அந்துவானை ஒரு கல்லூரியில் பேராசியராக நியமித்தது. அப்பணியை முற்றிலும் நிராகரித்தார். தனது அனுபவத்தைச் சபையின் மாநிலத் தலைவரிடம் சொல்லி சமூகப்பணி செய்ய தன்னை அனுமதிக்கும்படி கேட்டார். சபையும் அவருக்கு அனுமதி அளித்தது.

நிலமற்ற தலித் கிறிஸ்தவர்களின் பிள்ளைகள் படிக்க என்ன செய்யலாம் என்று சிந்தித்தார். மறைமாவட்டங்கள், மற்றும் துறவு சபைகள் எண்ணற்ற கல்வி நிறுவனங்களை நடத்துவதை அறிந்தார். அவைகளை ஆராய்ந்தார். பெரும்பாலான கிறிஸ்தவக் கல்வி நிறுவனங்கள் தலித் கிறிஸ்தவப் பிள்ளைகளை முற்றிலும் புறக்கணிப்பதை உணர்ந்தார். இந்த நிலை மாறவேண்டும் என்று எண்ணினார். மாற்றத்தைத் தனியொருவனால் செய்ய முடியாது. மக்கள் சக்திதான் மாற்றத்தைக் கொண்டுவரும். முடிவெடுத்த அவர் தலித் கிறிஸ்தவ இயக்கத்தை ஆரம்பித்தார். கிறிஸ்தவ நிறுவனங்களில் தலித்துகளுக்கு இடமும் வேலை வாய்ப்பும் கொடுக்க வேண்டும் என்ற கோரிக்கைகளை முன்வைத்துப் போராட ஆரம்பித்தார்.

இறைவன் தனக்குக் கொடுத்த பணி தற்போது சபையின் தலைவர் மூலமாகத் தடைபடுகிறது என்றால் தன்னை இறைவன் மற்றொரு பணிக்காக அழைக்கிறார் என்று உணர்ந்தார். அந்தப் பணி என்ன? அன்று நிலமற்ற தலித் விவசாயக் கூலி வழியாகத் தன்னை வெளிப்படுத்திய இறைவன் இன்று எதன் வழியாகத் தன்னை, தனது விருப்பத்தை வெளிப்படுத்துகிறார் என்று தேடினார்.

தான் இறுதியில் தலையிட்டது செந்திடல் பிரச்சினைதான். அந்தப் பிரச்சினை சமயத்தில்தான் தான் பதவி விலக வேண்டும் என்று சபைத் தலைவர் கூறினார். சபைத் தலைவர் வழியாக இறைவனே செயல்படுவதாக உணர்ந்தார். மக்களிடம் தலைமைப் பொறுப்பைக் கொடுக்க வேண்டும் என்றால் மக்களே இனி போராடட்டும். தங்களுக்கான கல்வி மற்றும் வேலை வாய்ப்பிற்கான உரிமைகளைப் பெறட்டும். அவர்களுக்கான முறையில் செயல்படட்டும். போராடட்டும். அதற்கான அடித்தளம் இருக்கிறது. தான் இனி என்ன செய்ய வேண்டும் என்று இறைவன் விரும்புகிறார்? யோசித்தார்.

இறைவன் எப்போதும் நேரடியாகத் தன்னை வெளிப்படுத்துவதில்லை. ஏழைகளின் வழியோ அல்லது நிகழ்வுகளின் வழியோ தன்னை வெளிப்படுத்துவார். ஏழையின் வழியாகத் தன்னை வெளிப்படுத்திய இறைவன் தற்போது நிகழ்வுகள் வழியாகத் தன்னை வெளிப்படுத்து கிறாரோ என்று எண்ணினார். அந்தக் கோணத்தில் சிந்தித்தார்.

'நானு கடைசியா ஈடுபட்டது செந்திடல் பிரச்சினையில. தண்டலக்காரங்க தங்கள் ஊர்ல செபஸ்தியார் திருநாளைக் கொண்டாடுன சமயத்துல பிரச்சினை வந்துச்சு. ஒருவேள வேற விதமாத் திருநாளக் கொண்டாடணும்னு இறைவன் விரும்புகிறாரா? அதனாலதான் பிரச்சின வரும் சூழ்நிலய உண்டாக்குனாரா? தலித்துக பெரும்பாலும் தங்க பகுதியில் செபஸ்தியார் கோயிலையோ அல்லது குருசடிகளையோ உருவாக்கி அவரைத்தான் தங்களது பாதுகாவலராகக் கருதுறாங்க. அவருக்கு விழாக் கொண்டாடுகிறாங்க. செபஸ்தியாருக்கும் தலித்துகளுக்கும் என்ன சம்பந்தம்? கொள்ளை நோயிலிருந்து பாதுகாப்பாருன்னு நம்புறாங்க. இப்ப கொள்ளநோய்க பெரும்பாலும் அழிஞ்சிருச்சி. அப்படின்னா அதுக்குமேல வேற எதுவும் இல்லயா? அவரு விழாவ ஏன் தலித்துக தொடர்ந்து கொண்டாடுறாங்க? தங்க பகுதியில அவருக்கு கோயிலயோ குருசடியையோ இன்னும் ஏன் கட்டுறாங்க? எல்லாவிதத்துலயும் தங்களக் காக்கிற பாதுகாவலரா அவர நெனைக்கலாம். நல்லதுதான். ஆனா இன்னும் அர்த்தமுள்ள விதத்துல பாக்கணும்னு இறைவன் சொல்றாரா? புனிதர்கள வேற விதமாப் பாக்கணும்னு சொல்றாரா? எப்படிப் பாக்கணும்? தலித் மக்கள் நிலையிலிருந்து பாத்தா புனிதர்கள வேற விதமாப் பாக்கத் தோணுதே? தலித் புனிதர்கன்னு யாரும் இல்லயே? எத்தனையோ தலித்துக மிக அற்புதமா வாழ்ந்து இறந்தாங்களே? உயிரக்கூடப் பிறருக்காகக் கொடுத்தாங்களே? நீதிக்காக ரத்தம் சிந்தினாங்களே? சாதி ஒழிப்புப் போராட்டத்துல கொல்லப்பட்டாங்களே? அப்படிப்பட்ட சிலர புனிதர்களா உருவாக்கத்தான் இறைவன் அங்க பிரச்சின வர அனுமதிச்சாரா? தலித் புனிதர்கள உருவாக்க நானு உழைக்கணுமா? அதுதான் தலித் திருச்சபைன்னு சொல்றதுக்கு அடையாளமா? திருச்சபைக்கு அதுதான் தலித்துகளின் பங்களிப்பா? அதுக்காகத்தான் என்னத் தலைவர் பொறுப்பிலிருந்து விடுவிச்சாரா?'

அவர் பண்டாரசாமியின் திருவிழாவையும் நினைத்தார். 'பண்டாரசாமியின் திருவிழாவ செந்திடலுல கொண்டாடத் திட்டமிட்டச் சமயத்துலதான் கட்டடப் பிரச்சினய தலித் மக்க எழுப்புனாங்க. கட்டடம் எதுக்கு? மக்கள் பயன்படுத்துறதுக்கு. தாங்க கட்டிய கட்டடம்

சும்மா கெடக்குதுன்னு மக்க கேக்காங்க. அதக் கொடுக்காம உரிமையோட கேட்ட மக்கள் மேல கஞ்சாக் கேசச் சபையினர் போட்டாங்க. இந்தக் கட்டடப் பிரச்சினை மூலமா கடவுள் என்ன சொல்றாரு? சபையின் சொத்து, அவுங்க நடத்தும் நிறுவனங்க யாருக்குச் சொந்தம்னு நானு சிந்திக்கணுமோ? சபையில சேர்ற எல்லாரும் ஏழ்மைங்கிற வார்த்தைப்பாட்டக் கொடுக்காங்க? அதுக்குப் பெறகுதான் சபையில சேர்றாங்க. ஏழ்மைங்கிற வார்த்தப்பாட்டக் கொடுத்துட்டுச் சொத்துச் சேர்க்க முடியுமா? நிறுவனங்கள நடத்த முடியுமா? சபையில சொத்து பற்றி என்ன புரிதல் இருக்கு? சபையின் சொத்து அம்புட்டும் ஏழைகளுக்கு. அதப் பாதுகாக்குற கடமைதான் சபையிட்ட இருக்குங்கிற புரிதல்தான இருக்கு? அப்ப சபையின் சொத்து, அவுங்க நடத்துற நிறுவனங்க ஏழைகளதுதான? அவைகள ஏழைகளுக்கு வழங்கும் போராட்டத்த ஆரம்பிக்கக் கடவுள் என்ன அழைக்கிறாரா? நான் சார்ந்த சபைக்கு மட்டும் இது பொருந்துமா? இல்ல எல்லாத் துறவு சபைகளுக்கும் பொருந்துமா? எல்லாத் துறவு சபைகளின் சொத்துக்களும், நிறுவனங்களும் ஏழைகளுக்காகத்தான் இருக்கும். ஏன்னா எல்லாச் சபையினரும் ஏழ்மைங்கிற வார்த்தப்பாட்ட எடுக்காங்க. அப்படின்னா சபைக தங்க அர்ப்பணப்படி வாழ்றதுக்கு மாற்றத்தக் கொண்டுவரணுமா? அந்த மாற்றம் என் மூலமா வரணும்னு இறைவன் விரும்புறாரா? இதுதான் திருச்சபைக்குத் தலித்துகளின் பங்களிப்பா?' இதுதான் மக்கள் திருச்சபையா?

அவரது மனதில் மாற்று எண்ணமும் உதித்தது. 'எல்லாத் துறவுசபைகளையும், அவுங்க நடத்தும் நிறுவனங்களயும் ஒரே மாதிரிப் பாக்க முடியுமா? நிறையத் துறவிக, குறிப்பா பெண் துறவிக கிராமங்கள்ல ஏழை தலித் சிறுவர், சிறுமியருக்கு விடுதி நடத்தி அவுங்களுக்குக் கல்வி கொடுக்காங்க. அனாதை இல்லம் நடத்துறாங்க. மருத்துவர்க நுழைய விரும்பாத கிராமங்களுக்குத் துறவிக போயி மருத்துவ உதவி செய்றாங்க. நல்ல உடல் நலத்தோட இருக்க என்னென்ன செய்யணும்னு சொல்லிக்கொடுக்காங்க. பெண்கள ஒருங்கிணைக்காங்க. முதியோர் இல்லங்க நடத்துறாங்க. இவுங்க நிறுவனங்களக் கைப்பத்துறது மூலமா நம்ம மக்களுக்கு நாமே துரோகம் செய்யலாமா? துறவிகளது எல்லா நிறுவனங்களையும் கைப்பத்தணுங்கிறத விடணும். எந்தத் துறவு சபை பணக்காரங்களுக்கு உழைக்குதோ, பணக்காரங்களுக்குச் சார்பான ஆங்கில வழிக் கல்விய நடத்துதோ அந்த நிறுவனங்கள, அந்த சபைகளின் சொத்த அபகரிக்கணும். பணக்காரக் கல்வி நிறுவனங்கள நம்ம மக்கட்ட கொடுத்து அதுல

நம்ம பிள்ளைக தமிழ்வழி கல்வி படிக்கிற சூழ்நிலய ஏற்படுத்தணும். நிலத்த தலித் மக்கள்ட்ட பிரிச்சிக் கொடுக்கணும். துறவு சபைகளுக்கு துறவுன்னா என்னங்கிற அர்த்தத்தக் கொடுக்கணும்.'

அவரது சிந்தனை வளர்ந்தது. 'தலித் கிறிஸ்தவ விவசாயக் கூலிக எல்லாருக்கும் துறவிக நிலத்தப் பிரிச்சிக் கொடுக்கிற அளவுக்கு நிலம் இருக்குமா? நிச்சயம் இருக்காது. அப்படின்னா எப்படி பிரிக்கிறது? செந்திடலுல தலித் மக்கள் கட்டடத்தத் தனிப்பட்டவுங்களுக்குக் கொடுங்கன்னு கேக்கல. எல்லாரும் பயன்படுத்தக் கட்டடத்தக் கொடுங்கன்னு கேட்டாங்க. அப்படின்னா துறவிக நிலத்த ஏழைக எல்லாரும் பயன்படுத்தும் விதத்துல பிரிக்கணுமோ? எப்படி இதைச் செய்றது? ஒருவேளை கூட்டுறவு முறையில விவசாயம் செய்ய நடவடிக்கை எடுக்கணுமோ? கூட்டுறவை எப்படி உருவாக்குறது? கூட்டுறவுக்கு அடிப்படையே பகிர்தல்தான். இந்தப் பகிர்தல எப்படி நடைமுறைப்படுத்துறது? தலித்துகட்ட இயல்பாகவே பகிர்தல் குணம் இருக்கு. அவுங்க இயற்கைய அதிகம் நேசிப்பவுங்க. இயற்கையாகவே வாழ்றவுங்க. இயற்கையோடு இணைந்து வாழ்றவுங்க. கூட்டுறவு விவசாயமும், கூட்டு வாழ்வும் மிகவும் இயல்பா அவங்ககிட்ட இருக்கு. அத வெளிக்கொணர நானு ஒரு தூண்டுகோலா இருக்கணுமோ? அதை ஒரு புதிய ஆன்மீகமா பார்க்கணுமோ?'

தனது வாழ்க்கை அனுபவங்களையும், தனது தற்போதைய எண்ணங்களையும் செல்லையாவிடம் மனந்திறந்து பகிர்ந்த அவர் தொடர்ந்து கூறினார்.

"செல்லையா, நானும் உங்களமாதிரிப் பல வருசங்க அமைதியா இருந்து இயக்கத்தப் பார்த்தேன். அவுங்க இப்ப கேக்குறதுமாதிரி தலித் பிள்ளைக படிக்கவும், அவங்களுக்கு வேலைவாய்ப்பு கெடைக்கவும் தொடர்ந்து போராடட்டும். அது இறைவன் கொடுத்த பணின்னு நானு முழுசுமா நெனைக்கேன். அவுங்க வழியில அவுங்க செல்லட்டும். நாம அடுத்த கட்டம்நோக்கிச் செல்வோம். இறைவன் அதுக்குத்தான் என்ன அழைக்காருன்று நானு முழுசுமா நம்புறேன். ஆனா உடனடியாச் செய்ய விரும்பல. இதப்பத்தி அதிகம் சிந்திக்கணும். மொதல்ல நானு ஒரு தெளிவான புரிதலுக்கு வரணும். அதுக்குப் பெறகு புதிய வழியில செயல்பட ஒருசிலரத் தேர்ந்தெடுத்து அவுங்களுக்குப் பயிற்சி கொடுக்கணும். அவுங்கள அந்தந்தப் பகுதிகளுக்கு புதிய வழியில செயல்பட அனுப்பணும். அவுங்க புளிக்காரமாச் செயல்பட்டு மக்கள புதிய வாழ்க்கைப் பாதைக்கு அழைக்கணும்."

"புதிய வழியில செயல்பட எனக்கும் ரொம்ப ஆசையா இருக்கு. உங்ககிட்ட நானு பயிற்சி பெறலாமா? உங்க பயிற்சிய எப்ப ஆரம்பிக்கத் திட்டமிட்டிருக்கீங்க?" செல்லையா அதிக ஆர்வத்துடன் கேட்டார்.

"விரைவில ஆரம்பிப்பேன்" என்றார் பணியாளர் அந்துவான்.

முதலில் அதற்காகத் தன்னை முழுவதும் தயாரித்தார். அடுத்த கட்டமாகச் செயல்பட விரும்பினார். தமிழகத்தின் அனைத்துப் பகுதியிலும் இத்தகைய பணிகளைச் செய்வது இயலாது என்று உணர்ந்தார். கற்பி, போராடு, ஒன்றுசேர் என்ற டாக்டர் அம்பேத்கரின் வழியைக் கடைப்பிடிக்க விரும்பினார். புதியவைகளைப் பற்றி முதலில் கற்பிக்க வேண்டும். பின்பு தமிழகத்தில் எங்கே சாத்தியமோ அங்கு போராட வேண்டும். அந்தப் போராட்டம் மக்களை ஒன்று சேர்த்து பரந்துபட்ட நிலையில் போராட, செயல்பட வழி வகுக்கும் என்று எண்ணினார். அதற்கான பயிற்சியை அளிக்க விரும்பினார்.

பயிற்சிக்கு யாரெல்லாம் தகுதியானவர் என்று ஒரு பட்டியலைத் தயாரித்தார். அவர்களிடம் தொடர்புகொண்டு பேசியபோது செல்லையா, வேளாங்கண்ணி, சாலமோன் என்று மூவர் மட்டுமே பயிற்சிக்குத் தயாராக இருப்பதை உணர்ந்தார். இந்த எண்ணிக்கை போதும் என்று நினைத்தார்.

குரு - சீடர்கள் என்ற முறையில் அவர்களுக்குப் பயிற்சி கொடுக்க ஆரம்பித்தார். அவ்வப்போது ஒருசில நாள்கள் அவர்களை அழைத்துப் பேசினார். தொடர் பயிற்சி அது. அவர்களது மனோபாவம் முற்றிலுமாக மாறுவதற்கான பயிற்சி அது. பயிற்சி சிலகாலம் நீடித்தது. உடனடியாகச் செயல்படவும் அவர் விரும்பவில்லை. அதற்கான சூழ்நிலைக்காகக் காத்திருந்தார்.

அந்துவானின் புதிய சிந்தனை அவர்கள் மூவரையும் கவர்ந்தது. சாலமோன் தன் பகுதி மக்களுடன் விவாதித்து செயல்பட சிறிது காலம் ஆகும் என்றார்.

ஆனால் அந்துவானின் கருத்துக்களை முழுமையாகச் செயலாக்க செல்லையா விரும்பினார். அதற்கு இலந்தக்குளம்தான் சரியான கிராமம் என்று எண்ணினார். அது வித்தியாசமான கிராமமாக இருந்தது. பலரிடம் நிலம் இருந்தது ஒரு காரணம் என்றாலும் மற்ற கிராமத்தினரின் சிந்தனைப் போக்கிற்கும் இக்கிராமத்தினரின் சிந்தனைப் போக்கிற்கும் வித்தியாசம் இருந்ததை உணர்ந்தார். புதிய முறையில் செயல்பட அக்கிராமம்தான் சரியானது என்ற எண்ணம் உதித்தது.

வேளாங்கண்ணியும் தனது கிராமத்தைப் பற்றியே நினைத்தார். அவரது மனதில் குட்டைமரத் தண்டனையால் கொல்லப்பட்ட சிறுவனும், தன்னைக் காப்பாற்றியதில் உயிர்விட்ட சிறுவன் ஞானமும் திரும்பத் திரும்ப வந்தனர். அதோடு ஊரின் சரித்திரத்தைக் கூறிய பெரியவர் பிச்சைமுத்துவின் ஞாபகமும் இணைந்தது.

புதிய வித்து இவர்களது உரமான மனதில் விழுந்தது.

★★★

பகுதி: இரண்டு

श्रीहरि: शरणम्

1

மூவாயிரம் ஆண்டின் பிறப்பை உலகமே மிகவும் ஆவலோடு எதிர்பார்த்தது. அந்தநாளை மிகமிக மகிழ்வாகக் கொண்டாட ஒவ்வொருவரும் விரும்பினர். ஆயிரம் ஆண்டுகளுக்கு முன்பாக இப்படி ஒரு நாள் பிறந்திருக்கும். இனி ஆயிரம் ஆண்டுகளுக்குப் பின்புதான் இப்படி ஒரு நாள் பிறக்கும். இப்படிப்பட்ட அபூர்வ வாய்ப்பு தங்களுக்குக் கிடைத்திருக்கிறதே என்று மகிழ்ந்தனர். வாழ்நாள் முழுவதும் மறக்க முடியாத நாளாக இருக்க என்ன செய்யலாம் என்று திட்டமிட்டனர். தனியாக, குழுவாக, தெருவாக, ஊராக என்று கொண்டாட்டத்திற்குத் திட்டமிட்டனர். நாள் நெருங்க நெருங்க மகிழ்வும் கூடியது.

கணினி செயல்படாது. அதனால் உலகமே மிகப் பெரிய ஆபத்தை சந்திக்கும் என்ற அச்சத்தை சிலர் எழுப்பினர். பரப்பப்பட்ட அச்சம் மக்களின் மகிழ்வைச் சிறிதும் பாதிக்கவில்லை. அவைகள் எப்படியும் சரியாகிவிடும் என்று நம்பினர். அதை ஒரு பெரிய பிரச்சினையாக பெரும்பாலோர் கருதவில்லை.

மூவாயிரம் ஆண்டு நடு இரவு. உலகமே விழித்திருந்தது. மேலிருந்து கீழாக மணித்துளியை எண்ணினர். பத்து, ஒன்பது... மூன்று, இரண்டு, ஒன்று, சைபர்... புத்தாண்டு பிறந்தது. எங்கும் மகிழ்ச்சி ஆரவாரம். ஆடல் பாடல்கள். வெடிகள். அலங்காரம். ஒளி வெள்ளம். புத்தாடைகள். விருந்துகள். கேலிகள். கிண்டல்கள். வழிபாடுகள்.

முதல் தேதியும் மறைந்தது. மக்கள் மனங்களில் அந்தநாள் நீங்காத நினைவாகப் பதிந்தது.

மூவாயிரம் ஆண்டின் தொடக்கத்தைச் செல்லையா வித்தியாசமாகப் பார்க்க ஆரம்பித்தார். மூவாயிரம் ஆண்டு தங்களுடையதே என்ற மகிழ்ச்சி அவரை நிறைத்தது. இரண்டாயிரம் ஆண்டுகளாகத் தாங்கள் அனுபவித்த துன்பங்கள் இந்த மூவாயிரம் ஆண்டில் நிச்சயம் மறைந்து சமத்துவம் மலரும் என்ற நம்பிக்கையோடு மூவாயிரத்தில் நுழைந்தார். இருப்பினும் செல்ல வேண்டிய தூரம் மிக அதிகம் என்பதை உணர்ந்தார்.

மூவாயிரம் ஆண்டை மகிழ்வாகக் கொண்டாடி ஒருசில மாதங்கள் ஆனது. மக்கள் இயல்பு வாழ்க்கைக்குத் திரும்பியிருந்தனர்.

புதுவிதத்தில் செயல்பட இதுதான் சரியான நேரம் என்று உணர்ந்தார் செல்லையா. ஏற்கெனவே திட்டமிட்டது போல தனது புதிய பணியை இலந்தக்குளத்திலிருந்து ஆரம்பிக்க முடிவுசெய்தார்.

இலந்தக்குளம் செல்ல விரும்பினார். கிளியூரிலிருந்து இலந்தக்குளம் ஆறு கிலோமீட்டர் தூரத்தில் இருந்தது. சாலை வழியாகச் சென்றால்தான் அவ்வளது தூரம். குறுக்கு வழியாகச் சென்றால் மூன்று கிலோமீட்டர்தான். ஆனால் குளக்கரை வழியாகவும், வயல்களின் வரப்பு வழியாகவும் நடந்து செல்லவேண்டும். சைக்கிளில்கூடச் செல்ல முடியாது. பேருந்துக்காகக் காத்திருக்காமல் நடக்க ஆரம்பித்தார்.

அது நவம்பர் மாதம். வெள்ளிக்கிழமை. மாலை வேளை. இதமான வெயில். கிளியூரின் குளக்கரையில் ஏறி நடந்தார். சில நிமிடங்களில் கலுங்குவை அடைந்தார். குளத்து நீர் கலுங்குவை இன்னும் எட்டவில்லை. பாதிதான் நிறைந்திருந்தது. கலுங்குவில் சுமார் இரண்டடி உயரத்தில், மூன்றடி இடைவெளியில் வரிசையாகப் பத்து கல்தூண்கள் இருந்தன. குளத்தில் தண்ணீரைத் தேக்குவதற்காகக் கல்தூண்களிடையே பலகைகளைச் செருகுவர். அதற்காக மேலிருந்து கீழ்வரை நான்கு சென்டிமீட்டர் ஆழத்திலும், ஆறு சென்டிமீட்டர் அகலத்திலும் கால்வாய்போல் கல்தூண்கள் செதுக்கப்பட்டிருந்தன. ஒரு கல்தூணில் அமர்ந்தார். அவருக்குச் சிறுவயது ஞாபகம் வந்தது.

‘சின்ன வயசுல இந்தக் கலிங்குவ எத்தன தடவ பாத்திருப்பேன். குறிப்பா மழைக்காலத்துல குளத்துக்குத் தண்ணி வரும்போதுதான் அடிக்கடி பார்ப்பேன். பக்கத்து ஊரு குளம் நெறைஞ்சா கலுங்குலயிருந்து தண்ணி வெளியேறும். அது இந்தக் குளத்துக்கு வரும். அப்ப என்ன மாதிரி சின்னப்பையங்க குளத்தப்பத்தித்தான் பேசுவோம். கலுங்குவரை தண்ணி வந்திருச்சாம். கலுங்குல சட்டம் போட்டு அடைச்சிட்டாங்களாம். சட்டத்தத் தண்ணி தொட்டுருச்சாம். சட்டத்துக்கு மேல தண்ணி வந்திருச்சாம். மடை தட்டியிருச்சாம். குளத்துக்கு நெறையத் தண்ணி வருதாம். சட்டத்தத் திறந்துட்டாங்களாம். தண்ணி ‘ஓ’ன்னு சத்தம் போட்டுக்கிட்டு கலுங்குலயிருந்து அருவியா விழுந்து ஓடுதாம்.’

‘சின்ன வயசுல குளத்துல தண்ணிய மட்டுமா பாத்தேன் அதுல துள்ளிக் குதிக்கும் அயிரமீன்க, கெண்டமீன்க, கெழுத்திமீன்கள ஆச்சரியமாப் பாத்திருக்கேன். கலுங்குலயிருந்து விழும் தண்ணி ஓடையில ஓடும்போது அத எதுத்து மீன்க வரும். மீனப்பிடிக்க

பானைச் சாரம் போட்டிருப்பாங்க. வேகமா தண்ணிய எதுத்து வரும் மீன்க தண்ணி ஓட்டம் திரும்புனத அறியாம சாரத்துல விழும். தப்பிக்கத் துள்ளும். துள்ளித் துள்ளியே பானையில விழும். அத அதியமாப் பாத்து வியந்திருக்கேன். மத்த பையங்களோட சேர்ந்து ஓடையோரம் இருக்கும் பொந்துக்குள்ள கையவிட்டு குறவ மீன்களப் பிடிச்சிச் சுட்டுத் தின்னிருக்கேன். அவுங்களோட சேர்ந்து குளத்துல கும்மாளம் போட்டிருக்கேன். குளத்துல உருண்டு புரளும் எரும மாடுக மேல ஏறி எத்தன தடவ ஆட்டம் போட்டிருக்கேன். ஆனா இப்ப குளம் எப்பிடியிருக்கு?' ஓர் ஆழ்ந்த பெருமூச்சு அவரிடமிருந்து வெளிப்பட்டது.

'அந்தக் காலத்துல குளம் நிறைய கருங்காலி மரங்கதான் இருந்துச்சி. இப்ப ஒரு மரத்தக்கூடக் காணோம். உறுதியான கருத்த அந்த மரங்களெல்லாம் எங்க போச்சு? குளம் பெருகினா தண்ணியப் பாத்துக்கிட்டே இருக்கலாம். இப்ப தண்ணிக்குப் பதிலா குளத்துக்குள்ள காட்டுக்கருவேல மரங்கதான் தெரியுது. குளத்துக்குள்ள இறங்க முடியல. குளிக்க முடியல. அப்படி இறங்கினாலும் காலுல காட்டுக்கருவேல முள்ளு குத்துது. உயிர் போறது மாதிரி வலிக்கு. ஒரு வாரத்துக்கு நொண்டி நொண்டிதான் நடக்கணும். அதுனால இப்ப பெரும்பாலும் யாரும் குளத்துல குளிக்கிறதில்ல.'

'காட்டுக்கருவேல மரங்களால என்ன நன்ம? இந்த மரங்க வறட்சி காலத்துலயும் செழிப்பா வளருது. வேர்க ரொம்ப ஆழமாப் போயி நிலத்தடி நீர முழுசுமா உறிஞ்சிக் குடிக்கிது. மேகங்கள்ல உள்ள நீரையும் இதன் இலைக உறிஞ்சுது. அதனால மழை பெய்றதில்ல. நிலத்தடி நீரும் இல்ல. எப்பவும் வறட்சிதான். இந்த மரங்கள ஏன் வளரவிடுறாங்க? இதை அழிக்க அரசாங்கம் எதையும் செய்யலையே...'

எழுந்து கரை ஏறி மறுபடியும் நடையைத் தொடர்ந்தார். 'குளம் பாதி நெறைஞ்சது மாதிரி தோணுது. ஆனா சீக்கிரம் தண்ணி வற்றிரும். ஏன்னா குளம் ஆழமா இல்ல. யாரும் ஆழப்படுத்தல. தூர் வாரல. ரொம்ப வருசமா இப்படியே இருக்கு.'

அவர் கடந்த காலத்தைத் திரும்பிப் பார்த்தார். 'அந்தக் காலத்துல குளம் வற்றுனதும் மாட்டு வண்டியில கரம்பமண்ண அள்ளுவாங்க. தெனம் பத்து, பதினைஞ்சு வண்டி மண்ணு குளத்துலயிருந்து போகும். அதத் தங்க வயல்கள்ல பரப்புவாங்க. குளமும் தூர்வாரி ஆழமாயிரும். வயலுக்கும் இயற்கை உரம் கெடைக்கும். இப்ப கரம்பமண்ண அள்ளுறதில்ல. அள்ள நெனைச்சாலும் அரசாங்கம் விடுறதில்ல.

குளத்தக் கெடுக்காங்க. வயல்லயும் செயற்கை உரங்களப் போட்டு மண்ணையும் கெடுக்காங்க.'

கரையிலிருந்து பார்த்தபோது தூரத்தில் குளத்தின் ஒரு பகுதியில் கல்தூண்கள் நட்டிருப்பதைப் பார்த்தார். 'குளத்த இப்படி ஆக்கிரமிப்புச் செய்றாங்களே? இதை ஏன் அரசாங்கம் கண்டுக்கிடாம இருக்கு?'

கரையில் ஒரே ஒரு பனைமரம் இருந்தது. அதில் கைக்கு எட்டிய உயரத்தில் ஆணி அடிக்கப்பட்டிருந்தது. அதில் நீண்ட தலைமுடி கட்டப்பட்டிருந்தது.

'அந்தக் காலத்துல கரையில் பனைமரங்களும், ஈச்சமரங்களும் நெறைய இருந்துச்சி. ஆனா இப்ப ஆணி அடிக்கப்பட்ட ஒரே ஒரு பனைமரம் மட்டும்தான் இருக்கு. ஒருவேள எல்லா மரங்களையம் ஆணி அடிச்சிருந்தா அந்த மரங்கள வெட்டாம இருந்திருப்பாங்களோ?'

கரையிலிருந்து இறங்கி வயல்களின் வரப்புகளின் வழியே இலந்தக்குளம் நோக்கி நடந்தார். குளத்தில் போதிய அளவு தண்ணீர் இருந்ததால் விவசாயம் செய்திருந்தனர்.

மெல்லியதாக வீசிய தென்றலில் வரப்புகளின் இரண்டு பக்கங்களிலும் இருந்த நெற்பயிர்கள் மயில்களாக ஆடின. வாய்க்கால் வழியாக சலசலவென்று ஓடிய நீர் மயில்கள் ஆடுவதற்குத் தாளமிட்டன. தாளத்திற்கு ஏற்ப சீரான ஓசையில் சிள் வண்டுகள் பாடின. இயற்கையின் அற்புத அழகை ரசித்தபடி சென்றார். சில இடங்களில் ஒரு வரப்பிலிருந்து மற்ற வரப்புக்கு வாய்க்காலைத் தாண்ட வேண்டியிருந்தது. அப்போது வாய்கால்களில் இருந்த நண்டுகள் இவரைப் பார்த்ததும் விரைந்து தங்களது வளைகளுக்குள் நுழைந்தன. குறவை மீன்களும், கெண்டை மீன்களும் ஆட்டம் போட்டன. சிறிது நேரம் நின்று அவைகளை ரசித்தார்.

மறுபடி வயல்களைப் பார்த்தபடியே நடந்தார். எல்லாமே நெற்பயிர்க. பச்சயா இருக்கு. பச்சையிலதான் எத்தன நிறங்க? ஒவ்வொரு வயலும் ஒவ்வொரு பச்ச நிறத்துல இருக்கு. ரெண்டு வயலுக ஒத்த நெறத்துல இருக்குன்னு சொல்ல முடியலயே! கடவுள் படைச்சது எம்புட்டு அற்புதமா இருக்கு! அதிசயமா இருக்கு! இயற்கைய ரசிக்கிறப்ப மனசுக்கு எவ்வளவு மகிழ்ச்சியா இருக்கு. மனசுல இனம்புரியாத அமைதி இருக்கிறத உணர்றேன். இதுவர இயற்கய நான் இப்படி ரசிக்கலையே! எங்கிட்ட எப்படி இந்த மாற்றம் ஏற்பட்டுச்சி? அந்துவான் கொடுத்த பயிற்சிதான இதற்குக் காரணம்.

அவர் கூறியபடி செஞ்சா நிச்சயம் ஒரு பெரிய மாற்றம் நம்ம மக்கள்ட்ட வரும்.

கடவுளது படைப்பை நினைத்து வியந்த செல்லையாவுக்கு அவரைப் புகழ்ந்து பாட வேண்டும் என்ற உணர்வு ஏற்பட்டது. சிறுவயதில் தான் பாடகர் குழுவில் இருந்ததையும், பள்ளியில் நடைபெற்ற பாட்டுப் போட்டிகளில் பங்கேற்று பல பரிசுகளைப் பெற்றதையும் அவர் மறக்கவில்லை. பாடுவதற்கு மிகவும் கடினமான பாடல்களைத் தேர்ந்தெடுத்து ரசித்துப் பாடி பரிசுகள் பெற்றிருக்கிறார். அப்படிப் பாடிய பாடல் ஒன்று அவரது ஞாபகத்திற்கு வந்தது. வயல் வெளியில் அந்த மாலை வேளையில் யாரும் இல்லை என்ற தைரியத்தில் உரக்கப் பாட ஆரம்பித்தார்.

"ஆண்டவரே... நீர் எவ்வளவோ பெரியவர்
அழகான மகத்துவம் உள்ளவர்
மகிமையும் உள்ளவர்.
ஆண்டவரே உம் பெருமையும் மகிமையும் என்ன... ஆ...
கூடாரத்திற்கு வானவிரிவையும்
ரதத்திற்கு நல்ல மேகங்களைக் கொண்டுள்ளீர்
புவிக்காகவே ஒளியைக் கொண்டுள்ளீர்
ஆழ்கடலை அதன் இடத்தில்தான் வைத்தீரே
மலைகள் அங்கே, பள்ளத்தாக்குகள் இங்கே
நீரூற்றுக்கள் வழிந்தோட
வயல்வெளியில் மிருகங்கள் அங்கே
பருக வருகின்றன - நீர்
பருக வருகின்றன."

இயற்கையை ரசித்து இறைவனைப் புகழ்ந்து பாடியபடி சென்ற அவரை ஒரு வயல் ஈர்த்தது. அந்த வயலையே பார்த்தார்.

மற்ற வயல்களைப் போல அது இல்லை. சுமார் இரண்டு ஏக்கர் நிலமாவது இருக்கும். நெற்பயிர் இல்லை. மாறாக கம்பு, சோளம், கேழ்வரகு, குதிரைவாலி, திணை என்று வெவ்வேறு பயிர்கள் இருந்தன. அவை ஒவ்வொன்றும் ஒவ்வொரு பச்சை நிறத்திலும், வெவ்வேறு உயரத்திலும் இருந்தன. சில செடிகொடிகளும், பழ மரங்களும் இருந்தன. அந்த வயலைப் பார்த்து வியந்தார். வயலா, சோலையா என்ற வியப்பு அவரிடம் எழுந்தது.

'இந்தக் காலத்துல இப்படிப்பட்ட பயிர்கள யார் பயிர் செய்றது? அந்துவான் சொன்ன சோலை மாதிரி இருக்கே?' ஆச்சரியத்துடன் அந்தப் பயிர்களைப் பார்த்தார்.

ஒரு பெரியவர் அந்த வயலில் இருப்பது தெரிந்தது. கூர்ந்து பார்த்தார். யாரென்று தெரியவில்லை. ஆனால் எங்கோ பார்த்தது போன்ற உணர்வு ஏற்பட்டது. யோசித்தார். அவருக்கு ஞாபகம் வந்தது. இலந்தக்குளத்தில் கூட்டம் போட்டுப் பேசிய போது ஊரின் கதையைச் சொன்ன பெரியவர் என்பது. அவரைப் பார்க்க அந்த வயலை நோக்கிச் சென்றார்.

"ஐயா, கும்புடுறேன். நானு யாருன்னு தெரியுதா?"

பெரியவர் செல்லையாவைப் பார்த்தார். "நல்லாத் தெரியுதே. இலந்தக்குளம் வந்த வாத்தியார்தான. உன்னாலதான் ஊருல கூட்டம் போட்டு பேசுனோம். அதனாலதான் ஊர்க் கதய எல்லாத்துக்கும் சொல்ல முடிஞ்சது. உனக்கு ஒரு விசயம் தெரியுமா? அன்னைக்கு வரைக்கு என்னப் பெருசு, கிறுக்கன், ஆண்டின்னு கேலியா ஊருல கூப்புட்டாங்க. ஊர்க் கூட்டத்துக்குப் பெறகு யாரும் அப்பிடிக் கூப்புடுறது இல்ல. தாத்தான்னு ரொம்ப மரியாதயாக் கூப்புடுறாங்க. ஊருல ரொம்ப மதிப்பு." பெருமையாகச் சொன்னார்.

"எனக்கு ரொம்பச் சந்தோசமா இருக்கு. அன்னைக்கு ஊர்க் கூட்டத்த என்னாலயும் மறக்க முடியல. ஆமா... உங்க பேரு என்ன?"

"எனக்குப் பிச்சமுத்துன்னு பேரு வச்சாங்க. ஆனா யாரும் அந்தப் பெயருல அழைக்கல. சின்ன வயசுல ஆண்டின்னு பட்டப்பெயர் வைச்சாங்க. பெரிய ஆளா ஆனப்பெறகு பெருசுன்னு சொன்னாங்க. நானு செய்றதப் பாத்துட்டு கிறுக்கன்னு சொன்னாங்க. எம் பேரு ஊருல யாருக்கும் தெரியாது. நீங்கதான் எம் பெயரக் கேட்ட மொத ஆளு."

"எல்லாரும் வயலுகள்ல நெல்லப் பயிரிட்டிருக்காங்க. நீங்க தானியங்களப் பயிரிட்டிருக்கீங்க. ரொம்ப வித்தியாசமா இருக்கே."

"தம்பி, உக்காந்து பேசுவோமா?" பதிலுக்குக் காத்திராமல் தோளில் போட்டிருந்த துண்டை வட்டமாகச் சுருட்டி வரப்பில் வைத்து அதன் மேல் அமர்ந்தார். செல்லையாவும் வரப்பில் அமர்ந்தார்.

பிறகு நிதானமாக ஆனால் தெளிவாகப் பேசினார். "தம்பி, நானு அந்தக் காலத்து ஆளு. தெனமும் கேப்பக் கூழு, கம்மங் கூழு, சோளக் கூழுன்னு குடிச்சி வளர்ந்த உடம்பு. வேற எதுவும் சாப்பிடுறது கெடையாது. சாப்பிடவும் பிடிக்கல. இந்தச் சோத்த எப்பிடித்தான் மூணு நேரமும் சாப்பிடுறாங்களோ தெரியல. எனக்கு ஒரு வேளகூட சாப்பிட முடியல. எங்கயாவது விசேசத்துக்குப் போனா சோத்தப்

போடுறாங்க. கடமைக்குச் சாப்பிட்டது மாதிரி சாப்பிட்டு வந்துருவேன். கூழுக் குடிச்சி வளந்த உடம்பப் பாத்தீங்களா? கூழின் அருமை இப்ப யாருக்கும் தெரியல. கம்மங்கூழுல மோரை ஊத்தி நல்லாக் கரைச்சுக் குடிச்சா வெயிலுக்கு அமிர்தமா இருக்கும். கேப்பக் கழியில கொஞ்சம் கருவாட்டுக் கொழம்ப ஊத்திச் சாப்பிட்டா அதுக்கு நிகரான ருசி வேற எதுக்கு இருக்கு? சோளக் கூழும் மாட்டுக் கறியும் சாப்பிட்டா எட்டு நாளைக்குக் கையி மணக்கும். தம்பி, எனக்கு எம்பது வயசாகுது. கண்ணு நல்லாத் தெரியுது, காது நல்லாக் கேக்குது. ரொம்பத் தெம்பா வேல செய்றேன். ஒரு நோயி எங்கிட்ட வரல. டாக்டருட்ட போனதில்ல. மருந்து, மாத்திர, ஊசின்னா என்னன்னு கூடத் தெரியாது. அந்தப் பக்கத்துல கொஞ்சம் மூலிகைச் செடிக வைச்சிருக்கேன். அந்தக் காலத்துல எங்கயும் கெடைக்கும். இப்பக் கெடைக்கிறதில்ல. அதனால நானே வளக்கேன். உடம்புக்கு ஏதாவது ஒண்ணுன்னா அதுக்கு ஏத்த மாதிரி மூலிகைய வைச்சி கசாயம் செஞ்சி குடிப்பேன். எல்லாம் சரியாயிரும். இப்பப் பாரு கொஞ்ச வயசிலயே கெழவங்க மாதிரி இருக்காங்க. எல்லாப் பயகளுக்கும் சக்கர நோயி வந்து மருந்து மாத்திரன்னு சாப்பிடுறாங்க. கொஞ்ச வயசுலயே நோஞ்சாங்களா இருக்காங்க. எங்கிட்ட வந்து கேப்ப இருக்கா, கம்பு இருக்கான்னு கேப்பாங்க. நானும் அவுங்களுக்குக் கொடுப்பேன். இத வியாதிக்காரங்க சாப்பாடா மாத்திட்டாங்க. இதச் சாப்பிட்டா வியாதி வராதுன்னு யாருக்கும் தெரியல.''

'பணியாளர் அந்துவான் அந்தக் காலத்துல நம்ம முன்னோர்க எப்பிடி இருந்தாங்கன்னு சொன்னது மாதிரியே இவரு வாழ்க்க இருக்கே. இவருட்ட இருந்து நெறையக் கத்துக்கிடணும். இவர மையமா வச்சே புதிய முறைய ஊருல நடைமுறைப் படுத்தணும்' என்று நினைத்த செல்லையா தொடர்ந்து கேட்டார். "எல்லாரும் நெல்லுக்கு மாறுனப்ப நீங்க மட்டும் ஏன் அதுக்கு மாறல?''

"நானு எதுக்கு மாறணும்? ஏன் நெல்லுக்கு மாறுனாங்கன்னு அவுங்ககிட்டக் கேளு. எங்கிட்ட ஏன் கேக்குற?'' சிறிது கோபத்துடன் சொன்ன அவர் இயல்பு நிலைக்குத் திரும்பிச் சொன்னார். "எனக்கு இதச் சாப்பிடப் பிடிக்கிது. அதனாலதான் பயிரிடுறேன். சாப்பிடுறேன். யாருக்கும் இத விக்கிறதில்ல. வெதைக்கப் போறேன்னு யாராவது கேட்டா வெதயா இதக் கொடுப்பேன். இதப் பயிரிடக் கூடப் பெரச்சின வந்திச்சி. அது பெரிய கத. கேக்கிறயா?''

"சொல்லுங்க தாத்தா.''

“எங்க அப்பங் காலத்துலதான் எல்லாரும் கிறிஸ்தவ மதத்துக்கு மாறுனாங்க. எல்லாக் குடும்பங்களுக்கும் ரெண்டு ஏக்கர் நெலம் அந்த வெள்ளக்காரச் சாமியாரு புண்ணியத்துனால கெடச்சது. எங்க அப்பனுக்கு நானு ஒரே பிள்ள. நானு படிக்கல. அப்ப யாரும் பள்ளிக்கொடம் போனதில்ல. அப்பங்கூட தெனமும் நிலத்துக்குப் போயி வேல செய்வேன். கம்பு, கேப்ப, சோளம்னு தானியங்களத்தான் பயிரிட்டாரு. எனக்குக் கல்யாணம் செஞ்சாங்க. எம் பொஞ்சாதியும் நல்லா வேலை செய்வா. ரெண்டு பேரும் தெனம் வயலுக்கு வந்து வேலை செய்வோம். கொஞ்ச வருசத்துல எங்கப்பன் செத்துப் போயிட்டான். எங்களுக்குப் பிள்ள இல்ல. நாங்க இதையே விவசாயம் செஞ்சி சாப்பிட்டோம். எங்களுக்கும் வயசாச்சி. எனக்குச் சின்னையா ஒருத்தரு இருந்தாரு. என் அப்பனுக்குத் தம்பி. அவருக்கு மூணு பிள்ளக. அவுங்க இந்த நிலத்தத் தங்களுக்குக் கொடுக்கணும்னு கேட்டாங்க. காலம் பூராம் என்னையும் கெழவியயும் காப்பாத்துறோம்னு சொன்னாங்க. எங்களால உழைக்கிற வர உழைக்கோம். அதுக்குப் பெறகு உங்களுக்குத் தாரோம்னு சொன்னேன். கெழவி கொஞ்ச வருசங்களுக்கு முன்னால செத்துப் போயிட்டா. தனியா வயலுக்கு வர என்னவோ போல இருந்துச்சு. சின்னையா பிள்ளகளுக்கு நெலத்தக் கொடுக்கலாம்னு நெனச்சேன். நெலத்த என்னடா செய்யப்போறீங்கன்னு கேட்டேன். இனும யாரு நெலத்துல விவசாயம் செய்வா? நாங்க படிச்சிருக்கோம். விவசாயம் செய்ய மாட்டோம். நிலத்த வித்துட்டு பணத்த மூணுபேரும் பங்கு போட்டுக்கிடுவோம். ஒவ்வொருத்தரு வீட்டுலயும் வருசத்துக்கு நாலு மாசம் நானு தங்கியிருக்கலாம்னு சொன்னாங்க. அட போங்கடா போக்கத்தப் பயலுகா. நெலத்த விக்க நானு கொடுக்க மாட்டேன்னு சொல்லிட்டேன். நானே விவசாயம் செய்றேன். தானியங்களயே தொடர்ந்து பயிரிடுறேன். மருந்து அடிக்கிறதில்ல. என்னமோ யூரியா அது இதுன்னு உரம் வாங்கி வயலுக்குப் போடுறதில்ல. ஆட்டுக் கெட வப்பேன். நல்லா விளையுது. அதத்தான் நானு சாப்பிடுறேன். நானே சமைச்சிக்கிடுவேன். நம்ம முன்னோர்க சாப்பிட்டதுதான் சரியான உணவுன்னு எனக்குப் படுது. நானும் அதச் சாப்பிட்டு நல்ல திடகாத்திரமா இருக்கேன். இந்த விவசாயம் அழியக் கூடாதுன்னு நெனக்கேன். சின்னையா பிள்ளைக இந்த விவசாயத்தயே தொடர்ந்து செய்றோம்னு சொல்லியிருந்தா அவுங்களுக்கு நெலத்தக் கொடுத்திருப்பேன். நெல்லு போடுவேன்னு சொல்லியிருந்தாக்கூட கொடுத்திருக்க மாட்டேன். இப்பக்கூட நானு சாகும்போது யாராவது நானு விவசாயம் செய்றது

மாதிரி செய்றோம்னு சொன்னா அவுங்களுக்கு இலவசமா நெலத்தக் கொடுத்துட்டுச் சாகலாம்னுதான் பாக்கேன்.''

அவரை அதிசயமாகப் பார்த்தார் செல்லையா. 'இந்தக் காலத்துல இப்படியும் ஒருத்தரா?' மிக உயர்ந்தவராக அவருக்குத் தெரிந்தது. அந்துவானின் கருத்துகளின் அடிப்படையில் அவர் வாழ்வதாக உணர்ந்தார்.

"நானே உங்கிட்ட என்னென்னமோ பேசிட்டேன். ஆமா, நீ எதுக்கு இந்தப் பக்கம் வந்த? காரணமில்லாம வந்திருக்க மாட்டயே?''

"ஆமா, ஒரு காரணத்தோடதான் வந்தேன். நம்ம ஊருல பத்து வருசமா ஊர்த் திருநாளக் கொண்டாடல. ஏன் இத்தன வருசமா திருநாளக் கொண்டாடல? இனும கொண்டாடவே கூடாதுன்னு நெனைச்சிட்டீங்களா? இனும கொண்டாடனும்னா ஏதாவது செய்யணுங்கிற எண்ணம் இருக்கா? அதப் பத்திப் பெரியவுங்ககிட்டப் பேசலாம்னு வந்தேன்.''

"தம்பி, திருநாளக் கொண்டாட அம்புட்டுப் பேத்துக்கும் விருப்பந்தான். ஏன்னா திருநாளுதான் எல்லாத்தயும் ஒண்ணு சேக்குது. கூடிப் பேசுறோம். முடிவெடுக்கோம். வரி போடுறோம். எல்லாரும் கொடுக்கோம். திருநா சமயத்துல ஊருக்குன்னு எல்லாரும் ஏதாவது வேல செய்றோம். கோயில வெள்ள அடிக்கோம். தெருக்களச் சுத்தம் செய்றோம். சப்பரத்தச் சோடிக்கோம். இப்பிடி ஏதாவது செய்றோம். சாமி நம்ம கேட்டதக் கொடுக்குதோ இல்லயோ. ஆனா நாம ஒண்ணு சேர்றதுக்கு ஒரு சந்தர்ப்பம் கொடுக்குது. ஆனா யாருக்குத் திருநா கொண்டாடுறோங்கிறதுதான் எனக்குப் பிரச்சின. குட்ட மரத் தண்டனையில ஒரு பச்சப்பய செத்தான். அவன் ஞாபகமா இருக்கட்டும்னு சின்ன வயசுல செத்துப்போன தனிஸ்லாசுன்னு ஒருத்தரு பெயருல கோயிலக் கட்டுனாங்க. அவரு நல்ல பையனா இருந்திருக்கலாம். நெறையா நல்ல காரியங்களச் செஞ்சிருக்கலாம். அவரு புனிதருதான். அத மறுக்கல. ஆனா அவருக்கும் எங்க ஊருக்கும் என்ன சம்பந்தம்? எந்தச் சம்பந்தமும் இல்லாத ஒருத்தர நாம ஏன் கும்புடணும்? நானு சின்ன வயசுல குலதெய்வத்தக் கும்பிடுவேன். அவரு ஏதோ ரத்த சம்பந்தத்துல மச்சாங்கிற உறவு இருந்துச்சு. அவரக் குலதெய்வமா கும்புடுறதுல்ல அர்த்தம் இருந்துச்சு. ஆனா அதுமாதிரி அர்த்தம் எதுவும் இல்ல. அதுனால திருநாளுல அம்புட்டு ஆர்வம் நானு காட்டல. ஆனா ஊரு ஒண்ணாச் சேர்றதுக்கு திருநா அவசியம்.

வா... ஊர்க்காரங்ககிட்டப் பேசுவோம். இந்த வருசம் திருநாளக் கொண்டாட ஏற்பாடு செய்வோம்."

அவர் எழுந்து ஊரை நோக்கி நடந்தார். அவர் சொன்னவற்றை நினைத்துக்கொண்டே அவரைப் பின் தொடர்ந்தார் செல்லையா.

மாலை ஆறு மணிக்கு மேலாகியது. நவம்பர் மாதம் என்பதால் விரைவிலேயே இருட்ட ஆரம்பித்தது. பெரியவர் விரைவாக நடந்தார். அவருக்கு ஈடாக நடக்க செல்லையா சிறிது சிரமப்பட்டார்.

ஊருக்குச் செல்லும் குறுக்குப் பாதை கல்லறை வழியாகச் சென்றது. அங்கே ஒரு கல்லறை செல்லையாவை ஈர்த்தது. அந்தக் கல்லறை நன்கு சுத்தம் செய்யப்பட்டிருந்தது. கல்லறையின் மேல் அழகிய பூக்கள் இருந்தன. மெழுகுதிரி ஒன்றும் எரிந்துகொண்டிருந்தது. யாரோ புதிதாக இறந்திருக்க வேண்டும். அதனால்தான் இப்படி இருக்கிறது என்று எண்ணினார்.

"ஊருல யாரும் சமீபத்துல இறந்தாங்களோ?"

"அப்பிடி எதுவும் இல்லயே? எதுக்குக் கேக்குற."

"அந்தக் கல்லறையில பூ இருக்கு. மெழுகுதிரியும் எரியுது. அதுதான் கேட்டேன்."

"இன்னைக்கு வெள்ளிக் கிழமையா?"

"ஆமா?"

"அப்ப அது அந்தப் பையன் ஞானத்தோட கல்லறையா இருக்கும். அவன் இறந்து இப்ப கொறைஞ்சது முப்பந்தைஞ்சு நாப்பது வருசமாவது இருக்கும். இயக்கத்துல ரொம்ப ஈடுபாடா இருக்காளே வேளாங்கண்ணி. அவளத்தான் உங்களுக்குத் தெரியுமே. அவளுக்கு ரெண்டு வயசு இருக்கும்போது மாடு முட்டப் பாத்துச்சு. அவள இந்தச் சின்னப்பய காப்பாத்துனான். ஆனா மாடு இந்தப் பையன முட்டிக் கொன்னுருச்சி. அப்ப அவனுக்கு பனிரெண்டு வயசுதான் இருக்கும். அவன் செத்தது ஒரு வெள்ளிக்கிழம. தம் மகள இந்தப் பையன்தான் காப்பாத்துனான்னு வேளாங்கண்ணியோட அம்மாக்காரி வெள்ளிக் கிழமைகள்ல இங்க வந்து கல்லறையச் சுத்தம் செஞ்சி, பூ வச்சி, மெழுகுவத்தி கொளுத்தி வேண்டிட்டுப் போவா. அவ கூடவே வேளாங்கண்ணியும் வருவா. அம்மாக்காரி செத்த பெறகு வேளாங்கண்ணி ஒவ்வொரு வெள்ளிக்கிழமையும் வந்து இதுமாதிரி செஞ்சிட்டுப் போறா. அவளுக்கு இந்தச் சின்னப் பையன்தான் குல தெய்வம்."

பெரியவர் பிச்சைமுத்து ஞானத்தின் கதையைச் சொன்னபோது செல்லையாவின் மனதில் மின்னலென ஓர் ஒளி தோன்றி மறைந்தது. அந்த மின்னலில் புதிய பாதை ஒன்று அவருக்குத் தோன்றியது. பணியாளர் அந்துவான் சொன்ன புதிய ஆன்மீகத்திற்கான விதை அங்கே இருப்பதாக உணர்ந்தார்.

கல்லறை நோக்கி நடந்த அவர் அங்கே முழந்தாளிட்டு கண்களை மூடி வேண்ட ஆரம்பித்தார். அவருடைய மனதை குட்டைமரத் தண்டனை பெற்றதால் இறந்த சிறுவனும், மாடு முட்டியதால் இறந்த சிறுவன் ஞானமும் நிறைத்தனர்.

செல்லையாவை வியப்புடன் பார்த்தார் பெரியவர்.

★★★

2

செல்லையா ஆசிரியப் பயிற்சிப் பள்ளியில் படித்த காலம் அது. நண்பர்களாக உடன்படித்த பலர் இருந்தனர். அதில் முக்கியமானவர் சங்கரன். அருந்ததியர். இந்து. இருவரும் தினமும் பல விசயங்களைப் பற்றிப் பேசுவர். அவர்கள் என்ன பேசினாலும் இறுதியில் சமூகத்திலுள்ள சாதிப் பிரச்சினையில்தான் முடியும்.

அவர் ஒருநாள் செல்லையாவிடம் "எங்க ஊருல பொங்கல் கொண்டாடுறாங்க. வாங்க" என்று அழைத்தார்.

"பொங்கல் தைமாசம் ஒன்னாம் தேதியில கொண்டாடுவாங்க. இப்ப மாசி மாசமா இருக்கு. இப்பயா பொங்கல் கொண்டாடுவாங்க?"

"நீங்க நெனைக்கிற பொங்கலில்ல இது. நீங்க கிறிஸ்தவுங்க. அதுனால பொங்கல்னா தைப் பொங்கல மட்டும் நெனைக்கிறீங்க. மாசி மாசந்தான் எல்லாரும் குலதெய்வங்களக் கும்பிடுவாங்க. குறிப்பா அமாவாசை அன்னைக்குக் கும்பிடுவாங்க. அதத்தான் பொங்கல்னு நாங்க சொல்வோம். எங்க ஊருல உள்ள அருந்ததியர்க எல்லாத்துக்கும் குலதெய்வம் இருளப்பசாமி. இப்பக் கும்புடப் போறோம். வாங்க. நீங்க கிறிஸ்தவங்க. உங்களுக்கும் ஒரு வித்தியாசமான அனுபவமா இருக்கும்."

அழைப்பை ஏற்றார். அவருடன் ஈச்சங்குளம் சென்றார். குலதெய்வத்தைக் கும்பிடுவதற்கான ஏற்பாட்டை அவ்வூர் அருந்ததியர்கள் மிகவும் தீவிரமாகச் செய்தனர்.

"இருளப்பசாமிங்கிறது யாரு?"

"சாமியாடி ஒருத்தரு இருக்காரு. அவருமேலதான் இருளப்பசாமி இறங்கும். அவருட்டக் கூட்டிக்கிட்டுப் போறேன். நீங்க அவருட்டயே கேளுங்க."

"சாமியாடின்னா யாரு?"

"உனக்கு ஒண்ணுமே தெரியல. நீ எல்லாத்தயும் சாமியாடிட்டயே கேட்டுக்க."

அவரைச் சாமியாடியிடம் அழைத்துச் சென்றார் சங்கரன். அவரது பெயரும் இருளப்பன்தான். செல்லையாவின் கேள்விகளுக்குப் பொறுமையாகப் பதில் சொன்னார்.

“தம்பி, இருளப்பசாமிங்கிறது எங்க குலதெய்வம். அந்தக் காலத்துல நாலைஞ்சு தலமுறைக்கு முன்னால இந்த ஊருல ராஜாக்கன்னு ஒரு சாதிக்காரங்க இருந்தாங்க. அவுங்க வாழ்ந்த பகுதி ராஜாக்கபட்டி. அவுங்க வேல வியாபாரம் செய்றது. ஆம்பளைங்க வியாபாரத்துக்கு வெளியூரு போயிருவாங்க. பொம்பளைங்க மட்டும் வீடுகள்ள இருப்பாங்க.

அப்ப இங்க அருந்ததியர்களும் இருந்தாங்க. அருந்ததிய ஆம்பளைங்க ராஜாக்கபட்டிக்கு ராத்திரிக்குக் காவலுக்குப் போகணும். அங்க ஆம்பளைங்க இல்லாத நெலயில பொம்பளைகள பாதுகாக்கிறது எங்க வேல. இது அந்தக் காலத்துல எங்க குலத்தொழிலா இருந்துச்சி. ஒரு நாளைக்கு ஒருத்தருன்னு மொறை வச்சிப் போறது வழக்கம். அப்பிடிக் காவலுக்குப் போறவுங்க ராஜாக்கபட்டி ஊருக்குள்ள போகக் கூடாது. ராஜாக்கபட்டியச் சுத்திவரணும். காலையில வீட்டுக்குத் திரும்பணும்.

ராஜாக்கபட்டியில ஒரு குடும்பத்துல அண்ணந் தம்பிக நாலு பேரு இருந்தாங்க. இவுங்களுக்கு ராஜம்மாள்னு ஒரு தங்கச்சி இருந்தா. பெற்றோர்க இல்ல. ஒரே தங்கச்சிங்கிறதுனால அன்பா வளத்தாங்க. வியாபாரத்துக்காக அண்ணன்க நாலுபேரும் வெளியூருக்குப் போயிட்டாங்க. தங்கச்சி மட்டும் வீட்டுல இருந்தா.

எங்க சாதியில இருளப்பன்னு ஒரு அழகான இளைஞர் இருந்தாரு. ரொம்பத் திறமைசாலி. சிலம்பு விளையாட்டுல அவரச் செயிக்க யாராலயும் முடியாது. தனது மொறை வந்தப்ப அவரு காவலுக்கு ராஜாக்கபட்டிக்குப் போனாரு. அவரது அழகும், வலிமையும் ராஜம்மாளுக்கு ரொம்பப் பிடிச்சிருச்சி. அவர விரும்ப ஆரம்பிச்சிட்டா. பொம்பள விரும்புனா ஆம்புள சும்மா இருப்பானா? அவரும் விரும்புனாரு. ராத்திரி ரெண்டு பேரும் ரொம்ப நேரம் பேசுவாங்க.

இவுங்க விரும்புறது ராஜாக்கபட்டியில கொஞ்சப் பேருக்குத் தெரிஞ்சிருச்சி. அண்ணங்களுக்குச் செய்திய அனுப்புனாங்க. அண்ணங்க கோபமாத் திரும்புனாங்க. இதுமாதிரி சாதியக் கட்டுப்பாட்ட மீறி அடுத்த சாதிக்காரன விரும்புனா கொன்னுருவாங்க. இப்பக்கூட அதுமாதிரித்தான இருக்கு. அந்தக் காலத்துல எப்படி இருந்திருக்கும்னு நமக்கு நல்லாத் தெரியும். தங்கச்சியக் கொல்லணும்னு நெனச்சாங்க. ஆனா ஆசையா வளத்த தங்கச்சி இதுமாதிரி அடுத்த சாதிக்காரன விரும்பமாட்டாள்னு நெனச்சாங்க. தாங்களா நேருல பாத்தாத்தான் அப்படிச் செய்யணும்னு காத்திருந்தாங்க.

அன்னைக்கு இருளப்பனுக்கு காவல்முறை. ராத்திரி ஊரச் சுத்துன இருளப்பன் அங்க இருந்த கெணத்து மேட்டுல உக்காந்தார். நடுச்சாமத்துல ராஜம்மா அவரப் பாக்க வந்தா. அண்ணனுக வாங்கிட்டுவந்த தின்பண்டங்கள ஆசயாக் கொடுத்தா. இருளப்பன் அதச் சாப்பிட்டுக்கிட்டு இருந்தாரு.

ராத்திரியில தங்கச்சி எந்திரிச்சிப் போறத அண்ணங்க பாத்தாங்க. தங்கச்சிக்குப் பின்னாலயே மறைஞ்சி வந்து எல்லாத்தயும் பாத்தாங்க. அவுங்களுக்கு வெறி வந்திருச்சி. ரெண்டு பேத்தயும் கொல்ல அருவாளோட ஓடி வந்தாங்க. இருளப்பன் பார்த்தாரு. அவுங்கள அடிக்க சிலம்புக் கம்ப எடுத்தாரு. அவரத் தடுத்த ராஜம்மா இருளப்பன் கையப்பிடிச்சி இருட்டுக்குள்ள இழுத்துக்கிட்டு ஓடுனா. ஒரே மஞ்சனத்திக் காடு. புதர் போல இருந்துச்சி. அதுவழியா ஓடுனாங்க. அண்ணனுக தேடுனாங்க. இந்த வழியாத்தான் ஓடுவாங்கன்னு நெனச்ச ஓர் அண்ணன் அந்த வழியில காத்திருந்தான். அவுங்க வந்ததப் பாத்த அண்ணங்காரன் இருளப்பன மறைஞ்சிருந்து வெட்டுனான். ஒரு காலு துண்டாயிருச்சி. வெட்டுன அந்த இடத்துலதான் இருளப்பசாமி கோயில் இருக்கு. காலு போயிட்டாலும் கம்பெடுத்து வெட்டுனவுன அடிக்க ஆரம்பிச்சாரு. சத்தத்தக் கேட்டு மத்த மூணு அண்ணங்களும் அங்க வந்துட்டாங்க. நாலு பேரயும் சமாளிச்சாரு. ரொம்ப நேரம் சமாளிக்க முடியாதுன்னு நெனச்ச ராஜம்மா இருளப்பங் கையைப் பிடிச்சி இருட்டுக்குள்ள இழுத்துக்கிட்டு போனா. இருளப்பனால ஒத்தக் காலால ரொம்ப நடக்க முடியல. இருட்டு. ஒரு பொதருல மறைஞ்சிக்கிட்டாங்க.

விரட்டிக்கிட்டு வந்த அண்ணங்க தேடுனாங்க. வெட்டப்பட்ட இருளப்பனால ரொம்பத் தூரம் போயிருக்க முடியாது. இங்கதான் எங்கயாவது பதுங்கியிருக்கலாம்னு தேடுனாங்க. கடைசியில கண்டுபிடிச்சிட்டாங்க. ரெண்டுபேத்தயும் அங்கயே வெட்டிக் கொன்னுட்டாங்க. பெறகு எண்ணயக் கொண்டாந்து பொணங்கள்ல ஊத்தி எரிச்சிச் சாம்பலாக்கி, சாம்பலப் பக்கத்துல இருந்த கொளத்தில கரைச்சிட்டாங்க.

காவலுக்குப் போன இருளப்பனக் காணோம்னு சொந்தக்காரங்க அம்புட்டுப் பேரும் தேடுனாங்க. ராஜாக்கபட்டியில விசாரிச்சப்ப வேலைக்கு வந்துட்டுக் காலயில போயிட்டான்னு சொன்னாங்க. ஆனா ஆடு மேக்கிற ஒரு ஆளு ராத்திரியில மஞ்சனத்திக் காட்டுல ஒரு ஆணும் பெண்ணும் அலறுனதக் கேட்டேன்னு சொன்னாரு. மஞ்சனத்திக் காட்டுல தேடுனாங்க. பிணம் எரிச்சதுக்கான அடையாளம் அங்க

இருக்கிறதப் பாத்தாங்க. ராஜம்மாள இருளப்பன் விரும்புறது அவுங்களுக்குத் தெரியும். ரெண்டு பேத்தயும் ராஜம்மா அண்ணங்க தான் கொன்னு எரிச்சிருக்காங்கன்னு புரிஞ்சிக்கிட்டாங்க. கொலைகள எதுத்து அவுங்களால என்ன செய்ய முடியும்?

அப்ப எங்க ஆளுகள்ல ஒருத்தருமேல இருளப்பன் இறங்குனாரு. அது எங்க பாட்டனுக்கு பாட்டனுக்குப் பாட்டன். தன்னக் கொன்னது ராஜாக்கமாருன்னும், அவுங்களப் பழிவாங்கப் போவதாகவும் தன்னைக் கும்பிட்டா நல்லது செய்வதாகவும் சொன்னாரு. சொன்ன மாதிரியே செஞ்சாரு. இருளப்பனும், ராஜம்மாளும் சேர்ந்து ராஜாக்களுக்குத் தொந்தரவுக்கு மேல தொந்தரவு கொடுத்தாங்க. ராஜாக்கமாரால இங்க இருக்க முடியல. மேற்க ராஜபாளையம் போயி குடியேறுனாங்க. நாங்க இருளப்பனுடைய சக்தியப் புரிஞ்சிக்கிட்டோம். அவர நாங்க எல்லாரும் குலதெய்வமாக் கும்பிடுறோம். அவரு எங்களுக்கு நல்லது செய்றாரு. நாங்க சந்தோசமா வாழ்றோம்."

இருளப்பனுடைய சரித்திரத்தைக் கேட்டு வியந்த செல்லையா தொடர்ந்து தனது சந்தேகத்தைக் கேட்டார். "ஆமா, குலதெய்வம்னா என்ன?"

"தம்பி உனக்கு எதுவுமே தெரியாதா? செத்துப் போன முன்னோர்க எல்லாருமே தெய்வங்கதான். அவுங்க ஆவியா எங்களோட எங்க வீட்டுல இருக்காங்கன்னு நம்புறோம். செத்துப்போன முன்னோர்கள அவுங்க செத்துப்போன அன்னைக்கு அவரு விரும்புறதப் படைச்சி விரதம் இருந்து குடும்பமாக் கும்புடுவோம். செத்துப்போனவரு உசுரோட இருக்கிறப்ப யாருமேல ரொம்பப் பிரியமா இருந்தாரோ அவருமேல இறங்கி நாங்க எப்பிடி வாழ்றதுன்னு அவர் வழியாக அருள்வாக்குச் சொல்லுவாரு. இயற்கையாச் சாகாம திடீருன்னு..."

"திடீருன்னா?"

"திடீருன்னு ஒருத்தரு தற்கொல செஞ்சிக்கிடுறாரு. பல காரணங்களுக்காகத் திடீருன்னு ஒருத்தரு கொல்லப்படுறாரு. போருக்குப்போயி செத்துப்போயிறாரு. இப்பிடி இயற்கைக்கு மாறா எதிர்பாராம செத்தவுங்கள்ல சிலரக் குலதெய்வமா பங்காளிகளோ, ஊர்க்காரங்க எல்லாருமோ கும்பிடுவோம். கும்புடுற எல்லாத்துக்கும் அவரு குலதெய்வம்தான்."

"ஒருத்தரு குலதெய்வம்னு எப்பிடித் தெரியும்? குலதெய்வம்னு அறிவிக்கிறது யாரு?" செல்லையாவின் கேள்விகள் அனைத்தும் கிறிஸ்தவ

மதத்தின் நம்பிக்கையின் அடிப்படையில் எழுப்பப்பட்டவை என்பது இருளப்பனுக்குத் தெரியவில்லை.

"தம்பி, நீஎன்ன கேக்குறன்னு எனக்குப் புரியல. இப்ப இருளப்பசாமிய எடுத்துக்க. எங்க ஊர்க்காரங்களா அந்தக் காலத்துல இருந்து இவருதான் குலதெய்வம்னு நம்புறோம். கும்புடுறோம். எங்களுக்குத் தெரிஞ்ச விதத்துல கும்புடுறோம். இருளப்பசாமி செத்த இடத்துல அவரு கோயிலு இருக்கு. கோயிலுன்னா என்னமோ பெரிய கட்டடம் இருக்குன்னு நெனக்காத. நாலு பக்கமும் சுவரு இருக்கு. அம்புட்டுத்தான். கோயிலாக் கட்டணும்னு நெனச்சோம். சாமி எம்மேல இறங்கி நீங்களே குடிசையில இருக்கீங்க. மழயிலயும் வெயிலுலயும் கஷ்டப்படுறீங்க. அப்பிடி இருக்க எனக்கு எதுக்கு கோயிலுன்னு அருள்வாக்காச் சொல்லிட்டாரு. சிலை செய்யலாம்னு நெனச்சோம். அதையும் வேண்டாம்னு சொல்லிட்டாரு. நாலு சுவத்துக்குள்ள ஒரு மேடை வைச்சிருக்கோம். இருளப்பசாமி, ராஜம்மான்னு ரெண்டு கல்ல வச்சிருக்கோம். அதுகள்ல அவுங்க இருக்காங்கன்னு நம்புறோம். அங்கதான் அவுங்களக் கும்புடுவோம். ரொம்ப கோபக்கார சாமி. ஆனா சக்தியான சாமி. துடிப்பானவரு. எப்படிக் கும்புடுவோம்னா மொதல்ல நாங்க எல்லாரும் ஒண்ணு சேர்ந்து பொங்கலுக்கு எவ்வளவு செலவாகும்னு கணக்குப்போட்டு அதுக்கேத்தபடி வரி போடுவோம். எல்லாரும் கொடுப்பாங்க. பொங்கலுக்கு ஏழு நாளைக்கு முன்னால இங்க தெருவுல ஒண்ணு கூடுவோம். பொம்பளைங்க குலவையிடுவாங்க. அப்ப சாமியாடிக மேல பூசாரி விபூதி பூசுவாரு. சாமியாடிங்க உடம்பு நடுங்கும். பிறகு அவுங்க மேல சாமி இறங்க அவுங்க எல்லாரும் சாமி ஆடுவாங்க. ஆம்பளக மேல ஆம்பள சாமிகளும், பொம்பளங்க மேல பொம்பள சாமிகளும் இறங்குவாங்க."

அவர் சொல்வதை வியப்புடன் கேட்ட செல்லையா, அவர் தொடர்ந்து சொல்வதற்கு முன்பு தனது சந்தேகத்தைக் கேட்டார். "சாமியாடிகன்னா யாரு. பூசாரிய எங்கயிருந்து கூப்புட்டு வருவீக?"

"தம்பி நீ கிறிஸ்தவன். அதனால உனக்கு எதுவுமே தெரியல. நீ ரொம்ப ஆர்வமா கேக்குறதுனால எல்லாத்தயும் சொல்றேன். எங்கள்ல ஒருத்தர நாங்களே பூசாரியா நியமிப்போம். அதுமாதிரி குலதெய்வத்துக்கு பல முன்னோடித் தெய்வங்க இருக்காங்க. இருளப்பசாமிக்கும் பல முன்னோடித் தெய்வங்க இருக்காங்க. இருளப்பசாமியும், முன்னோடித் தெய்வங்களும் எங்கமேல

இறங்குவாங்க. எம்மேல இருளப்பசாமி இறங்குவாரு. மத்தவுங்கமேல முன்னோடி சாமிக இறங்குவாங்க. சாமிக யாருமேல இறங்குவாங்களோ அவுங்கதான் சாமியாடிங்க. இந்தச் சாமி இவரு மேலதான் இறங்குவாருன்னு அம்புட்டுப் பேருக்கும் தெரியும். இது பரம்பர பரம்பரயா நடக்குது.

பூசாரி விபூதிபூசுனதும் சாமியாடிக மேல சாமிக இறங்குவாங்க. சாமி இறங்குனா அந்தச் சக்தியில சாமியாடிங்க ஆடுவாங்க. ரொம்பப் பரவசமா ஆடுவாங்க. அப்ப இருளப்பசாமி அருள்வாக்குச் சொல்லுவாரு. ராஜம்மாளும் அருள்வாக்குச் சொல்லுவாங்க. அந்த அருள்வாக்குப்படி சாமி கும்புடணும். திரும்பவும் பொம்பளைங்க குலவையிட சாமியாடிக மேல பூசாரி விபூதி பூசுவாரு. சாமிக மலையேறிரும். ஆட்டம் நின்னுரும். இயல்பு நெலைக்குச் சாமிக வந்திருவாங்க. இதப் பொங்கச் சாட்டுறதுன்னு சொல்வோம்.

அன்னையிலயிருந்து பொங்கலு வரைக்கும் பூசாரிகளும், சாமியாடிகளும் கடினமா விரதம் இருக்கணும். ராத்திரி ஒருவேள மட்டும் சாப்பிடணும். அதுவும் சைவச் சாப்பாடுதான். எந்தக் குலதெய்வத்தக் கும்பிடுறோமா அவருமேல இறங்குற சாமியாடி இன்னும் கஷ்டமான விரதம் இருக்கணும். அவரு இலையில சாப்பிடக் கூடாது. சாணிபோட்டு மெழுகுன மண்தரையிலதான் விரதச் சாப்பாடச் சாப்பிடணும். விரதம் இருக்கும் காலத்துல மஞ்ச வேட்டி துண்டு மட்டும்தான் உடல்ல இருக்கணும். தினமும் குளிச்சி சுத்த பத்தமா இருக்கணும். நீ கலியாணம் முடிக்காதவன். இதெல்லாந் தெரியாது. இப்பிடி ஏழு நாளு இருக்கணும். பெறகு சாமி கும்புடுவோம். எப்பிடிக் கும்புடுவோம்னா...” சொல்ல ஆரம்பித்த அவர் அதைச் சொல்லவில்லை. “இன்னைக்குத்தான் கும்புடப் போறோம். நீயே நேரா எல்லாத்தயும் பாத்துக்க.”

இரவு ஒன்பது மணியிருக்கும். தெருவின் மையப் பகுதியில் இருளப்பசாமியைக் கும்பிடும் அனைத்து அருந்ததியர்களும் கூடினர். தவில், பம்பை, உறுமி போன்ற தோல்கருவிகளுடன் நாதஸ்வரமும் இசைக்கப்பட்டது. சாமியாடிகளின் நெற்றிகளில் விபூதி பூசினார் பூசாரி. பெண்கள் குலவையிட தவில், பம்பை, உறுமி முழங்க அந்த ரம்மியமான சூழ்நிலையில் சாமியாடிகளின் உடல்கள் அதிர்ந்தன. ஒவ்வொரு சாமியாடிகளும் தங்களது சாமியின் அடையாளமாகிய அருவா, ஈட்டி, வேல்கம்பு போன்றவைகளை அதிர்வுடன் எடுத்தனர். அந்த அதிர்வு ஆட்டமாக மலர்ந்தது. ஆனந்தமான ஆட்டமாக இருந்தது.

அவர்களது கரங்களில் மஞ்சளும் வெற்றிலையும் கட்டப்பட்டன. அது காப்புக் கட்டுவது என்றும் அது இருக்கும்வரை இறங்கிய சாமிகள் அவர்களிடமிருந்து செல்லமாட்டார்கள் என்பதையும் செல்லையா அறிந்தார். பூசைக்குரிய பொருள்களை ஒரு பெட்டியில் வைத்து அதைப் பூசாரி தலையில் வைத்தனர். கரும்பு, வாழைமரம் போன்றவைகளை மாட்டு வண்டியில் ஏற்றினர். இசை முழக்கத்துடனும், சாமியாட்டத்துடனும் அவர்கள் அனைவரும் இருளப்பசாமியின் கோயிலுக்குச் சென்றனர்.

அங்கு வழிபாட்டிற்குத் தயாரித்தனர். வாழை மரங்கள் நடப்பட்டன. இருளப்பசாமிக்கும் ராஜம்மாளுக்கும் கரும்புப் பந்தல் போடப்பட்டது. அவர்களது உருவங்கள்மீது வாசனைத் திரவியங்கள் பூசப்பட்டன. பட்டாடைகள் உடுத்தப்பட்டன. பயறு அவிக்கப்பட்டு உணவு வகைகள் படைக்கப்பட்டன.

இரவு பனிரெண்டு மணியிருக்கும். விளக்குகள் அணைக்கப்பட்டன. மறுபடியும் தவில், பம்பை, உறுமி முழங்க நாதஸ்வர இசை மெதுவாக இசைக்கப்பட்டது. பூசாரி சாமியாடிகளுக்கு விபூதி பூசினார். சாமியாடிகளின் உடல்கள் அதிர்ந்தன. சிறிது சிறிதாக ஆட ஆரம்பித்தனர். பெண்கள் குலவையிட்டனர். இசையின் வேகமும் சிறிது சிறிதாக அதிகரித்தது. குலவைச் சத்தமும் அதிகரித்தது. சாமியாடிகள் பரவச ஆனந்தத்தில் ஆடினர். மணியோசை எழுந்தது. இந்த ரம்மியமான சூழ்நிலையில் வாயில் துணியைக் கட்டியபடி பூசாரி தெய்வங்களுக்குச் சூடம் கொளுத்தி மணியடித்தபடி ஆராத்தி எடுத்தார். பெண்களின் குலவைச் சத்தமும் வேகம் பிடித்தது. இசையின் வேகமும் மிகவும் அதிகரித்தது. சாமியாடிகளும் இசையின் வேகத்திற்கு ஏற்ப உக்கிரமாக ஆடினர். அனைவரும் பக்திப் பரவசத்துடன் கைகூப்பி வழிபட்டனர்.

அப்போது பூசாரி அங்கிருந்த தீப்பந்தத்தை எடுத்து இருளப்பசாமி இறங்கிய சாமியாடியிடம் கொடுத்தார். பெண்களும் குழந்தைகளும் கண்களை மூடிக்கொண்டு அமர்ந்தனர். சாமி வேட்டைக்குச் செல்வதைப் பெண்கள் பார்க்கக்கூடாது. தீப்பந்தத்தைப் பெற்றுக்கொண்ட இருளப்பசாமி சாட்டையால் தன்னை அடித்தபடி சுழன்றும், தாவியும், குதித்தும் உக்கிரமாக ஒற்றைக் காலில் நொண்டியடித்தபடி ஆடினார். காலில் கட்டியிருந்த சலங்கைகள் ஜல் ஜல் என்று ஒலித்தன. பிறகு பயங்கரமாகக் கத்தியபடி ஒற்றைக்காலுடன் வேட்டைக்குச் சென்றார். ராஜம்மாளும் ஆடியபடி உடன் சென்றார். அப்போது அனைத்து

இசைக்கருவிகளும் நிறுத்தப்பட்டன. பம்பை அடிப்பவர் மட்டும் ஒரே தாளத்தில் அடித்தபடி சாமியாடிகளைப் பின்தொடர்ந்தார். சில சாமியாடிகளும் உடன் சென்றனர். வழியில் ஒவ்வொரு சாமியாக நின்றுவிட்டனர். இருளப்பசாமி தீப்பந்தத்துடன் ஒற்றைக் காலில் ஓடினார். ராஜம்மாளும் அவரைத் தொடர்ந்து அமாவாசை இரவில் காட்டில் ஓடினார். பம்பை அடிப்பவரும் பம்பையை அடித்தபடி தொடர்ந்தார். திடீரென்று ஓர் இடத்தில் இருளப்பசாமி உயிரற்ற சடலமாக விழுந்தார். இருளப்பனும் ராஜம்மாளும் கொலை செய்யப்பட்ட இடம் அது. ராஜம்மாள் தனது மார்பில் ஓங்கி ஓங்கி அடித்துக்கொண்டு ஒப்பாரிவைத்து அழுதபடி மூன்று முறை அவரைச் சுற்றி வந்தார். நடுச்சாமத்தில் தூரத்தில் கேட்ட பம்பைச் சத்தமும், சாமியாடிகளின் பயங்கரமான சப்தமும், திடீரென்று எழுந்த ஒப்பாரியும் கண்மூடி அமர்ந்திருந்த மக்களிடமும், செல்லையாவிடமும் ஒரு பய உணர்வையும், அதோடு கூடிய இறையுணர்வையும் ஏற்படுத்தின.

இறந்தவராகக் கிடந்தவரின் கைகளைப் பிடித்துச் சாமியின் பெயரைச் சொல்லி ராஜம்மாள் எழுப்பினார். எழுந்தபோது இருளப்பசாமியின் கையில் ஒருபிடிமண் இருந்தது. பின்பு அவர்கள் வந்த வழியே திரும்பினர். நடு இரவில் ஒரேவிதமான தாளம் அடித்தபடியே இருந்த பம்பை அடித்தவரும், ஆங்காங்கே நின்றுவிட்ட சாமியாடிகளும், ஒரு கையில் தீப்பந்தத்துடனும், மறுகையில் பிடி மண்ணுடனும் ஜல் ஜல் என்ற சலங்கையொலியுடன் ஓடிவந்த இருளப்பசாமியோடும் ராஜம்மாளோடும் திரும்பினர். காத்திருந்தோர் பயம் கலந்த பரவச நிலையை அடைந்தனர்.

தான் எடுத்துவந்த அடையாளத்தைப் பூசாரியிடம் கொடுத்தார் இருளப்பசாமி. அதை இருளப்பசாமியின் பீடத்தில் வைத்து வழிபட்டார் பூசாரி. பின் இருளப்பசாமியிடம் ஒரு வெள்ளைச் சேவலைக் கொடுத்தார். ஒரு கையில் தீப்பந்தத்துடன் மறுகையில் சேவலைப் பெற்றுக்கொண்டு இருளப்பசாமி அதன் கழுத்தைக் கடித்து ரத்தத்தைக் குடித்தார். சிறகுகளை வேகமாக அடித்தபடி சிறிது சிறிதாக உயிரை விட்டது அந்தச் சேவல். செல்லையாவிடம் இனம் புரியாத ஓர் அச்சம் ஏற்பட்டது.

இருளப்பசாமி மீது மஞ்சள் தண்ணீர் ஊற்றி மறுபடியும் அவரிடம் தீப்பந்தத்தைக் கொடுத்தனர். தீப்பந்தத்தைப் பெற்றுக்கொண்ட அவர் தன்மீது சாட்டையால் அடித்தபடி பலமாகக் கத்திக்கொண்டு மிகவும் ஆக்ரோசமாக ஆடினார். அவரிடம் மக்கள் வந்து தங்கள் குறைகளைக் கூறினர். ஆடிக்கொண்டே அருள்வாக்குக் கூறினார். அந்த

அருள்வாக்கு சக்தியான அருள்வாக்கு என்றும், அது கட்டாயம் பலிக்கும் என்றும் மக்கள் நம்பினர்.

இருளப்பசாமியின் மிக அருகில் சென்ற செல்லையா அவரைக் கண்ணிமைக்காமல் கூர்ந்து பார்த்தார்.

"நிறுத்துங்கடா மேளத்த." இருளப்பசாமி கத்தினார்.

தவில், பம்பை, உறுமிச் சத்தங்கள் நிறுத்தப்பட்டன. பேரமைதி நிலவியது.

கையில் தீப்பந்தத்துடன் செல்லையா நின்றிருந்த இடத்திற்கு ஜல் ஜல் என்று சலங்கை ஒலிக்கத் தீப்பந்தத்துடன் நொண்டியடித்தபடி இருளப்பசாமி வந்தார்.

பயத்தால் செல்லையாவின் உடல் நடுங்கியது. அவ்விடத்திலிருந்து அகல நினைத்தார்.

அதற்குள் அவரை நெருங்கிவிட்ட இருளப்பசாமி அவர் தலையில் தனது கையை வைத்தார். பிறகு உக்கிரமாக ஆடியபடியே உரத்த குரலில் அருள் வாக்குக் கூறினார். "அடேய், நீ இன்னைக்குச் சின்னவனா இருக்க. நீ போற இடமெல்லாம் உனக்குச் சிறப்புத்தான். பிற்காலத்துல நீ தலைவனா இருப்ப. புதிய வழிய மக்களுக்குக் காட்டுவ" என்று கூறியபடியே அவரது நெற்றியில் விபூதியைப் பூசினார்.

செல்லையாவின் உடலிலுள்ள மயிர்கள் எல்லாம் பயத்தில் குத்திட்டு நின்றன.

★★★

3

சுமார் முப்பது வருடங்களுக்கு முன்பாக நடந்த நிகழ்ச்சி அது. அவருடைய மனதில் மின்னலெனத் தோன்றி மறைந்த நிகழ்ச்சியை அசைபோட்டார்.

'அன்னைக்கு ரொம்பப் பயந்து அங்கயிருந்து சீக்கிரமே புறப்பட்டேன். அம்புட்டுப் பேரு வீட்டுலயும் மாட்டுக்கறி, கோழிக்கறி, பண்ணிக்கறின்னு இருந்துச்சி. சாப்புட்டுப் போன்னு சொன்னாங்க. நானு கேக்கல. உடனே புறப்பட்டு விடுதிக்கு வந்துட்டேன். அடுத்த நாளே குளிர் காய்ச்சல். உடம்பு பூராம் நடுங்குச்சி. விபூதி பூசுன நெத்தியில தலைவலி. பயங்கரமா வலிச்சது. விபூதி பூசுனது தப்புன்னு எம் மனசுல இருந்திருக்கலாம். ஏன்தான் அங்கு பொங்கலுக்குப் போனேன்னு ரொம்ப வருத்தமா இருந்துச்சி. அந்த நிகழ்ச்சிய மறக்க நெனச்சேன். முடியல. நண்பனப் பாக்கும்போதெல்லாம் குலதெய்வத்தக் கும்புடுற காட்சி கண்ணுக்கு முன்னால வந்துச்சி. அங்கயிருந்து படிப்பு முடிஞ்சி ஊருக்கு வந்தப் பெறகுதான் மறைஞ்சது. அந்தச் சம்பவம் முப்பது வருசங்களுக்குப் பெறகு ஞாவகத்துக்கு வருது. ஏன் வரணும்? அதுல என்னமோ இருக்கோ? இல்லாட்ட வராதே? கட்டாயம் ஏதோ இருக்கணும். அந்துவானும் தலித் புனிதர்களுக்கு அடித்தளமிடணும்னு சொன்னாரு. அதற்கான நேரம் வந்திருச்சோ?' அந்த நிகழ்ச்சியைத் தற்போது நடைபெறும் நிகழ்ச்சியோடு ஒப்பிட்டார்.

'அருந்ததியர்க இந்துக்க குலதெய்வத்தக் கும்பிடுறாங்க. நாம கிறிஸ்தவுங்க. குலதெய்வம் கெடையாது. ஆனா அதுமாதிரிப் புனிதர்களக் கும்பிடுறோம். அவுங்க தெய்வங்களா நெனச்சிக் கும்பிடுறாங்க. ஆனா நாம அவுங்களத் தெய்வமாப் பாக்கல. தெய்வத்திட்ட இருக்காங்க. அதுனால புனிதர்கன்னு நெனச்சிக் கும்பிடுறோம். அவுங்க குலதெய்வத்துக்கு சக்தி இருக்கு, கேட்டதக் கொடுப்பாருன்னு நெனச்சிக் கும்பிடுறாங்க. ஆனா நாம புனிதர்களுக்கு எந்தச் சக்தியும் இல்லன்னு நம்புறோம். கடவுள்ட்ட இருக்கும் அவுங்க நமக்காகப் பரிந்து பேசுவாங்கன்னு அவுங்க வழியா கடவுள்ட்ட நமக்குத் தேவையானவைகளக் கேக்குறோம்.'

அவரது சிந்தனை விரிந்தது. 'அவுங்களுக்கும் குலதெய்வங்களுக்கும் ரத்த சம்பந்தமான உறவு இருக்கு. ஆனா நாம கும்புடுற புனிதர்களுக்கும்

நமக்கும் என்ன சம்பந்தம் இருக்கு? ஒரு சம்பந்தமும் இல்லயே? இந்த ஊருல புனிதரா தனிஸ்லாசுன்னு ஒரு சிறுவன வணங்குறாங்க. அவரு திருச்சபையால அறிவிக்கப்பட்ட புனிதருதான். அவரு வாழ்க்க எடுத்துக்காட்டான வாழ்க்கதான். செத்தப் பெறகு கடவுளோடதான் நிச்சயம் இருக்காரு. அத முழுசுமா நம்புறோம். சந்தேகமில்லாம நம்புறோம். இல்லங்கல. ஆனா அவருக்கும் இந்த ஊர்க்காரங்களுக்கும் என்ன உறவு இருக்கு? எதுக்கு அவரக் கும்புடணும்? அவரக் கும்புடச்சொல்லி யாரு சொன்னது? இங்க இருந்த பங்குச் சாமியாரு சொன்னாரு. அதனால கும்புடுறோம். வேற யாரயும் கும்புடச் சொல்லியிருந்தாலும் கும்புட்டிருப்போம். இதுல நம்ம பங்கு என்ன இருக்கு? ஒன்னும் இல்லையே? எதுக்கு அப்படிச் சொன்னாரு? இங்க ஒரு சின்னப்பய அப்பனுக்குத் தண்ணி கொடுத்ததுனால குட்ட மரத்துத் தண்டனய அவனுக்கு ஆதிக்கச் சாதிக்காரங்க கொடுத்தாங்க. அவன் செத்தான். அவன் ஞாபகம் இருக்கட்டும்னு அதுமாதிரி சின்னப் பையனா இருந்த தனிஸ்லாசக் கும்பிடச் சொன்னாரு. இது சரியா?'

'குட்ட மரத்துத் தண்டனயால செத்தானே! அவன் பேரென்ன? தெரியாது. அவுங்க அப்பன் பேரென்ன? யாருக்கும் தெரியாது. ஏதோ பிச்சமுத்துத் தாத்தா சொன்னதுனால இது தெரிஞ்சது. இல்லாட்டி இப்படியொரு சம்பவம் நடந்ததே யாருக்கும் தெரிஞ்சிருக்காது. இந்தச் சம்பவத்த நாம ஏன் மறந்தோம்? ஆனா தனிஸ்லாஸ் யாரு? நமக்குத் தெரியும். அவரு எந்த நாடு, எந்த ஊரு, பெற்றோர் பேரென்ன, உடன் பிறந்தவுங்க பேரென்ன, எந்தச் சபையில சேந்தாரு, எப்பிடி வாழ்ந்தாரு, என்னென்ன செஞ்சாரு, எப்பிடிச் செத்தாருன்னு அம்புட்டு விவரமும் தெரியும். தெரிஞ்சதுனால அவரப்போல வாழணும்னு எண்ணம் வருது. இல்லங்கல்ல. ஆனா செத்துப்போனானே அந்தச் சிறுவன். அந்தச் சிறுவனப்பத்தி எதுவுமே தெரியல. அவன் எப்பிடி ஆதிக்கச் சாதிக்காரன் சொன்னத மீறிச் செத்தானோ அதப்போல மீறணுங்கிற எண்ணம் எதுக்கு வரல? ஏன்னா அவன் சரித்திரம் தெரியல. ஆனா அருந்ததியர்க இருளப்பன இன்னும் மறக்கல. அதுக்குக் காரணம் அவரக் குலதெய்வமாக் கும்பிடுறாங்க. அதனால அவரு சரித்திரம் எல்லாத்துக்கும் தெரியுது. ஒருவேள நாமும் அந்தப் பையனப் புனிதரா நெனச்சிக் கும்பிட்டிருந்தா அந்தச் சம்பவத்த மறக்காம நெனச்சிக்கிட்டு இருந்திருப்போமோ?'

அவரது சிந்தனை இன்னும் வளர்ந்தது. 'அருந்ததியர்க இருளப்பனக் குலதெய்வமாக் கும்பிடணும்னு யாரு சொன்னது? அவுங்களா முடிவெடுத்தாங்க. கும்புடுறாங்க. ஆனா திருச்சபையில நம்மகிட்ட

முடிவெடுக்குற அதிகாரம் இருக்கா? இல்லயே? திருச்சபைதான முடிவெடுக்கு? அது எப்பிடி முடிவெடுக்கு? அந்தச் சபைக்காரங்க திருச்சபையிட்ட சொல்லியிருப்பாங்க. அவரு வாழ்க்க நல்ல வாழ்க்க, எடுத்துக்காட்டான வாழ்க்கைன்னு சொல்லியிருப்பாங்க. புனிதப் பட்டம் கொடுக்கணும்னு முயற்சி செஞ்சிருப்பாங்க. அதனாலதான் இன்னைக்கு அவரு புனிதரு. இப்ப இங்க தனிஸ்லாசக் கும்பிடுறதுக்குப் பதிலா இந்தப் பையன் வாழ்க்கய திருச்சபையிட்ட அந்த வெள்ளக்காரச் சாமியார் சொல்லியிருந்தா எப்பிடி இருந்திருக்கும்? ஏன் சொல்லல? சொல்லணுன்னு தோணியிருக்காது. ஏன் தோணல? இவரு இந்த நாட்டுக்காரரு இல்ல. நம்ம நாட்டுக்காரச் சாமியாரு இருந்திருந்தாச் சொல்லியிருப்பாரா? நிச்சயம் சொல்லியிருக்கமாட்டார். ஏன்னா அவரு ஆதிக்கச் சாதியச் சார்ந்த சாமியாராத்தான் இருந்திருப்பாரு. ஒரு தலித்தக் கும்புடணுமான்னு நெனச்சிருப்பாரு. ஒரு தலித் சாமியாரா இருந்திருந்தா சொல்லியிருப்பாரா? சொல்லியிருக்கச் சந்தர்ப்பம் இருக்கு. ஏன் தலித் சாமியார்தான் சொல்லணுமா? நாம ஏன் திருச்சபையிட்ட சொல்லக்கூடாது? சொல்லலாம். ஆனா இங்க தமிழகத் திருச்சபை சாதியத் திருச்சபையா இருக்கு. சமத்துவமா நடத்தக்கூட அது விரும்பல. அப்படியிருக்க தலித்துல ஒருத்தரப் புனிதரா ஏத்துக்கிட ஆயர்க பரிந்துரைப்பாங்களா? நிச்சயம் மாட்டாங்க. அப்படின்னா இத இப்படியே விடணுமா? இல்ல ஏதாவது செய்யலாமா?'

யோசித்தார். நிச்சயம் ஏதாவது செய்ய வேண்டும் என்ற எண்ணம் எழுந்தது. 'என்ன செய்றது? எப்பிடிச் செய்றது?'

அவருக்கு அருந்ததியர்கள் ஞாபகம் வந்தது. 'அருந்ததியர்க யாரக் கேட்டு இருளப்பன குலதெய்வமாக் கும்புடுறாங்க? யாரயும் கேக்கல. அவுங்களாத் தீர்மானிச்சிக் கும்புடுறாங்க. நாமளும் நாமாத் தீர்மானிச்சிக் கும்புட்டா என்ன? திருச்சபையில அப்பிடிக் கும்பிடலாமா? அது திருச்சபைக்கு எதிரானதா?'

திருச்சபையின் விசுவாசத்திற்கு எதிராக எதுவும் செய்யக் கூடாது என்பதில் செல்லையா மிகவும் உறுதியாக இருந்தார். அந்துவான் கற்றுத்தந்த பாடம் அது. அதனால்தான் இயக்கத்தின் போராட்டத்தினால் கோபமடைந்த பணியாளர்கள் திருவருட்சாதனங்களை மறுத்து ஆன்மீகத் தண்டனை கொடுத்தபோது இயக்கத்தினர் ஒருசிலர் தாங்களே திருப்பலி நிறைவேற்றியதையும், திருநாளைத் தாங்களே கொண்டாடியதையும் அவர் ஆதரிக்கவில்லை. வெளிப்படையாக எதிர்க்காமல் அமைதி காத்தார். பணியாளர்கள் தவறு செய்தால் நாமும்

தவறு செய்ய வேண்டுமா? தவறு செய்யக் கூடாது என்பதே அவரது நிலைப்பாடு. அதனால் இலந்தக்குளத்தினர் பணியாளர் வராமல் நாங்கள் திருநாளைக் கொண்டாடமாட்டோம் என்று முடிவெடுத்ததை அவர் வரவேற்றார். பத்து வருடங்களுக்கும் மேலாக அவர்கள் திருநாளைக் கொண்டாடாமல் இருந்தது அவருக்கு வியப்பளித்தது. காரணத்தை அறிய வந்தபோதுதான் இதுபோன்ற புதிய சிந்தனை எழுந்தது. ஆனால் திருச்சபையின் விசுவாசத்திற்கு எதிராக எதுவும் செய்யக்கூடாது. ஏற்ற விதத்தில் எப்படிச் செயல்படலாம் என்று தீவிரமாகச் சிந்தித்தார். சூழ்நிலைக்குத் தகுந்தபடி செயல்படும்படி அந்துவான் கூறியது நினைவிற்கு வந்தது. இதுபோன்ற சூழ்நிலை வேறு எங்கும் இருந்திருக்கிறதா என்று யோசித்தார்.

அவருக்குத் திடீரென்று ஒரு ஞாபகம் வந்தது. பல வருடங்களுக்கு முன்னால் அவர் நாகர்கோயில் சென்றிருந்தார். வழியில் ஓர் இடத்தில் பேருந்து நின்றது. அங்கே கிறிஸ்தவர் பலர் இறங்கினர். அங்கு ஏதோ திருத்தலம் இருக்கிறது என்றனர். திருத்தலத்தில் வழிபட்டுச் செல்லலாம் என்று அவரும் இறங்கினார். அன்னை மரியாள், அந்தோணியார், சவேரியார், இஞ்ஞாசியார், செபஸ்தியார் போன்ற புனிதர்களின் திருத்தலமாக இருக்கும் என்றுதான் எண்ணினார். என்ன திருத்தலம் என்று கேட்டார். புண்ணியவாளன் திருத்தலம் என்றனர். புண்ணியவாளன் புனிதரா என்று கேட்டார். இல்லை என்றனர். அப்படி என்றால் எப்படிக் கும்பிடலாம் என்று கேட்டார். கடவுளிடம் நமக்காகப் பரிந்து பேசுவார் என்று கும்பிடுகிறோம் என்றனர். அவரது சரித்திரம் என்ன என்று கேட்டார். யாருக்கும் தெரியவில்லை. ஏதோ புண்ணியவாளன். ஏதாவது நல்லது செய்திருக்கலாம். அந்தக் காலத்திலிருந்து கும்பிடுகின்றனர். நாங்களும் கும்பிடுகிறோம் என்றனர். இதற்குத் திருச்சபை அங்கீகாரம் இருக்கிறதா என்று கேட்டார். சாமியார் வாரம் ஒருமுறை இங்கு வந்து திருப்பலி நிறைவேற்றுவதாகவும், அன்றும் திருப்பலி இருக்கும் என்றும் கூறினர். அன்று திருப்பலியில் பங்கேற்று புண்ணியவாளனிடம் வேண்டிக்கொண்டார்.

'புண்ணியவாளன்னு ஒருத்தர கிறிஸ்தவுங்க கும்பிடுறாங்களே? அவரத் திருச்சப புனிதரா அறிவிக்கலயே? இருந்தாலும் கும்பிடுறாங்களே? அது மாதிரி இறந்த ஒருவரு கடவுள்ட்ட நிச்சயம் போயிருப்பாருன்னு நம்பி அவர மாதிரி நாமளும் வாழணும், அவரு நமக்காக கடவுள்ட்ட வேண்டணும்னு நெனச்சிக்கிட்டு அவர ஏன் கும்பிடக் கூடாது?'

விரைவில் ஒரு முடிவு எடுக்க அவர் விரும்பவில்லை. இன்னும் தீவிரமாக யோசித்தார். அப்போது அவருக்கு வேறு ஓர் அனுபவம்

ஞாபகத்திற்கு வந்தது. அவருடன் வேலை செய்த ஆசிரியர் ஒருவருக்குத் திருமணம். செல்லையாவைத் திருமணத்திற்கு அழைத்திருந்தார். திருமணத்திற்குச் சென்றார். அவருக்கு மணமகனைத் தவிர வேறு யாரையும் தெரியாது. அதனால் திருமண வீட்டிற்குச் செல்லவில்லை. கோயில் வளாகத்திற்குச் சென்றார். திருப்பலிக்கு இன்னும் சிறிது நேரம் இருந்தது. காத்திருந்தார். கால் வலித்தது. வளாகத்தில் ஒரு மேடை இருந்தது. அதில் ஒரு நாற்காலியும் இருந்தது. அதில் அமர்ந்தார்.

அதைப் பார்த்த அவ்வூர்க்காரர் ஒருவர் ஓடிவந்து, "ஏய்... எந்திரிடா. இந்த நாற்காலியில எப்பிடி நீ உக்காரலாம்?" என்று பலமாகக் கத்தியபடி அடிக்க வந்தார்.

'நாற்காலியில உக்காந்தது தப்பா?' செல்லையாவுக்கு ஒன்றும் புரியவில்லை. ஒருவேளை தான் ஒரு தலித் என்பதால் நாற்காலியில் உட்காரக்கூடாது என்று தீண்டாமையின் அடிப்படையில் அந்த ஊர்க்காரர் சொல்கிறாரோ என்று நினைத்தார்.

"நானு ஏன் உக்காரக் கூடாது?" தீண்டாமையை எதிர்த்து உரிமையை நிலைநாட்டச் சண்டையிடத் தயாரானார்.

"நீ வெளியூர்க்காரன். உனக்குத் தெரியல. அதனால சும்மா விடுறேன். இல்லாட்டி அடிச்சிக் கொன்னுருப்பேன். இது தேவசகாயம் பிள்ள நாற்காலி. அவரு ராத்திரிகள்ல இங்க வருவாரு. இதுல உக்காந்து ஓய்வெடுப்பாருன்னு நம்புறோம். அதுக்காகத்தான் நாற்காலி போட்டிருக்கோம். வேற யாரும் அதுல உக்காரமாட்டோம். அவரப் புனிதர் மாதிரி நெனச்சிக் கும்பிடுறோம்."

செல்லையாவுக்கு வியப்பாயிருந்தது. கேள்விப்படாத பெயராக இருக்கிறதே என்று விழித்தார்.

"என்ன விழிக்கிற. அவரப்பத்தி ஒன்றும் தெரியாதா? நீ கிறிஸ்தவன் தானா? அவரத் தெரியாதவன் எப்பிடிக் கிறிஸ்தவனா இருக்கலாம்? அவரு திருவிதாங்கூர் சமஸ்தானத்துல பெரிய பதவியில இருந்த இந்து நாயர். கிறிஸ்தவனா மாறுனாருன்னு அவரச் சித்திரவத செஞ்சாங்க. மதத்த விட்டுவிடக் கட்டாயப்படுத்துனாங்க. அவரு யேசுவ மறுதலிக்கல. அவர ஊர் ஊரா இழுத்துக்கிட்டுப்போயி அடிச்சாங்க. அவமானப் படுத்துனாங்க. அவரு மனந்தளரல. கடைசியில துப்பாக்கியால சுட்டுக் கொன்னாங்க. அவருக்குப் புனிதப் பட்டம் கொடுக்க முயற்சி நடந்துக்கிட்டு இருக்கு. இந்தப் பக்கத்துல அவர நிறையப்பேரு புனிதரா நெனச்சிக் கும்புடுறோம். இங்க பக்கத்துல இன்னொரு ஊரு

இருக்கு. அங்க மேடையில கட்டில் போட்டிருக்காங்க. இங்க நாற்காலியில உக்காந்துட்டுப் போற அவரு, அடுத்த ஊருல படுத்துத் தூங்கிட்டுப் போவாரு. அந்த ஊருக்குப் போயி மேடையில கட்டிலு கெடக்கேன்னு படுத்த... உன்ன அடிச்சே கொன்னுபோடுவாங்க. ஒழுங்கா நடந்துக்க."

எத்தனையோ வருடங்களுக்கு முன்பாக நடந்த நிகழ்ச்சி என்றாலும் அதை அவரால் மறக்க முடியவில்லை. 'தேவசகாயம் பிள்ளைய திருச்சப புனிதரா அறிவிக்கல. அதுக்கான முயற்சி செய்றாங்க. ஆனா மக்க அவரப் புனிதரா நெனைக்காங்க. அவர வழிபடுறாங்க. இப்படி மக்க அங்கீகாரம் இருக்கும்போதுதான் திருச்சப ஒருத்தர புனிதரா அறிவிக்குமோ? அப்படின்னா இதுபோல நாமும் ஏன் செய்யக் கூடாது? நல்லது செஞ்சி இறந்துபோன நிறையப்பேரு இருக்காங்க. நிச்சயம் அவுங்க கடவுளோட இருப்பாங்க. அவுங்களப் புனிதரா நெனைச்சி நாம ஏன் கும்புடக் கூடாது?'

'அந்தச் சின்னப் பையன். அப்பனுக்குத் தண்ணி கொடுத்ததுக்காகச் செத்தான். அவனைப் பற்றி எதுவும் தெரியல. ஒண்ணுமே தெரியாத ஒருத்தர எப்பிடிக் கும்புடுறது? ஏன் கும்பிடக்கூடாது? புண்ணியவாளன்னு ஒருத்தரக் கும்பிடுறாங்களே? அவரப்பத்தி யாருக்கும் எதுவும் தெரியல. இருந்தாலும் கும்பிடுறாங்க. ஆனா அந்தச் சின்னப் பையனப்பத்தி நெறையத் தெரியுது, பேர் தெரியல. நாமளே ஒரு பேர வைக்கலாம். குட்டைமரத்தான்னு சொல்லலாமே? நிச்சயம் அந்தப் பையன் கடவுளோடதான் இருப்பான். அந்தப் பையன புனிதரா நெனச்சி ஏன் கும்புடக் கூடாது?'

'அதுபோல இந்த ஊருல இன்னொரு சின்னப் பையனும் செத்திருக்கான். வேளாங்கண்ணி சின்னப் பிள்ளையா இருந்தப்ப அவளைக் காப்பாத்துனபோது மாடு முட்டிச் செத்தானே ஞானம். அந்தச் சின்னப் பையனப்பத்தி பெரியவுங்க எல்லாத்துக்கும் நல்லாத் தெரிஞ்சிருக்கு. இப்ப வேளாங்கண்ணிக்கு நாப்பது நாப்பத்தி ரெண்டு வயசு இருக்கும். அப்ப சுமார் நாப்பது வருசங்களுக்கு முன்னால அந்தப் பையன் செத்திருக்கணும். ஒரு சின்னப் பிள்ளையக் காப்பாத்த பனிரெண்டு வயசுப் பாலகன் தன் உயிரக் கொடுத்திருக்கான்னா அது எவ்வளவு பெரிய விசயம்? நிச்சயம் அவன் கடவுளோடதான் இருப்பான். அதுல எந்தச் சந்தேகமும் இல்ல. கடவுளோட இருக்குற எல்லாரும் புனிதர்கதான? ஞானமும், குட்டைமரத்தானும் அடுத்தவுங் களுக்காக உயிரக் கொடுத்திருக்காங்க. இயேசு அடுத்தவுங்களுக்காக

உயிரக் கொடுத்தது மாதிரி இவுங்களும் கொடுத்திருக்காங்க. இவுங்களப் புனிதரா நெனச்சி ஏன் வழிபடக் கூடாது?'

'தலித்துக இயக்கமாச் சேந்து திருச்சபையிட்ட அதுவேணும், இதுவேணும்னு கேக்கோம். திருச்சபையிட்டத் தேவையானதக் கேக்குறது மட்டும்தான் இயக்கத்தோட வேலையா? திருச்சபைக்கு நம்ம பங்களிப்பு என்ன? திருச்சபைக்கு ஏன் நாம ரெண்டு புனிதர்களக் கொடுக்கக்கூடாது? இவுங்களப் புனிதர்களா ஆக்குங்கன்னு நாம திருச்சபையிட்டக் கேக்க வேண்டாம். நிச்சயம் அதுக்கான முயற்சியச் செய்ய மாட்டாங்க. நாம சுயமா வழிபட ஆரம்பிப்போம். திருச்சபைனா என்ன? ஆயர்க, சாமியார்க, துறவிக மட்டுமா திருச்சபை? அது அதிகாரத் திருச்சபை. திருச்சபைனா இறைமக்கள் கூட்டம். நாமதான் இறை மக்கள். நாமதான் திருச்சபை. நாம, தலித்துக எல்லாரும் வழிபட்டா திருச்சபைக்கு வேற வழியில்லாம இப்ப இல்லாட்டாலும் பின்னால ஒரு காலத்துல இவுங்களப் புனிதர்களா அறிவிக்கிறதுக்கு முயற்சி செய்யுமே? தமிழகத் திருச்சபை தலித் திருச்சபைன்னு சொல்றதுக்கான முழு அர்த்தம் இதுல இருக்கே? இதுமாதிரி செயல்பட்டா எம்புட்டுப் பேர நாம தமிழகத்துல வழிபடலாம்?'

'மரிய கொரட்டின்னு ஒரு புனிதை. தனது கற்பச் சூறையாட வந்த ஒருவனுக்கு இடங்கொடுக்காததுனால அவனால குத்திக் கொல்லப்பட்டா. அந்த இளம் பெண்ணத் திருச்சபை புனிதையா அறிவிச்சிருக்கு. இப்படிப் பார்த்தா எத்தன தலித் இளம் பெண்க தங்க கற்பக் காப்பாத்த உயிர விட்டிருக்காங்க. ஒரு மறைமாவட்டத்துக்கு ஒரு தலித் பெண்ணாவது இருக்குமே! சமூகத்துல சாதி இருக்கக்கூடாதுன்னு போராடி எத்தன பேரு கொல்லப்பட்டிருக்காங்க. அவுங்க எல்லாரும் புனிதர்கதான? சாதி மறுப்புத் திருமணம் செஞ்சதுனால எத்தன தலித் இளைஞர்க, இளம் பெண்க கொல்லப்பட்டிருப்பாங்க? அவுங்க எல்லாரும் கடவுளோடதான இருப்பாங்க? அவுங்க எல்லாரும் புனிதர்கதான? அவுங்களப் புனிதர்களா நாம ஏத்துக்கிட்டு அவுங்களுக்குத் திருநாளு கொண்டாடி ஏன் அவுங்களக் கௌரவிக்கக் கூடாது? அவுங்களப் புனிதர்களா தலித்துகளாகிய நாம ஏன் அங்கீகரிக்கக் கூடாது?'

அவருக்குப் பிச்சைமுத்துத் தாத்தா சொன்னது ஞாபகத்திற்கு வந்தது. 'புனிதரான தனிஸ்லாசுக்கும் எங்க ஊருக்கும் என்ன சம்பந்தம்? எந்தச் சம்பந்தமும் இல்லாத ஒருத்தர ஏன் கும்புடணும்? இதுல அர்த்தம் இல்ல. அதனாலதான் ஊர்க்காரங்க திருநாளுல அம்புட்டு

ஆர்வம் காட்டல.' வாழ்க்கைத் தத்துவம் முழுவதும் இதில் அடங்கியிருக்கிறது என்பதை அறிந்து செல்லையா வியந்தார்.

அவரிடம் ஒரு தெளிவு பிறந்தது. புதிய பாதையில் பயணிக்க அவர் திட்டமிட்டார். இருளப்பசாமி சொன்ன அருள்வாக்கு அவரது ஞாபகத்திற்கு வந்தது. 'நீ போற இடமெல்லாம் உனக்குச் சிறப்புத் தான். பிற்காலத்துல நீ தலைவனா இருப்ப. புதிய வழிய மக்களுக்குக் காட்டுவ.'

அன்று செல்லையாவின் உடலிலுள்ள மயிர்கள் எல்லாம் பயத்தில் குத்திட்டு நின்றன. இன்று மகிழ்ச்சியில் குத்திட்டு நடனமாடின.

★★★

4

இலந்தக்குளம் மக்கள் ஒன்பது நாள்கள் திருநாள் கொண்டாடுவதாக முடிவு செய்திருந்தனர். அன்று திருவிழா ஆரம்பிப்பதற்கான கொடியேற்ற நாள். பங்குப் பணியாளர் இல்லாமல் திருவிழா கொண்டாடப் போகின்றனர் என்றும், இரண்டு சிறுவர்களை மையப்படுத்தி வித்தியாசமாகத் திருவிழாக் கொண்டாடப் போகின்றனர் என்றும், அதோடு கொடியேற்றமே வித்தியாசமாக இருக்குமாம் என்ற செய்தியும் அப்பகுதியில் பரவியது. அதனால் சுற்று வட்டாரத்திலிருந்து மக்கள் அங்கு வந்து கூடினர். அவ்வளவு பெரிய கூட்டம் வரும் என்று யாரும் எதிர்பார்க்கவில்லை.

திட்டமிட்டபடி கொடியேற்ற விழாவை ஆரம்பித்தனர். திருவிழாவிற்கு முன்பாகவே கொடியைத் தயாரித்திருந்தனர். வெள்ளைநிறக் கொடியில் ரத்தத்தைக் குறிக்கும் விதத்தில் சிவப்பு வர்ணம் ஆங்காங்கே தூவப்பட்டிருந்தது. கூர்மையாகக் கவனித்தால் தான் சிலுவை வடிவில் சிகப்பு வர்ணம் தூவப்பட்டிருந்ததைப் பார்க்கமுடியும்.

'திருவிழாக் கொடிய யார் ஏத்துவா? வழக்கமாப் பங்குச் சாமியார்தான் கொடிய மந்திரிச்சிக் கொடுப்பாரு. அத நாட்டாம பயபக்தியா வாங்கிக்கிட்டு ஊரச் சுத்தி வந்து பங்குச் சாமியார்ட்டக் கொடுப்பார். அவரு கொடிய ஏத்துவார். இங்க என்ன செய்யப் போறாங்களோ?' கூடியிருந்த மக்களின் எதிர்பார்ப்பு அதிகரித்தது.

திருவிழாவிற்குத் திட்டமிட்டபோது செல்லையா மிகவும் தெளிவாக இருந்தார். பங்குப் பணியாளர் திருநிலைப்படுத்தப் பட்டவர். திருவருட்சாதனங்களை நிறைவேற்றும் அதிகாரம் அவருக்கு மட்டும்தான் உண்டு. அவைகளைத் தவிர வழிபாட்டில் பங்குப் பணியாளர் செய்யும் மற்ற வேலைகள் அனைத்தையும் பொது நிலையினரே செய்யலாம் என்று முடிவெடுக்கப்பட்டது. அந்த வேலைகள் என்னென்ன என்றும் பட்டியலிடப்பட்டது. அவைகளை யார் செய்வது, எப்படிச் செய்வது என்பதும் தெளிவாக விளக்கப்பட்டது.

ஊரின் பெரியவர் பிச்சைமுத்து தலைமையில் திருவிழா நடந்தால் மிகவும் நன்றாக இருக்கும் என்றே அனைவரும் நினைத்தனர். ஊரின் சரித்திரத்தைச் சொன்னதற்குப் பின்பு அவருக்கு மரியாதை

அதிகரித்திருந்தது. தலைமைப் பொறுப்பை ஏற்கத் தயங்கினார். செல்லையா அவரை அன்புடன் கேட்டதால் மகிழ்வுடன் ஏற்றுக் கொண்டார்.

பிச்சை முத்துவோடு இணைந்து வேளாங்கண்ணியும் செயல்பட வேண்டும் என்று முடிவு எடுக்கப்பட்டது. வேளாங்கண்ணியை சிறுவன் ஞானம்தானே காப்பாற்றினார். ஞானம் என்று சொன்னதும் வேளாங்கண்ணி எந்தத் தயக்கமும் இல்லாமல் சம்மதித்தார்.

குட்டைமரத்தான் வாழ்ந்த குடிசை, பெற்றோர் யார் என்ற விவரங்கள் எதுவும் தெரியாத நிலையில், சிறுவன் ஞானத்தின் குடிசைக்கு முன்பாகக் கொடிமரம் நடப்பட்டிருந்தது. ஞானத்தின் அப்பா பல ஆண்டுகளுக்கு முன்பாகவே இறந்து விட்டார். குடிசையில் யாரும் இல்லை. உபயோகமற்று இருந்த குடிசையைச் சுத்தம் செய்து, புதிய ஓலைகளை வெய்து, வெள்ளையடித்துச் சுத்தமாக வைத்திருந்தனர்.

திருநாள் கொண்டாடும் ஒன்பது நாள்களும் பிச்சைமுத்து அந்தக் குடிசையிலேயே தங்கியிருப்பதாக முடிவு செய்தார். ஒன்பது நாள்களும் விரதம் இருந்து ஒரு நேரம் மட்டும் மாட்டுக்கறி உணவு உண்பதாகவும், அதையும் அவரே சமைத்துக்கொள்ள விரும்புவதாகவும் சொன்னார். இதேபோன்ற விரதத்தை வேளாங்கண்ணி தனது குடிசையிலிருந்து செய்வதாக அறிவித்தார்.

ஊரார் மிகவும் மகிழ்ந்தனர். ‘திருநா கொண்டாடுற சமயத்துல பங்குச் சாமியாரு இதுமாதிரி குடிசை வீட்டுல தங்கிக்கிட்டு, விரதமிருந்து, ஒருநேரம் மட்டும் மாட்டுக்கறியத் தானே சமைச்சிச் சாப்பிட்டிருந்தா எப்படியிருக்கும்? ஆனா எந்தச் சாமியாரு இதுக்கு ஒத்துக்கிடுவாரு?’

இருவரையும் ஊரார் மிகவும் மதிப்புடன் நடத்தினர்.

கொடியேற்றக் குறிப்பிட்ட நேரத்தில் ஊரார் அனைவரும் பிச்சைமுத்து வீட்டிற்குச் சென்றனர். பறையாட்டத்துடன் அவரை ஊரின் குளத்திற்கு அழைத்துச் சென்றனர். அவ்வருடம் ஓரளவு மழை பெய்திருந்தால் குளத்தில் நீர்நிறைந்திருந்தது. குளத்தில் மூழ்கி எழுந்தார். செழுமைக்கு அடையாளமான பச்சை வேட்டியையும், பச்சைத் துண்டையும் நாட்டாமை அவரிடம் கொடுத்தார். வேட்டியைக் கட்டிக்கொண்டு துண்டால் உடலை மூடிக்கொண்டார். அவரைப் பறைமுழக்கத்துடன் மகிழ்ச்சியுடன் ஊரார் ஞானத்தின் குடிசைக்கு

அழைத்துச் சென்றனர். அந்த நிமிடத்திலிருந்து அவரைச் ‘சாமி’ என்று அழைத்தனர்.

சாமி பிச்சைமுத்து ஞானத்தின் குடிசைக்கு முன்பாக நின்று கைகூப்பி ஒருசில மணித்துளிகள் வேண்டினார். பிறகு குனிந்து வீட்டிற்குள் நுழைந்த அவர் பத்மாசனத்தில் அமர்ந்தார். நாட்டாமை போன்ற ஊரின் பெரியவர்கள் அவருக்கு முன்பாக அமர்ந்தனர். மற்றவர்கள் வீட்டிற்கு வெளியே கூடியிருந்தனர்.

அந்த வீட்டிற்கு எதிரில் வேளாங்கண்ணியின் குடிசை இருந்தது. அதுவும் புது ஓலை வேயப்பட்டு வெள்ளை அடிக்கப்பட்டு சுத்தமாக வைக்கப்பட்டிருந்தது. சாமி பிச்சைமுத்து குடிசைக்குள் நுழைந்ததும் பெண்கள் வேளாங்கண்ணியின் குடிசை முன்பாக ஒன்று கூடினர். பெண்களே பறையடிக்க ஆரம்பித்தனர். பறைமுழக்கத்துடனும், நடனத்துடனும், குலவையிட்டபடி வேளாங்கண்ணியை அழைத்துக் கொண்டு குளத்திற்குச் சென்றனர். அங்கு அவர் மூழ்கி எழுந்தார். அவருக்குப் பச்சைச் சேலை கொடுக்கப்பட்டது. அவர் அதைக் கட்டினார். மறுபடியும் பறையாட்டத்துடன் குலவையிட்டபடி வேளாங்கண்ணியை ஊர்வலமாக ஞானத்தின் குடிசைக்கு அழைத்து வந்தனர். அதிலிருந்து அவரையும் ‘சாமி’ என்றே அழைத்தனர். சாமி வேளாங்கண்ணியும் ஞானத்தின் குடிசைக்கு முன்பாகக் கரம் குவித்து மிகவும் பயபக்தியுடன் அமைதியாக வேண்டினார். பின் குடிசைக்குள் நுழைந்து, சாமி பிச்சைமுத்துவின் அருகில் பத்மாசனத்தில் அமர்ந்தார்.

அவர்களுக்கு முன்பாக நீர்நிறைந்த ஒரு பாத்திரத்தையும், திருவிழாக் கொடியையும் நாட்டாமை வைத்தார். நீர்நிறைந்த பாத்திரத்தைத் தனது இரு கரங்களாலும் பயபக்தியுடன் எடுத்த சாமி பிச்சைமுத்து கைகளை உயர்த்திச் செபித்தார். அவரது செபத்தை ஒலிபெருக்கி ஊர் முழுவதும் அறிவித்தது. “கடவுளே, படிக்காத நான் உம்மைக் கும்பிடுறேன். ஊரார் எல்லாரும் கும்பிடுறோம். நாங்க ஒண்ணு சேர்ந்து எங்க பிள்ளைக குட்டைமரத்தானையும், ஞானத்தையும் நெனக்கோம். இருவரும் உம்மோட கட்டாயம் இருப்பாங்க. நாங்க எல்லாரும் இன்னைக்கு கிறிஸ்தவத்துல இருக்கோம்னா அதுக்குக் காரணம் குட்டைமரத்தானுடைய உயிர்த் தியாகம்தான். எங்க எல்லாத்துக்கும் அவருதான் குல தெய்வம். புனிதரு. அதுமாதிரி இதோ எம்பக்கத்துல இருக்கும் சாமி வேளாங்கண்ணி சின்னப்பிள்ளயா இருந்தப்ப தன் உயிரக் கொடுத்து ஞானம் அவரக் காப்பாத்தினாரு. சாமி வேளாங்கண்ணிக்கு ஞானம்தான் குலதெய்வம். புனிதரு.

அவருக்கு மட்டுமில்ல. எங்க ஊருக்கே அவரு குலதெய்வம், புனிதரு. இவுங்க ரெண்டு பேருக்கும் விழாக் கொண்டாடுறோம். இந்த ஒம்பது நாள்களும் எங்களோட நீர் இருக்கணும்னு வேண்டுறோம். இந்த ரெண்டு சிறுவர்க ஞாபகமா இந்தக் கொடிய ஏத்துறோம். இந்தக் கொடிய ஆசீர்வதியும். கொடிய மந்திரிக்க இருக்கும் இந்தத் தண்ணிய ஆசீர்வதித்து இதுல நீர் இறங்கணும். இது எங்க ஊர் தண்ணீரு. இந்தத் தண்ணியத்தான் குட்ட மரத்துத் தண்டன பெற்ற தனது அப்பனுக்குக் கொடுத்தான் சிறுவன் குட்டைமரத்தான். அதுனால அவனுக்கும் குட்ட மரத்துத் தண்டன கொடுத்தாங்க. அவனும் செத்தான். பெயர் தெரியாத அந்தச் சிறுவனுக்குக் குட்டைமரத்தான்னு நாங்க பெயர் சூட்டியிருக்கோம். அந்தப் பையன் ஞாபகமா இந்தத் தண்ணியக் காணிக்கையாக் கொடுக்கோம். இந்தத் தண்ணியில நீர்இறங்கி இந்தத் தண்ணீர் தெளிக்கப்படும் இடங்க, ஆள்க, பொருட்க எல்லாத்தயும் நீர் ஆசீர்வதிக்கணும்."

செபித்த அவர் தண்ணீர் நிறைந்த பாத்திரத்தை சாமி வேளாங்கண்ணியிடம் கொடுத்தார். எழுந்து பாத்திரத்தைப் பயபக்தியுடன் பெற்றுக்கொண்ட அவர், அதில் வேப்ப இலையைத் தொட்டு பயபக்தியுடன் முதலில் கொடியில் தெளித்தார். பின்பு குடிசையில் அமர்ந்திருந்த பெரியவர்கள்மீது தெளித்த அவர், குடிசையின்மீதும் தெளித்தார். அதன்பின் குடிசைக்கு வெளியே வந்து அங்குக் கூடியிருந்த மக்கள்மீது தெளித்தார். தனது குடிசைக்கும் தெளித்தார். மறுபடியும் ஞானத்தின் குடிசைக்குள் நுழைந்து அமர்ந்தார்.

கொடியை பயபக்தியுடன் எடுத்து நாட்டாமையிடம் கொடுத்தார் சாமி பிச்சைமுத்து. மிகவும் பணிந்து பெற்றுக்கொண்ட நாட்டாமை வீட்டைவிட்டு வெளியே வந்தார். பறைமுழக்கம் மறுபடி ஆரம்பமானது. கொடியுடன் அனைத்துத் தெருக்களையும் வலம்வந்த நாட்டாமை மறுபடி அங்கே வந்தார்.

வீட்டிலிருந்து சாமி பிச்சைமுத்துவும், சாமி வேளாங்கண்ணியும் வெளியே வந்தனர். நாட்டாமையிடமிருந்த கொடியைப் பெற்றுக் கொண்ட சாமி பிச்சைமுத்து கொடிமரத்தின் கயிற்றில் கொடியைக் கட்டி கயிற்றை நாட்டாமையிடம் கொடுத்தார்.

கொடிக்கயிற்றைப் பெற்றுக்கொண்ட நாட்டாமை மக்களைப் பார்த்துக் கூறினார், "இன்னைக்கு ரெண்டு சிறுவர்கள நெனைக்கோம்னா அதுக்கு அடிப்படைக் காரணம் ஒருத்தரு தனது அப்பாவக் காப்பாத்த உயிரக் கொடுத்தாரு. அவுக அப்பா ஞாபகமா சாமி பிச்சைமுத்து

இருக்காரு. இன்னொருத்தரு ஞானம். சிறுமி வேளாங்கண்ணிய காப்பாத்த தனது உயிரக் கொடுத்தாரு. அவரு ஞாபகமா சாமி வேளாங்கண்ணி இருக்காரு. சாமி பிச்சைமுத்துவும், சாமி வேளாங்கண்ணியும் கொடியேத்தி திருவிழாவ ஆரம்பிக்கணும்."

கொடிக்கயிற்றை இரண்டு சாமிகளிடமும் கொடுத்தார். பெற்றுக் கொண்ட அவர்கள் கொடியை ஏற்றினர். கூடியிருந்த மக்கள் அனைவரும் பலந்த கரவொலி எழுப்பினர். அதோடு பறைமுழக்கமும் பெண்களின் குலவைச் சத்தமும் விண்ணை நோக்கிப் பறந்தது.

அதன்பின் பறை முழக்கமும், குலவைச் சத்தமும் தொடர அனைவரும் ஊர்வலமாகக் கல்லறையை நோக்கிச் சென்றனர். சாமிகளின் கால்கள் தரையில் படாதபடி இளைஞர்கள் சிலர் அவர்கள் முன்பு மாத்து விரித்தனர். சாமிகள் கடந்ததும் சில இளைஞர்கள் அதைச் சுருட்டினர். அவைகளைப் பெற்றுக்கொண்ட இளம் பெண்கள் வேகமாக ஊர்வலத்திற்கு முன்பு சென்று இளைஞர்களிடம் கொடுத்தனர். ஊர்வலத்தில் பெண்கள் குலவையிட்டபடி தூக்குப் பாத்திரங்களுடன் சென்றனர்.

கல்லறையை அடைந்ததும் மக்கள் அனைவரும் ஆங்காங்கே அமர்ந்தனர். நாட்டாமையும், இரண்டு சாமிகளும் ஞானத்தின் கல்லறைக்குச் சென்றனர். அருகில் மற்றொரு இடத்தில் மண்குவித்து கல்லறையாக்கியிருந்தனர். சிறுவன் குட்டைமரத்தான் எங்கு புதைக்கப்பட்டார் என்று தெரியாததால் அவர் நினைவாக அந்தக் கல்லறையை உருவாக்கியிருந்தனர். கல்லறைகளுக்கு நாட்டாமை மாலையிட்டார். பெண் சாமி மெழுகுதிரி ஏற்றினார். ஆண் சாமி தூபமிட்டார். பிறகு முழந்தாளிட்டு அமைதியாக வேண்டினர். கூட்டத்தினர் அனைவரும் அவர்களைப் பின்பற்றினர்.

அவர்கள் தரையில் அமர்ந்ததும் கூட்டத்தினரும் அமைதியாக அமர்ந்தனர். பாடகர் குழுவினர் பாலகன் இயேசுவைப் போற்றி உருக்கமாக ஒரு பஜனையைப் பாடினர்.

"போற்றி போற்றி பாலகன் போற்றி..."

தொடர்ந்து மக்களும் பாடினர். "போற்றி போற்றி பாலகன் போற்றி." தாளம் தவறாமல் பாடிய பஜனைக்கு ஏற்ப பறையும் முழங்கியது.

"பனிரெண்டு வயது பாலகன் போற்றி."

"பனிரெண்டு வயது பாலகன் போற்றி."

"ஞானம் நிறைந்த பாலகன் போற்றி."
"ஞானம் நிறைந்த பாலகன் போற்றி."
"எருசலேம் நகரப் பாலகன் போற்றி."
"எருசலேம் நகரப் பாலகன் போற்றி."
"அறிஞர் வியந்த பாலகன் போற்றி."
"அறிஞர் வியந்த பாலகன் போற்றி."
"தந்தையைக் காக்க தண்ணீர் தந்த"
"தந்தையைக் காக்க தண்ணீர் தந்த"
"சிறுவனைக் கொடுத்த பாலகா போற்றி"
"சிறுவனைக் கொடுத்த பாலகா போற்றி"
"குழந்தையைக் காக்க ஞானத்தைத் தந்த"
"குழந்தையைக் காக்க ஞானத்தைத் தந்த"
"இயேசு பாலகா போற்றி போற்றி"
"இயேசு பாலகா போற்றி போற்றி"
"குட்டை மரத்தானும் ஞானமும் விண்ணில்"
"குட்டை மரத்தானும் ஞானமும் விண்ணில்"
"உம்மோடு இருக்கின்றனர் போற்றி போற்றி"
"உம்மோடு இருக்கின்றனர் போற்றி போற்றி."

முதலில் மெதுவாக ஆரம்பித்த பஜனையின் வேகம் சிறிது சிறிதாக அதிகரித்து உச்சத்தை அடைந்து பரவசமான சூழ்நிலையை உருவாக்கியது. பிறகு வேகம் சிறிது சிறிதாகக் குறைந்து நின்றது. அப்பகுதியே பேரமைதியில் மூழ்கியது.

கண்களை மூடியபடி அனைவரும் பக்திப் பரவசத்தில் அமர்ந்திருந்தார்.

சாமி பிச்சைமுத்து எழுந்து பேசினார். "நம்ம சிறுவர் குட்டை மரத்தானும், ஞானமும் சின்ன வயசுல தங்க உயிரப் பெருசா மதிக்காம அடுத்தவுங்களுக்கு உதவுனாங்க. நமக்கும் பிறருக்கு உதவுற சந்தர்ப்பம் எம்புட்டோ கெடைச்சிருக்கும். அத எப்பிடிப் பயன்படுத்தினோம்? ஒருசிலராவது சொல்லலாம்."

சிறிது நேரம் அமைதி நிலவியது. பின்பு ஓர் இளைஞன் செபித்தார். "பத்து நாளுக்கு முன்னால நான் பரணி போயிருந்தேன். வழியில ஒரு ஆளு லாரியில அடிபட்டு உயிருக்குப் போராடிக்கிட்டு இருந்தாரு. எல்லாரும் வேடிக்கை பார்த்தாங்க. நானும் வேடிக்கதான் பாத்தேன். உதவலாம்னு தோணுச்சி. ஆனா செய்யல. உதவுனா போலீசு, கேசு அது இதுன்னு அலையணுமோன்னு பயந்தேன். கொஞ்ச நேரத்துல அந்த ஆளு செத்துப்போயிட்டாரு. ஆனா இந்த ரெண்டு சிறுவர்களும் அடுத்தவுங்க உயிரக் காப்பாத்த தங்க உயிரக் கொடுத்திருக்காங்க. அத நெனக்கிறப்ப நானு செஞ்சது கேவலமா இருக்கு. அருவருப்பா இருக்கு. அத நெனச்சி நான் வெக்கப்டுறேன். வேதனப் படுறேன். அடுத்தவுங்களுக்கு என்னால முடிஞ்ச உதவியச் செய்வேன்னு நான் எல்லாருக்கும் முன்னால உறுதி எடுக்கேன். அதுக்கான சக்தியக் கொடுக்க இந்த ரெண்டு சிறுவர்களும் எனக்காகக் கடவுள்ட்ட வேண்டனும்."

ஒவ்வொருவராகத் தங்களது அனுபவங்களைப் பகிர்ந்தனர். ஒவ்வொரு பகிர்வும் உருக்கமானதாக, மனதைத் தொடுவதாக இருந்தது. இருப்பதைப் பிறரோடு பகிராமல் இருந்ததையே பெரும்பாலோர் பகிர்ந்தனர்.

நேரம் அதிகமானது. சாமி வேளாங்கண்ணி எழுந்து பக்தியுடன் பேசினார். "நம்ம ஊர்ப் பாலகர்க பலரது மனசுல மனமாற்றத்தக் கொண்டு வந்திருக்காங்க. மனமாற்றங்கிறது பெரிய புதுமை. பல புதுமைக நமக்கு முன்னால நடந்திருக்கு. அத நெனச்சி நாம சந்தோசப்படுவோம். இறைவனுக்கு நன்றி சொல்லுவோம்.

இறைவனைப் புகழ்ந்து பாடகர் குழுவினர் பாடல் பாடினர். சாமி பிச்சைமுத்து எழுந்தார். "நாம எல்லாரும் சிறுவர்க கல்லறைகளுக்கு முன்னால ஒண்ணா இருக்கோம். வெறுங்கையோட வரல. சிறுவர்களுக்குப் பிடிச்சதெல்லாம் தயாரிச்சி ஒவ்வொரு குடும்பத்திலயிருந்தும் கொண்டு வந்திருக்கோம். இப்ப அவைகளைக் கொண்டு வந்து இங்கே படைக்கலாம்."

ஒவ்வொரு குடும்பத்திலிருந்தும் தூக்குப் பாத்திரங்களில் கொண்டு வந்திருந்த உணவைப் பக்தியுடன் கொண்டு வந்தனர். அவைகளைச் சாமி வேளாங்கண்ணியும், சாமி பிச்சைமுத்தும் வாங்கி இரண்டு கல்லறைகளைச் சுற்றி வைத்தனர்.

சாமி பிச்சைமுத்து கல்லறைகளை உருக்கமாகப் பார்த்தார். பிறகு அவர்களோடு பேச ஆரம்பித்தார். "குட்டைமரத்தானே, ஞானமே,

உங்களுக்குப் பிடிச்ச உணவுன்னு நாங்க நெனச்சத இங்க வச்சிருக்கோம். எங்க குடும்பங்களுக்கிடையே சண்டைக இருந்திச்சி. உங்கள நெனைக்கணும், உங்களுக்கு விழாக் கொண்டாடணும்னு நெனச்சதும் சண்டையெல்லாம் மறைஞ்சிருச்சி. அத மறந்து ஊரே ஒரு குடும்பமா இங்க ஒண்ணாக் கூடியிருக்கோம். அதுக்குக் காரணம் நீங்கதான். நீங்க செஞ்ச புதுமைதான். எந்தக் காலத்துலயும் ஒற்றுமையா இல்லாத நாங்க இப்ப ஒற்றுமையா இருக்கோம்னா அது புதுமைதான். இந்த ஒற்றுமை எங்ககிட்டத் தொடரணும். உணவுதான் உறவ வளக்கும். உங்களுக்குப் படைச்ச உணவ நாங்க உண்ணப்போறோம். இந்த உணவ உண்ணும்போது நீங்க உறவ வளர்க்க வந்தவுங்கன்னு நெனச்சி உண்ணுறோம். இந்த ஒற்றுமை எங்ககிட்ட என்னைக்கும் இருக்கணும். நீங்க அதுக்குக் கடவுளுட்ட வேண்டணும்." கண்களை மூடி கரம் குவித்து அமைதியாக சில நிமிடங்கள் இருந்தார்.

பின் மக்களைப் பார்த்துச் சொன்னார். "எல்லாரும் வரிசையில உக்காருங்க."

அனைவரும் அமர்ந்தனர். ஆண்கள்-பெண்கள், சிறுவர்-சிறுமியர், பெரியவர்-சிறியவர், இளைஞர்-இளம்பெண்கள் என்ற வேறுபாடு பார்க்காமல் அப்படியே அமர்ந்தனர். சாமி வேளாங்கண்ணியும், சாமி பிச்சைமுத்தும் நான்கு பேருக்கு ஒன்று என்ற விதத்தில் தூக்குப் பாத்திரங்களை வைத்தனர்.

அப்போது பாடகர் குழுவினர் இரண்டு பாலகர்களையும் நினைத்துத் தாங்கள் எழுதி மெட்டமைத்த பாட்டை மிகவும் பக்தியுடன் பாடினர்.

"இன்னைக்கு ரொம்ப பக்தியா சாமி கும்பிட்ட மாதிரி இருந்துச்சி. மொதநாளே இப்படீன்னா திருநாளு எப்படி இருக்குமோ?" என்றார் ஒரு பெரியவர்.

திருநாள் பற்றிய அவர்களது எதிர்பார்ப்பு அதிகரித்தது.

★★★

5

மக்கள் வெள்ளத்தில் மூழ்கியது இலந்தக்குளம். இதுவரை அப்படி ஒரு கூட்டம் அங்குக் கூடியதில்லை. ஊரிலுள்ள அனைத்துத் தலித் கிறிஸ்தவர்களும் தங்களது உறவினர்களைத் தாங்கள் கொண்டாடப்போகும் திருவிழாவிற்காக அழைத்திருந்தனர். புதிய விதத்தில் விழாக் கொண்டாடப் போகின்றனர் என்ற செய்தி பரவியதால் உறவினர் அனைவரும் வந்திருந்தனர். அவ்வூரில் உறவினர் இல்லாதவர்களும் திருவிழாவை எப்படிக் கொண்டாடுகின்றனர் என்று காண்பதற்கு அங்கே கூடினர்.

நடு இரவில் திருவிழா கொண்டாடுவதாகத் திட்டம். ஆனால் மாலையே மக்கள் கூட்டம் அலைமோதியது. வந்தவர் அனைவரும் பாலகர்களின் கல்லறைகளுக்குத்தான் முதலில் சென்றனர். வழியில் குழல் விளக்குகள் அணிவகுத்திருந்தன. கல்லறைத் தோட்டமும் ஒளி வெள்ளத்தில் மூழ்கியிருந்தது.

அங்கு வியாபாரமும் மும்மரமாக நடந்தது. பலர் மாலைகளை விற்றனர். பூக்கடை ஒன்றும் முளைத்திருந்தது. மாலைகளோடு மெழுகுதிரிகளும் விற்கப்பட்டன.

கல்லறைகளுக்குச் சென்றவர் மாலை அணிவித்து மெழுகுதிரி ஏற்றி மண்டியிட்டு வேண்டினர். தங்களது குறைகளைக்கூறி அவைகளைத் தீர்க்க இறைவனிடம் தங்களுக்காக வேண்டும்படி பாலகர்களிடம் செபித்தனர். தங்கள் குறைகள் தீர்ந்தால் அங்கு வந்து மொட்டை போடுவதாக, பொங்கல் படைப்பதாக, வெள்ளியில் கால்-கை போன்ற உடல் உறுப்புகளைச் செய்து வைப்பதாக, பாத யாத்திரையாக வந்து நேர்ச்சையை நிறைவேற்றுவதாக, குழந்தைப் பேறு கிடைத்தால் தென்னங்கன்றை காணிக்கையாகக் கொடுப்பதாக, குழந்தைக்கு அங்கு காது குத்துவதாக என்று பல்வேறுவிதமான வேண்டுதல்கள் அவர்களது இதயங்களின் ஆழத்திலிருந்து செபமாக வெளிவந்தன. திருத்தலங்களில் நடப்பவைகள் அனைத்தும் அங்கு இம்மி பிசகாமல் முழுமையாக அரங்கேறின.

இரவு உணவை யாரும் உண்ணவில்லை. ஊரே விரதத்தில் இருந்தது. சிறுவர், சிறுமியர்களுக்கு அன்னையர் உணவு கொடுத்தனர். ஆனால் அவர்கள் உண்ண மறுத்தனர். தூங்கவும் விரும்பவில்லை.

"என்ன மாதிரி இருந்தப்ப இந்த ரெண்டுபேரும் உசிரையே கொடுத்திருக்காங்க. நானு ஒரு வேள சாப்பிடாம இருந்தா செத்தா போயிருவேன். ராத்திரிபூராம் தூங்கவும் மாட்டேன்." ஐந்தாம் வகுப்பு படிக்கும் ஒரு சிறுமி தன் தாயை நோக்கிக் கத்தியபடி கொடிமரம் நோக்கி ஓடினாள்.

நடு இரவை நெருங்கியது. இளைஞர்களும் இளம் பெண்களும் பறையடிக்க ஆரம்பித்தனர். ஊரே கொடிமரத்தின் அடியில் ஒன்று கூடியது.

இளைஞர்களின் பறை முழக்கத்துடன் நாட்டாமை ஊர்ப் பெரியவர்களை அழைத்துக்கொண்டு சாமி வேளாங்கண்ணியின் குடிசைக்குச் சென்று உள்ளே நுழைந்தார். அங்கு விரதம் இருந்த சாமி வேளாங்கண்ணியின் காலில் விழுந்து வணங்கினார். ஊர்ப் பெரியவர்களும் அவ்வாறே வணங்கினர். அவர்களது நெற்றிகளில் குங்குமத்தையும், சந்தனப் பொட்டையும் வைத்து ஆசீர்வதித்தார் சாமி வேளாங்கண்ணி. பயபக்தியுடன் ஏற்றுக்கொண்ட அவர்கள், அவருக்கு மாலையிட்டு மிகவும் மரியாதையாகக் கொடிக்கம்பத்திற்கு அழைத்து வந்தார்.

உடனே இளம் பெண்களின் பறை முழக்கம் எழுந்தது. கணவர்களை இழந்த விதவைகள் அனைவரும் பறை முழக்கத்துடன் ஞானத்தின் குடிசைக்குச் சென்றனர். அங்கு விரதம் இருந்த சாமி பிச்சைமுத்துவின் காலில் விழுந்து வணங்கினர். பின் அவரை அழைத்துக்கொண்டு கொடிமரம் வந்தனர். விதவைகள் அனைவரது நெற்றிகளிலும் குங்குமம் கலந்த சந்தனப் பொட்டு பளிச்சிட்டுச் சிரித்தது.

இரண்டு சாமிகளும் பச்சை நிறத்தில் பக்தர்களுக்குக் காட்சியளித்தனர். கொடி மரத்தின் அடியில் கண்களை மூடி கரம்கூப்பி பக்தியுடன் பாலகர்களை நினைத்து வேண்டினர்.

எங்கும் பேரமைதி.

கண்களை மூடியபடி வேண்டிய சாமி பிச்சைமுத்து மெதுவாக நடந்து ஊரின் பொது இடத்திற்குச் சென்றார். அனைவரும் அவரது பின்னால் சென்றனர்.

ஓர் இடத்தில் அமைதியாக நின்றார். ஒருசில நிமிடங்களுக்குப் பின்பு உணர்வுப்பூர்வமாக இதயத்தின் அடித்தளத்திலிருந்து பேசினார். அவரது வார்த்தைகள் அமைதியான இரவில் மிகப் பலமாக எதிரொலித்தன. ஒவ்வொருவரையும் சரித்திர நினைவுக்குள் மூழ்கடித்தன.

"என் சொந்தங்களே, தன் மகன் படிக்கவேண்டும் என்று ஆதிக்கச் சாதியினரிடம் கூறினார் நமது முன்னோர்களில் ஒருவர். அதற்காக அவருக்கு ஆதிக்கச் சாதியினர் குட்டைமரத் தண்டனையைக் கொடுத்த இடம் இது.

தண்ணீர் தண்ணீர் என்று கத்திய தந்தைக்கு அவரது பத்து வயது மகன், பெயர் தெரியாத பாலகன் தண்ணீர் கொடுத்த இடம் இது.

தண்ணீர் கொடுத்ததற்காக அந்தப் பாலகனுக்கும் ஆதிக்கச் சாதியினர் குட்டைமரத் தண்டனையைக் கொடுத்த இடம் இது.

தாகத்தால் தண்ணீர் தண்ணீர் என்று கத்தியபடியே அந்தப் பாலகன் மயங்கி உயிர்விட்ட இடம் இது.

அதனால் நாம் கிறிஸ்தவத்திற்கு வருவதற்கு அடித்தளமிட்ட இடம் இது.

கிறிஸ்தவத்திற்கு வந்ததால் நமக்குச் சொந்தமான இடம் இது.

கொத்தடிமையிலிருந்து நம் முன்னோர் விடுபட்ட இடம் இது.

இது புனித இடம். புனிதர் இறந்த இடம். நமக்குப் புது வாழ்வு கிடைத்த இடம். அந்தப் புனிதரை நாம் பக்தியுடன் நினைப்போம்."

அமைதியாக அந்த இடத்தில் நின்ற சாமி பிச்சைமுத்து முழந்தாளிட்டார்.

யாரும் எதுவும் சொல்லாமல் அனைவரும் மௌனமாக முழந்தாளிட்டனர். முன்னோர்களின் சரித்திரத்தில் முழுவதுமாக மூழ்கினர். வித்தியாசமான ஓர் உணர்வு தங்களை நிறைப்பதாக உணர்ந்தனர். அது இறையுணர்வு என்பதை சிறிது சிறிதாக உணர்ந்தனர்.

சிறிது நேரத்திற்குப்பின் சாமி பிச்சைமுத்து குனிந்து தரையில் முத்தமிட்டார். பின் கையூன்றி எழுந்தார். அவரது வலது கையில் ஒருபிடி மண் இருந்தது.

அவர் கொடிமரம் நோக்கி நடக்க ஆரம்பித்தார்.

அனைவரும் எழுந்து பயம் கலந்த இறையுணர்வுடன் அமைதியாக இருளில் அவரைப் பின்தொடர்ந்து கொடிமரத்திற்கு வந்தனர்.

கொண்டுவந்த பிடிமண்ணை ஒரு புதிய மண்சட்டியில் வைத்தார். பின் அதைக் கொடிமரத்தின் அடியில் வைத்தார்.

அப்போது

கண்களை மூடியபடி வேண்டிய சாமி வேளாங்கண்ணி மெதுவாக் கண்களைத் திறந்து நடந்து ஓர் இடத்தில் நின்றார்.

இரண்டு வயதுக் குழந்தையாக அவர் இருந்தபோது வெறிபிடித்து ஓடிவந்த மாட்டைக் கண்டு கைகொட்டிச் சிரித்த இடம் அது.

ஞானம் அவரைக் காப்பாற்றிய இடம் அது.

வெறிபிடித்த மாடு ஞானத்தின்மேல் மோதிய இடம் அது.

ஞானம் உயிர்விட்ட இடம் அது.

அந்த இடத்தில் சிறிது நேரம் கரம் குவித்து அமைதியாகச் செபித்தார். அவரது உடல் நடுங்கியது. ஆடியது.

அமைதியாகக் கீழே அமர்ந்தார்.

அதே நேரம் எரிந்த குழல் விளக்குகள் அனைத்தும் அணைக்கப் பட்டன. அமாவாசை இரவு. இருளின் ஆதிக்கத்தை அனைவரும் உணர்ந்தனர். ஒவ்வொருவருடைய இதயமும் 'டிக் டிக்' என்று மிக வேகமாகத் துடித்தது.

கண்களை மூடியிருந்த சாமி பிச்சைமுத்து தனது மடியிலிருந்து இரண்டு வெண்மையான சிக்கிமுக்கிக் கற்களை எடுத்தார். கொடி மரத்திற்கு அடியில் வைக்கப்பட்டிருந்த தீப்பந்தத்தின் அருகில் சென்று இரண்டு கற்களையும் பலமாக உரசினார். அதிலிருந்து தீப்பொறி மின்னலாகப் பறந்தது. ஒருசில முயற்சிகளுக்குப் பின்பு அப்பொறி பந்தத்தில் பட்டுத் தீப்பற்றியது. பந்தத்தின் ஒளி ஆக்கிரமித்திருந்த இருளை விரட்டியடித்தது.

தீப்பந்தத்தை எடுத்துக்கொண்டு வேளாங்கண்ணி அமர்ந்திருந்த இடத்திற்குச் சென்றார். மௌனமாகக் கண்களை மூடிச் சிறிது நேரம் செபித்தார். பின் கண்களைத் திறந்த அவரது வாயிலிருந்து கம்பீரமாக வார்த்தைகள் உதிர்ந்தன.

"மகளே, எழுந்திரு."

நடுஇரவில் அருள்வாக்காக இக்குரல் ஊரில் எதிரொலித்தது.

வேளாங்கண்ணி கண்களைத் திறந்தார். தரையில் முத்தமிட்டார். மெதுவாக எழுந்தார். அவரது வலக்கையில் ஒருபிடி மண் இருந்தது.

"ஞானம் இறந்த இடத்தின் பிடிமண்" என்று கூறியபடியே அதை சாமி பிச்சைமுத்திடம் கொடுத்தார்.

அதைப் பெற்றுக்கொண்ட அவர், "இதோ நம் வாழ்வதற்கு அர்த்தத்தைக் கொடுத்த பாலகர்களின் சிற்றொளி" என்று கூறியபடி தீப்பந்தத்தை அவரிடம் கொடுத்தார்.

பெற்றுக்கொண்ட வேளாங்கண்ணி அதை உயர்த்திப் பிடித்தார். "இதோ இறைப் பேரொளியோடு கலந்த பாலகர்களின் சிற்றொளி."

பேரொளியோடு கலந்த சிற்றொளி தங்களது மனங்களை நிறைப்பதாக ஒவ்வொருவரும் உணர்ந்தனர்.

சாமி பிச்சைமுத்து கொடி மரத்திற்குச் சென்று பிடிமண்ணை மண்சட்டியில் வைத்தார். பின் அந்தச் சட்டியை எடுத்துக்கொண்டு மெதுவாகக் கல்லறை நோக்கி நடக்க ஆரம்பித்தார். அவருக்கு இணையாக சாமி வேளாங்கண்ணி தீப்பந்தத்தை உயர்த்திப்பிடித்தபடி நடந்தார். தீப்பந்த ஒளியில் மக்கள் கூட்டமும் அமைதியாக அவர்களைப் பின் தொடர்ந்தது. ஓர் இளங் கன்றும் யாத்திரையில் பங்கேற்றது.

ஒருசில வினாடிகள் நடந்திருப்பர். அப்போது...

திடீரென்று ஒரே ஒரு பறையோசை மட்டும் பேரமைதியைக் கிழித்துக்கொண்டு மெதுவாக, நிதானமாக, ஒரே தாளத்தில் 'டன்டனக்கு டனக்குனக்கு, டன்டனக்கு டனக்குனக்கு' என்று ஒலித்தது. அந்தச் சத்தத்தைக் கேட்ட ஒவ்வொருவரது மயிர்க்கால்களும் உயிர்பெற்று எழுந்து நடனமாடின. நவம்பர் மாத நடு இரவுக் குளிரில் குத்திட்டு நின்ற ஒவ்வொரு மயிர்க்காலிலும் வியர்வைத் துளி தோன்றியது. பக்தியா? பரவசமா? பயமா? இனம் புரியாத உணர்வில் பக்தர்கள் மூழ்கினர்.

ஒருசில வினாடிகளுக்குப் பின்பு மற்ற பறையோசைகளும் ஒவ்வொன்றாக இணைந்தன. மெதுவாக ஒரே தாளத்தில் எழுந்த பறை முழக்கத்தின் வேகம் சிறிது சிறிதாக அதிகரித்தது. 'டன்டனக்கு டனக்குனக்கு' என்று எழுந்த பறை முழக்கத்தின் தாளம் மாறியது. 'ரக்கட்ட ரக்கட்ட ரக்கட்ட' என்றும், 'ரண்டக்க டண்டக்க ரண்டக்க' என்றும் மாற்றி மாற்றி எழுந்த பறையொலியின் வேகமும் சத்தமும் அதிகரிக்க அப்பகுதியே அதிர்ந்தது. பறைமுழக்கமானது சிறிது சிறிதாக அவர்களிடமிருந்த மற்ற உணர்வுகளைக் கடந்து வீர உணர்வைத் தூண்டியது. வீரத்தோடு கல்லறையை நோக்கி நிமிர்ந்த நெஞ்சுடன் நடந்தனர்.

ஞானத்தின் கல்லறையை அடைந்ததும் சாமி வேளாங்கண்ணி தீப்பந்தத்தை கல்லறைகளுக்கு நடுவில் அமைக்கப்பட்டிருந்த

மேடையில் வைத்தார். சாமி பிச்சைமுத்து மண்சட்டியை தீப்பந்தம் அருகில் வைத்தபின், குட்டைமரத்தான் கல்லறைக்கு மாலையிட்டார். சாமி வேளாங்கண்ணி ஞானத்தின் கல்லறைக்கு மாலையிட்டார். சிறுவர் விரும்பி உண்ணும் தின்பண்டங்களான நிலக்கடலை, தட்டப்பயறு, சோளப்பொரி, சவ்வுமிட்டாய் போன்றவைகளோடு கம்மங்களியையும் நாட்டாமை கல்லறைகளில் படைத்தார்.

கல்லறையைச் சுற்றி மக்கள் அமர்ந்தனர்.

பாடகர் குழுவினர் பஜனைப் பாடலைப் பாடினர். அவர்களைத் தொடர்ந்து மக்களும் பாடினர். பாடகர் குழுவினர் எந்த வேகத்தில் பாடினார்களோ, அதே வேகத்தில் அதே உணர்வுடன் தாளம் தவறாமல் மக்களும் அவர்களைத் தொடர்ந்து பாடினர். பறை முழக்கத்துடன் இருபால் கலைஞர்களும் காலில் கட்டிய சலங்கைகள் ஜல் ஜல் என்று ஒலிக்க மாறிமாறி இயேசுவைப் புகழ்ந்து பாடியபடி ஆடினர்.

"விண்ணகம் விட்டாய் மண்ணகம் வந்தாய்

ஆலயம் துறந்தாய் ஆதவனாய் ஒளிர்ந்தாய்

இயற்கையில் இறங்கினாய் ஏரியில் நிறைந்தாய்

வித்தாய் விழுந்தாய் முத்தாய் எழுந்தாய்

குடிசையில் உறைந்தாய் கூழாய் மாறினாய்

கந்தலில் மறைந்தாய் காற்றில் கலந்தாய்

எம்மில் எழுந்தாய் இறைவனாய் வாழ்கிறாய்."

அதைத் தொடர்ந்து இளைஞர்களும் இளம் பெண்களும் பறைமுழக்க நடனமாக இறைவனைப் புகழ ஆரம்பித்தனர். பறையடித்தபடி மகிழ்வுடன் மிகவும் இயல்பாக ஆடினர். பறையடித்தபடி காலில் கட்டியிருந்த சலங்கை ஒலிக்க தாளம் தப்பாமல் பல்வேறுவிதமான அடவுகளில் இளைஞர்கள் ஆடினர். அதே அடவுகளை எந்தவிதமான தடுமாற்றமும் இல்லாமல் மிகவும் நளினமாகச் சலங்கை ஒலிக்கப் பெண்களும் பறையடித்தபடி ஆடினர். தீபத்தின் ஒளியில் அவர்களது பறையாட்டம் இறையாட்டமாகச் சுடர்விட்டது.

பறையாட்ட வழிபாட்டின் தொடர்ச்சியாக குட்டைமரத்தான் வரலாறு அரங்கேறியது. குட்டைமரத்தானின் அப்பா ஆதிக்கச் சாதி முதலாளியிடம் தன் மகன் படிக்க விரும்புவதால் அவனைக் கொத்தடிமையாக அனுப்ப மறுப்பது, அதற்குத் தண்டனையாக

அவருக்கு ஆதிக்கச் சாதியினர் குட்டைமரத் தண்டனையை வழங்கியது, அவர் தண்ணீர் தண்ணீர் என்று அலறியது, அவரது மகன் தண்ணீர் கொடுத்தது, அதற்காக அந்தப் பாலகனுக்கும் குட்டைமரத் தண்டனை வழங்கியது, அவர் தண்ணீர் தண்ணீர் என்று கத்தியபடியே மயங்கி உயிர் விட்டது ஆகிய அனைத்தையும் அற்புதமான பறையாட்டத்தின் மூலம் இளைஞர்கள் வெளிப்படுத்தினர்.

உடனடியாக இளம் பெண்கள் ஞானத்தின் வரலாற்றை அரங்கேற்றினர். குழந்தையாக இருந்த வேளாங்கண்ணியைச் சிறுவன் ஞானம் தூக்கி வைத்து விளையாடியது, அவளை ஆலயத்திற்கு ஒவ்வொரு நாளும் தூக்கிச் சென்றது, குழந்தையும் அவனோடு எப்போதும் ஒட்டிக்கொண்டு இருந்ததை மிகவும் அற்புதமாகப் பறையடித்தபடி ஆடினர். வெறிகொண்டு ஓடிவந்த காளையைக் குழந்தை வேளாங்கண்ணி கைதட்டி மகிழ்ச்சியுடன் பார்த்தது, அதைக் கண்ட சிறுவன் ஞானம் குழந்தையைக் காப்பாற்றியது, அவனை மாடு முட்டி மோதி கீழே வீழ்த்தியது, அவன் இறந்தது போன்ற காட்சிகளை மிகவும் உணர்ச்சியுடன் ஆடினர். பக்தர்களின் கண்கள் நீரால் நிறைந்தன. ஞானத்தின் கல்லறையில் லூர்து ஒவ்வொரு வெள்ளிக்கிழமையும் வழிபட்டது, குழந்தை வேளாங்கண்ணியும் அதில் பங்கேற்றது போன்ற சரித்திர நிகழ்வுகளையும் ஆச்சரியப்படும் விதத்தில் பறையாட்டமாக வெளிப்படுத்தினர்.

தங்களை மறந்து, பரவசத்தில் பறையாட்டத்தோடு மக்கள் ஒன்றித்தனர். பறையாட்டமே வழிபாடாக, வழிபாடே பறையாட்டமாக இருந்ததை மக்கள் உணர்ந்தனர்.

பிச்சைமுத்து எழுந்தார். கல்லறையைச் சுற்றி வட்டமாக அமர்ந்திருந்த மக்களைப் பார்த்தார். இதயத்தின் அடித்தளத்திலிருந்து பேச ஆரம்பித்தார். “சொந்தங்களே, இந்த நடுச்சாமத்துல, அமாவாச இரவுல, நடுங்கும் குளிருல நாம எதுக்குக் கூடியிருக்கோம்னு எல்லாத்துக்கும் தெரியும். பாலகர்கள் குட்டைமரத்தான் சரித்திரமும், ஞானத்தின் சரித்திரமும் நம்ம எல்லாருக்கும் தெரிஞ்ச சங்கதி. பறையாட்டம் மூலமா அற்புதமா அத வெளிப்படுத்துனாங்க. ஆனா ஞானத்தப்பத்தி உங்க யாருக்கும் தெரியாத சங்கதிய இப்பச் சொல்லப் போறேன். அவரு சாமி வேளாங்கண்ணி உயிரக் காப்பாத்துறதுக்கு முன்னாடி இன்னொரு உயிரக் காப்பாத்துனாரு. அந்தச் சங்கதி யாருக்காவது தெரியுமா?”

கூட்டத்தினர் நிமிர்ந்து உட்கார்ந்தனர். ‘இது என்ன புதுக் கத.’ அனைவரும் அவரை வியப்புடன் பார்த்தனர்.

“ஆமா. அது வேற யாருமில்ல. நானேதான். எல்லாருக்கும் ஆச்சரியமா இருக்கலாம். யாருக்கும் தெரியாத அந்தச் சங்கதிய இப்ப உங்க எல்லாத்துக்கும் சொல்றேன்.” தான் தானியங்களையே விவசாயம் செய்ததையும், ஆடி மாதம் பதினெட்டாம் தேதி கோயில் நிலத்தை உழும் பரம்பரைப் பழக்கத்தைப் பற்றியும் நேர்த்தியாக விளக்கினார்.

பிறகு தொடர்ந்து பேசினார். “எதுக்குடா இந்த ஆளு கொஞ்சங்கூடச் சம்பந்தமில்லாம இந்தக் கதயச் சொல்றாருன்னு நெனக்கலாம். சம்பந்தம் ரொம்ப இருக்கு. வழக்கப்படி அந்த வருசமும் ஆடிமாசம் பதினெட்டாந் தேதி தானிய விதைகளோட கோயிலுக்குப் போயி கும்பிட்டு ஒருபிடி தானியத்த கோயில்ல வச்சிட்டு கோயில் நெலத்த உழுதுட்டு சொந்த நெலத்துக்குப் போயிட்டோம். அப்ப ஞானத்துக்குப் பத்து வயசு இருக்கும். தெனமும் கோயிலுக்கு வருவான். அவன் என்ன செஞ்சான்னா நானு கோயில்ல கடவுளுக்குன்னு படைச்ச கையளவு தானியங்க எல்லாத்தயும்... நானு தனித்தனியா துணியில முடிஞ்சிதான் கோயில்ல வைப்பேன்... எடுத்துக்கிட்டுப் போயி உழுது போட்ட கோயில் நெலத்துல ஒவ்வொரு முடிச்சா அவுத்து தூவியிருக்கான். யாருக்கும் இது தெரியாது. நானு எனது நெலத்துல ஒவ்வொரு தானியத்தயும் பத்துப் பத்து சென்டுல விதைச்சேன். வேற விதைக எதுவுமே வீட்டுல இல்ல. அந்த வருசம் என்ன மாயமோ தெரியல. என் நெலத்துல எதுவுமே வெளையல. வள்ளுசா வெள்ளாம இல்லாமப் போச்சி. வாழ்க்கையே வெறுத்துப்போச்சி. மறுபடி விவசாயம் செய்ய வேற தானியங்களும் இல்ல. ஊர்க்காரங்க அம்புட்டுப்பேரும் என்னக் கேலி செஞ்சாங்க. இதுவர அரைக் கிறுக்கனா இருந்தவன் இனி முழுக் கிறுக்கனா ஆகப்போறான்னு சிரிச்சாங்க. என்னால தாங்க முடியல. வாழ்க்கைக்கு அர்த்தமே இல்லாமப் போனதுமாதிரியா உணர்ந்தேன். தற்கொல செய்ய நெனச்சேன். தூக்குப் போட்டுச் சாக கயித்த எடுத்துக்கிட்டு காட்டுப்பக்கம் போனேன்.”

குரல் கரகரத்தது. தொண்டை அடைத்தது. ஒரு நிமிடம் அமைதியாக இருந்து அந்த நிகழ்ச்சியை நினைத்தார். தன்னைத் தேற்றிக்கொண்டு தொடர்ந்து பேசினார். “அப்பிடிப் போறப்ப கோயிலு நெலத்தப் பாத்தேன். அங்க வரிச வரிசயா எல்லாத் தானியங்களும் ரொம்ப நல்லா வெளைஞ்சிருந்திருச்சி. எனக்கு உடம்புபூராம் புல்லரிச்சது. இது என்ன மாயம்னு ஆச்சரியப்பட்டேன். விசாரிச்சப்பத்தான் இது ஞானம் செஞ்சதுன்னு தெரிஞ்சது. போயி அந்தப் பையனக் கட்டிப்பிடிச்சி தலையில தூக்கிக்கிட்டு கூத்தாடுனேன்.

கோயில் நெலத்துப் பயிரை நானே அறுவடை செய்றேன்னு நாட்டாமைட்டச் சொல்லி அதுக்கான பணத்தக் கொடுத்துட்டு வெளைச்சல எடுத்துக்கிட்டேன். போன உயிரு திரும்பி வந்திருச்சி. விதைத் தானியங்களும் கெடைச்சது.

அடுத்த வருசம் ஆடி மாசம் பதினெட்டாந்தேதி ஞானத்தப் பாத்தேன். நீதான் என் நெலத்துல விதைக்கணும்னு சொன்னேன். எனக்கு அதெல்லாந் தெரியாதுன்னு சொன்னான். யாருடா சொன்னது உனக்குத் தெரியாதுன்னு? நீ தெய்வக் குழந்தைடா. நீ தொட்டதெல்லாம் விளையும்டா. நூறு மடங்கு கெடைக்கும்டான்னு சொல்லி அவனத் தூக்கி தோளுல வச்சிக்கிட்டே உழுதேன். அவன் என் தோளுல உக்காந்துக்கிட்டே விதைச்சான். அந்த வருசம் பாத்தா எந்த வருசமும் இல்லாத வெளச்சல் கெடைச்சது. ரொம்பச் சந்தோசமா இருந்துச்சி. ஒவ்வொரு வருசமும் அவன வச்சித்தான் விதைக்கணும்னு நெனச்சேன். ஆனா அடுத்த வருசம் விதைக்கிறப்ப அவன் உயிரோட இல்ல. ரொம்ப அழுதேன். என்னத் தேத்திக்கிட்டேன். நானு என்ன செஞ்சேன் தெரியுமா? விதைகள கோயிலுக்குக் கொண்டுபோறதுக்குப் பதுலா இங்க ஞானத்தின் கல்லறைக்குக் கொண்டு வந்தேன். இங்க வச்சி வேண்டிக்கிட்டு, பிடி தானியங்கள இங்க காணிக்கயா கொடுத்திட்டு என் நெலத்துல விதைச்சேன். எல்லா வருசமும் ஓகோன்னு அறுவடை செஞ்சேன்."

அவரது கண்களில் நீர் முட்டியது. பேசுவதை நிறுத்தி கண்களை மூடி ஒருசில மணித்துளிகள் அமைதியாக இருந்து விழிநீரைக் கட்டுப்படுத்தினார். பின் பரவச உணர்ச்சியால் உந்தப்பட்டு உரத்த குரலில் அதிகாரமாக அருள்வாக்காக உரைத்தார். "இப்ப ஞானம் கடவுள்ட்ட இருக்காரு. அதுமாதிரி குட்டைமரத்தானும் கடவுள்ட்ட இருக்காரு. இவுங்க புனிதருக. அந்த நெனப்போட வேண்டுறோம். வேண்டுறது கெடச்சா இவுங்க கல்லறையில மொட்ட போடுறோம், கை-காலு உறுப்புகள வெள்ளியில செஞ்சி வைக்கோம், நடந்தே வந்து நேர்ச்ச செய்றோம். காது குத்துறோம் அப்படின்னு வேண்டுறோம். உங்க தலமுடி யாருக்கு வேணும்? வெள்ளியில செஞ்ச உடலுறுப்புக எதுக்கு? நீங்க நடந்து வருகிறதுனால யாருக்கு என்ன நன்ம? நீங்க காது குத்துறதுனால ஊருக்கு என்ன நன்ம? அதெயெல்லாம் யாரு செய்யச் சொன்னா? உங்க நேர்ச்சக, காணிக்கைக யாருக்கு வேணும்? நீங்க இவுங்களுக்கு எதுவும் காணிக்க கொடுக்க வேண்டாம். குட்டை மரத்தானாலதான் நம்ம குடும்பங்களுக்கு ரெண்டு ஏக்கர் நிலம் கெடைச்சது. ஞானத்தாலதான் தானியங்க நமக்குக் கெடைச்சது. இப்ப இவுங்க கல்லறைகள்லயிருந்து எடுத்துக்கிட்டுப் போங்க. இங்க கம்பு,

சோளம், கேழ்வரகு, குதிரைவாலி. வரகு, கொள்ளு, உளுந்து, மொச்ச, பாசிப்பயறு, கடலைன்னு அம்புட்டு விதைகளும் இருக்கு. அவைகள எடுத்துட்டுப் போங்க. அதோட சட்டியிலயிருக்கும் இவுங்க உயிர் மண்ணுலயிருந்து கொஞ்சம் எடுத்து விதைகளோட கலந்து உங்க நெலத்துல விதைங்க. இயற்க உரம் போட்டு வளருங்க. அறுவட செய்யுங்க. புனிதர்க வேண்டுதலால வெள்ளாம நூறுமடங்கு கெடைக்கும். அடுத்த வருசம் இங்க அத விதையாக் கொண்டுவந்து காணிக்கையாக் கொடுங்க. இதுதான் பாலகர்களுக்கு விருப்பமான காணிக்கை. இதத்தான் இவுங்க ஏத்துக்கிடுவாங்க.

நிலமில்லாதவுங்க தங்க குடிசைகளுக்குப் பக்கத்துல பாலகர்க ஞாபகமா ரெண்டு மரக்கன்றுகள நடுங்க. இங்க வேம்பு, இலுப்ப, புங்க மரக்கன்றுக இருக்கு. இந்த நிகழ்தரும் மரக்கன்றுல ஏதாவது ஒண்ண நடுங்க. அதோட மா, கொய்யா போன்ற பழ மரக்கன்றுகளும் இருக்கு. அதுல ஒண்ணையும் நடுங்க. மர நிழலு எல்லாத்துக்கும் பயன்படுறது மாதிரி பழ மரங்களது கனிகளும் எல்லாத்துக்கும்னு வளங்க. அந்த எண்ணத்த நம்ம குழந்தைகளுக்குக் கொடுங்க. மரம் வளருற மாதிரி குழந்தைகள்ட்டயும் பகிர்தல்ங்கிற எண்ணம் வளரட்டும். அடுத்த முறை வரும்போது நீங்களும் மரக்கன்றுகளை வாங்கி காணிக்க கொடுங்க."

மக்கள் கூட்டம் அவர் சொல்வதையே வியப்புடன் கேட்டது. 'கஷ்டமான காணிக்கயாவுல இருக்கு. ஆனா நம்மால செய்ய முடிகிற காணிக்கையாத்தான் இருக்கு.'

சாமி பிச்சைமுத்துவின் அருள்வாக்கைக் கேட்டுக்கொண்டிருந்த சாமி வேளாங்கண்ணியின் உடல் லேசாக நடுங்கியது. தலையும் மெதுவாக ஆடத் தொடங்கியது. கொண்டை அவிழ்ந்து. தலைமுடி முகத்தை மறைத்தது. தெய்வ சக்தி தன்மேல் இறங்குவதாக உணர்ந்தார். அவரது உடல் அவரது கட்டுப்பாட்டிலிருந்து விடுதலை அடைந்தது. முகத்தை மறைத்த தலைமுடியை விலக்கியபடி வீரப் பெண்ணாக எழுந்தார். எரிந்துகொண்டிருந்த தீப்பந்தத்தை எடுத்தார். உயர்த்திப் பிடித்தார். பந்தத்தின் ஒளியில் அவரது முகம் ஜோதியாக ஒளிர்ந்தது. வாயிலிருந்து முத்துக்களாக வார்த்தைகள் உதிர்ந்தன. இறைவாக்காக அவைகள் சிதறின,

"ஆதாமின் மக்களே! சிங்கார வனத்திலிருந்து நீங்கள் விலகி ஓடியது போதும்.

இயற்கைக்குத் திரும்பி வாருங்கள்.

உங்களின் செயற்கையை நான் அருவருக்கிறேன். அவைகளின் நாற்றம் மேல்நோக்கி எழுகிறது. அதன் நாற்றத்தை என்னால் தாங்க முடியவில்லை.

மூச்சுத் திணறுகிறது.

சிங்கார வனத்தின் நறுமணத்தை அனுபவிக்க வாருங்கள்.

அதன் பலன்களால் உங்கள் வயிற்றை நிரப்புங்கள்.

ஏவாளின் பிள்ளைகளே! விலக்கப்பட்ட விஞ்ஞானக் கனிகளை உண்டது போதும்.

அவைகள் நஞ்சாக உங்களைக் கொல்கின்றன.

தேனினும் இனிய கனிகள் நிறைந்திருக்கும் சிங்கார இயற்கைக்குத் திரும்புங்கள்.

ஆயர்களே! உங்கள் தங்கக் கோல்கள் முட்கோல்களாக எம்மைக் குத்துகின்றன.

முட்கோல்களால் நீங்கள் மந்தையை அடித்து என்னிடமிருந்து விலகி ஓட்டிச் செல்கிறீர்கள்.

உங்களிடமிருந்து ஆடுகளின் மணம் வீசவில்லை. அருவருக்கத்தக்க ஆணவ வாடை வீசுகிறது.

உங்களைக் கண்டு அருவருப்புடன் நாம் முகத்தைத் திருப்புகிறோம்.

சமத்துவமற்ற உங்களது வழிபாடுகள் சாக்கடைகளாக எம்மிடம் வருகின்றன.

உங்களது புகழ் பாடல்கள் ஒப்பாரியாக எம்முன் ஒலிக்கின்றன.

இவைகளை விட்டொழியுங்கள்.

உங்கள் முட்கோல்கள் தொரட்டிகளாக மாறட்டும்.

ஆடுகளின் மணமே உங்கள் சொத்தாக இருக்கட்டும்.

மந்தைகளை சிங்கார இயற்கையை நோக்கித் திருப்புங்கள்.

அங்கே உங்களது வருகைக்காகக் காத்திருக்கிறேன்.

சிங்கார இயற்கையே உங்கள் வழி, வாழ்வு, ஒளி, உயிர்.

திரும்பினால் வாழ்வீர்கள். திரும்பாவிட்டால் அழிவீர்கள். கேட்கச் செவியுள்ளவர் கேட்கட்டும்."

தீப்பந்தத்துடன் மயங்கிக் கீழே விழுந்தார்.

சாமி பிச்சைமுத்து பதறவில்லை.

குனிந்து சாமி வேளாங்கண்ணியின் கரங்களிலிருந்த பந்தத்தை எடுத்து மேடையில் மீண்டும் வைத்தார்.

சாமி வேளாங்கண்ணி மண்ணில் மயங்கியபடி கிடந்தார். அவரது கரங்களைப் பிடித்துத் தூக்கினார். சாமி வேளாங்கண்ணி எழுந்து இயல்பாக அமர்ந்தார்.

மக்கள் பயங்கலந்த பரவசத்தில் இருந்தனர். கேட்டவைகள் சாமி வேளாங்கண்ணியின் குரலா? அல்லது தெய்வக் குரலா? தெய்வக் குரலாகவே உணர்ந்தனர்.

மீண்டும் சாமி பிச்சைமுத்து பேசினார். "இப்ப எல்லாரும் அருள் வாக்க, இறை வாக்கக் கேட்டீங்க. இறைவன நோக்கி இயற்கையை நோக்கித் திரும்புவோம். அதன் அடையாளமா கம்பு, சோளம், கேழ்வரகு போன்ற தானியங்கள கூழாக் காய்ச்சுவோம். ஞானத்தை முட்டிய மாட்டின் நினைவா இளங்கன்றைப் பலியிட்டு மாட்டுக்கறியைச் சமைப்போம். சூடான கூழோடும் மாட்டுக் கறியோடும் விருந்தை உண்போம். இயற்கைக்குத் திரும்புகிறோம் என்பதின் அடையாளமாக இந்த உணவை உண்டதிலிருந்து ஒரு நாளைக்கு ஒரு நேர உணவை கூழாகக் குடிப்போம்."

அவர் சொல்லி முடித்ததும் குழல் விளக்குகள் மீண்டும் எரிந்தன. மாடு அங்கே பலியிடப்பட்டு தோல் உரிக்கப்பட்டு வெட்டப்பட்டு சமைக்கப்பட்டது. கிழக்கே கேப்பைக்கூழ், மேற்கே கம்மங்கூழ், தெற்கே சோளக்கூழ், வடக்கே வரகுக்கூழ் தயாரானது. சமையலே வழிபாடானது. அனைவரும் அதில் பக்தியுடன் பங்கேற்றனர்.

சூடான கூழோடு மாட்டுக்கறி உணவை உண்டபோது கிழக்கே பொன்னிறம் தோன்றியது.

இளைஞர்களும், இளம் பெண்களும் மீண்டும் பறை முழக்கத்தை எழுப்ப மறுபடி ஊர்வலமாக இரண்டு சாமிகளையும் கொடிமரம் நோக்கி அழைத்து வந்தனர். பொழுது புலர்ந்தபோது கொடி கீழே இறங்கியது. மக்களின் மனங்களில் புத்துணர்ச்சி நிறைந்தது.

***

6

"ஏத்தா, வேளாங்கண்ணி பேசுனதக் கேட்டியா? என்னம்மா பேசுனா?

அவா பேசும்போது ஈரக்கொலயெல்லாம் நடுங்குச்சு."

"ஏண்டி, உனக்கு அறிவில்ல. அவ என்ன மேடைப் பேச்சா பேசுனா?

அவ சொன்னது அருள் வாக்கு."

"அருள் வாக்கா? அப்படின்னா என்ன?" வாயப் பிளந்து ஆச்சரியமாகக் கேட்டார் கேள்வி கேட்ட பெண்.

"இவளக் கடவுள் பிடிச்சிருக்காரு. அந்தக் கடவுள்தான் பேசுறாரு."

"கடவுள் பிடிச்சிருக்காரா? அவரு நம்மளப் பிடிப்பாரா?" பயம் கலந்த வியப்புடன் கேட்டார்.

"பேயி நம்மளப் பிடிக்கிதுன்னு நம்புறோம். ஆனா கடவுள் நம்மளப் பிடிப்பாருன்னா நம்ப மறுக்கோம். வேளாங்கண்ணியப் பாத்தா கடவுள் பிடிச்சது மாதிரித்தான் தெரியுது. அந்தக் காலத்துல கடவுள் பிடிச்சவுங்க இதுமாதிரித்தான் சொல்வாங்களாம். என்னமோ தீர்க்கத்தரிசனம்னு சொல்வாங்க."

"ஆமா... சாமியாரு இதப்பத்திச் சொல்றதக் கேட்டிருக்கேன். அப்ப அவளா இதச் சொல்லலையா. கடவுள்தான் வேளாங்கண்ணி வழியாச் சொல்லுறாருன்னு சொல்றயா? அப்ப நாமெல்லாம் கட்டாயம் அதுபடி நடக்கணுமோ?"

"கட்டாயம் நடக்கணும். கடவுள் அவளப் பிடிச்சிருக்காருன்னா அதுக்கேத்த மதிப்ப நாம அவளுக்குக் கொடுக்கணும். இனும அவா நம்மள மாதிரி பொம்பள இல்ல. அவா தேவதை. அவா நம்மகூட இருக்கிறது நமக்குப் பாதுகாப்பு. அவா சொல்றபடி நடக்கணும்."

வேளாங்கண்ணியை ஊரார் வித்தியாசமாகப் பார்க்கத் தொடங்கினர். சிறிது பயம் கலந்த மதிப்பை அவருக்குக் கொடுத்தனர். அவர் அருள்வாக்காகக் கூறியதைக் கேட்டதிலிருந்துதான் இந்த மாற்றம் மக்களிடம் ஏற்பட்டது. அவரைப் பெயர் சொல்லி

அழைப்பதைப் பெரியோர் தவிர்த்தனர். 'அம்மா' என்று அழைக்க ஆரம்பித்தனர். போடி, வாடி என்று அழைத்த அவரது சக வயதினரும், அக்கா என்று அழைத்த சிறுவயதினரும் 'அம்மா' என்றே அழைக்க ஆரம்பித்தனர்.

'நாப்பது நாப்பத்தைஞ்சு வயசுல நான் ஊருக்கே அம்மாவா?' வேளாங்கண்ணி திகைத்தார்.

அவர் தண்ணீர் எடுக்கக் குடத்துடன் கிணற்றுக்குச் சென்றால் அவரைத் தண்ணீர் இறைக்க விடுவதில்லை. கிணற்றுக்கு வந்த பெண்களில் ஒருவர் அவருக்குத் தண்ணீர் இறைத்துக் கொடுத்தார். கடைக்கு ஏதாவது வாங்கச் சென்றால் முதலில் அவர் வாங்கட்டும் என்று அவருக்கு வழிவிட்டனர். அல்லது கடைக்குச் செல்ல விடாமல் அவருக்குத் தேவையானதை வாங்கிக் கொடுத்தனர். வெளியூருக்குச் செல்ல பேருந்தில் ஏறினால் அவர் முதலில் உட்காரட்டும் என்று இடம் கொடுத்தனர்.

வேளாங்கண்ணிக்கு இந்த மரியாதை பிடிக்கவில்லை. தான் முன்புபோல இயல்பாக இருக்கவே விரும்பினார். ஆனால் ஊரார் அவரை அவ்வாறு இருக்க விடவில்லை.

'எதுக்கு இந்த மரியாத? நான் அன்னைக்கு அருள்வாக்குக் கூறுனதுனாலதான? அருள்வாக்க நானா கூறுனேன்? நிச்சயம் இல்ல. நான் கூறல. எனக்குள்ள ஏதோ ஒரு சக்தி இறங்குனது மாதிரி இருந்துச்சி. அந்தச் சக்திதான் பேசுச்சு. என்னால இப்படி நிச்சயம் பேசமுடியாது. அந்த அளவுக்கு அறிவோ, ஞானமோ, மனப்பக்குவமோ எனக்கில்ல. ஆதாம், ஏவாள், சிங்காரவனம் கதையெல்லாம் கேட்டதுதான். ஆனா அதை நோக்கி வாங்க. இயற்கைய நோக்கி வாங்கன்னு சொல்ற அளவுக்கு எனக்கு ஞானம் இல்ல. ஆயர்க மேல எனக்குக் கோபம் இருக்கு. அவுங்க செய்றது தப்புன்னு எனக்கு நல்லாத் தெரியுது. அவுங்க தங்கள் போக்க மாத்தணும்னு தெரியுது. அதுக்காக அவுங்க வழிபாடு, அவுங்க செங்கோல் இதைப்பத்திச் சொல்ற அளவுக்கு எனக்கு எதுவும் தெரியாது. நெசத்துலயே நானா இதைச் சொல்லல. அப்ப இது அருள்வாக்கா? அருள்வாக்குப்படி மக்கள் நடக்கணுமா? மக்கள் நடக்கிறது இருக்கட்டும். மொதல்ல நான் நடக்கணுமா? கட்டாயம் நடக்கணும். என்ன செய்யலாம்? தெரியலையே!'

பிச்சைமுத்து அன்று கல்லறையில் பேசியது அவரது ஞாபகத்திற்கு வந்தது. 'ஞானத்தைப் பத்தி எவ்வளவோ விசயங்களத் தெரிஞ்சி வச்சிருக்காரு. இதுவர எதையும் சொல்லல. அவரு செய்ற இயற்கை

விவசாயத்துக்கு ஞானம்தான் காரணம்னு சொன்னாரே? அப்படி என்ன விவசாயம் அது? கட்டாயம் அதப் பாக்கணும். அவரு வயலு எப்படி இருக்கும்? என்னென்ன பயிரிட்டிருக்காரு? தெரியலயே? அவரு ஒரு தங்கச் சுரங்கம் மாதிரித் தெரியுது. நெறைய விசயங்களக் கத்துக்கிடலாம். அங்க போனா அவரையும் பாக்கலாம். ஒத்திப்போடக் கூடாது. உடனே போகணும்.'

அதுவரை அவர் பிச்சைமுத்துவின் வயலுக்குச் சென்றது கிடையாது. பிச்சைமுத்து பெரும்பாலும் யாரையும் வேலைக்கு அழைக்காமல் தனது வேலையைத் தானே செய்து கொண்டார். அதனால் அவரது வயலுக்குச் செல்லவேண்டிய சூழ்நிலை வேளாங்கண்ணிக்கு ஏற்படவில்லை. இருப்பினும் அவரது வயல் எங்கிருக்கிறது என்று தெரியும். அதை நோக்கி வயல் வரப்புகள் வழியாக மெதுவாக நடந்தார்.

வரப்பில் எதிரே வந்தவர் அவருக்கு இறங்கி வழிவிட்டனர். இந்த மரியாதை அவருக்கு வேதனை அளித்தது. 'நானு சாதாரண ஒரு பொம்பள. ரொம்பப் படிக்கக்கூட இல்ல. நானு செஞ்ச ஒரே நல்ல காரியம் தலித் கிறிஸ்தவ இயக்கத்துல சேர்ந்தது. அவுங்க போராட்டத்துல கலந்துக்கிட்டது. அதுக்காகப் பெண்களத் திரட்டினது. அப்படி வேல செஞ்சப்ப யாரும் பெருசாக் கண்டுக்கிடல. இகழ்ச்சியாக் கூடப் பேசுனாங்க. ஆனா இப்ப ஏதோ ஒரு தேவதைமாதிரி என்ன நடத்துறாங்க. அதுக்கான எந்தத் தகுதியும் இல்ல. இவுங்க மரியாத காட்டக் காட்ட இவுங்க எதிர்பார்ப்புக்கு ஏத்த மாதிரி நானு நடக்க வேண்டியிருக்கு. எனது சுதந்திரம் பறிபோனது மாதிரி இருக்கு. இயல்பா தண்ணி எடுக்க முடியல. வேண்டியத கடையில வாங்க முடியல. எங்கயும் போக முடியல. எந்த வேலையும் செய்யாம வீட்டுலயே இருக்கணும்னு நெனக்காங்க. நடக்கிற காரியமா இது? இவுங்க எதிர்பார்க்கிற மாதிரி நான் ஏன் நடக்கணும்?'

வயலின் வரப்பிலிருந்து 'நான் ஒரு தீர்க்கதரிசினி இல்ல. இறைவாக்கினர் இல்ல. புனிதை இல்ல. ஒரு சாதாரண பொம்பள'ன்னு கத்தணும்போல இருந்தது. உணர்வுகளை அடக்கிக்கொண்டு பிச்சைமுத்துவின் வயலை நோக்கி நடந்தார்.

வயலின் அழகு அவரைக் கவர்ந்தது. வயலின் நடுவில் கிணறு. அதைச் சுற்றிப் பழமரங்கள். வயலின் ஒரு பகுதியில் செடிகொடிகள். ஒருவேளை அவைகள் மூலிகைகளாக இருக்கலாம். மற்ற பகுதியில் வெவ்வேறு விதமான தானியங்கள், காய்கறிகள், பயறு வகைகள். பார்க்க அற்புதமாக இருந்தது.

வரப்பிலேயே அமர்ந்தார். அவைகள் ஒவ்வொன்றையும் தனித்தனியாகப் பார்த்தார். 'எம்புட்டு அழகா இருக்கு?' வியந்தார். பச்சையிலேயே பல்வேறு நிறங்களில் பயிர்கள். வெவ்வேறு மாறுபட்ட நிறங்களில் பூக்கள். மிகச் சிறியதாய், அதைவிடச் சிறிது பெரியதாய், மிகப் பெரியதாய் அழகாக மலர்ந்திருந்தன. அவைகளை நோக்கி வண்டுகள், தேனீக்கள், விதவிதமான நிறங்களில் வண்ணத்துப் பூச்சிகள் வந்து அமர்ந்தன. வெவ்வேறு வடிவங்களில் - அளவுகளில் - நிறங்களில் - காய்கறிகள், பழங்கள். எவ்வளவோ வகையான மூலிகைகள். ஒவ்வொன்றையும் பார்த்துப் பரவசப்பட்டார். வாழ்நாள் முழுவதும் இவைகளைப் பார்த்துக்கொண்டே இருக்கலாம் போலத் தோன்றியது.

'இது மாதிரி நான் எத்தனையோ வயல்கள, வண்ணத்துப் பூச்சிகள, காய்கறிகள, பழங்களப் பாத்திருக்கேன். ஆனா அப்பப் பாத்ததுக்கும், இப்பப் பாக்குறதுக்கும் எவ்வளவோ வித்தியாசம் தெரியுதே? அது ஏன்? அப்ப என்னால அதன் அழக ரசிக்க முடியல. ரசிக்கணும்னு தோணல. என் கவனத்தக் கவரவே இல்ல. ஆனா இப்ப ஒவ்வொண்ணையும் கவனமாப் பாக்கேன். ஒன்வொண்ணையும் தனித்தனியா ரசிக்கேன். அதன் அழகுல மயங்குறேன். பரவசப்படுறேன். இப்படியே வாழ்நாள் பூராம் இருக்கணும்போல இருக்கு. இதப் பாத்துக்கிட்டே சாகணும்போல இருக்கு. இந்த மாதிரியான நெனப்பு எனக்கு எப்பவும் வரல. இப்ப வருதே! அதுக்குக் காரணம் என்ன? நான் மாறிட்டேனா? எப்ப மாறுனேன்? அந்துவான் பயிற்சிக்குப் போனபிறகு மாறுனேனா? இல்ல அன்னைக்கு அருள்வாக்கு கூறுனதிலிருந்து மாறுனேனா? ஏதோ ஒரு சக்தி உடலுல இறங்குதுன்னு நெனச்சேனே? அப்ப மாறுனேனா? அப்ப இறங்குன சக்தி அருள்வாக்குச் சொல்றதுக்கு மட்டும் இறங்கலையா? தொடர்ந்து அந்தச் சக்தி எங்கிட்ட இருக்கா? இல்ல ஏதோ ஒரு சக்தி எங்கிட்ட இருக்கிறது மாதிரி கற்பனை செய்றேனா? அந்தக் கற்பனைக்கு ஏத்த மாதிரி நடக்கேனா? மக்கள் தரும் மரியாதய என்னை அறியாமலயே நான் விரும்புறேனா? அந்த மரியாதைக்கு ஏத்தபடி நடக்கணும்னு இதுமாதிரி போலியா வேசம் போடுறேனா? நான் இதுவர இயக்கத்துல தான் இருந்தேன். இயக்கத்துல வேல செஞ்சதுதான் என் வாழ்க்கைக்கு அர்த்தம் கொடுத்துச்சு. அதத்தான் தொடர்ந்து செய்ய நெனைக்கேன். ரெண்டு பாலகர்க திருநாளுங்கிறதுகூட இயக்கத்தின் வளர்ச்சின்னுதான் பாத்தேன். அதனாலதான் அந்த திருநாளுல நான் ரொம்ப அதிகமா கலந்துக்கிட்டேன். இப்ப இந்த மாதிரி எண்ணம் வருது? அப்படின்னா

இயக்கத்திலிருந்து நான் வெளியேறணுமா? இயற்கைய ரசிச்சிக்கிட்டே இயக்க வேலையயும் பாக்கணுமா? இல்லாட்ட இயக்கமும் இந்தத் திசைய நோக்கி தனது பயணத்த ஆரம்பிக்கணும்னு புது நோக்கத்தக் கொடுக்கணுமா? எதுலயும் தெளிவில்லயே?'

வரப்பிலிருந்து எழுந்தார். கிணற்றை நோக்கி நடந்தார். பிச்சைமுத்தைத் தேடினார். எங்கும் இருப்பது போலத் தெரியவில்லை. கிணற்றுக்கருகில் ஒரு பெரிய மாமரம் இருந்தது. அங்கு சென்றார். அங்கே...

மென்மையாக வீசும் தென்றல் காற்றின் சுகத்தில், பறவைகளின் ஆனந்தமான சத்தத்தின் பின்னணியில், மாமரத்து நிழலில், இடுப்பில் ஒரு துண்டுடன், மண்ணில் படுத்து, கையைத் தலையணையாக வைத்து உறங்கிக்கொண்டிருந்தார் பிச்சைமுத்து.

அவரையே பார்த்தார் வேளாங்கண்ணி. 'எவ்வளவு அழகான, இயற்கையான சூழ்நிலயில தூங்குறாரு? இப்படித் தூங்க கொடுத்து வச்சிருக்கணும். கோடிகோடியாக் கொடுத்தாலும் இதுமாதிரியான சூழ்நில கிடைக்குமா? இந்தமாதிரியான இயற்கையான சூழ்நிலைய அனுபவிக்கத் தெரியாதவுங்கதான் செயற்கையான சூழ்நிலய நோக்கிப் போறாங்களோ?'

அவருக்கும் இயற்கையான சூழ்நிலையில் படுத்து உறங்கணும் போல இருந்தது. கிணற்றைச் சுற்றிப் பார்த்தார். ஒரு பெரிய கொய்யா மரம் இருந்தது. அதன் கிளைகள் தரையைத் தொட்டன. மரம் முழுவதும் கொத்துக் கொத்தாய் பழங்கள் தொங்கின. பறவைகள், அணில்கள் அவைகளை உண்டுகொண்டிருந்தன. அருகில் சென்றார். அவரைப் பறவைகளும், அணில்களும் வித்தியாசமாகப் பார்ப்பது போலத் தோன்றியது. அந்தப் பார்வை வெறுப்பின் பார்வையாகப் பட்டது. 'அவைக மகிழ்ச்சியைக் கெடுக்கேனோ?' அவைகளுக்குத் தொந்தரவு கொடுக்காமல் அங்கிருந்து அகல விரும்பினார். அதற்குள் அவைகள் அங்கிருந்து பறந்தன, தாவிக் குதித்து ஓடின.

மரத்தடிக்குச் சென்றார். தரை வரைத் தொங்கிய கொய்யாமரக் கிளையை விலக்கினார். அங்கே ஓர் ஆள் படுப்பதற்கான இடம் இருந்தது. உள்ளே நுழைந்தார். பிச்சைமுத்தைப்போல கையைத் தலையணையாக வைத்து மண்தரையில் படுத்தார். கண்களை மூடினார். வெகு நேரம் அப்படியே இருந்தார். தூங்க முயற்சித்தார். தூக்கம் வரவில்லை.

விழித்துப் பார்த்தார். மரக்கிளையில் கைக்கு எட்டிய உயரத்தில் ஒரு பெரிய பழம் தொங்கியது. அதன் நிறத்தை, வடிவத்தை, காற்றில் அற்புதமாக ஆடியபடி கிளையில் தொங்கிய அழகை ரசித்தார். அதன் மணம் நாசிக்குள் நுழைந்து அவரில் கலந்தது. நாக்கில் எச்சில் ஊறியது. உண்ணலாமா? தயங்கவில்லை. பறித்து உண்டார். மருந்து அடிக்கப்படாத மரத்தின் கனி அது. இயற்கையான சுவையுடன் தேனாக இனித்தது. மெதுவாகச் சுவைத்து உண்டார்.

அவர் சொன்ன அருள்வாக்கு ஞாபகத்திற்கு வந்தது.

'ஏவாளின் பிள்ளைகளே! விலக்கப்பட்ட விஞ்ஞானக் கனிகளை உண்டது போதும். அவைகள் நஞ்சாகி உங்களைக் கொல்கின்றன. தேனினும் இனிய கனிகள் நிறைந்திருக்கும் சிங்கார இயற்கைக்குத் திரும்புங்கள்.'

'பிச்சைமுத்து வயல்ல நான் இருக்கேன். மரத்துக்கடியில படுத்திருக்கேன். கைக்கு எட்டுன பழத்தப் பறிச்சி திங்கிறேன். ஆனா எனக்கு இது சிங்காரவனமா இருக்கு. அப்படின்னா என்ன அர்த்தம்? சிங்காரவனம் எங்கயோ இல்ல. நம்மகிட்ட, ரொம்பப் பக்கத்துல, நெருக்கமா இருக்கு. அதத் தேடிப் போக வேண்டியதில்ல. நம்மோடயே இருக்கு. அத உணரணும். பாக்கணும். அனுபவிக்கணும். ஆனா அது சிங்காரவனம்னு தெரியணும். அது தெரியாதபடி நம்ம கண்ண ஏதோ மறைக்குது. போலியானதக் காட்டி இதுதான் சிங்காரவனத்துக் கனிகள்னு நம்மகிட்ட வேறு எதோ சொல்லுது. நாம அந்தப் பேச்சத்தான் கேக்கோம். அத நோக்கித்தான் போறோம். ஆனா நம்மகிட்ட இருக்கும் சிங்காரவனத்த நம்மால காண முடியல. அந்த வனத்த அடையாளம் காணணும். காணும்படியான சூழ்நிலைய உருவாக்கணும். அதுதான் என் கடமை. இப்ப இயக்கம் செய்ற வேலயில இதயும் ஒரு முக்கியமான வேலயா இயக்கம் செய்யணும்.'

ஓரளவு தெளிவை நோக்கிப் பயணிப்பதாகத் தோன்றியது. பிச்சைமுத்தைச் சந்தித்துப் பேசினால் இன்னும் தெளிவு பிறக்கும் என்ற நம்பிக்கை அவரிடம் ஏற்பட்டது.

எழுந்தார். கிளைகளை விலக்கிக்கொண்டு வெளியே வந்தார்.

மாமர நிழலில் படுத்திருந்த பிச்சைமுத்து எழுந்து அமர்ந்திருந்தார். சப்தம் வந்த மரத்தை நோக்கிப் பார்த்தார். வேளாங்கண்ணி வருவதைக் கண்டு வியந்தார்.

“வாம்மா, எப்பமா வந்த?” அதிர்ச்சி கலந்த ஆச்சரியத்துடன் கேட்டார்.

“நானு வரும்போது நீங்க தூங்குனீங்க. தொந்தரவு செய்ய வேண்டாம்னு நெனச்சேன்.”

“என்னம்மா சொல்ற? ஒரு சத்தம்கொடுத்திருந்தா விழிச்சிருக்க மாட்டேனா? சரி... ஏதாவது சாப்பிடுறயா?”

“உங்ககிட்டக் கேக்காம ஒரு கொய்யாப்பழத்தப் பறிச்சிச் சாப்பிட்டேன் தாத்தா.”

“எப்பிடிமா இருந்துச்சி?”

“தேனு மாதிரி இனிப்பா இருந்துச்சி. இதுமாதிரி ருசியான கொய்யாப்பழத்தச் சாப்பிட்டதே இல்ல.”

“நெசந்தாம்மா. இங்க இருக்கிற ஒவ்வொரு பழமரமும் இயற்கையானது. செயற்கைய அண்டவிடுறதில்ல. அதத் தவிர வேற என்ன வேல எனக்கு? மொதத் தடவையா இங்க வந்திருக்க. இடம் பிடிச்சிருக்கா?”

“ரொம்பப் பிடிச்சிருக்கு தாத்தா. சொன்னா சிரிக்காதீங்க. இந்த இடத்தப் பாத்ததும் கடவுள் படைச்ச சிங்காரவனமா இருக்குன்னு மனசுக்குள்ள பட்டுச்சி.”

“நெசந்தாம்மா. இது சிங்காரவனந்தான். இயற்கை இருக்கிற எல்லா இடமும் சிங்காரவனந்தான். ஆனா நாம சிங்காரவனத்த அழிச்சிட்டு செயற்கைய நோக்கிப் போறோம். நம்ம ஊருலகூட என்ன பொழைக்கத் தெரியாத கிறுக்கன்னு சொன்னாங்க. காரணம் நான் அவுங்கள மாதிரி விவசாயம் செய்யல. அவுங்க அரசாங்கம் சொன்னதக் கேட்டுக்கிட்டு இயற்கைய அழிச்சிட்டு செயற்கையா எதெதையோ பயிரிட்டாங்க. என்னெத்தையோ உரம்னு வயல்ல தூவுனாங்க. மருந்து அடிச்சாங்க. என்னயும் அதுமாதிரி செய்யச் சொன்னாங்க. கேக்கல. எனக்கு நெலம் என்னப் பெத்த தாய்மாதிரி. அந்தத் தாய் இயற்கையாக் கொடுக்கிற பாலத்தான் குடிக்கணும். அதுதான் சத்தானது. ஆரோக்கியமானது. நேர்த்தியானது. ஒசந்தது. அத விட்டுட்டு தாயின் நெஞ்சைப் பிளந்து ரத்தத்தக் குடிக்காங்க. அதுதான் ஒசந்ததுன்னு வேற சொல்றாங்க. இது அடுக்குமா? தாயக் கொல்லலாமா? இப்ப இயற்கைத்தாய் செத்துக்கிட்டு இருக்கா. கொஞ்சங் கொஞ்சமா உசுரு போயிக்கிட்டு இருக்கு. மொதல்ல அவ நெஞ்சக் குத்தி ரத்தத்தக்

குடிக்கிறத நிறுத்தணும். இன்னும் அவ பால் கொடுத்துக்கிட்டே இருப்பா. நாம எல்லாரும் அவ பெத்த குழந்தைக. அம்புட்டுக் குழந்தைகளுக்கும் பால் கொடுக்கிற அளவுக்கு அவகிட்ட பால் சுரந்துக்கிட்டே இருக்கு. அத உணரணும். அவளக் குத்திக் காயப்படுத்துறத நாம முதல்ல நிறுத்தணும்."

அவர் சொல்வதை வியப்புடன் கேட்ட வேளாங்கண்ணி, கேள்வி கேட்டார். "யாரு தாத்தா இதச் செய்றது?"

"நம்ம பூமித்தாய் நல்லா இருக்கணும்னா எல்லாரும்தான் செய்யணும். ஆனா செய்றதில்லை. அதுக்கு என்ன காரணம் தெரியுமா? ஒவ்வொருத்தரும் தான் நல்லா இருக்கணுங்கிற சுயநலந்தான். பேராசதான். பூமித்தாயக் குத்தி அவ ரத்தத்தக் குடிச்சி தான் மட்டும் நல்லா இருக்கணும்னு நெனைக்கிறான். பூமித்தாய் எல்லாத்துக்கும் பால் கொடுக்கட்டும்னு நெனக்கிறதில்ல. அவனுக்கு மற்றவுங்களப் பத்திய அக்கறையில்ல. நான் நல்லா இருக்க என்னனாலும் செய்யலாம்னு நெனக்கான்."

"தனக்கு வேணுங்கிற சுயநல ஆசைதான் எல்லாத்துக்குக் காரணமா?"

"ஆமா, இந்தச் சுயநல ஆசைக்கு அளவேயில்ல. அம்மா, நான் சின்னவனா இருந்தப்ப இந்தக் கிணறு நிறையத் தண்ணி இருந்துச்சி. கிணத்தச் சுத்தி சுவர் கட்டல. மழைக்காலங்கள்ல கிணத்துல தண்ணி ஊத்தெடுத்து நிறைஞ்சி வழிஞ்சி தன்னாலயே வாய்க்கா வழியா வயலுக்குப் பாயும். அப்ப கிணத்துக்குள்ள கெடக்குற மீனுக வெளிய வந்து வாய்க்கால்ல துள்ளும். நான் என்ன செய்வேன் தெரியுமா? வேகமா ஓடிவந்து கிணத்துல இருந்து தண்ணி வெளிய போகாம மண்ணைப் போட்டு அடைச்சிறுவேன். கிணத்துக்குள்ள இருந்து வெளிய வந்த மீனுக திரும்ப கிணத்துக்குள்ள போக முடியாது. அதுகளப் பிடிச்சிச் சுட்டுத் திம்பேன்.

இப்பப் பாரு. கிணத்துல தண்ணி எவ்வளவு ஆழத்துக்குப் போயிருச்சின்னு. ஆயிரக் கணக்கான வருசங்களா பூமித்தாய் வயிறு நெறைய இருந்த தண்ணிய உறுஞ்சி எடுத்திட்டோம். அதுக்குக் காரணம் என்ன? அப்ப மழை நிறையப் பெஞ்சது. பூமித்தாய் வயிறு நிறையத் தண்ணி குடிச்சா. வயித்துல தண்ணி குறையவேயில்ல. ஆனா என்ன ஆச்சு?

அந்தக் காலத்துல எங்க பாத்தாலும் மரங்க இருந்துச்சி. அதோ அங்க தெரியுதே மலை. அதுபூராம் மரங்கதான். ஆதிக்கச் சாதிக்காரங்க என்ன செஞ்சாங்க தெரியுமா? நாங்க வீடு கட்டுறோம், கதவு-ஜன்னல் வைக்கோம், கட்டுலு செய்றோம், நாற்காலி செய்றோம். மேஜை செய்றோம், பீரோ செய்றோம், சிலை செய்றோம். கோயில் கட்டுறோம், யாகம் செய்றோம் அப்படீன்னு மரங்களப் பூராம் வெட்டுனாங்க. அவன் எங்க வெட்டுனான். அவன் வெட்டச் சொன்னான். நம்ம ஆளுக வெட்டுனாங்க. நமக்குக் கெடைச்சது கூலி மட்டுந்தான். மலைய மொட்ட அடிச்சாங்க. பூமித்தாய்க்கு இந்த மரங்கதான் தண்ணிய கொடுத்துச்சுக. மரங்க மேகத்தத் தடுத்து குளிர வச்சி மழையா கொட்டுச்சிக. இப்ப மரங்க இல்லாததுனால மழையில்ல. பூமித்தாய் வயிறு நிறையல. அவ வயித்துத் தண்ணி குறைஞ்சிருச்சி.

விட்டானா மனுசன். அவ வயித்தத் தோண்டி மோட்டார் வச்சித் தண்ணிய எடுக்க ஆரம்பிச்சான். இன்னும் தோண்டிக்கிட்டே இருக்கான். மிசின் வச்சி பூமித்தாய் வகுத்தல 1000 அடி, 1500 அடின்னு துளைபோட்டு உறிஞ்சி தண்ணிய எடுக்கான். ஆனா பூமித்தாய் தாகத்துல தவிக்கா. அதப் போக்கணுமேன்னு யாருக்கும் தோணல. அப்படித் தோணியிருந்தா பூமித்தாய் வகுத்துல துளை போடுறத நிறுத்தியிருப்பான். மரங்கள வெட்டுறத விட்டிருப்பான். மரங்கள வளத்திருப்பான். மழை பெஞ்சிருக்கும். பூமித்தாய் வயிறு நிறையத் தண்ணியக் குடிச்சிருப்பா. ஆனா அப்படி நடக்கல.

அதுக்கு என்ன காரணம்? நான் நல்லா இருக்கணும். வசதியா இருக்கணும். அதுக்கு என்னனாலும் செய்யலாங்கிற பேராசை. இந்த ஆசை கூடிக்கிட்டே போகுது. ஒண்ணுக்கு ஆசைப்பட்டு அது கெடச்சதும் அடுத்தது வேணும்னு ஆசை. அளவில்லா ஆசை. அந்த ஆசை நம்ம மக்கள்ட்ட அந்தக் காலத்துல இல்ல. இயற்கையா, இயல்பா போதுங்கற மனசோட வாழ்ந்தாங்க. அன்னன்னைக்கு உழைச்சோமா, கூழக் குடிச்சோமான்னு இருந்தோம். ஆனா நாமளும் ஆதிக்கச் சாதிக்காரங்க மாதிரி வாழணும்னு நெனச்சோம். ஆசைப்பட ஆரம்பிச்சோம். அதுதான் நாம செஞ்ச தப்பு.”

“தாத்தா, எனக்கு ஒரு சந்தேகம் வருது. அப்படின்னா முன்னேற்றமே கூடாதுன்னு சொல்றீங்களா? அந்தக் காலத்துல குடிசையில வாழ்ந்தோம். இப்ப நல்ல வசதியான வீடுகளக் கட்டி வாழ்றோம். கீழ உக்காந்த நாம நாற்காலியில உட்காருறோம். கட்டில்ல தூங்குறோம். சினிமா, தொலைக்காட்சின்னு பொழுது சந்தோசமாப்

போகுது. கணினி இருக்கு. அலைபேசி வந்திருச்சி. மருத்துவத் துறையில எவ்வளவோ முன்னேறி இருக்கோம். இதய நோய்க்கு பல விதங்கள்ல அறுவை சிகிச்சை செஞ்சி உயிரக் காப்பாத்துறாங்க. இப்பிடி எவ்வளவோ முன்னேற்றம் அடைஞ்சிருக்கோம். இதெல்லாம் கூடாதுன்னு சொல்றீங்களா? பழைய காலத்துக்கு, கற்காலத்துக்குப் போகணும்னு சொல்றீங்களா?'

"அம்மா, நானு அப்படிச் சொல்லல. அப்படிப் போகக் கூடாது. ஏன் போகவும் முடியாது. ஆனா அடுத்து இயற்கைய நோக்கித் திரும்பிப் போகணும். கொண்ட ஊசி எப்படி வளைஞ்சிருக்கோ அதுமாதிரி நம்ம வாழ்வும் முற்றிலும் வளைஞ்சி திரும்பணும். புதுப்புதுக் கண்டுபிடிப்புக மனுசன முன்னேற்றத்துக்கு கூட்டிக்கிட்டுப் போறதுக்குப் பதிலா அழிவுக்குக் கூட்டிக்கிட்டுப் போயிருச்சி. முன்னேற்றங்கிற பெயருல நாம இயற்கைய அழிச்சிட்டோம். அதுல இருந்து விலகி ரொம்பத் தூரம் நூற்றுக்கணக்கான வருசங்க நடந்து வந்துட்டோம். அதநோக்கி ஒடனே போக முடியாது. எது முக்கியம்னா நாம முழுசுமா இப்பத் திரும்பணும். இயற்கைய நோக்கித்திரும்பி நடக்க ஆரம்பிக்கணும். இன்னும் நூத்துக்கணக்கான வருசங்க நடக்கணும். இப்ப நாம முன்னேற்றம்னு சொல்றோமே? அதுல எதெல்லாம் இயற்கைய அழிக்கிதோ அத விட்டுக்கிட்டே வரணும். அதுக்குப் பதிலா இயற்கைய அழிக்காம இயற்கைய இன்னும் அதிகமாப் பயன்படுத்துற புதுப்புதுக் கண்டுபிடிப்புக்கு நாம திரும்பணும்."

"கொஞ்சம் தெளிவாச் சொல்லுங்க தாத்தா."

"உதாரணத்துக்கு ஒண்ணு சொல்றேன். இதய நோய்க்கு என்னென்னமோ சிகிச்சைக வந்திருச்சின்னு நீ சொல்ற. நானு மறுக்கல. ஆனா நாம இன்னும் இயற்கைய இன்னும் முற்றிலுமோ உணரல. இன்னும் இயற்கைய அதிகமா ஆராய்ந்தா எந்த விதமான இதய நோய்க்கு எந்த விதமான மூலிகையப் பயன்படுத்தினா சரியாப் போகுங்கிற கண்டுபிடிப்புக்கு வருவோம். இயற்கைகைய நோக்கித் திரும்புறதுன்னா இப்ப இருக்கிற வளர்ச்சியவிட அடுத்த கட்ட வளர்ச்சியா அது இருக்கும். இயற்கைய அழிக்காத வளர்ச்சியா, இப்போது இருக்கிறத விட மிக உன்னதமான உயர்ந்த வளர்ச்சியா இருக்கும். இயற்கைய நோக்கித் திரும்புறங்கிறத நானு அந்தக் கண்ணோட்டத்துல சொல்றேன். புதிய வாழ்க்கை முறையும் இருக்கும். அப்ப நீ சொல்றயே அந்த மாதிரியான இதய வியாதிககூட வராது,"

வேளாங்கண்ணி இமைக்காமல் அவரைப் பார்த்தார்.

“அந்தக் காலத்துல எங்க அப்பன் கிணத்துல கமலகட்டி தண்ணி இறைப்பாரு. நானு வயல்ல தண்ணி பாச்சுனேன். நானு பெரியவனா ஆனேன். நானு கமலையில தண்ணி இறைக்க அப்பன் தண்ணி பாச்சுனாரு. எம்புட்டுத் தண்ணி இறைச்சாலும் பத்து அடிக்குக் கீழ தண்ணி மட்டம் கெணத்துல இறங்காது. காலையில இருந்து சாயங்காலம் வர தண்ணி இறைப்பேன். மாட்டப் பின்னாலயே இழுத்துக்கிட்டு வந்து சாலைத் தண்ணிக்குள்ள முக்கி நெறைச்சி, கயித்த இழுத்து சாலை நிமுத்தி நேராக்கி மாட்டப் பத்துவேன். மாடு முன்னால போகும். சக்கரங்க கீச்சு கீச்சுன்னு சத்தம் போடும். நானு வடத்துல உக்காந்துக்கிட்டே போவேன். சால் மேல வந்ததும் சாலோடக் கட்டியிருக்கும் தோல்வால் கயிற இழுத்துத் தண்ணிய வெளிய விடுவேன். மறுபடி மாட்ட பின்னாலயே இழுத்துக்கிட்டு வருவேன். களைப்புத் தெரியாம இருக்க பாட்டுப் பாடிக்கிட்டே இறைப்பேன். எம்புட்டு ஆனந்தமா இருந்துச்சு தெரியுமா? காலயில இருந்து பொழுது சாய்றது வர தண்ணி இறைப்பேன். வேல செஞ்சதே தெரியாது.

சுதந்திரம் கெடைச்சது. கரண்ட் வந்துச்சி. நம்ம ஊருல மொதலாளி ஒருத்தரு மோட்டார் போட்டு தண்ணி இறைச்சாரு. அவரு மட்டும் செய்யலாமா? நாமளும் செய்யணும்னு அப்பங்கிட்டச் சொன்னேன். அவரு மாட்டவே மாட்டேன்னு சொன்னாரு. நானு அழுது அடம்பிடிச்சி மோட்டார் போட்டுத் தண்ணி இறைச்சேன். ஒரு பட்டனை அழுத்துனாப் போதும். தண்ணி பீச்சிக்கிட்டு அடிக்கும். இப்பயும் அப்படித்தான் தண்ணி பாச்சுறேன். இப்ப நாளைக்கே கமலை போட்டு தண்ணி இறைக்கணும்னு நானு சொல்லல. அது முடியவும் முடியாது. அப்படிச் செய்யணும்னா தண்ணி மேல வரணும். அதுக்கு முயற்சி செய்யணும். இயற்கைய நோக்கித் திரும்பணும். மரங்கள வளக்கணும். பூமித்தாய் வகுத்துல நீர் மட்டத்த ஒசத்தணும். அம்மா, அதே சமயம் இயற்கையா தண்ணிய எப்படி வெளிய கொண்டு வரலாம்னு ஆராயணும். காற்றாலை மூலம் கொண்டு வரலாம்னு சொல்றாங்க. அதுமாதிரியான ஆராய்ச்சில ஈடுபடணும். முன்னேற்றங்கிறது ஒரு அளவுல இருக்கணும், இயற்கையப் பாதிக்காத அளவுல முன்னேற்றம் இருக்கணும். அதுக்கு நம்ம தேவைகளக் குறைக்கணும். அதுக்கு ஆசைகளைக் குறைக்கணும்.”

வேளாங்கண்ணி ஆச்சரியமாகப் பார்த்தார்.

“என்னம்மா அப்படிப் பாக்குற. வீட்டுல ஒரு மண்பானை இருக்கு. அதுல தண்ணிய ஊத்துனா குளிர்ந்த தண்ணி கிடைக்கும்.

அதுவே தாராளமா போதும். ஆனா அப்படி நெனக்கிறதில்ல. அலுமினியப் பானையப் பாக்கோம். மண்பானைய விட அலுமினியப்பான நல்லா இருக்குன்னு அத வாங்குறோம். ஏன்? ஆசை. உண்மையிலயே அலுமினியப்பானை மண்பானையவிட நல்லதா? இல்லவே இல்ல. யாரோ சொல்றாங்க. அலுமினியப்பானைதான் நல்லதுன்னு. அதத்தான் கேக்கோம். அதோட போதும்னு நெனைக்கோமா. இல்ல. அதுக்குப் பெறகு பித்தளப்பானை நல்லாயிருக்குன்னு அத வாங்குறோம். கொஞ்சகாலத்துக்குப் பெறகு எவர்சில்வர்பானை நல்லா இருக்குன்னு அத நோக்கிப் போறோம். புதுசு புதுசா வந்துக்கிட்டே இருக்கு. அது பாக்க நல்லா இருக்குன்னு பழசத் தூக்கிப் போட்டுட்டுப் புதுசுக்குப் போறோம். இன்னைக்குப் புதுசு புதுசா எதெதையோ கண்டு பிடிக்கான். நமக்குத் தேவையோ தேவையில்லயோ அத வாங்கணும்னு நாம நெனக்கோம். ஏன்? ஆசை. எனக்கு இன்னும் வேணுங்கிற ஆசை. இந்த ஆசையத் தூண்டுறது யாரு? பணக்காரங்க. அவனுக்குப் பணம் வேணும். அதுக்காக இயற்கைய அழிச்சி என்னென்னத்தையோ கண்டுபிடிக்கான். அத விக்கணும். என்ன செய்றான்? தொலைக்காட்சி வழியா விளம்பரம் செஞ்சி நமக்கு ஆசையத் தூண்டுறான். நாம பலியாகிறோம். ஏன்? ஆசை. இந்த ஆசையக் குறைக்கணும்.”

தாத்தா சொல்வதில் மிகப் பெரிய உண்மை இருப்பதாக வேளாங்கண்ணி நினைத்தார். அவர் சொல்வதைக் கவனமாகக் கேட்டார். “ஆசையக் குறைக்கிறது எப்பிடி தாத்தா?”

“நல்ல கேள்விமா. பெரிய பெரிய ஞானிக இந்தக் கேள்வியத்தான் கேட்டாங்க. என் அனுபவத்தில இருந்து சொல்றேன். இயற்கைய ரசிக்கத் தெரிஞ்சா ஆசய குறைக்கணும்னு தோணும். இயற்கையப் பாதுகாக்கணும்னு தோணும். இப்ப என்னப் பாரு. இந்தப் பூமிதான் தாய்ன்னு நான் நெனைக்கேன். வெறும் உடம்போட பூமியில படுக்கேன். எனக்கும் பூமிக்கும் ஓர் உறவு இருக்கு. அந்தத் தாயின் வயித்துல படுத்துத் தூங்குற உணர்வு ஏற்படுது. இந்த உறவ எத்தனபேரு உணர்றோம்? தரையில, அதுவும் மண்தரையில படுக்கிறதக் கேவலம்னு நெனைக்கோம். ஆனா தலித்துகளாகிய நாமதான் தரையில படுத்திருந்தோம். இன்னும் நம்ம ஆளுகள்ல ரொம்பப் பேரு தரையிலதான் படுக்காங்க. ஆனா ஆதிக்கச் சாதிக்காரங்க தரையில படுக்கல. பூமியோட உள்ள உறவ வெட்டி கட்டில்ல படுத்தான். அத அவன் உணரல. ஆனா அதுதான் உசந்ததுன்னு நாமும் அதுமாதிரி பூமித்தாயோட உள்ள உறவத் துண்டிச்சி கட்டுல்ல படுக்க ஆரம்பிச்சிட்டோம்.

ஜிலு, ஜிலுன்னு காத்து அடிக்குது. அது உடம்புல படணும். காத்தோட நமக்கு உறவு வரும். நாம அந்தக் காலத்துல அப்படித்தான் இருந்தோம். நாம எங்க சட்டை போட்டோம். எப்பவும் காற்று உடம்புல படட்டும்னு இருந்தோம். வெளியில சுதந்திரமா காற்ற அனுபவிச்சிக்கிட்டே படுத்திருந்தோம். காற்றோட உறவு இருந்துச்சு. ரொம்ப ஆரோக்கியமா இருந்தோம். ஆனா ஆதிக்கச் சாதிக்காரன் உடம்புல காத்துப்படக் கூடாதுன்னு சட்டை போட்டான். நாமளும் அதப்பாத்து அதுதான் வளர்ச்சின்னு சட்டையப் போட ஆரம்பிச்சோம். இப்ப அவனமாதிரி பேன்ட்ஸ் போட ஆரம்பிச்சாச்சு. காற்றோட உள்ள உறவு போச்சி.

நம்ம தெனம் வேல செஞ்சி கம்மாயில, கிணத்துல, குளத்துல, ஊரணியில குளிச்சோம். தண்ணியோட அதிகமா உறவு இருந்துச்சி. ஆனா ஆதிக்கச் சாதிக்காரன் வீட்டுக்குள்ள ஒருபானைத் தண்ணியில குளிக்க ஆரம்பிச்சான். தண்ணியோட உள்ள உறவ ரொம்பக் குறைச்சான். நாமளும் அவனுகளப்பாத்துப் பழகிட்டோம். பொண்டாட்டிய அடிமையாக்கி தண்ணியக் கொண்டுவரச் சொல்லி வீட்டுல குளிக்கோம். தண்ணியோட உள்ள உறவு குறைஞ்சிருச்சி.

நாம வயல்கள்ல இறங்கி வேல செய்வோம். சட்ட எதுவும் போடுறதில்ல. சூரிய ஒளி நம்ம மேல பட்டுச்சி. அத ரசிச்சோம். சூரியனோட உறவு இருந்துச்சி. ஆனா ஆதிக்கச் சாதிக்காரனுக்கு சூரிய ஒளி கசந்துச்சி. வெயில்படாம குடையப் பிடிச்சிக்கிட்டு நம்மள வேல வாங்குனான். வெயில் படாத வேலகளைச் செஞ்சான். அதுக்குக் கட்டடங்களக் கட்டி அதுக்குள்ள வேல செய்ய ஆரம்பிச்சான். கடைகள வச்சான். ஆபீசுகள்ல வேல செஞ்சான். என்னென்ன வேல செய்ய முடியுமோ அதப் பூராம் செஞ்சான். அதுதான் உயர்ந்ததுன்னு அவன் சொன்னான். நம்ம பயகளும் அத நெனச்சிக்கிட்டு உடம்புல வெயில் படும் வயல் வேல தாழ்ந்ததுன்னு நெனச்சி வெயில் படாத வேலய நோக்கிப் போக ஆரம்பிச்சிட்டான். சூரியனோட உள்ள உறவும் போயிருச்சி.

ராத்திரிகள்ல நாம குடிசைகளுக்கு வெளிய தான் படுத்தோம். நிலாவப் பாப்போம். அதோட பேசுனோம். அதக்காட்டி கதை சொல்லுவோம். அந்த ஒளி நம்ம மேல விழுந்துச்சி. நமக்கு நிலவோட நல்ல உறவு இருந்துச்சி. ஆனா ஆதிக்கச் சாதிக்காரங்க வீட்டுக்குள்ள படுத்தாங்க. நிலவோட அவுங்களுக்கு தொடர்பு இல்ல. அவுங்கள மாதிரி நாமளும் குடிசையா இருந்தாக்கூட அதுக்குள்ள போயி படுக்க ஆரம்பிச்சிட்டோம். நிலவோடு இருந்த உறவும் போயிருச்சு.

பகல்லயும், ராத்திரியிலயும் வெட்ட வெளியில இருந்ததுனால ஆகாயத்தோட நமக்குத் தொடர்பு இருந்துச்சி. மேகங்களப் பாத்து ரசிச்சிருக்கோம். அது பல வடிவங்கள்ல உருவம் மாறுகிறத ரசிச்சோம். அதவச்சி நிறைய கதைகளச் சொன்னோம். இரவுல நட்சத்திரங்களப் பாத்து ரசிச்சிருக்கோம். ஆகாயத்தோடயும் உறவு இருந்துச்சி. ஆதிக்கச் சாதிக்காரங்களால அந்த உறவும் போச்சி.

நமக்கு நிலத்தோட, நீரோட, காற்றோட, நெருப்போட, ஆகாயத்தோட உறவு இருந்துச்சி. தொடர்பு இருந்துச்சி. உறவு இருந்ததுனால இவைகள நேசிச்சோம். இவைகதான் இயற்கை. இவைகளோடு இருந்த உறவ ஆதிக்கச் சாதிக்காரங்களப் பாத்து விட்டுட்டோம். இந்த உறவ விடுறதுதான் முன்னேற்றம், வளர்ச்சின்னு நெனக்கோம். இந்த உறவ வளக்கிறதுதான் முன்னேற்றம். வளர்ச்சி. அது நம்மகிட்ட இருந்துச்சி. நம்மள நோக்கி ஆதிக்கச் சாதிக்காரங்க வந்திருக்கணும். ஆனா அதுக்குப் பதிலா ஆதிக்கச் சாதிக்காரங்கள நோக்கி நாம செல்ல ஆரம்பிச்சிட்டோம். இப்ப நாம இயற்கைய நோக்கிச் சிறிது சிறிதாத் திரும்பணும். நம்மாலதான் அது முடியும். மத்தவுங்களால முடியாது. நாமதான் உலகத்த மீட்க வந்தவுங்கங்கிறத உணரணும். மத்த சாதிக்காரங்க மாதிரி ஆகுறத விடணும். இயற்கையோட உறவு வச்சிருக்கும் நாமதான் உயர்ந்தவுங்க. நம்ம கலாச்சாரந்தான் உயர்ந்தது. நம்மள நோக்கி மத்த எல்லாரும் வரணும்னு நெனக்கணும்."

"தாத்தா, இது நடக்குற காரியமா?"

"ஏம்மா நடக்காது. மொதல்ல நாம ஆதிக்கச் சாதிக்காரங்களப் பின்பற்றி அவுங்கள மாதிரி நாமளும் நடக்கிறதுதான் முன்னேற்றங்கிற எண்ணத்த விடணும். அம்மா, நாம யாரையும் தாழ்வா நெனைக்கல, ஏமாத்தல, அடிமைப்படுத்தல, அடக்கி ஆளல, கொடுமைப்படுத்தல, சுரண்டல. நம்ம உழைப்புல வியர்வ சிந்தி உழைச்சோம். உணவுல ஏற்றத் தாழ்வு பாக்காம எல்லாத்தயும் உண்டோம். இயல்பா, இயற்கையா வாழ்ந்தோம்.

ஆனா ஆதிக்கச் சாதிக்காரங்க அப்படியில்ல. அவன் மொதல்ல நெலத்த அபகரிச்சான். அத வச்சிக்கிட்டு நம்மள தாழ்வா நெனைச்சி அதுல வேலைசெய்ய வைச்சான். அதுக்கு நம்மை அடிமைப்படுத்தினான், கொடுமைப்படுத்தினான், சுரண்டுனான், ஏமாத்துனான், அடக்கி ஆண்டான். அதோட விட்டானா? நம்ம உணவுப் பழக்கங்கள கேவலம்னு சொன்னான். ஆனா அத நாம ஏத்துக்கிட்டு அவன்

வாழ்க்கைதான் உசந்ததுன்னு அவுங்கமாதிரி நடக்க ஆரம்பிச்சோம். இது சரியாம்மா? அவுங்க பிழைப்பு கேவலம்மா, ஈனப் பிழைப்புமா. அவுங்கள மாதிரி நாம ஆகணுங்கிறத விடணும். நம்ம பழக்க வழக்கங்க, கலாச்சாரந்தான் சிறந்தது, உன்னதமானது, ஒசந்ததுன்னு நெனைக்கணும். அத நோக்கித் திரும்பணும்.

நான் திட்டமிட்டுத்தாம்மா எல்லாத்தயும் செய்றேன். அவுங்க விவசாயத்தப் பாத்து நாமளும் அதுமாதிரி விவசாயம் செஞ்சோம். அத மாத்தணும்னு நெனைச்சேன். இப்பப் பாலகர்களின் திருநாளு மூலமா மக்கள்ட்ட ஒரு மாற்றத்தக் கொண்டு வர முயற்சிக்கிறோம். நிச்சயம் மாற்றம் வரும், மக்கள் கூழ நோக்கித் திரும்புவாங்க. தானியங்களப் பயிரிடுவாங்க. இயற்கை விவசாயத்துக்கு மாறுவாங்க. அத ஓர் ஆன்மீகமா மாத்தியிருக்கோம். ஆன்மீகம்னா என்னன்னு நெனக்கிற? இயற்கைய நோக்கித் திரும்புறதுதான் ஆன்மீகம். இப்ப ஒரு பகுதிய மட்டும் சொல்லியிருக்கோம். ஒவ்வொரு வருசமும் இன்னும் கொஞ்சம் கொஞ்சமாச் சொல்லி மக்கள முழுசுமா இயற்கைய நோக்கித் திருப்பணும். இதுதான் ஆன்மீகம்னு அவுங்கள உணர வைக்கணும். அது முடியாத காரியம் இல்லம்மா. நிச்சயம் மாற்றம் வரும்னு நெனக்கேன்.”

வேளாங்கண்ணிக்கு அவர் சொல்லும் ஒவ்வொரு விசயமும் புதியதாகவும், ஆச்சரியம் அளிப்பதாகவும் இருந்தது.

“இப்படிப் பேசுறானே இந்தக் கிழவன். இவுரால எப்பிடி இதுமாதிரியெல்லாம் பேசமுடியிதுன்னுதான ஆச்சரியப்படுற. இப்ப படிச்சவுங்களுக்குத்தான் மதிப்பு. ஆனா என்னமாதிரி படிக்காதவுங்க நெறையப்பேருட்ட பட்டறிவு நிறைய இருக்கு. எந்த சமூகம் பட்டறிவுள்ளவுங்கள மதிக்கிதோ அந்த சமூகந்தான் மாறும்.

அம்மா நானு எந்தக் கட்சி கூட்டம் போட்டாலும் போவேன். முக்கியமா கம்யூனிஸ்ட் கட்சிக்காரங்க கூட்டத்துக்குப் போவேன். அவுங்க சொல்றதக் கேப்பேன். பிறகு நானா யோசிப்பேன். எனக்கு எது சரின்னு படுதோ அதமட்டும் ஏத்துக்கிடுவேன். இல்லாட்டி நானே யோசிப்பேன். புதுசா மனசுக்குள்ள ஒண்ணு தோணும். அதச் செய்வேன்.

நானு பூசைக்கும் தவறாமப் போவேன். அப்ப வாசிக்கிற நற்செய்தியக் கவனமாக் கேப்பேன். அதுக்குச் சாமியார் கொடுக்கும் விளக்கத்தையும் கேப்பேன். சாமியார் கொடுக்கிற விளக்கம் எனக்கு சரியில்லன்னு படும். எனது அனுபவத்தில இருந்து நற்செய்திக்கு

என்ன விளக்கம்னு யோசிப்பேன். அதுதான் சரின்னு மனசுக்குப் படும். நாம கொடுக்கிற விளக்கம்தாம்மா சரியான விளக்கம். ஏன்னா நம்ம சேசு ஏழையா இருந்து ஏழைக சார்பா பேசுனவரும்மா. அவரு சொல்றத ஏழைகளாலதான் புரிஞ்சிக்கிட முடியும்னு நானு நெனைக்கேன். எனக்குத் தெரிஞ்ச விளக்கத்த நம்ம ஊர்க்காரங்ககிட்டச் சொன்னேன். அவுங்க என்ன கிறுக்கன்னு சொன்னாங்க. நானு அதப்பத்திக் கவலப்படல.

சில சமயங்கள்ல நானு என்ன செய்வேன் தெரியுமா? இடுப்புல துணியோட தரையில தூங்குறது மாதிரி மரத்தக் கட்டிப்பிடிப்பேன். அது ஒரு உயிர். அதன் உயிர்த் துடிப்புக் கேக்குதான்னு பாப்பேன். எனக்குக் கேக்கும். நீயும் முயற்சி செஞ்சி பாரு. கேக்கும். மரத்தோட பேசுவேன். பயிர்க, செடிக, கொடிக இதையெல்லாம் அணைச்சிக்கிட்டுப் பேசுவேன். மரங்க, செடிக, பூக்க, காய்கறிக, பழங்க, பறவைக, வண்ணத்துப் பூச்சிக, புழுக்க எல்லாம் எம்புட்டு அழகு தெரியுமா? இந்த அழக ரசிப்பேன். தொடுவேன். மோந்து பார்த்து அதன் மணத்த அனுபவிப்பேன். அதுக எதுவும் சத்தம் போடுதுகளான்னு கேப்பேன். செடிக, இலைக, பூக்க எல்லாத்தயும் எடுத்துச் சுவைத்துப் பார்ப்பேன்.

பயிர்க நல்லா விளைஞ்சா தானியங்களத் தின்ன கூட்டங் கூட்டமா பறவைக வருங்க. அப்பன் இருந்தப்ப கையில ஒரு தகர டப்பாவ வச்சி விரட்டச் சொல்லுவாரு. நானு விரட்டுவேன். அவரு இல்லாத சமயங்கள்ல விரட்டுறதில்ல. திங்கட்டும்னு அதுக சத்தம் போட்டு மகிழ்ச்சியா திங்கிறதப் பார்த்து ரசிப்பேன். அப்பன் வந்து திட்டுவாரு. அவருக்குப் பெறகு பொண்டாட்டி திட்டுனா. குருவிகள விரட்டாததுனால ஊர்க்காரங்க என்னக் கிறுக்கன்னு சொன்னாங்க. நானு பெருசா எடுத்துக்கிடல. பறவைக, அணில்க ஆனந்தமாத் திங்கிறத நானு அதவிட ஆனந்தமாப் பாப்பேன்.

அம்மா, ஓர் உதாரணம் சொல்றேன். வீட்டுல நெறைய உணவு வச்சிருக்கோம். அப்ப பசியோட இருப்பவனுக்கு அதக் காட்டுறோம். ஆசையோட சாப்பிட வரும்போது போடா வெளியன்னு அவன வெரட்டுறது சரியாம்மா? அவன் மனசு என்ன பாடுபடும்? அது மாதிரிதாம்மா நாம பறவைகள வெரட்டுறதும். சொர்க்கம்னு சொல்றாங்களே? அது எது? நாம ஆனந்தமா இருக்கிறதுதான் சொர்க்கம். அதுமாதிரி எல்லா உயிரினங்களும் ஆனந்தமா இருக்கிறதப் பாக்குறதுதான் சொர்க்கம். அது மறு உலகத்துல இல்ல. இங்க சுயநலமில்லாம, இயற்கையோட, இயல்பா, சுதந்திரமா அதன் அழகை ரசிக்கிறதுதான் சொர்க்கம்.”

வேளாங்கண்ணிக்கு அவரைக் கட்டிப்பிடித்து அழவேண்டும்போல இருந்தது.

"அம்மா, எனக்கு என்னமோ எல்லாத்தயும் உங்கிட்டச் சொல்லணும் போல இருந்துச்சி. அதுதான் சொன்னேன். ஒண்ணே ஒண்ணு. சொல்லத் தயக்கமா இருக்கு. இருந்தாலும் உங்கிட்ட எதையும் மறைக்காம நான் இப்படித்தான்னு சொல்லணும்னு தோணுது. அதனால சொல்றேன்."

ஒரு நிமிடம் அமைதியாகத் தான் சொல்லப்போவதை நினைத்துப் பார்த்தார். மலரோடு மனிதனை ஒப்பிட்டபோது எழுந்த கருத்து அது. செடிகள், கொடிகள், தாவரங்கள், மரங்கள் முதலியவைகளின் இலைகள், கிளைகள், வேர்கள், பருமன் போன்ற அனைத்திலும் மலர்கள்தான் மிகவும் அழகானவை. அதனால்தான் அவைகளைத் தலையில் வைக்கிறோம். கழுத்தில் மாலையாக அணிகிறோம். இறைவனுக்குச் சாற்றுகிறோம். மலர்கள் மலர்ந்தபின் மகரந்தச் சேர்க்கையால் கருவாகி சிறிது சிறிதாக வளர்ந்து தானிய வித்துக்களாய், காய்களாய், கனிகளாய் மாறுகின்றன. பாலின உற்பத்திப் பாகங்கள் தான் மலர்கள் என்ற உண்மையை உணர்ந்தார். அந்த எண்ணம் அவரை மனிதர்களை நினைக்கத் தூண்டியது. அப்படியானால் மனித உறுப்புக்களில் மலர் எது? பாலின உறுப்புக்கள்தானே? அப்படியானால் அவைகள் மிக அழகானவைகள் தானே? மரம், செடி, கொடிகளின் இனவிருத்திக்கான உறுப்புக்களை இவ்வளவு அழகாகப் படைத்த இறைவன் மனிதனின் இனவிருத்திக்கான உறுப்புக்களை இன்னும் எத்தனை மடங்கு அழகாகப் படைத்திருப்பார்.

அப்படியிருக்க அவைகளின் அழகைப் பார்க்க ரசிக்க தடை விதிப்பது ஏன்? அவைகளை மூடி மறைப்பது ஏன்? அவைகளைக் காட்டுவதோ பார்ப்பதோ அநாகரீகம், அசிங்கம், கேவலம், மோசம், வன்மம், வக்கிரம், கொடூரம், பாவம் என்று சொல்வது ஏன்? அவைகளின் பெயர்களைக் கெட்ட வார்த்தைகள் என்று சொல்வது ஏன்? பாலியல் உறுப்புக்களை மையப்படுத்தியே பெரும்பாலான அறநெறிகள் இருக்கின்றனவே? இவைகள் சரியா? இத்தகைய எண்ணம் சமூகத்தில் எப்படி வந்தது? யார் புகுத்தியது? இப்போக்கை மாற்ற வேண்டாமா?

இத்தகைய எண்ணங்களைப் பகிரலாம் என்றே விரும்பினார். அதற்கான காலம் கனியவில்லை என்பதை உள்ளுணர்வு கூற மற்றொன்றைப் பகிர்ந்தார். "சில சமயங்கள்ல... பௌர்ணமி

அன்னைக்கு இங்கயே இருப்பேன். துணிக எல்லாத்தயும் அவுத்துப் போட்டுட்டு சுதந்திரமா முழு நிர்வாணமா நிலாவப் பாத்து, நட்சத்திரங்களப் பாத்து மகிழ்வேன். ரசிப்பேன். ஆடுவேன். பாடுவேன். ஓடுவேன். வயலச் சுத்திச் சுத்தி வருவேன். எவ்வளவு சுதந்திரமா, பரவசமா இருக்கும் தெரியுமா? அந்த அனுபவத்த என்னால சொல்ல முடியல. அனுபவிச்சித்தான் தெரியும். என் ஆசை ஒண்ணுதான். அதுமாதிரி சுதந்திரமா, முழு நிர்வாணமா பௌர்ணமி அன்னைக்கு வயல்ல ஆடிக்கிட்டே சுத்திவரும்போது சாகணும். அந்தச் சாவுலதான் அர்த்தம் இருக்கு."

★★★

7

செல்லையா மகிழ்ச்சியின் உச்சத்தில் இருந்தார். திட்டமிட்டதற்கும் மேலாக திருவிழா மிகச் சிறப்பாக நடைபெற்றதால் சாதனை உணர்வு அவரை நிறைத்தது. மிகச் சிறப்பு என்று அவர் நினைத்தது திருச்சபையின் விசுவாசத்திற்கு எதிராக எதையும் செய்யவில்லை என்பதுதான். நிர்வாகத் திருச்சபையினர் எதுவும் குறை சொல்லிவிடக் கூடாதே என்று மிகவும் கவனமாகத் திட்டமிட்டார். ஆனால் இப்போது திருச்சபைக்கு ஒரு புதிய வழியைக் காட்டியிருக்கிறோம் என்ற நிறைவு அவரிடம் இருந்தது. பணியாளர் அந்துவானின் பயிற்சிதான் இதற்கு முழுக் காரணம் என்பதை உணர்ந்தார்.

திருவிழாவிற்குச் செல்லாதவர்களைச் சந்தித்தால் அவர்களிடம் விழாவைப் பற்றி மிகப்பெருமையாகப் பேசினார். திருவிழாவிற்குச் சென்றவர்களைச் சந்தித்தால் எப்படி இருந்தது என்று அவர்களது கருத்துக்களைக் கேட்டார்.

திருவிழாவைப் பற்றியே அவரது மனம் அசைபோட்டது. 'பிச்சைமுத்து, வேளாங்கண்ணி, நாட்டாமை மூனுபேருமே தங்க பங்க மிகச் சிறப்பாச் செஞ்சாங்க. இதுக்குமேல எதுவும் எதிர்பாக்க முடியாதபடி செஞ்சாங்க. இனிமே யாரு நெனைச்சாலும் இலந்தக்குளத்து மக்க புதுமாதிரித் திருவிழாக் கொண்டாடுறதத் தடுத்து நிறுத்த முடியாது. மத்த ஊர்க்காரங்களும் இன்னும் அதிகமா இனிம கலந்துக்கிடுவாங்க. அது கூடுமே தவிர குறையப்போறதில்ல. இயக்கம் திருச்சபைட்ட அதக்குடு, இதக்குடுன்னு கேக்குறதோட நிக்கல. திருச்சபைக்குப் புதுசா ரெண்டு புனிதர்களக் கொடுக்க பாதையமைச்சிருக்கு. புதுமாதிரி செயல்பட திருச்சபையின் கண்ணத் திறந்துவிட்டிருக்கு. ஆனாத் திருச்சப கண்ணத் திறந்து பாக்குமா? இல்ல கண்ண மூடிக்கிடுமா? இதத் தப்புன்னு சொல்லுமா? இல்ல வளரட்டும்னு விட்டுவிடுமா? என்ன வேணும்னாலும் செஞ்சிக்கிடட்டும். இந்தச் சமயத்துல இதுமாதிரியெல்லாம் நெனச்சிக் கவலப்படக் கூடாது. ஒவ்வொரு மறைமாவட்டத்திலயும் இதுமாதிரி ஒண்ண ஆரம்பிக்கணும். மறைமாவட்டங்கள்ல எந்த தலித்தாவது வித்தியாசமா மக்களுக்கு ஏதாவது நல்லது செஞ்சி செத்திருக்காரான்னு கண்டுபிடிக்கணும்.'

திருவிழாபற்றி மிகவும் ஆரோக்கியமான எண்ணங்கள் அவரது மனதில் மலர்ந்தாலும் ஒரே ஒரு நெருடல் மனதை அரித்தது. 'தன்னைச் சிறுவன் ஞானம் எப்பிடிக் காப்பாத்துனான்னு விளக்குன பிச்சைமுத்து, பரம்பர விவசாயத்த எல்லாரும் செய்யணும்னு ரொம்பத் தீவிரமாச் சொன்னாரு. வேளாங்கண்ணியும் அருள்வாக்கா அத ஆமோதிச்சாங்க. இதுக்குத் திட்டமிடல. அங்க திடீருன்னு நடந்திருச்சி. ஆனா அது ரொம்ப நல்லா இருந்துச்சி. பரம்பர விவசாயத்த நோக்கி மக்க திரும்பணுங்கிறத பக்தி சூழ்நிலையில அருமையாச் சொன்னாங்க. இது இந்தக் காலத்துக்கு ரொம்ப அவசியங்கிறதுல்ல மாற்றுக் கருத்துக்குக் கொஞ்சங்கூட இடமில்ல. ரெண்டுபேரு சொன்னதும் இறைவாக்குத்தான். கடவுளே ஆவியா இறங்கி அவுங்க வழியாச் சொன்னாருன்னுதான் நானு நம்புறேன். மக்களும் நம்புறாங்க. அதுல வெடத்தெல அளவுக்குக்கூடச் சந்தேகமில்ல.

ஆனா அத எப்பிடிப் பாக்குறதுன்னு தெரியலயே? வேலவாய்ப்புகள்ல தலித்துகளுக்கு மத்தவுங்களுக்குச் சமமா இடம் கொடுன்னு இயக்கம் திருச்சபைட்ட கேக்குது. இத உறுதிப்படுத்துற மாதிரி திருநா நடக்கலயே? அந்தக் கோரிக்கய வள்ளுசா மறந்துட்டு இயற்க விவசாயத்த நோக்கித் திரும்புன்னு மக்ககிட்டச் சொன்னது சரியா? மக்களத் திச திருப்புற மாதிரி இல்லயா? பரம்பர பரம்பரயா நம்ம மக்க விவசாயம் செய்றாங்க. இந்த வேல செய்றதுனால ஆதிக்கச் சாதிக்காரங்க நம்மள ரொம்பத் தாழ்வா நெனைக்காங்க. நடத்துறாங்க. அவுங்க காலுல சகதி படுறதில்ல. படிச்சிட்டு அழுக்குப்படாம, வெயில்படாம, படிச்சதுக்கு ஏத்த வேல பாக்றாங்க. லச்சக்கணக்காச் சம்பாதிக்காங்க. அப்படிப்பட்ட வேலக தங்களுக்கு மட்டும்தான்னு நெனைக்காங்க. அதுதான் அவுங்க பரம்பர வேலைன்னு சொல்றாங்க. நமக்கு அந்த வேலையில பங்கு கொடுக்க மறுக்காங்க. நம்மளப்பாத்து உங்க பரம்பர வேலையச் செய்யுங்கன்னு சொல்றாங்க.

இப்ப நாம நம்ம மக்ககிட்டயே நம்ம பரம்பர வேலையச் செய்யுங்கன்னு சொல்றது அவுங்க சொல்றத ஏத்துக்கிடுறது மாதிரில தெரியிது? ஆனா இந்த வேலையயே நாம செய்யக்கூடாது. நம்மோட இது போகட்டும். நம்ம குழந்தைகளாவது அவுங்கள மாதிரி அழுக்குப்படாத வேலயச் செய்யட்டும்னு நம்ம குழந்தைகள நல்லாப் படிக்க வைக்கோம். பிள்ளைககிட்ட நீங்க அப்பன் வேலையச் செய்யக் கூடாது. ஆபீஸ் வேலைக்குப் போகனும்னு சொல்றோம். அதுதான் வளர்ச்சின்னு நெனைக்கோம். ஆதிக்கச் சாதிக்காரங்க மாதிரி நாமளும் உயரணும்னு நெனைக்கோம். அதுக்காக எம்புட்டோ முயற்சிகள

எடுக்கோம். அப்பபடிப்பட்ட சமயத்துல நீங்க வயலுக்கு வாங்க. பரம்பர விவசாயத்தச் செய்யுங்கன்னு சொல்றது எந்த விதத்துல சரி? நம்ம முன்னேற்றத்துக்கு நாமளே தடையா இருக்கலாமா?’

அதே சமயம் மாற்றுச் சிந்தனையும் மிகவும் வலுவாக அவரிடம் எழுந்தது. ‘ஆதிக்கச் சாதிக்காரங்க விவசாயம் கேவலமானதுன்னு சொன்னா அத நாம ஏத்துக்கிடணுமா? நமக்குன்னு ஒரு கொள்க, மதிப்பீடு கெடையாதா? விவசாயத்த நாம எதுக்குக் கேவலம்னு நெனைக்கணும்? ஆதிக்கச் சாதிக்காரங்க செய்ற வேலைதான் ஒசந்ததுன்னு ஏன் நினைக்கணும்? அவுங்க அப்படிச் சொன்னா அத ஏத்துக்கிட்டு அவுங்கள மாதிரி மாற நாம ஏன் முயற்சிக்கணும்? அது அவுங்க சொல்றத ஏத்துக்கிடுறது மாதிரியில்ல இருக்கு! இது சரியா? சட்டையில அழுக்குப்படாம செய்ற வேலதான் வளர்ச்சின்னு அவுங்க சொன்னா அத நாம ஏத்துக்கிடணுமா? அந்த வளர்ச்சிய நோக்கித்தான் போகணுமா? அவுங்கள மாதிரிதான் நடக்கணுமா? நம்ம வேலய நாமளே தாழ்வாத்தான் நெனைக்கணுமா? நம்ம வேல தாழ்ந்ததுன்னு அவன் சொன்னா அது தாழ்ந்ததா? எப்பிடித் தாழ்ந்ததா மாறும்? நெனச்சிப்பாத்தா விவசாயம், அதுவும் பரம்பர விவசாயந்தான் மிகச் சிறந்ததுன்னு தோணுது. அதப் போயி கேவலம்னு நெனக்கிறது எந்த விதத்துல சரியாகும்? ஆதிக்கச் சாதிக்காரங்கள நோக்கி நாம போறதுக்குப் பதுலா ஆதிக்கச் சாதிக்காரங்கள நம்மள நோக்கித் திரும்பச் செய்யக் கூடாதா? விவசாயந்தான் உசந்ததுன்னு நாம ஏன் சொல்லக்கூடாது?

பிராமணப்பயக செய்யும் பூசாரி வேல இல்லாம நாம வாழ முடியாதா? வாழலாம். ஆனா நாம செய்ற விவசாயம் இல்லாம அவனால வாழ முடியுமா? முடியாதே. காவக் காக்குற வேலயச் செய்யும் சத்திரியங்க இல்லாம நாம வாழ முடியாதா? வாழலாம். ஆனா நாம செய்ற விவசாயம் இல்லாம அவுங்களால வாழ முடியுமா? முடியாதே. நாம கஷ்டப்பட்டு உழைச்சி அறுவட செஞ்சத வித்து வயிற வளக்கும் வைசியன் இல்லாம நாம வாழ முடியாதா? வாழலாம். ஆனா நாம செய்ற விவசாயம் இல்லாம அவனால வாழ முடியுமா? முடியாதே.

அப்படின்னா விவசாயம், அதுலயும் பரம்பர விவசாயந்தான் உசந்ததுன்னு தெரியுது. அத ஏன் கேவலமாப் பாக்கணும்? நம்மளயே நாம ஏன் தாழ்த்திக்கிடணும்? ஆதிக்கச் சாதிக்காரங்க சொல்றத எல்லாம் நாம ஏன் ஏத்துக்கிடணும்? நீங்க சொல்றது தப்புடான்னு

நாம ஏன் துணிஞ்சி சொல்லக் கூடாது? நமக்குன்னு சொந்த எண்ணம் இல்லயா? சுய சிந்தனையோட நாம செயல்படக் கூடாதா? ஏன் எல்லாத்தையும் தலைகீழா திரும்பிப் போடக்கூடாது? போடலாம். இருந்தாலும் ஏதோ இடிக்கிறது மாதிரி தெரியுதே? இந்தக் கண்ணோட்டத்தோட பார்த்தா ஆதிக்கச் சாதிக்காரங்க அழுக்குப்படாம இப்ப இருக்கிற எல்லா வேலைகளயும் சந்தோசமா செய்வாங்க. நீங்க இப்படியே பரம்பரப் புத்தியிலயே பரம்பர வேலயிலயே கெடங்கடான்னு நெனச்சி ரொம்பச் சந்தோசப்படுவாங்க. அப்படின்னா எது சரி? எது தப்பு? எந்த வழியில செயல்படுறது? தெரியலையே?'

பிச்சைமுத்துவின் கருத்துக்களை வெட்டியும், ஒட்டியும் செல்லையாவின் கருத்துக்கள் இருந்தன. அதேசமயம் மாற்றுக் கோணத்திலும் செல்லையா சிந்தித்தார். 'ஆதிக்கச் சாதிக்காரங்க மதிப்பீட்ட நம்ம மக்கள் எப்பவுமே ஏத்துக்கிடல. சமத்துவந்தான் நம்ம கொள்க. எல்லாரும் எல்லா வேலைகளயும் செய்யணுங்கிறதுதான் நம்ம கொள்க. மனிதந்தான் முக்கியம். அதத்தான் முன்வச்சி எப்பவுமே நம்ம முன்னோர்க வாழ்ந்திருக்காக. சமத்துவம் இல்லாத சூழ்நிலையில அது வேணுங்கிறதுக்காகப் போராடியிருக்காங்க. அதனாலதான் சமூகத்துல பிரச்சனை வருது. கலகம் வருது. நம்ம மக்க ஒண்ணாச் சேர்ந்தும் எதுத்துருக்காங்க. தனியாவும் எதுத்திருக்காங்க. சமீபத்துல அப்படிச் சம்பவங்க நிறைய நடந்துக்கிட்டு இருக்கு. எவ்வளவு சாதியப் போராட்டங்க நடந்திருக்கு? எத்தன பேரு கொல்லப்பட்டிருக்காங்க? திருச்சபையிலயும் சமத்துவத்துக்காகத்தான இயக்கம் போராடுது. நம்ம முன்னோர்களும் சமத்துவத்துக்காகத் திருச்சபையிலயும், சமூகத்துலயும் துணிஞ்சி போராடியிருக்காங்க. அப்படிப்பட்ட சம்பவங்க நிச்சயம் நெறைய இருக்கும். அவைகளச் சேகரிக்கணும். ஆனா எங்க தேடுறது? அப்படிப்பட்ட சம்பவங்க எழுதப்பட்டிருக்குமா? தெரியலையே? ஆதிக்கச் சாதிக்காரங்கதான சரித்திரத்த எழுதுறாங்க. அவுங்க தங்க சரித்திரத்தத்தான் எழுதியிருப்பாங்க. அவுங்கள எதுத்த நம்மளப்பத்தி நிச்சயம் எழுதியிருக்க மாட்டாங்க. அப்படி எழுதியிருந்தாலும் அது உண்மையான சரித்திரமா இருக்காது. பொய்யான சரித்திரமா, உண்மயத் திருச்சி எழுதுன சரித்திரமாத்தான் இருக்கும். நம்மளப்பத்தின உண்மையான சரித்திரம் எங்க கிடைக்கும்?'

நினைத்துப் பார்த்த அவருக்கு அருந்ததியர்களின் குலதெய்வ வழிபாடு ஞாபகத்திற்கு வந்தது. 'குலதெங்வங்கள அடித்தட்டு மக்க கும்பிடுறாங்க. அந்த குலதெய்வங்களுக்குச் சரித்திரம் இருக்கு. ஆனா அந்தச் சரித்திரங்க எழுத்து வடிவில இல்ல. வாய்மொழி வரலாறா

இருக்கு. அந்தச் சரித்திரங்களப் பெரியவுங்க வழியாத்தான் தெரிஞ்சிக்கிடணும். பிச்சைமுத்துபோல பெரியவுங்களுக்குத்தான் அது தெரியும். ஊருக்கு யாராவது ஒரு பெரியவரு இருப்பாரு. அவுங்களச் சந்தித்துக் கேக்கணும். அதோட குலதெய்வங்களப் பத்தியும் தெரிஞ்சிக்கிடணும். இருளப்பசாமி குலதெய்வத்த தெரிஞ்சதுனாலதான இலந்தக்குளத்துல பாலகர்கள மையப்படுத்தி புதுசா விழாக் கொண்டாட முடிஞ்சது. அதுமாதிரி ஒவ்வொரு குலதெய்வத்துக்கும் ஒரு சரித்திரம் இருக்கும். அது வித்தியாசமானதா இருக்கலாம். அது வாய்மொழி வரலாறா இருக்கு. அதத் தெரிஞ்சிக்கிட குலதெய்வ வழிபாடுல கலந்துக்கிட்டோ இல்ல அதக் கும்புடுறவுங்ககிட்டக் கேட்டோத் தெரிஞ்சிக்கிடணும். அதுக்குப் பெறகு என்ன செய்யணும்னு திட்டமிடலாம். நிச்சயம் புது வழி பிறக்கும்.'

அடுத்து என்ன செய்வது என்ற தெளிவு அவரிடம் ஏற்பட்டது. அதை நோக்கித் தனது பயணத்தை ஆரம்பித்தார்.

ஆசிரியப் பயிற்சிப் பள்ளியில் படித்தபோது தான் நட்புடன் பழகிய சங்கரனை நினைத்தார். அவரைத் தேடி ஈச்சங்குளம் சென்றார். அவரைச் சந்தித்தார்.

நண்பரின் விருப்பத்கைக் கேட்ட சங்கரன் மிகவும் மகிழ்ந்தார். அருந்ததியர் வாழும் கிராமங்களுக்குச் செல்லையாவை அழைத்துச் சென்றார். குலதெய்வங்களின் சரித்திரத்தைக் கேட்கக் கேட்க இன்னும் அதிமாகத் தெரிந்துகொள்ள வேண்டும் என்ற ஆவல் செல்லையாவிடம் எழுந்தது.

பாரைப்பட்டி என்ற கிராமத்தில் ஆதிக்கச் சாதியினர் வாழும் தெரு மற்றும் கோயில் பகுதிகளில் அருந்ததியர் செல்லக் கூடாது. அப்படிச் செல்ல வேண்டிய சூழ்நிலை ஏற்பட்டால் காலில் அணிந்திருக்கும் செருப்பைக் கையில் தூக்கிக்கொண்டு, தோளில் இருக்கும் துண்டைக் கக்கத்தில் இடுக்கிக்கொண்டுதான் செல்லவேண்டும். வெறியன் என்ற அருந்ததிய இளைஞர் ஆதிக்கச் சாதியினருடைய இந்தக் கட்டுப்பாட்டை மீறி கோயில் வழியாகக் காலில் செருப்பு, கையில் கம்பு, தலையில் தலப்பாகையுடன் சென்றார். இதை ஆதிக்கச் சாதியினர் எதிர்த்தனர். எதிர்ப்பைக் கண்டு அஞ்சாமல் வீரத்துடன் சென்றார். ஆதிக்கச் சாதியினர் கோபத்தில் கொதித்தனர். நேரடியாக மோத முடியாத அவர்கள் ஒருநாள் மறைந்திருந்து வெறியன் கோயில் வழியாகச் சென்றபோது அவரைக் கொன்றனர். அவரை அவ்வூர் அருந்ததியர் குலதெய்வமாகக் கும்பிடுகின்றனர்.

எட்டப்பன் என்ற அருந்ததியரின் கதை இன்னும் வித்தியாசமாக இருந்தது. அவருக்கு மாட்டு ஈரல் என்றால் ரொம்பப் பிடிக்கும். ஆதிக்கச் சாதியினரின் மாடு இறந்தால் அதைத் தூக்கிவந்து அதன் ஈரலை மட்டும் உண்பார். ஈரல் கிடைக்காத சமயங்களில் மற்ற ஊர்களில் உள்ள காடுகளுக்குச் செல்வார். அங்கு மேய்ந்து கொண்டிருக்கும் மாட்டை அடித்துக் கொன்று அதன் ஈரலை மட்டும் எடுத்துவந்து சமைத்துச் சாப்பிடுவார். அதுபோல ஒருநாள் மேட்டுப்பட்டி என்ற கிராமத்துக்குச் சென்ற அவர் அந்த ஊரின் காட்டில் மாட்டை அடித்து அதன் ஈரலை எடுத்தார். அதை ஆதிக்கச் சாதியினர் பார்த்துவிட்டனர். அவரைப் பிடித்து மரத்தோடு கட்டினர். கொல்ல முயன்றனர். அவர்களிடம் தன்னை விட்டுவிடும்படியும், தான் ஊருக்குச் சென்று மாட்டு ஈரலைச் சமைத்து உண்டுவிட்டு வருவதாகவும், அதன்பின் தன்னைக் கொல்லலாம் என்றும் சொன்னார். ஆதிக்கச் சாதியினர் அதற்கு உடன்படவில்லை. அவனுக்குப் பதிலாக அந்த ஊர் அருந்ததியர் ஒருவர் பொறுப்பேற்றால் எட்டப்பனை விடுவிப்பதாகவும், அவர் அன்று மாலைக்குள் வராவிட்டால் பொறுப்பேற்றவரைக் கொன்று விடுவதாகவும் கூறினர். அவ்வூர் அருந்ததியர் ஒருவர் துணிந்து பொறுப்பேற்றார். எட்டப்பன் மாட்டு ஈரலை எடுத்துக்கொண்டு தனது ஊருக்குச் சென்று சமைத்துச் சாப்பிட்டுவிட்டு மாலைக்குள் திரும்பி வந்து பொறுப்பேற்ற அருந்ததியரை விடுவித்தார். எட்டப்பனை ஆதிக்கச் சாதியினர் கொன்றனர். அவரை அவ்வூர் அருந்ததியர் குலதெய்வமாக வழிபடுகின்றனர்.

இதேபோன்று மாட்டைக் கொன்று அதன் ஈரலை உண்ட தோப்புக்காரனின் சரித்திரத்தையும் செல்லையா கேட்டார். கொல்லப்பட்ட இவரைக் கலங்காப்பேரி அருந்ததியர் குலதெய்வமாக மாட்டு ஈரலைப் படைத்து வழிபடுகின்றனர். வழிபடும் சமயத்தில் மாட்டு ஈரலைத் தூக்கி உயரே எறிவர். எந்தப் பக்கம் ஈரல் கீழே விழுகிறதோ அந்தத் திசையில் ஆதிக்கச் சாதியினரின் மாடு ஒன்று அன்று சாகும் என்பது இவர்களது நம்பிக்கை.

சங்கன் என்பவரின் கதை சிறிது வித்தியாசமாக இருப்பதைச் செல்லையா உணர்ந்தார். அதே ஊரில் வாழ்ந்த சங்கன் என்ற அருந்ததியருக்கு ஆட்டுக்கடாவின் கொட்டை என்றால் மிகவும் பிடிக்கும். இரவில் கிடைகளுக்குச் சென்று ஆட்டுக்கடாவின் கொட்டையை அறுத்துவந்து சமைத்துச் சாப்பிடுவார். தினமும் வெவ்வேறு ஊர்களில் வெவ்வேறு கிடைகளில் இவ்வாறு செய்ததால் பிடிபடவில்லை. ஆனால் ஒருநாள் பிடிபட்டார். அவரது கொட்டையில்

கொதிக்கும் எண்ணெயை ஊற்றிச் சேதப்படுத்திக் கொன்றனர் ஆதிக்கச் சாதியினர். அவ்வூர் அருந்ததியர் அவரைக் கொட்டைத்தாத்தா என்ற பெயரில் குலதெய்வமாக வழிபடுகின்றனர்.

திருடிய பலரை அருந்ததியர் குலதெய்வமாக வழிபடுவதைச் செல்லையா அறிந்தார். செந்தட்டியிலுள்ள ஐயனார் சிலையைத் திருடிக்கொண்டு சென்றபோது ஆதிக்கச் சாதியினர் பார்த்து விரட்ட, தன்னால் ஓடித் தப்ப முடியாது என்று உணர்ந்த முத்து வீரப்பன், சாமி சிலையுடன் திருடிவந்த சூலத்தால் தன்னைக் குத்திக்கொண்டு இறந்தார். இவரது சிலையை செந்தட்டி ஐயனார் கோயில் முன்பு படைத்து அருந்ததியர் குலதெய்வமாகக் கும்பிடுகின்றனர்.

கற்பைக் காத்துக்கொள்ள தற்கொலை செய்துகொண்ட வீரம்மாவை ஐயம்பட்டி அருந்ததியர் குலதெய்வமாகக் கும்பிடுவதைக் கண்டு செல்லையா மகிழ்ந்தார். வீரம்மா என்ற அருந்ததிய இளம் பெண்ணை அப்பகுதிக்கு வந்த ஆங்கிலேயப் படை கெடுக்க முயன்றது. தனது கற்பைக் காத்துக்கொள்ள தனது சேலையில் தீயிட்டுத் தற்கொலை செய்து கொண்டார். அவரது சேலையின் ஒரு சிறுபகுதி மட்டும் எரியாமல் இருந்தது. அந்தத் துணியை எடுத்து அதைக் குலதெய்வமாகக் கும்பிடுகின்றனர் அவ்வூர் அருந்ததியர்.

கட்டப்பொம்மன் படைவீரர்களில் ஒருவராக இருந்த பொட்டிப் பகடை ஆங்கிலேயப் படைகளிடம் பொய்கூறி ஏமாற்றி அவர்களது படைக்குள் புகுந்து வஞ்சகமாகப் பலரைக் கொன்று பெரும் இழப்பை ஏற்படுத்திய சம்பவத்தைக் கண்டு ஆச்சரியமுற்றார் செல்லையா. அவரைக் கல்லூரணியிலுள்ள அருந்ததியர் குலதெய்வமாக வணங்குகின்றனர்.

தங்கள் இனத்தைச் சாராத பிறரையும் அருந்ததியர் குலதெய்வங்களாக வணங்குவதைக் கண்டு வியந்தார். எதற்காக வணங்குகின்றனர் என்று ஆராய்ந்தபோது பெரும்பாலானவர் அருந்ததியருடைய உணவை, குறிப்பாக மாட்டுக் கறியை உண்டிருக்கின்றனர்.

செல்லையாவிற்கு ஒரு சங்கதி தெளிவாகப் புரிந்தது. ‘பெரும்பாலான குலதெய்வங்க ஆதிக்கச் சாதியினரின் அறநெறிகள அதிகமா மீறியிருக்காங்க. குலதெய்வங்க மாட்டுக்கறிய உன்னதமான உணவா ரசிச்சி, ’ருசுச்சிச் சாப்பிட்டிருக்காங்க. உயிருக்குப் பயப்படாம ஆதிக்கச் சாதிப் பெண்களத் துணிஞ்சி திருமணம் செஞ்சிருக்காங்க. ரொம்ப சந்தோசமாத் திருடியிருக்காங்க. தெறமையாப் பொய் சொல்லியிருக்காங்க. ஏமாத்தியிருக்காங்க. அதோட கருவாடு, சாராயம், பீடின்னு

குலதெய்வங்களுக்குப் படைச்சி வழிபாட்டுத் தூய்மைங்கிற அறநெறிகளையும் மீறியிருக்காங்க. ஆதிக்கச் சாதியினரின் அறநெறிகள மீறுறதுதான் வழிபாடா இருக்கு.'

அவருக்குக் கிறிஸ்தவப் புனிதர்களின் சரித்திரங்கள் ஞாபகத்திற்கு வந்தன. அறநெறியை இம்மி பிசகாமல் அனுசரித்தவர்கள்தான் பெரும்பாலும் புனிதர்களாக இருக்கின்றனர். அறநெறியை மீறியவர் புனிதராக இருப்பதாகத் தெரியவில்லை. புனிதராக இருப்பதற்குத் தகுதியே அறநெறி மீறாமை என்ற நிலை திருச்சபையில் இருப்பதை உணர்ந்தார். அறநெறிகளை மீறாமைதான் கிறிஸ்தவத்தின் அடிப்படையான கொள்கையாக இருப்பதை அவர் உணர்ந்தார்.

அவரது சிந்தனை விரிந்தது. 'கிறிஸ்தவ அறநெறிகள கடவுளே கொடுத்ததாகவும், எல்லாருக்கும் பொதுவானதுன்னும் சொல்றாங்க. எல்லாருக்கும் பொதுவானதா எல்லா அறநெறிகளும் இருக்க முடியுமா? கிறிஸ்தவத்துலயும் திருடுறது பாவம்னு நெனைக்கோம். ஆனா சொத்து வச்சிருக்கவன் அடுத்தவன ஏமாத்தித்தான் சொத்தச் சேத்திருப்பான். சொத்துச்சேக்குறது பாவம்னு சொல்றதில்ல. ஆனா சொத்து வச்சிருக்கவன்ட்ட இல்லாதவன் ஏதாவது எடுத்தா அதப் பாவம்னு சொல்றோம். அது சரியா? அப்படின்னா திருடுறது பாவங்கறது யாரு சொன்ன அறநெறி? சொத்து உள்ளவன் சொன்ன அறநெறிதான? அதக் கடவுள் சொன்னாருன்னு எப்பிடிச் சொல்லலாம்? எல்லாத்தயும் படைச்ச கடவுள் எல்லாரும் அனுபவிங்கன்னுதான சொன்னாரு. அதுக்கு மாறாவுல திருச்சபையின் அறநெறி இருக்கு. அத ஏத்துக்கிடணுமா? சொத்து சேக்குறது பாவம்னு ஏன் திருச்சப சொல்லல? படையெடுத்து நாட்டையே பிடிச்சிருக்காங்க. நாட்டையே பிடிச்சா அது களவு இல்லயா? கருப்பின மக்கள பிடிச்சிட்டுப்போயி அவுங்கள அடிமையா வித்தாங்களே? அத என்னன்னு சொல்றது? கொல செய்றது பாவம்னு திருச்சபை சொல்லுது. ஆனா கடவுள் பெயரால எவ்வளவு போர்க, சண்டைக நடந்திருக்கு? நாட்டப் பிடிக்க, கிறிஸ்தவத்தப் பரப்பன்னு எப்பப்பாத்தாலும் சண்ட போட்டுக்கிட்டே திருச்சபை இருந்திருக்கு. எம்புட்டுப்பேரு கொல்லப்பட்டிருக்காங்க? இது தப்புத்தான? திருச்சபையால எப்பிடிப் போராட முடியுது? இப்பிடி நெனச்சிப் பாத்தா நம்ம அறநெறிகளயும் மறுபார்வ பாக்கணுமே?'

கிறிஸ்தவக் கல்வி நிறுவனங்களை நினைத்தார். 'கிறிஸ்தவக் கல்வி நிறுவனங்கள்ல அறநெறிகள மீறாமைதான் சிறந்ததுங்கிற மதிப்பீடு கொடுக்கப்படுது. மாணவங்களும் அந்த மதிப்பீட்ட உள்வாங்குறாங்க. ஆனா அந்த அறநெறிக யாருடைய அறநெறிகங்கிற கேள்விய எழுப்புறதில்ல. ஆதிக்கச் சாதிக்காரங்க, ஆதிக்க வர்க்கத்தச்

சார்ந்தவுங்க அறநெறிகதான்னு சொல்றதில்ல. அறநெறிய மீறுபவங்கள இரக்கம் இல்லாம வெளியேத்துறாங்க. பிற்காலத்தில இங்க படிச்சவுங்க அரசு அலுவலகங்கள்ல, தனியார் நிறுவனங்கள்ல வேலயில சேர்ந்து அறநெறிகள மீறாம வேல செய்றாங்க. ஆதிக்க வர்க்கத்து அடிமைகளாச் செயல்படுறாங்க. ஆனா அரசு கல்வி நிறுவனங்கள்ல மாணவர்க அறநெறிகளக் கேள்வி கேட்காங்க. அவைகள மீறுவத ஒரு கொள்கையாகவே வைச்சிருக்காங்க. போராட்டம் நடத்துறாங்க. அதனால அந்தக் கல்வி நிறுவனங்கள்ல இருந்து வெளியவரும் மாணவர்க நிறையப்பேரு அரசியல்ல ஈடுபடுறாங்க. அரசியல் தலைவர்களா மாறுறாங்க. புதிய சட்டங்களை உருவாக்குறாங்க. இதுல எந்தக் கல்வி நிறுவனங்க சமூக மாற்றத்துக்கு அடித்தளமிடுது? கிறிஸ்தவக் கல்வி நிறுவனங்களா? இல்ல, அரசு கல்வி நிறுவனங்களா? நிச்சயம் அரசு கல்வி நிறுவனங்கதான். அப்படினா கிறிஸ்தவக் கல்வி நிறுவனங்க எதுக்கு? இந்தக் கல்வி நிறுவனங்கள்ல வேல செய்யவும், படிக்கவுமா இயக்கம் போராடணும்? தலித் மாணவர்கள மழுங்கடிக்கவா இயக்கம் செயல்படணும்? இனிமே இப்படிப்பட்ட போராட்டங்கள இயக்கம் நடத்தணுமா? கூடாது. வேணும்னா கிறிஸ்தவக் கல்வி நிறுவனங்கள்ல தலித்துகளச் சேக்காதேன்னு போராடலாம். இல்லாட்டா கிறிஸ்தவக் கல்வி நிறுவனங்கள அறநெறிகள மீறும் கல்வி நிறுவனங்களா மாத்த இயக்கம் போராடலாம். அதுவும் இல்லாட்டா மூடவேண்டும்னு போராடலாம். இயக்கமே பூட்டைப் போட்டு பூட்டுற போராட்டத்த நடத்தலாம். இல்லாட்ட இயக்கமே நிறுவனங்கள நடத்தணுங்கிற போராட்டத்த ஆரம்பிக்கலாம்.'

வேறு கோணத்திலும் சிந்தித்தார். 'நிறுவனத்த மூடுன்னு போராட்டத்துக்குப் பதிலா வேற போராட்டத்தில ஈடுபடலாமா? புது அறநெறிகளத் திருச்சபைக்குக் கொடுக்கலாமா? தமிழகத் திருச்சப தலித் திருச்சபைனு சொல்றது புது அறநெறிகள, தலித் அறநெறிகளத் திருச்சபைக்குக் கொடுக்கிறதுதானே? அப்படீன்னா இப்ப இருக்கிற அறநெறிகள யாராவது திருச்சபையில மீறுனதுக்காகக் கொல்லப் பட்டாங்களா? அப்படி யாராவது இருக்காங்களான்னு தேடணுமே? குட்டைமரத்தானையும், ஞானத்தையும் புனிதர்களா நெனச்சி விழாவ ஆரம்பிச்ச மாதிரி அறநெறி மீறியவுங்க யாராவது இருந்தா அவுங்களக் கண்டுபிடிச்சி அவுங்கதான் நம்ம புனிதருன்னு திருநாளு கொண்டாடலாமே?'

செல்லையாவின் அகக் கண்கள் திறந்தன. புதிய பாதை தெரிந்தது. அந்தப் பாதையில் பயணம் செய்ய அவர் முடிவெடுத்தார்.

★★★

8

இரண்டாயிரம் ஆண்டின் இறுதிப் பத்தாண்டுகளில் நிறைவேற்றுவதாக அறிவித்த தமிழக ஆயர்களின் பத்து அம்சத்திட்டங்கள் எவ்வாறு செயல்படுத்தப்பட்டன என்பதை மதிப்பீடு செய்வதற்கான பணியை மூவாயிரம் ஆண்டின் தொடக்கத்தில் தமிழக ஆயர்கள் ஒரு தனியார் நிறுவனத்திடம் கொடுத்தனர். தமிழக ஆயர்களின் கட்டுப்பாட்டில் இல்லாத நிறுவனம் அது. அப்படிப்பட்ட நிறுவனத்தின் மதிப்பீடுதான் தமிழக ஆயர்களின் தலையீடு இல்லாமல் சுயமாகச் செயல்படும். மதிப்பீடும் உண்மையானதாகவும், நேர்மையானதாகவும் இருக்கும் என்பதுதான் நோக்கம்.

மதிப்பீட்டின் அறிக்கை அதிர்ச்சி தருவதாக இருந்தது. ஒருசில மறைமாவட்டங்களில் பத்து அம்சத் திட்டங்கள் என்றால் என்ன என்றே பணியாளர்களுக்குத் தெரியவில்லை. அதைப்பற்றிக் கேள்விப்பட்ட ஒருசில மறைமாவட்டங்களில் அவைகளை நிறைவேற்ற வேண்டும் என்ற ஆவல் இல்லை. ஒருசில மறைமாவட்டங்களில் ஒருசில திட்டங்களை மட்டும் நிறைவேற்றும் முயற்சிகள் நடந்துள்ளன. சில மறைமாவட்டங்களில் ஓரளவு நிறைவேற்றப்பட்டுள்ளன. ஆனால் முழுமையாகப் பத்துத் திட்டங்களையும் நிறைவேற்ற முயற்சித்த மறைமாவட்டங்கள் என்று எதுவும் இல்லை என்பது வேதனையான உண்மையாக இருந்தது.

திட்டங்களை நிறைவேற்ற ஓர் அமைப்பு ஏற்படுத்தாததுதான் தோல்விக்குக் காரணம் என்ற உண்மை மதிப்பீட்டில் வெளியானது. பத்து அம்சத்திட்டங்களை எட்டு அம்சங்களாகக் குறைக்கலாம் என்றும், அவைகளை நிறைவேற்ற அமைப்புகள் ஏற்படுத்த வேண்டும் என்றும் பரிந்துரை செய்திருந்தது மதிப்பீட்டுக்குழு.

பாராட்டக் கூடிய அம்சம் என்னவென்றால் தலித் ஆயர்களின் எண்ணிக்கை மூன்றாக உயர்ந்திருந்தது. அவர்கள்தான் தலித் கிறிஸ்தவர் களுக்கானத் திட்டங்களை நிறைவேற்றுவதில் அதிகம் ஆர்வம் காட்டினர். மற்றவர் செயல்படுத்துவதாகக் கூறினரே தவிர உண்மையான ஆர்வம் காட்டினரா இல்லையா என்பது தெரியவில்லை.

ஆனால் தலித் கிறிஸ்தவர்களின் பிரச்சினை என்ன என்பதை ஆயர்கள், துறவு சபையினர் அனைவரும் புரிந்திருந்தனர். அவர்களுக்கு

ஏதாவது செய்ய வேண்டும் என்ற நிலையிலேயே பெரும்பாலான மறைமாவட்டங்களும், துறவு சபைகளும் இருந்தன. இந்த நிலை உருவாகத் தலித் இயக்கம்தான் காரணம். அந்த விதத்தில் இயக்கம் வெற்றியடைந்ததாகவே கூறலாம் என்பது இயக்கத்தினரின் எண்ணம்.

தலித்துகளின் எழுச்சியானது மற்ற சாதியினரை எரிச்சலடையச் செய்தது. இயக்கம் தங்களுக்கு எதிரானது என்ற உணர்வு அவர்களிடம் ஏற்பட்டது. எனவே மற்ற சாதியினரும் தங்கள் சாதியினரை ஒருங்கிணைத்தனர். அதற்கு அந்தந்தச் சாதியப் பணியாளர்கள் தலைமை ஏற்று வளர்த்தனர் என்பது வேதனையான உண்மை.

செல்லையா அவைகள் அனைத்தையும் அறிந்தார். முன்புபோல மக்களைத் திரட்டி இயக்கம் போராடவில்லையே என்ற வருத்தம் அவரிடம் இருந்தது. இருப்பினும் அந்துவான் கொடுத்த பயிற்சியின் பின்னணியில் தான் எடுத்த பணியை மிகவும் அக்கறையுடன் தொடர்ந்தார். கொலை செய்யப்பட்ட கிறிஸ்தவ தலித்துகளின் சரித்திரத்தைத் தேடினார். இரண்டு ஊர்களில் தலித் கிறிஸ்தவர்கள் இரண்டாவது ஆயிரமாண்டின் இறுதியில் கொல்லப்பட்டிருக்கின்றனர் என்ற தகவல் கிடைத்தது. அந்த ஊர்களுக்குச் சென்று தகவல்களைச் சேகரித்தார்.

ஓர் ஊரில் நட்சத்திரம் என்ற இளம் தலித் ஆசிரியை மாற்றுச் சாதியைச் சேர்ந்த ஒருவரைக் காதலித்துத் திருமணம் செய்தார். சாதி மறுப்புத் திருமணம்தான் சாதியை ஒழிக்கும் என்ற நம்பிக்கை அவரிடம் இருந்தது. ஆனால் திருமணம் முடிந்ததும் மாற்றுச் சாதியைச் சார்ந்த கணவனின் குணம் மாறத் தொடங்கியது. ஒரு தலித்தையா திருமணம் செய்தேன் என்று சாதியப் பார்வையில் தனது மனைவி நட்சத்திரத்தைக் கொடுமைப்படுத்தினார். அனைத்தையும் பொறுமையுடன் தாங்கிக்கொண்டார் நட்சத்திரம். தனது அன்பினால் கணவரது மனதை மாற்றிவிடலாம் என்று நம்பினார். அதனால் யாரிடமும் தான்பட்ட வேதனைகளைச் சொல்லாமல் அமைதியாக வாழ்ந்தார். சாதி வெறி பிடித்த அவரது கணவன் ஒருநாள் அவனது நண்பனுடன் நட்சத்திரத்தைக் கொன்று அவரைத் தோட்டத்தில் இரவோடு இரவாகப் புதைத்துவிட்டார். மறுநாள் மனைவியைக் காணவில்லை என்று நாடகமாடினார். காவலர் அவரைச் சந்தேகித்தனர். அவரைத் தீவிரமாக விசாரித்தபோது தான் செய்த கொலையை ஒத்துக்கொண்டார். நட்சத்திரத்தின் உடலைத் தோண்டி எடுத்துத் தங்களது கல்லறையில் தலித் கிறிஸ்தவர் அடக்கம் செய்தனர்.

சாதிமறுப்புக்காக உயிரைக் கொடுத்தவர் நட்சத்திரம் என்று அவரை ஒரு புனிதையாகக் கருதலாமே!

மற்றொரு ஊரில் ஆதிக்கச் சாதியினர் தலித் கிறிஸ்தவர்களை மிகவும் தாழ்வாகத் தீண்டத்தகாதவர்களாக நடத்தினர். இதைத் தலித்துகள் எதிர்த்தனர். அதனால் கோபம்கொண்ட ஆதிக்கச் சாதியினர், ஒருநாள் இரவில் தலித்துகளின் வீடுகளுக்குள் புகுந்து கண்மூடித் தனமாகத் தாக்கினர். அதில் ஒரு பெண் உட்பட மூன்று தலித் கிறிஸ்தவர் கொல்லப்பட்டனர். சமாதானம் உருவாக வேண்டும் என்றால் இரண்டு பிரிவினர்களையும் கைது செய்தால்தான் முடியும் என்ற தவறுதலான முடிவைக் காலவர்கள் எடுத்தனர். அதனால் கொலைகள் செய்த ஆதிக்கச் சாதியினரைக் காவலர்கள் கைது செய்தபோது தீண்டாமையை எதிர்த்ததால் பாதிக்கப்பட்ட தலித் கிறிஸ்தவ ஆண்களையும் அநியாயமாகக் கைது செய்தனர். தலித் கிறிஸ்தவர் பகுதியில் ஆண்கள் என்று யாரும் இல்லை. எனவே இறந்துபோன மூவரது உடல்களையும் தலித் கிறிஸ்தவப் பெண்களே அரசு மருத்துவமனையிலிருந்து பெற்று ஊருக்குக் கொண்டு வந்தனர். பெண்களே மூன்று குழிகளைத் தோண்டிப் புதைத்தனர். இந்த மூவரையும் தீண்டாமை மறைவதற்காகப் போராடி உயிர் நீத்த புனிதர்கள் என்று அறிவித்துத் திருவிழாக் கொண்டாட ஏற்பாடு செய்யலாமே!

செல்லையாவின் சரித்திரத் தேடுதல் தொடர்ந்தது. தமிழகத்தின் வட பகுதியில் இருபதாம் நூற்றாண்டின் இறுதியில் பஞ்சமி நிலத்திற்கான போராட்டம் நடந்ததாகவும், அதில் ஜேம்ஸ் பீட்டர் என்ற தோழர் காவலர்களின் துப்பாக்கிச் சூட்டில் பலியானார் என்ற தகவலும் கிடைத்தது, முழுத் தகவல்களைச் சேகரிக்கும் பணியில் மிகவும் ஆவலுடன் ஈடுபட்டார். போராட்டத்தின் பின்னணியில் அகஸ்டின் என்ற பணியாளர் இருந்ததாகவும், முதன் முதலில் ஒருசில பணியாளர்கள் தலித் இயக்கம் ஆரம்பித்தபோது அவர்களுடன் இணைந்து செயல்பட்டவர் என்ற தகவலும் அவரை வியப்படைய வைத்தது. பணியாளர் அகஸ்டினைச் சந்தித்தார்.

பணியாளர் அகஸ்டினுக்கு அப்போது ஐம்பது வயது இருக்கும். மெல்லிய உடல். அளவான வளர்த்தி. தமிழர்களுக்கே உரிய நிறம். மென்மையான குரல். புரட்சிகரச் சிந்தனை உள்ளவர். ஏழைகள் வாழ்வு மலர வேண்டும், தீண்டாமை ஒழிய வேண்டும், அதற்கு தலித்களுக்கு நிலம் கிடைக்கவேண்டும் என்ற தீவிரக் கொள்கை

உடையவர். அதற்காக மிகத் தீவிரமாகப் பணியாற்றியவர். அடித்தட்டு மக்களின் வாழ்க்கை முன்னேற்றத்திற்காக தனது வாழ்வை முழுமையாக அர்ப்பணித்தவர்.

பஞ்சமி நிலம் பற்றி மிகவும் உற்சாகமாகச் செல்லையாவிடம் சொன்னார். "ஆங்கிலேயர்க நம்ம ஆண்ட சமயத்துல செங்கல்பட்டு மாவட்டத்துல 19ம் நூற்றாண்டின் இறுதிப் பத்தாண்டுகளின் தொடக்கத்துல திரிமென்கீர்ன்னு ஒரு பிரிட்டிஷ் ஆட்சியாளர் இருந்திருக்காரு. தமிழகத்துல குறிப்பா செங்கல்பட்டு மாவட்டத்துல தலித்துக நிலமையக் கண்டு அவருக்கு ரொம்பவே அதிர்ச்சி. பெரும்பாலான தலித்துக கொத்தடிமையா ஆதிக்கச் சாதியினரிடம் இருந்திருக்காங்க. நிலத்த மாதிரி தலித்துகளையும் சொத்தா நெனச்சிருக்காங்க. தங்க சொத்த வித்தப்ப அதுல வேல செஞ்ச தலித்தயும் சேத்தே வித்திருக்காங்க. தலித்துகளும் குடும்பத்தோடக் கொத்தடிமையா இருந்திருக்காங்க. குழந்தைகள படிக்க வைக்க முடியல. நல்ல சாப்பாடு இல்ல. துணிக கெடையாது. சொந்த வீடுக கெடையாது. புறம்போக்கு நெலத்துல குடிச போட்டு வாழ்ந்திருக்காங்க. ஆனா ரொம்பக் கஷ்டப்பட்டு உழைச்சிருக்காங்க. இந்த நெலம மாறணும்னா அவுங்களுக்கு நெலம் கொடுக்கணும்னு அவரு பிரிட்டிஷ் அரசாங்கத்துக்கு அறிக்க அனுப்பியிருக்காரு. அரசாங்கமும் தலித்துகளுக்கு ஒருசில நிபந்தனைகளோட நிலத்தக் கொடுத்திருக்கு. அந்த நிபந்தனைக என்னன்னா கொடுக்கப்பட்ட நிலத்த தலித்துக பத்து வருசங்களுக்கு யாருக்கும் விக்காம அவுங்களே விவசாயம் செய்யணும். நிலத்த குத்தக, அடமானம்னு வைக்கக் கூடாது. பத்து வருசங்களுக்குப் பெறகு விக்கணும்னு நெனச்சா தலித்துகளுக்கு மட்டும்தான் விக்கணும். வேற யாருக்கும் விக்கக்கூடாது. அப்படி வித்தா அந்த நிலம் திரும்பவும் அரசாங்க நிலமா மாறிறும்."

"நல்ல நிபந்தனைகளாத்தான் இருக்கு" என்றார் செல்லையா.

"ஆமா. நல்லா யோசிச்சுத்தான் பிரிட்டிஸ்காரங்க லச்சக்கணக்கான ஏக்கர் நிலங்களைத் தலித்துகளுக்குக் கொடுத்தாங்க. இந்த நிலங்களுக்குப் பஞ்சமி நிலம்னு பெயரயும் வைச்சாங்க. அந்தக் காலத்துல தலித்துகள பஞ்சமருன்னுதான் கூப்புடுவாங்க. அதனாலதான் இந்தப் பேரு. பிரிட்டிஷ் அரசாங்கம் போன பெறகு நம்ம ஆளுக ஆட்சிக்கு வந்தாங்க. ஆட்சிக்கு வந்தது ஆதிக்கச் சாதிக்காரங்கதான. அவுங்க பணக்காரங்களோடயும், அரசு அதிகாரிகளோடயும் கூட்டு வச்சி, தலித்துகள ஏமாத்தி பஞ்சமி நிலத்த தங்க பேருல மாத்திக்கிட்டாங்க.

எழுதப் படிக்கத் தெரியாத தலித்துகளுக்கு பஞ்சமி நிலம் பத்தியோ எந்த நிபந்தனைகளோட வெள்ளக்காரங்க கொடுத்தாங்கங்கிறது பத்தியோ தெரியல. நிலமில்லாத ஏழைகளா, கொத்தடிமைகளா மறுபடியும் வாழ்ற நிலைக்கு வந்திட்டாங்க. அப்பத்தான் பஞ்சமி நிலம் பத்திய தகவல் எனக்குக் கிடைச்சது. அப்ப நானு ஒரு தொண்டு நிறுவனம் வச்சிருந்தேன். அந்த நிறுவனம் வழியா தலித்துகள ஒண்ணு சேர்த்து அவுங்களுக்கு விழிப்புணர்வு கொடுத்தேன். எங்கெல்லாம் பஞ்சமி நெலம் இருந்துச்சின்னு கணக்கெடுத்தோம். அந்த நிலங்கள மீட்க அரசாங்கத்திட்ட மனுக் கொடுத்தோம்."

"பரவாயில்லயே. நல்ல வேலயத்தான் செஞ்சிருக்கீங்க."

"ஆனா எதுவும் நடக்கல. நிலங்கள ஆக்கிரமிச்சதே அரசியல் வாதிகளும், அரசாங்க ஊழியர்களும், பணக்காரங்களும்தான். அதனால கொடுத்த மனுக்க அப்படியே அலுவலகங்கள்ல தூங்குச்சி. அரசு அலுவலகங்க முன்னால போராடுனோம். அப்பவும் எந்தப் பலனும் கெடைக்கல. சாலை மறியல் செஞ்சாத்தான் தீர்வு கெடைக்கும்னு பாதிக்கப்பட்ட மக்க நெனச்சாங்க. போராட்டத்துல ஜேம்ஸ் பீட்டர் தீவிரமா ஈடுபட்டார். நான் ஆரம்பிச்ச தொண்டு நிறுவனத்துலதான் அவரு வேல செஞ்சாரு. அவருதான் போராட்டத்துக்கு மக்கள ஊர்ஊராப் போயி திரட்டுனாரு. சாலைமறியல் செஞ்சப்ப போலீஸ்காரங்க எந்த முன்னறிவிப்பும் இல்லாம துப்பாக்கிச் சூடு நடத்துனாங்க. மக்க ஓடுனாங்க. ஆனா ஜேம்ஸ் பீட்டர் ஓடல. துணிஞ்சி நின்னாரு. அவரு நெஞ்சப் பாத்துச் சுட்டுக் கொன்னுட்டாங்க." அகஸ்டின் குரல் கரகரத்தது.

"கேக்குறதுக்கே மனசு ரொம்பக் கஸ்டப்படுது. அவர எங்க அடக்கம் செஞ்சிருக்காங்க. நானு போயி கல்லறையில அவருக்கு மரியாத செய்யலாம்னு நெனக்கேன்."

அடக்கம் செய்யப்பட்ட இடத்தைச் சொன்னார். அவரைப் பற்றி இன்னும் அதிகம் அறியும் நோக்கில் அவர் அடக்கம் செய்யப்பட்ட கிராமம் நோக்கிச் சென்றார் செல்லையா.

அடிக்கடி பேருந்து செல்லாத கிராமம் அது. காத்திருந்து பேருந்தில் கிராமத்திற்குச் சென்றார். மிகச் சிறிய கிராமம். கோயிலுக்குச் சென்றார். அமைதியாக வேண்டினார். தனது நோக்கம் நிறைவேற உதவும்படி வேண்டினார். கோயிலுக்குச் சிறிது தொலைவில் இருந்த கல்லறைத் தோட்டத்தைக் கண்டார். அங்கே ஜேம்ஸ் பீட்டரின் கல்லறையை மிக எளிதாகக் கண்டுபிடித்தார். மணல் மேடுகளாக இருந்த

கல்லறைகளில் ஜேம்ஸ் பீட்டரின் கல்லறை மட்டும் பளிங்குக் கல்லில் ஒளிர்ந்தது. பிறப்பு, இறப்பு, காவலர்களால் சுட்டுக்கொல்லப்பட்ட தேதி, இறந்ததிற்கான காரணம் போன்றவைகள் அதில் பதிக்கப்பட்டிருந்தன. அவற்றை வாசித்தார்.

மாலையயோ, மெழுகுதிரியோ வாங்கி வரவில்லை என்பதை அப்போதுதான் உணர்ந்தார். மிகவும் வருந்தினார். அவ்வூரில் மாலை கிடைப்பதற்கான வாய்ப்பு இல்லை. மெழுகுதிரி கிடைக்கலாம். ஆனால் வாங்க வேண்டும் என்ற உணர்வு ஏற்படவில்லை.

கல்லறையின் முன்பு மண்டியிட்டு கண்களை மூடி அவரைப் பற்றி நினைக்க ஆரம்பித்தார். மக்கள் சாலை மறியல் போராட்டம் நடத்தினால் எப்படி இருக்கும் என்பது அவரது மனதில் திரைப்படமாக ஓடியது. மக்களைத் திரட்டி தான் அப்படி ஒரு போராட்டம் தனது வாழ்க்கையில் நடத்தவில்லையே என்ற உண்மை அவரைச் சுட்டது. திருச்சபைக்கு எதிராக மட்டுமே போராடிய யதார்த்தம் அவரைக் காயப்படுத்தியது. பஞ்சமி நிலத்திற்கான போராட்டம் எவ்வளவு உன்னதமானது, உயர்ந்தது என்பது மனதை நிறைத்தது. ஜேம்ஸ் பீட்டர் ஒரு மாவீரனாக அவரது மனதில் ரத்தம் சிந்தினார்.

எவ்வளவு நேரம் அதே நிலையில் இருந்தார் என்பதை அறியவில்லை.

தனது அருகில் யாரோ நிற்பதுபோல உணர்ந்தார். ஒருவேளை ஜேம்ஸ் பீட்டர் தனக்குக் காட்சி தருகிறாரா? ஏதோ சொல்ல விரும்புகிறாரா? துப்பாக்கிக் குண்டுக்குத் தான் பலியான சமயத்தில் எழுந்த வேதனை, இலச்சியம், எதிர்பார்ப்பு, ஆறுதல், தோழமை என்று என்னிடம் சொல்ல விரும்புகிறாரா? மனப்பிரமையா? கனவா?

அருகில் நிற்பவர் அசையாது தொடர்ந்து நிற்பதுபோல மனதில் தோன்றியது. கண்களைத் திறந்து பார்க்க எண்ணினார். திறக்கவில்லை. திறந்தால் காட்சி மறைந்துவிடுமே! மனதில் எழும் எண்ணத்திற்குத் தடைபோடாமல் சுதந்திரம் கொடுத்தார்.

முட்டு வலித்தது. அமர்ந்தால் மனவோட்டம் தடைபட்டு விடுமோ? வலித்ததே தடை தானே. விழிகளைத் திறந்து தரையைப் பார்த்து அமர்ந்தார். தனது அருகில் யாரோ நிற்பதாக உணர்ந்தது பிரமையல்ல, உண்மை என்பதை அறிந்தார்.

“ஊருக்கும் புதுசா?” நின்றவர் கேட்டார்.

“ஆமா.”

“ரொம்ப நேரமா கண்ண மூடி முட்டிபோட்டிருந்தீக.”

“ரொம்ப நேரமாவா?”

“ஆமா. உங்களுக்குச் சொந்தமா?”

“இல்ல. இவரப்பத்திக் கேள்விப்பட்டேன். அதான் வந்தேன்.”

“இவரு செத்து பத்துப் பனிரெண்டு வருசங்களுக்கு மேல ஆகுது. இப்பத்தான் கேள்விப்பட்டேன்னு சொல்றீங்க. ஆச்சரியமா இருக்கு?”

“செத்தப்ப பேப்பர்ல படிச்சிருக்கலாம். மனசுல பதியல. நானு வேற ஒரு போராட்டத்திலயே ரொம்ப ஈடுபாடா இருந்தேன். அதான் மனசுல படல. ஆனா இப்பத்தான் பஞ்சமி நிலங்கிறது எவ்வளவு பெரிய விசயம்னு தெரியுது. அதப்பத்தித் தெரியாம இருந்துட்டோமேன்னு ரொம்ப வேதனயா இருக்கு. உயிரக் கொடுக்கிற அளவுக்கு இவரு ஈடுபாடா இருந்தாருன்னா இவரு எப்படிப்பட்ட அருமையான மனுசனா இருந்திருப்பாரு. இவரப்பத்தித் தெரிஞ்சிக்கிடலாம்னு வந்தேன். ஆமா இவரத் தெரியுமா?”

“ரொம்ப நல்லாத் தெரியும்.”

“நீங்க இந்த ஊரா?”

“இல்ல. பக்கத்து ஊரு.”

“நண்பரா?”

“ஆமா.”

“இவரப்பத்தி உங்களுக்குத் தெரிஞ்சதச் சொல்றீங்களா?”

“தெரிஞ்சதச் சொல்றேன். மொதல்ல நீங்க யாரு? எதுக்கு இவ்வளவு ஆர்வமாக் கேக்குறீங்க? இங்க உள்ளவுங்களே இவர மறந்துட்டாங்க. இவரு துப்பாக்கிக் குண்டுக்கு பலியான நினைவு நாள்லகூட யாரும் வந்து பெருசா அஞ்சலி செலுத்துறதில்ல. நீங்க இத்தன வருசங்கழிச்சி வந்திருக்கீங்க. எதுக்கு?”

செல்லையா எதையும் மறைக்காமல் தன்னைப் பற்றிய முழு விவரங்களையும் விளக்கமாகக் கூறினார்.

அதைக் கேட்டதும் செல்லையாவைக் கட்டி அணைத்தார். “ரொம்பச் சந்தோசமா இருக்கு. இப்பிடி ஒருத்தர என் வாழ்க்கயில சந்திப்பேன்னு நெனைக்கல. வாங்க. அந்த மரத்தடியில போயி பேசலாம்.” அவரது கைகளை மிகவும் அன்பாகப் பற்றியபடி சிறிது

தொலைவில் இருந்த மரத்தை நோக்கி அழைத்துச் சென்றார். அங்கே அமர்ந்தனர்.

"எத்தனையோ வருசங்களா எம்மனசுல இருக்கிற ஒருசில விசயங்கள உங்ககிட்டச் சொல்லணும்போல இருக்கு. இது யாருக்கும் தெரியாது. நானும் யாருட்டயும் சொல்லல. ஆனா உங்களப் பத்தி நீங்க சொன்னப்ப உங்ககிட்டத்தான் இதச் சொல்லணும்னு தோணுது. இத்தன வருசமா மனசுல பத்திரமா வச்சிருந்தது இதுக்காகத்தான்னு நெனச்சி சந்தோசப்படுறேன். என் சாவோட எம்மனசுல உள்ள எல்லாம் புதைஞ்சிருமோன்னு நெனச்சேன். ஆனா உண்ம என்னைக்கும் சாகாதுன்னு இப்பத் தெரிஞ்சிக்கிட்டேன்." அவரது பார்வையை விழிநீர் மறைத்தது,

அவரது கரங்களை ஆதரவாகப் பற்றியபடி செல்லையா "மொதல்ல உங்களப் பத்திச் சொல்லுங்க." என்றார் அன்பாக.

"எம்பேரு சவரியப்பன். சவரின்னுதான் எல்லாரும் கூப்புடுவாங்க. ஊரு காவலூர். பக்கத்துலதான் இருக்கு. எப்பிடி ஆரம்பிக்கிறதுன்னு தெரியல."

ஒருசில வினாடிகள் அமைதியாக இருந்த அவர் அப்பகுதியைப் பற்றிக் கூற ஆரம்பித்தார். "தலித் கிறிஸ்தவுங்க ரொம்ப அதிகமா இப்பகுதியில இருக்கோம். மத்த பகுதிகள்ல தலித் கிறிஸ்தவுங்களோட கிறிஸ்தவ ரெட்டியார்களும், நாயுடுகளும் அதிகம் இருக்காங்க. அந்தப் பகுதிகள்ல தீண்டாமை அதிகமா இருந்துச்சி. எங்க பகுதிகள்ல நாங்க மட்டும் இருந்ததுனால தீண்டாமை இல்ல. அதாவது கிறிஸ்தவத்துல இல்ல. ஆனா மத்த சாதிக்காரங்க கொடும அதிகம். நாங்க எல்லாரும் நிலமற்ற விவசாயக் கூலிக. கல்வி அறிவில்லாதவுக. ரொம்ப ஏழைக. எம்பதுகள்ல இந்தப் பகுதிக்கு இம்மானுவேல் சபைக்காரங்க பணி செய்றதுக்கு வந்தாங்க. அவுங்க சபை என்னமோ நீதிக்காக உழைக்கிறது தான் விசுவாசம்னு முடிவு எடுத்துச்சாம். அதுக்காக இப்பகுதிக்கு வந்து உழைச்சாங்க. எங்க நிலயப் பாத்து அதிர்ச்சியடைஞ்ச அவுங்க நாங்க நல்லாயிருக்கணும்னு எங்களுக்கு விழிப்புணர்வு கொடுத்தாங்க. அவுங்கதான் இப்பகுதியில இயக்கத்த ஆரம்பிச்சாங்க. இங்க உள்ள ஒருசில பணியாளர்களும் அவுங்களுக்கு உதவி செஞ்சாங்க."

"எனக்கு ரொம்ப நல்லா ஞாபகம் இருக்கு. தமிழக ஆயர்க கூட்டம் நடந்தப்ப தலித் கிறிஸ்தவ இயக்கத்தினர் போராட்டம் நடத்துனோம். அதுல இந்தப் பகுதியிலயிருந்து நிறையப் பேர் கலந்துக்கிட்டாங்க. அப்பத்தான் ஆயர்க பத்து அம்சத் திட்டங்கள அறிவிச்சாங்க என்றார் செல்லையா."

"நானு, ஜேம்ஸ் பீட்டர் எல்லாம் தலித் கிறிஸ்தவ இயக்குத்துல ரொம்பத் தீவிரமா இருந்தோம். அந்தப் போராட்டத்துல நாங்களும் கலந்துக்கிட்டோம்."

"கலந்துக்கிட்டீங்களா? ஆச்சரியமா இருக்கே? என்ன ஞாபகம் இருக்கா? நான்தான் போராட்டத்துக்குத் தலமை ஏற்றிருந்தேன்."

"ஓ, அது நீங்கதானா? பதினைஞ்சு வருசங்களுக்கு மேல இருக்கும். அதனால ஞாவகம் இல்ல. அப்ப ஓர் ஆயர் என்னமோ சொல்ல, எடுங்கடா கல்லன்னு கத்திக்கிட்டு ஒருத்தரு ஓடுனாரு. நானுதான் அவர ஓடவிடாம கட்டுப்படுத்தினேன்."

"கல்லெடுக்க ஓடுனதுதான் ஜேம்ஸ் பீட்டரா? எனக்கு நல்லா ஞாபகம் இருக்கு. ரொம்பத் தீவிரமா இருந்தாரு." அந்தக் காட்சியை ஒரு நிமிடம் நினைத்துப் பார்த்து ஜேம்ஸ் பீட்டரை அடையாளம் கண்டு மனத்தில் வணங்கினார்.

"நாங்க இயக்கத்துல ரொம்பத் தீவிரமா இருந்தோம். இந்தப் பகுதி கல்வியில ரொம்பப் பின்தங்கி இருக்கு. தலித் கிறிஸ்தவுங்களுக்கு பள்ளி ஆரம்பிச்சா நல்லா இருக்கும்னு இம்மானுவேல் சபைக்காரங்க சொன்னாங்க. எங்களுக்கும் அது சரின்னு பட்டுச்சி. படிச்சி முன்னுக்கு வரலாமேன்னு நெனச்சோம். பள்ளி ஆரம்பிக்க நாங்களும் உதவி செஞ்சோம்."

"நல்லாத்தான் செயல்பட்டிருக்கீங்க. பெறகு?"

"இயக்கம் பத்தி எங்களுக்கு வேற மாதிரியான பார்வ இருந்துச்சி. கல்வி நிறுவனங்கிறது அதிகாரமிக்க நிறுவனம். அந்த அதிகாரம் இயக்கத்துக்கிட்ட இருக்கணும்னு நெனைச்சோம்."

"நல்ல சிந்தனையாத்தான் இருக்கு. என்ன செஞ்சீங்க?"

"இம்மானுவேல் சபைக்காரங்க எங்க ஊருலதான் பள்ளிய ஆரம்பிக்கணும்னு நெனைச்சாங்க. அதுக்கு மொதல்ல நெலம் வேணும். எங்க ஊருல நெலம் வாங்கணும்னு சொன்னாங்க. நிலம் வாங்க நாங்க உதவி செஞ்சோம். ஒருசிலருட்ட காலு ஏக்கரு, அரை ஏக்கருக்னு நெலம் இருந்துச்சி. ஊர்க்கூட்டம் போட்டு பேசி எல்லாரும் நெலத்த பள்ளிய ஆரம்பிக்கக் கொடுப்போம்னு முடிவு செஞ்சி கொறைஞ்ச விலைக்குக் கொடுத்தோம். இயக்கம்தான் பள்ளிய நடத்தணும், இம்மானுவேல் சபைக்காரங்க பள்ளியில வந்து இயக்கத்துக்குக் கீழ வேல செய்யணும்னு நாங்க சொன்னோம். அவுங்களும் சரின்னு சொன்னாங்க. ஆனா அதுமாதிரி செய்யல."

“வேற என்ன செஞ்சாங்க?”

“நாங்க கிறிஸ்தவ தலித்துகளுக்கு பள்ளி ஆரம்பிக்கப் போறோம்னு வெளிநாட்டுக்கு எழுதி பணத்த வாங்கி நிலத்தச் சபை பேருல பதிவு செஞ்சாங்க. தலித்துகளுக்கு பள்ளிய ஆரம்பிக்கப் போறோம்னு சொன்ன இம்மானுவேல் சபைக்காரங்க எங்க பேருல பணத்த வாங்கி அதத் தங்க சொத்தா மாத்திக்கிட்டாங்க. எங்ககிட்ட இருந்த கால் ஏக்கரு, அரை ஏக்கரு நிலமும் போயி நாங்க நிலமில்லா ஏழைகளாயிட்டோம்.”

“நெலத்த நீங்க கொடுத்திருக்கக் கூடாது.”

“ஜேம்ஸ் பீட்டரு, நானு, இன்னும் சில இளைஞர்க இதப்பத்திப் பேசுனோம். இயக்கம் பேருல நிலம் வாங்காம, எப்பிடி சபை பேருல நிலம் வாங்கலாம்னு எல்லாரும் கோபப்பட்டோம். ஆனா இயக்கம் அப்ப ரொம்ப வலுவா இல்ல. இயக்கம் பேருல நிலம் வாங்குனா அதுவே பிரச்சினையாயிரும். அதுனால இம்மானுவேல் சபைக்காரங்க பேருல வாங்குனது நல்லதுன்னு எங்கள்ல கொஞ்சப் பேரு சொன்னாங்க. ஆனா ஜேம்ஸ் பீட்டருக்கு இதுல உடன்பாடு இல்ல. கல்வி நிறுவனங்களுக்கு அதிகாரம் நெறைய இருக்கு. அந்த அதிகாரம் இயக்கத்துகிட்டத்தான் இருக்கணும். அது சபைக்காரங்ககிட்ட இருக்கிறது நம்மள ஏமாத்துற வேலன்னு சொன்னாரு. நாங்க அவரச் சமாதானப்படுத்தப் பாத்தோம். முடியல. கோபமாவே இருந்தாரு.”

“ஜேம்ஸ் பீட்டர் சொன்னதுதான் சரி. இயக்கத்தில மாவட்டத் தலைவரா இருந்து பல போராட்டங்க நடத்துன அனுபவத்துல இதச் சொல்றேன்.”

“அனுபவம் எதுவும் இல்லாட்டாலும் ஜேம்ஸ் பீட்டர் இதுல ரொம்பத் தெளிவா இருந்தார். சபைக்காரங்க செஞ்சது அநியாயம்னு நெனச்சாரு. நெலத்த வாங்குன இம்மானுவேல் சபைக்காரங்க சும்மா இருக்கல. நெலத்தச் சுத்தி கம்பி வேலி போட்டாங்க. நெலத்துக்குள்ள மனுசங்க உட்பட ஆடுக மாடுக எதுவும் நுழையக் கூடாதுன்னு கல்லுநட்டு முள்ளுக்கம்பியக் கட்டி வச்சாங்க. மீறி யாரும் உள்ள நுழைஞ்சிட்டா அவுங்கள விரட்ட நாயயும் வளத்தாங்க. நம்ம ஆளுக எல்லாருட்டயும் ஆடு மாடுக இருக்கு. விவசாயம் இல்லாத சமயங்கள்ல வயலுகள்ல கால்நடைகள மேய்ப்பாங்க. இப்ப ஆடு மாடுக மேயக்கக்கூட இடம் இல்லாமப் போச்சி. நெலத்த இவுங்ககிட்ட வித்தது ரொம்பத் தப்பாவுல போச்சின்னு கவலப்பட்டாங்க. எரிகிற தீயில எண்ண விழுந்தது மாதிரி அப்ப ஒரு சம்பவம் எங்க ஊருல நடந்துச்சி.”

"என்னது?" மிகவும் ஆவலுடன் கேட்டார் செல்லையா.

"ஒரு வெதவப் பொண்ணு எங்க ஊருல இருந்தா. அவட்ட ரெண்டு ஆடுக இருந்துச்சி. கூலி வேலக்குப் போகும்போது அதுகளயும் கூட்டிக்கிட்டுப் போவா. வயக்காட்டுகள்ல கட்டிப்போட்டுட்டு வேல செய்வா. அப்படிக் கட்டிப்போட்ட ஆடுக கட்டுக்கள அவுத்துட்டு சாமியாருக போட்ட வேலியத்தாண்டி மேஞ்சதுக. அதுகள நாய்க பாத்துருச்சி. குலைச்சிக்கிட்டே வெரட்டியிருக்கு. ஆடுக தப்பிச்சி ஓடப் பாத்துருக்கு. சுத்தி கம்பி வல. பயத்துல அதுகளால தாண்டி ஓட முடியல. நாய்க ஆடுகளக் கடிச்சிக் கொதரிக் கொன்னுருச்சிக. வெதவக்காரி. புருசன் செத்தப்பக்கூட அம்புட்டு அழுதிருக்கமாட்டான்னு நெனக்கேன். ஊரே கூடுறது மாதிரி ஒப்பாரி வச்சு அழுதா. சாமியாருட்டப் போயி நாயம் கேளுன்னு ஊர்க்காரங்க சொன்னாங்க. அவளும் கேட்டா. ஆடுக முள்ளுக்கம்பியத் தாண்டி வந்துதுனாலதான நாயிக கடிச்சதுக. வெளியில இருந்த ஆடுகள நாயிக கடிச்சிருந்தா அது எங்க தப்பு. உள்ள இருந்தப்ப கடிச்சதுனால அது எங்க தப்பு இல்ல. அதனால எதுவும் உதவ முடியாதுன்னு சொல்லிட்டாங்க. எல்லாருக்குமே வருத்தம்தான். ஆனா யாரும் வெதவைக்கு ஆதரவா சாமியார்கிட்டப்போயி நியாயம் கேக்கல. எதுக்குடா வீண் பெரச்சினன்னு நெனச்சோம்."

"சாமியார்க செஞ்சது தப்பு. மனிதாபிமானத்தோட நடந்திருக்கணும். நீங்க போயி நியாயம் கேட்டு அந்த வெதவைக்கு ஏதாவது பணம் வாங்கிக் கொடுத்திருக்கணும்."

"ஜேம்ஸ் பீட்டர் அப்படி நெனைக்கல. அது நம்ம நெலம். அதுல நாம நுழையக்கூடாதுன்னு சொல்றதுக்கு சாமியார்க யாரு? நமக்கு பள்ளிய ஆரம்பிக்கப் போறோம்னு வெளிநாட்டுக்காரங்களுக்கு எழுதி பணம் வாங்கி நம்ம நிலத்த அவுங்க பேருக்கு மாத்திக்கிட்டாங்க. இவுங்களுக்குப் பாடம் கத்துக்கொடுக்கணும்னு நெனைச்சாரு."

சிறிது நேரம் அமைதியாக இருந்த அவர் தொடர்ந்து சொன்னார். "இதுவர நானு சொன்னது எல்லாத்துக்கும் தெரிஞ்சது. ஆனா இப்பச் சொல்லப்போறது யாருக்கும் தெரியாது. ஆனா நடந்த உண்மைக வெளி உலகத்துக்குத் தெரியணும். ஆனா நானு சொன்னதா நீங்க யாருட்டயும் சொல்லக் கூடாது. எந்தச் சமயத்துலயும், எந்தச் சூழ்நிலையிலயும் எம்பெயரச் சொல்லமாட்டேன்னு நீங்க வாக்குக் கொடுக்கணும்."

"சவரி, நீங்க என்ன முழுசுமா நம்பலாம். நிச்சயமா உங்க பேர நானு எப்பவும், யாருட்டயும் சொல்லமாட்டேன்." சவரியின் கரங்களை உறுதியாகப் பற்றியபடி செல்லையா சொன்னார்.

"உங்கள முழுசுமா நம்புறேன். கிறிஸ்தவத்துல அறநெறிய மீறுனவுங்களத் தேடுறேன்னு சொன்னதுனால சொல்றேன். அதுக்கு இந்த இடம் சரியில்ல. வேற இடத்துக்குப் போவோம்."

செல்லையாவின் கரங்களைப் பிடித்து அவரை அழைத்துக் கொண்டு சென்றார் சவரி.

★★★

9

பேருந்து செல்லும் வழியாக ஊரிலிருந்து விலகி செல்லையாவும், சவரியும் நடந்தனர். சிறிது தூரத்தில் காட்டாறு ஒன்று குறுக்கிட்டது. பாலம் கட்டப்படாமல் ஆற்றிலேயே தரைப்பாலம் அமைக்கப் பட்டிருந்தது. ஆற்றில் தண்ணீர் இல்லை. தரைப்பாலத்திலிருந்து இறங்கி காட்டாற்றின் மணலில் நடந்தனர். பகல் நேரம் அது. இருப்பினும் அங்கு பேரமைதி நிலவியது. அவர்கள் மணலில் நடந்தபோது எழுந்த சரக் சரக் என்ற ஒலியைத் தவிர வேறு ஒலி எதுவும் இல்லை.

சிறிது தூரம் நடந்திருப்பர். ஆற்றிலிருந்து பறவைகளின் சப்தம் சிறிதாகக் கேட்டது. நடந்து செல்லச் செல்லப் பறவைகளின் சப்தம் அதிகரித்தது. ஒரேவிதமான சப்தமாக இல்லாமல் பல்வேறு பறவைகளின் சப்தங்களைக் கேட்கமுடிந்தது. அதிகரிக்கும் பறவைகளின் சப்தங்களைக் கேட்டபடி தொடர்ந்து நடந்தனர். ஆறு ஓர் இடத்தில் திரும்பியது. அங்கே ஆற்றில் நீர் குளம்போல் தேங்கியிருந்தது. விதவிதமான பறவைகள் தங்களுக்கே இயல்பான சத்தங்களை எழுப்பியபடி ஆனந்தமாக நீந்திக்கொண்டிருந்தன.

செல்லையா அவைகளைக் கூர்ந்து பார்த்தார். "இதுமாதிரிப் பறவைகள நானு பார்த்ததேயில்ல." ஆச்சரியமாகக் கூறினார்.

"பக்கத்துல பறவைக சரணாலயம் இருக்கு. அங்க பல நாடுகள்ல இருந்தும் குளிர் காலத்துல பறவைக வந்து தங்கும். பகல்ல இந்தப் பகுதில இருக்கும் குளங்க, குட்டைக, ஏரிக, வயல்களுக்கு வரும். அதுல உள்ள மீனுக, தவளைக, பூச்சிகளத் தின்னும். சாயங்காலம் திரும்பவும் சரணாலயத்துக்குப் போயிறும். எந்தெந்த நாட்டுப் பறவைகளோ? தெரியல. ஆனா ஒவ்வொரு வருசமும் ஆயிரக்கணக்குல வரும். பிள்ள குட்டிகளப் பெத்துக்கிடும். மறுபடியும் பிள்ள குட்டிகளோட பறந்து போயிறும். அதுக தங்குகிற இடத்த அரசாங்கம் பாதுகாக்குது. எல்லா வசதிகளும் செஞ்சு கொடுக்குது. யாரும் பறவைகளுக்குத் தொந்தரவு கொடுக்கக் கூடாது, அதுகளப் பிடிக்கக் கூடாது, வெடி போடக்கூடாதுன்னு என்னென்னமோ சட்டம் போடுது. ரொம்பக் கருத்தா பாதுகாக்குது. ஆனா நம்மள, தலித்துகள அரசாங்கம் கண்டுக்கிடுறதில்ல. திருச்சபையும் கண்டுக்கிடறதில்ல. நமக்குப்

பாதுகாப்பும் இல்ல. தங்க இடமும் இல்ல. பொறம்போக்கு நிலத்துலதான் தங்கணும். அதனாலதான் ஆதிக்கச் சாதிக்காரங்க போடா பொறம்போக்குன்னு நம்மளத் திட்டுறான். எந்தெந்த நாட்டுப் பறவைகளோ! இவைகளுக்கு இருக்கிற சுதந்திரமும், பாதுகாப்புங்கூட தலித்துகளுக்கு இல்ல.” வேதனையுடன் சவரி கூறினார்.

சவரிக்கு வயது நாற்பதுக்கும் சிறிது அதிகமாக இருக்கும். ஒல்லியான கருத்த உடல். ஐந்தரை அடி உயரம். கருத்த தலைமுடியை ஒட்ட வெட்டியிருந்தார். கடின உழைப்பால் உள்ளங்கைகள் கருத்துப் போய் இருந்தன. பேன்ட்சும், முழங்கை வரை மடித்துவிடப்பட்ட வெள்ளைச் சட்டையும் அணிந்திருந்தார்.

நீர் தேங்கியிருந்த பகுதியைக் கடந்து சென்றனர். சவரி நடந்துகொண்டே சொன்னார். “நீங்க வாத்தியாரு. மாசச் சம்பளம் வாங்குபவரு. நானு அப்பிடியில்ல. தெனம் உழைச்சாத்தான் சாப்பாடு. மனைவி, ரெண்டு பிள்ளைக இருக்கு. ரெண்டு பின்ளைகளும் படிக்காங்க. ஆனா எம் படிப்பு அஞ்சுவரைதான். படிப்பு வரலன்னு சொல்ல முடியாது. நல்லாப் படிச்சேன். அதுக்குமேல படிக்க ஆசைதான். ஆனா ஊருல அஞ்சாங் கிளாஸ் வரதான் பள்ளி இருந்துச்சு. அதுக்கு மேல படிக்க அடுத்த ஊருக்கு நடந்து போகணும். சின்னப்பய. நடக்க முடியாது. படிச்சது போதும். வேலைக்கு வாடான்னு அப்பன் வயலுக்குக் கூட்டிப் போனாரு. நடக்க முடியாதாம். ஆனா வயலுல வேல செய்யலாமாம். இது எங்கப்பன் ஞாயம்.

விவசாயம்தான் அவருக்குப் பள்ளி. விவசாயம் பத்தி நல்லாத் தெரிஞ்சிருந்தாரு. அம்புட்டையும் எனக்குச் சொல்லிக் கொடுத்தாரு. ஊருலயும் நாட்டாமையா இருந்தாரு. ஓரளவு உலக ஞானம் அவருட்ட இருந்துச்சு. அப்பத்தான் இம்மானுவேல் சபைக்காரங்க எங்க பங்குக்கு வந்தாங்க. அவுங்க வழியா விழிப்புணர்ச்சி கெடைச்சது. விழிப்புணர்ச்சிங்கிற வார்த்தயக்கூட அப்பத்தான் நாங்க முதமொறையா எங்க வாழ்க்கயில கேட்டோம். செத்த மாட்டத் தின்னக் கூடாது, பிண மோளம் அடிக்கக் கூடாது. ஆதிக்கச் சாதிக்காரங்க ஊத்துர கூழ வாங்கிக் குடிக்கக்கூடாது.

தன்மானத்தோட வாழணும். குடிநீரு, தெருவிளக்கு, சுத்தமான தெரு, ரோடு வசதின்னு தன்நிறைவோட வாழணும். நம்ம பிரச்சினய நாமளே தீத்துக்கிடணும். அடுத்த சாதிக்காரங்ககிட்டப் போகக்கூடாது. தன்னாட்சியா வாழணும்னு ஊர்கள்ல கூட்டம் போட்டுச் சொன்னாங்க.

பங்குலயும் அடிக்கடி கூட்டம் நடக்கும். அவுங்க சொன்னது பிடிச்சிருந்துச்சி. அதனால ஊர்ல இளைஞர்கள ஒண்ணுசேத்தேன். இளைஞர்களாச் சேர்ந்து கிராமத்துக்குக் குடிநீர், சாலை, தெருவிளக்குன்னு பல வசதிகளக் கொண்டு வந்தோம்.”

ஆற்றில் வெகு தொலைவு நடந்து விட்டனர். ஆற்றின் கரையில் ஓர் இடத்தில் செடிகள் புதர்போல வளர்ந்து ஆற்றிலும் பரவியிருந்தது. அந்தப் புதருக்குள் சென்றார் சவரி. செல்லையாவும் அவரைத் தொடர்ந்தார். அங்கே நான்கைந்து பேர் உட்காருவதற்குப் போதுமான இடம் இருந்தது. இருவரும் அமர்ந்தார். அங்கே அவர்கள் இருப்பது வெளியே யாருக்கும் தெரியவில்லை. புதர் அவர்களை முற்றிலுமாக மறைத்தது.

சவரி தொடர்ந்து பேசினார். “ஆரம்பத்துல எங்களோட அண்ணந் தம்பியா இம்மானுவேல் சபைக்காரங்க பழகுனாங்க. எங்களோட தங்குனாங்க. எங்க வீடுகள்ல நாங்க குடுக்கிற கூழக் குடிச்சாங்க. எங்கள மாதிரி நடந்தாங்க. சைக்கிள்ல போனாங்க. சின்னச் சின்னப் போராட்டங்கள்ல எங்களோட இருந்தாங்க. பள்ளிக்குன்னு நெலம் வாங்குனதும் அவுங்க போக்கு மாற ஆரம்பிச்சிருச்சி. தங்களுக்குன்னு ஒரு பெரிய பங்களாவக் கட்டுனாங்க. சமைக்கிறதுக்கு ஆள்களப் போட்டாங்க. நல்லாச் சாப்பிட்டாங்க. மோட்டார் சைக்கிள் வாங்குனாங்க. சர்ரு புர்ருன்னு அங்கயும் இங்கயும் அதுல போக ஆரம்பிச்சாங்க. கொஞ்சங் கொஞ்சமா எங்ககிட்ட இருந்து விலகிட்டாங்க. வசதி அப்படி ஆக்கிருச்சி. இத இப்பிடியே விடக் கூடாதுன்னு ஜேம்ஸ் பீட்டர் நெனைச்சாரு. ஏதாவது செய்யணும்னு சொல்லிக்கிட்டே இருந்தாரு.”

“என்ன செஞ்சாரு?”

“யார்கிட்டயும் எதுவும் சொல்லல. ஒரு நாளு ராத்திரி யாருக்கும் தெரியாமத் தனியா சாமியார்க பங்களாவுக்குப் போனாரு. வராண்டாவுல மோட்டார் சைக்கிள் இருந்துச்சி. புதுசு. வாங்கி ஒரு மாசந்தான் ஆயிருக்கும். இவுங்கள ஓட்டவிடக்கூடாதுன்னு நெனச்சாரு. பெட்ரோல் டாங்கத் திறந்து அதுல மண்ண அள்ளிப்போட்டுட்டு வந்துட்டாரு.’

“வண்டி ஓடாதே.” செல்லையா சிரித்தார்.

“மறுநாளு சாமியாரால வண்டிய ஓட்ட முடியல. என்னடான்னு பாத்தா பெட்ரோல் டேங்குல மண்ணு இருந்திருக்கு. யாரோ சின்னப்பயக

வெளையாட்டாப் போட்டிருப்பாங்கன்னு நெனச்சிட்டாரு. சரிபண்ணி ஓட்டிட்டாரு. தெனமும் இதச் செய்யலாம்னு ஜேம்ஸ் பீட்டர் நெனைச்சாரு. ஆனா இதவிட பெருசா வேற எதயாவது செய்யணும்னு ஆச. இன்னொரு நாளு ராத்திரி அங்க போனாரு. வண்டியில பெட்ரோல் இருந்துச்சி. அதை ஒரு டப்பாவுல பிடிச்சாரு."

"பெட்ரோலத் திருடுனாரா?" அப்பாவியாகக் கேட்டார் செல்லையா.

"திருடுனாரா? சொல்றதக் கேளுங்க. பெட்ரோல மோட்டார் சைக்கிள்மேல ஊத்தி தீவச்சிட்டு ஒரே ஓட்டமா ஓடிட்டாரு. மோட்டார் சைக்கிள் எரிஞ்சி சாம்பலாயிருச்சி."

"ஐயையோ, இது பெரிய பிரச்சினயில. போலீசுல சொல்லி கேசு போட்டிருப்பாங்களே?"

"ஆமா. இம்மானுவேல் சபைக்காரங்க போலீசுல புகார் கொடுத்தாங்க. யாரு மேல சந்தேகம்னு போலீசு கேட்டப்ப நாங்க யாரயும் சந்தேகிக்கல. நீங்க கண்டுபிடிங்கன்னு சொல்லிட்டாங்க."

"போலீசு கண்டுபிடிச்சாங்களா?"

"அவுங்க எங்க கண்டுபிடிச்சாங்க? வேற சாதிக்காரங்க யாராவது செஞ்சிருக்கலாம்னு சிலர விசாரிச்சாங்க. சரியான துப்பு எதுவும் கெடைக்கல. ஊர்லயும் வந்து கேட்டாங்க. யாருக்கும் எதுவும் தெரியல. அதத்தான் சொன்னோம். யாரு செஞ்சிருப்பான்னு நாங்களும் தீவிரமா யோசிச்சோம். மத்த சாதிக்காரங்கதான் ஏதாவது செஞ்சிருப்பாங்களோன்னு சந்தேகப்பட்டோம்."

சில வினாடிகள் அமைதியாக இருந்த சவரி மீண்டும் சொல்ல ஆரம்பித்தார். "மோட்டார் சைக்கிள எரிச்சதுல எந்தத் துப்பும் கெடைக்காம போலீசுக்காரங்க தவிச்சதப் பாத்த ஜேம்ஸ் பீட்டருக்குத் துணிச்சல் வந்திருச்சி. அடுத்து பெருசா ஏதாவது செய்யணும்னு காத்துக்கிட்டு இருந்தாரு. ஒருநா வங்கியிலயிருந்து பள்ளிக்கூடம் கட்டுறதுக்கு பெரிய தொகைய எடுத்திருக்காங்க. செய்தி எப்படியோ அவருக்குத் தெரிஞ்சிருச்சி. இது நம்ம பணம். நமக்குத்தான் சேரணும்.

அவுங்ககிட்ட இருந்து பணத்த பறிக்கணும்னு திட்டம் போட்டார். அப்ப இம்மானுவேல் சபைக்காரங்க ரெண்டு பேரு இருந்தாங்க. ரெண்டு பேர ஒருத்தரால சமாளிக்க முடியாதுன்னு நெனைச்சி இன்னொருத்தரையும் சேத்துக்கிட்டாரு. நடுச்சாமம். ரெண்டு பேரும்

மொகமூடி போட்டுக்கிட்டு சாமியார்க பங்களாவுக்குப் போனாங்க. கதவத் தட்டுனாங்க. பெரிய சாமியாரு இல்ல. சின்னச் சாமியாரு மட்டும் இருந்திருக்காரு. இது இவுங்களுக்குத் தெரியல. நடுச்சாமத்துல கதவத் தட்டுனதும் பங்குல யாருக்கோ சுகமில்ல. அதுதான் மந்திரிக்கக் கூப்புடுறாங்கன்னு நெனச்சி கதவச் சின்னவரு திறந்திருக்காரு.”

“அப்புறம்?” ஆவலைக் கட்டுப்படுத்த முடியாமல் கேட்டார்.

“அப்புறம் என்ன. கத்தியக்காட்டி எடுடா பணத்தன்னு குரல மாத்திப் பேசி மிரட்டியிருக்காங்க. சின்னவரு பயந்துட்டாரு. கத்துனா குத்தியிருவாங்கன்னு நெனச்சி பீரோவத் தெறந்து அங்க இருந்த பணத்த எடுத்துக் கொடுத்துட்டாரு. சத்தம்போட்டா குத்தியிருவோம்னு மிரட்டிக்கிட்டே பணத்த வாங்கிக்கிட்டு அங்கயிருந்து ஓடிட்டாங்க.”

“எவ்வளவாம்?”

“அதுதான் கதயே. பெருசா எதையோ வாங்கத்தான் பணத்த வங்கியில இருந்து எடுத்திருக்காங்க. அந்தப் பணத்தோட பெரிய சாமியாரு நகரத்துக்குப் போயிட்டாரு. செலவுக்குன்னு ஆயிரமோ ரெண்டாயிரமோ பீரோவுல வச்சிருந்தாரு. அந்தப் பணந்தான் போச்சி. நல்லா ஏமாந்துட்டாங்க.”

“சரியா கவனிச்சிருக்கணும்.”

“மறுபடியும் கேஸ் கொடுத்தாங்க. துப்புக் கெடைக்கல. ஆனா அந்தச் சின்னச் சாமியார்தான் பாவம். அவருக்கு ஏற்கெனவே இதய வியாதி இருந்துச்சி. அதிர்ச்சியில வியாதி அதிகமாயிருச்சி. மருந்து மாத்திரகள ரெண்டு மூனு மாசமா அதிகமாச் சாப்பிட்டாரு. சரியாகல. ஆஸ்பத்திரிக்குப் போனாரு. ஆப்பரேசன் செய்யணும்னு சொன்னாங்க. ஆப்பரேசன் செய்ய ஸ்டெச்சருல போய்க்கிட்டு இருக்கும்போதே மாரடைப்புல செத்துட்டாரு.”

“கேக்கவே கஸ்டமா இருக்கு. ரொம்பச் சின்ன வயசோ?”

“ஆமா. நாப்பதோ, நாப்பந்தைஞ்சோதான் இருக்கும், போகணும்னு உசுரு இருந்துருக்கு. அதுக்கு என்ன செய்றது?” சிறிது நேரத்திற்குப் பின் தொடர்ந்தார். “பணம் போன பெறகு இம்மானுவேல் சபைக்காரங்க கவனமா இருக்கணும்னு நெனைச்சாங்க. ராத்திரி காவலுக்கு ஒரு ஆள நியமிச்சாங்க. இனும எதுவும் நடக்காதுன்னு ரொம்பத் தைரியமா இருந்தாங்க.”

“இத மொதல்லயே செஞ்சிருக்கணும்.”

“பண விசயத்துல ஏமாந்த ஜேம்ஸ் பீட்டர் அடுத்து ஏதாவது ரொம்பப் பெருசாச் செய்யணும்னு திட்டம் போட்டாரு. காவலுக்கு ஆளப் போட்டதுனால அவர ஏமாத்தி ஏதாவது செய்யணும்னு யோசிச்சிருக்காரு. மறுபடியும் ஒரு திட்டம் உதிச்சிருக்கு.”

“இப்ப என்ன செஞ்சாரு?” மிகவும் ஆவலாகக் கேட்டார்.

“பைக்க எரிச்சதுனால யாருக்கும் பிரயோசனமில்லாமப் போச்சின்னு நெனச்ச அவரு திரும்பவும் பைக்கில கைவைக்கத் திட்டமிட்டாரு. அதுக்கு ஏத்த மாதிரி சாமியார்களும் ஆளுக்கு ஒரு வண்டின்னு ரெண்டு புது வண்டிகள வாங்குனாங்க. இந்த ரெண்டயும் கடத்தத் திட்டமிட்டாரு. ஒரு நாளு பின்னிரவுல, அதாவது அதிகால மூனு, மூன்றரைபோல இன்னொருத்தரயும் கூப்பிட்டுக்கிட்டு பங்களாவுக்குப் போயிருக்காரு. ராத்திரிப்பூராம் விழிச்சிருந்த காவக்காரரு விடியப் போகுதுன்னு நெனச்சி அசதியில தூங்கப் போயிட்டாரு. இதுதான் சமயம்னு ரெண்டு பேரும் போயி பைக்குகளத் தள்ளிக்கிட்டே ரொம்பத் தூரம் போயிட்டாங்க. பெறகு அதுல ஏறிச் சிட்டாப் பறந்துட்டாங்க. எங்கயோ ரொம்பத் தூரம் போயி வித்துட்டாங்க.”

“நல்லாத்தான் திட்டம் போட்டிருக்காரு.”

“இம்மானுவேல் சபைக்காரங்களுக்குத் திரும்பவும் அதிர்ச்சி. ரொம்பச் சோர்ந்து போயிட்டாங்க. யாரோ திருடங்கதான் இப்பிடிச் செய்றாங்கன்னு நெனச்சாங்க. காவலுக்கு இன்னும் ஒரு ஆளப் போட்டாங்க. ராத்திரியில பணத்த வச்சிருக்கிறதில்ல. பைக்குகள ஒரு அறையில வச்சி பூட்டுனாங்க. பாதுகாப்ப அதிகரிச்சாங்க. ஆனா மக்களுக்கு நம்ம அணுகுமுறை சரியில்லங்கிறது அவுங்க மனசுல படல.”

“ஜேம்ஸ் பீட்டரால அதுக்குப் பெறகு எதுவும் செய்ய முடிஞ்சிருக்காதே?”

“அவரா சும்மா இருப்பாரு. அடுத்து ஒரு திட்டம் போட்டாரு. இந்தத் தடவ மடத்துல கைவைக்க நெனச்சாரு.”

“சிஸ்டர்களயும் விட்டுவைக்கலையா?”

“ஆமா. அவருக்குச் சாமியார்க, துறவிக, சிஸ்டருகன்னு எல்லாரு மேலயும் கோவம். மக்களுக்குப் பணிசெய்யணும்னு நல்ல மனசோட

வாறாங்க. ஏழையா இருப்போம்னு வார்த்தைப்பாடு கொடுத்திட்டுத்தான் வாறாங்க. ஆனா ஏழையா இருக்கிறதில்ல. ரொம்ப வசதியா இருக்குறாங்க. கிராமத்துல யாரு வீடு ரொம்பப் பெருசுன்னா அது சாமியார்க, சிஸ்டர்க வீடுகதான். சிஸ்டர்க இருக்கிற இடத்த மடம்னுதான் சொல்றாங்க. மடம்னா அது சாவடி மாதிரி. எங்க தெருக்கள்ல மடம் இருக்கும். பொது இடம். சின்ன மண்டபம் மாதிரி இருக்கும். குடிசைகள்ல இருக்கிற மக்க மழை பெஞ்சா அதுல இருக்க முடியாது. மடத்துல வந்துதான் தங்குவாங்க. ஓய்வெடுக்க, ஊர்க் கூட்டம் ஏதாவது போட மடம் பயன்படும். ஆனா சிஸ்டருக மடம்னா அது பெரிய பங்களா. மாடியும் இருக்கு. ஊருகள்ள இருக்குற பண்ணையாருக பங்களாக்களவிட பெருசா இருக்கும். மக்கள்ட்ட இருந்து ரொம்ப விலகியே இருப்பாங்க. நல்ல சாப்பாடு. ராணிக மாதிரிதான் இருப்பாங்க. இந்தப் பகுதியில அப்பப் பொம்பளங்க யாரும் சைக்கிளக்கூட ஓட்டுறதில்ல. மொதல்ல சிஸ்டர்கதான் சைக்கிள ஓட்டுனாங்க. வசதி பெருகுச்சு. டிவிஎஸ் 50 வாங்கி ஓட்டுனாங்க. இன்னும் வசதி பெருகுச்சி. ஸ்கூட்டி வாங்குனாங்க. அதுலதான் கிராமங்கள்ல மக்களச் சந்திக்கப் போனாங்க. மொத்தம் ஐஞ்சு சிஸ்டருக இருந்தாங்க. அவுங்கள்ல மூனு பேரு சாமியார்க பள்ளியில டீச்சரா வேல செஞ்சாங்க. ரொம்பப் பணம். ஆனா ஏழைபாழைகளுக்கு உதவுறதில்ல. எல்லாத்தயும் தலமை மடத்துக்கு அனுப்பிருவாங்க. இவுங்க ஊருல இருந்து வெளியேறுனா படிச்சிட்டு வேலயில்லாம இருக்கும் மூனு பேருக்காவது வேல கெடைக்கும். மூனு குடும்பங்களாவது ரொம்பச் சந்தோசமா இருக்கும்னு ஜேம்ஸ் பீட்டர் சொல்வாரு. அவுங்களயும் ஊருல இருந்து வெரட்டணும்னு சொல்வாரு.”

“இது சரியா?”

“நானும் இதையேதான் கேட்டேன். அதுக்கு அவரு என்ன சொன்னாரு தெரியுமா? இயேசு தனது சீடர்கள ரெண்டு ரெண்டு பேரா கிராமங்களுக்கு அனுப்புனப்ப என்ன சொன்னாருன்னு கேட்டாரு. தெரியலன்னு சொன்னேன். கைத்தடி, பணம், பை, உணவு, மாற்று உடை எதையும் கொண்டுபோக வேண்டாம்னு சொன்னாரு. என்னப் பொறுத்த அளவுக்கு அதுதான் ரொம்ப முக்கியம். இப்பத் துறவிக, குருக்க யாரும் அப்படி வாழ்றதில்ல. அதிக நெலம் வச்சிருக்காங்க. பணமும் நெறைய வச்சிருக்காங்க. மேலும் மேலும் சொத்தச் சேக்காங்க. அது அதிகாரத்தக் கொடுக்குது. நிறுவனத்த நடத்துறாங்க. அதுவும் அவுங்களுக்கு அதிகாரத்தக் கொடுக்குது. இந்த அதிகாரத்த

வச்சிக்கிட்டு ஏழைகள விரட்டுறாங்க. மிரட்டுறாங்க. உதவி செய்றது மாதிரி பாவலாக் காட்டிக்கிட்டு ராஜா மாதிரி சுகபோகமா வாழ்றாங்க. அதனால தனது சீடர்க இந்த அதிகாரங்கள வச்சிருக்கிறத இயேசு விரும்பல. ஏழையா இருக்கச் சொன்னாரு. ஏழையா இருக்கிறதுதான் அதிகாரம். அந்த அதிகாரந்தான் வேணும்னு சொன்னாரு."

"புரியல. ஜேம்ஸ் பீட்டர் சொன்னதக் கொஞ்சம் விவரமாச் சொல்லுங்க."

"ஏழையா சீடர்க இருக்கும்போது அவுங்கள மக்க உயர்வா நெனைப்பாங்க. நம்புவாங்க. அவுங்ககிட்ட ஏதோ ஓர் இறை சக்தி, அறம் சார்ந்த சக்தி இருக்குன்னு உணர்வாங்க. அந்த சக்திய ஆன்மீக சக்தி, இல்ல அதிகாரம்னு சொல்லலாம்னு ஜேம்ஸ் பீட்டர் சொல்வாரு. இந்த ஆன்மீக அதிகாரத்ததான் இயேசு ஏழ்மைங்கிறது மூலமா தனது சீடர்களுக்குக் கொடுத்தாரு. இந்த ஆன்மீக சக்தி, அதிகாரம் வேண்டும்னு தான் ஏழ்மைங்கிற வார்த்தைப்பாட்டைத் துறவிக எடுக்குறாங்க. ஆனா இப்ப யாரும் இந்த ஆன்மீக அதிகாரத்த நோக்கிப் போறதில்ல. இயேசு எந்த அதிகாரம் தனது சீடர்களுக்கு வேண்டாம்னு சொன்னாரோ அந்த அதிகாரம், அதாவது பணம், பதவி, அந்தஸ்துங்கிற உலக அதிகாரத்த நோக்கித்தான் துறவிக போறாங்க. இப்பக்கூட அத்தி பூத்தாப்புல யாராவது ஒரு துறவி ஏழையா வாழ்ந்தா அவருக்கு மக்க கொடுக்கிற மதிப்பு வேற. பணத்தோட, பதவியோட இருக்கிற துறவிக்குக் கொடுக்கிற மதிப்பு வேறங்கிறது புரியும். அதனால துறவிக இந்த ஆன்மீக அதிகாரம் பெறணும்னா அவுங்கள உலக அதிகாரத்துல இருந்து மீட்கணும். துறவிகளா அவுங்க எடுத்த வார்த்தைப்பாடுபடி நடக்கச் செய்யணும். அதனால அவுங்க பொருட்கள நாம எடுத்து அவுங்க உண்மையான துறவிகளா வாழச் செய்யணும். அதுக்கு முதற்படியாத்தான் இந்தச் சின்னச் சின்ன செயல்களத் துணிஞ்சி செஞ்சாரு."

"ஆச்சரியமா இருக்கு. நல்லாத்தான் யோசிச்சிருக்காரு. அடுத்து சிஸ்டர்க ஸ்கூட்டியக் கடத்துனாரா?" செல்லையா மறந்தும் திருட்டு, திருடன் என்ற வார்த்தைகளை உபயோகிக்கவேயில்லை. மிகவும் கவனமாகவே பேசினார்.

"சிஸ்டர்க ரொம்பக் கவனமா இருந்தாங்க. ஒரு வேள சாமியார்க சொல்லியிருக்கலாம். ஸ்கூட்டிய ஒரு அறையில வச்சிப் பூட்டியிருந்தாங்க. அதனால வேற எதையாவது செய்ய நெனச்சாரு. என்ன செஞ்சிருப்பாருன்னு சொல்லுங்க."

“ஒண்ணும் தெரியலையே?”

“சிஸ்டருகட்ட ரெண்டு பசுமாடுக இருந்துச்சி. அவைகளக் கடத்தத் திட்டமிட்டாரு. ஒருநா ராத்திரி ஒரு குட்டியானைய வாடகைக்கு எடுத்தாரு.”

“மாடுகளக் கடத்த குட்டியானைய வாடகைக்கு எடுத்தாரா? ரொம்ப அதிசயமாவுல இருக்கு.” செல்லையா ஆச்சரியம் கலந்த வியப்புடன் கேட்டார்.

“குட்டி யானைனா உங்களுக்குத் தெரியாதா? குட்டியானைன்னு விளம்பரம் செய்றாங்கல்ல அந்த நாலுசக்கர வண்டி. ஜீப் மாதிரி இருக்கும். அத வாடகைக்கு எடுத்துக்கிட்டுப்போயி ஊருல இருந்த தண்ணியில்லாத ஏரிக்குள்ள நிப்பாட்டுனாரு. பெறகு மடத்துக்குப் போயி யாருக்கும் தெரியாம ரெண்டு பசுமாடுகளையும் பத்திக்கிட்டு குளத்துக்கு வந்தாரு. பசுமாடுகளக் குட்டி யானையில ஏத்தப் பாத்தாரு. எப்பிடி ஏத்துறதுன்னு தெரியல. ரொம்ப நேரமா என்னென்னமோ செஞ்சிருக்காரு. எப்பிடியோ ஒரு மாட்ட ஏத்திட்டாரு. இன்னொரு மாட்ட ஏத்த முடியல. பொழுது விடிகிற நேரமாச்சி. இதுக்குப் பெறகும் இங்க இருந்தா மாட்டிக்கிடுவோம்னு நெனச்சி ஒரு மாட்ட அங்கயே ஏரிக்குள்ள விட்டுட்டு ஒத்த மாட்டோட குட்டி யானையில போயிட்டாரு. எங்கயோ ரொம்பத் தூரம் போயி வித்துட்டாரு.”

“ஒவ்வொண்ணையும் வித்தியாசமாத்தான் செஞ்சிருக்காரு. ரொம்பப் பாராட்டணும்போல இருக்கு.”

“அவரு பகல் நேரத்துல ஒரு தொண்டு நிறுவனத்துல வேலக்குப் போயிறுவாரு. அந்த நிறுவனம்தான் பஞ்சமி நிலத்துக்காகப் போராடிக்கிட்டு இருந்துச்சி. போராட்டத்துக்கு மக்களச் சேக்குற வேலய பகல்ல செஞ்சாரு. ராத்திரிகள்ல இந்த வேலயச் செஞ்சாரு. அதனால யாருக்கும் அவரு மேல கொஞ்சங்கூட சந்தேகம் வரல.”

“பெறகு?”

“பெறகென்ன. பஞ்சமி நிலப் போராட்டத்துல சாலை மறியல் செஞ்சாங்க. அது தேசிய நெடுஞ்சாலை. நிமுசத்துக்கு நூறு வண்டிக போகும். அந்தச் சாலய மறிச்சாங்க. போலீஸ்காரன் துப்பாக்கியால சுட்டுக்கொன்னுட்டான். அதோட இங்க நடந்த சம்பவங்களுக்கும் ஒரு முடிவு வந்திருச்சி. அவருமட்டும் சாகாம இருந்திருந்தா இங்க இன்னும் என்னென்னமோ நடந்திருக்கும். நிச்சயம் ஒரு மாற்றம் வந்திருக்கும். துறவிக எல்லாத்தயும் வெரட்டிருப்பாரு. அவுக

நிறுவனங்க எல்லாம் இயக்க நிறுவனங்களா, மக்கள் நிறுவனங்களா மாறியிருக்கும். அவரு செத்தது ஒரு பெரிய இழப்பு."

"அவர மாதிரி அதுக்குப் பெறகு யாரும் செய்யலயா?"

"இல்ல. அதோட எல்லாம் முடிஞ்சிருச்சி. இப்ப நீங்க கேட்டதுனால ஜேம்ஸ் பீட்டர் சரித்திரத்தச் சொன்னேன். போலீசால எதையும் கண்டுபிடிக்க முடியல. நடந்தது எல்லாம் எனக்கு மட்டுந்தான் தெரியும். நானும் யாருட்டயும் சொல்லல. என் சாவோட எல்லா நெசமும் பொதைஞ்சிரும்னு நெனச்சேன். இத்தன வருசங்கழிச்சி நீங்க கேட்டீங்க. அதுவும் அறநெறிகள மீறுனவுங்க யாராவது இருக்காங்களான்னு கேட்டீங்க. அதனாலதான் சொன்னேன். இல்லாட்டா சொல்லியிருக்கமாட்டேன். செத்தவருமேல இதுமாதிரிச் சொல்லி அவரு புகழக் கெடுக்கணுமான்னு மொதல்ல நெனச்சேன். ஏன்னா பஞ்சமி நெலத்துக்காக உசுரக் கொடுத்த அவரு பெரிய வீரரு. அவரு சிந்துன ரத்தத்தில அவரு செஞ்ச மத்த எல்லாமே மறைஞ்சிருச்சி. நீங்க அறநெறிகள மீறுனவுங்க உயர்ந்தவுங்க, குலதெய்வங்கன்னு சொன்னதுனால எல்லாத்தயும் சொன்னேன். அவர வள்ளுசா எல்லாரும் மறந்துட்டாங்க. இப்ப உண்மையச் சொல்றதுனால எதுவும் ஆகப் போறதில்லன்னு சொன்னேன்."

"சவரி, ஒரே ஒரு கேள்வி. அவரப்பத்தி ரொம்ப நல்லாத் தெரிஞ்சிருக்கீங்க. அவரு இன்னொருத்தரயும் கூட்டிக்கிட்டுப் போனாருன்னு சொன்னீங்க. அது நீங்கதான? உண்மையச் சொல்லுங்க" என்று குரலைத் தாழ்த்தி ரகசியமாகக் கேட்டார்.

சவரி தலையாட்டினார். ஆம் என்பதற்குத் தலையாட்டினாரா இல்லை என்பதற்குத் தலையாட்டினாரா என்று செல்லையாவால் கண்டுபிடிக்க முடியவில்லை. குழம்பினார்.

"சார், நீங்க ஜேம்ஸ் பீட்டரைப்பத்திக் கேட்டீங்க. சொன்னேன். அதோட நிறுத்திக்கிடணும். அதுக்கு மேல தொளச்சித் தொளச்சிக் கேக்கக்கூடாது. இன்னொன்னை மறுபடியும் ஞாபகப்படுத்துறேன். நான்தான் சொன்னேன்னு யாருட்டயும் சொல்லக் கூடாது" என்று எரிச்சல் கலந்த கண்டிப்புடன் கூறினார் சவரி.

செல்லையா அதன்பின்பு எதையும் கேட்கவில்லை. இருவரும் சிறிது நேரம் அமைதியாக அமர்ந்திருந்தனர்.

பசித்தது. செல்லையா கொண்டுவந்த பிஸ்கட்டுகளை இருவரும் உண்டனர்.

தாகம் எடுத்தது.

சவரி எழுந்து புதரிலிருந்து வெளியே வந்தார். செல்லையாவும் அவரைப் பின்தொடர்ந்தார். புதரில் இருந்ததுவரை வெயிலை உணரவில்லை. இப்போது வெயிலின் தாக்கத்தை முழுவதுமாக உணர்ந்தனர். மணலில் அனல் பறந்தது. கண்கள் கூசின. தலையைத் துணியால் மூடியபடி வந்த வழியே ஆற்றில் நடந்தனர்.

பறவைகளின் ஆனந்த ஆட்டம் அப்போதும் தொடர்ந்தது. ஆனால் செல்லையாவால் அதை ரசிக்க முடியவில்லை. அந்த இடம் வந்ததும் ஓர் இடத்தில் முட்டிபோட்டுக் குனிந்த சவரி கரங்களால் மணலைத் தோண்டினார். நீர் ஊற்றெடுத்தது. ஆனால் கலங்கலாக இருந்தது. சிறிது நேரம் அதைப் பார்த்தபடியே இருந்தார். தெளிந்தது. இருகரங்களிலும் அள்ளிப் பருகினார். வெயிலுக்கு அந்த ஊற்று நீர் அமிர்தமாக இருந்தது. செல்லையாவும் குடித்தார்.

“வெயில் அதிகமா இருக்கு. சிறிது ஓய்வெடுக்கலாமே?” செல்லையா கூறினார்.

இருவரும் திரும்பி நடந்தனர். புதரை அடைந்தனர். உள்ளே சென்ற இருவரும் மணலை ஒன்று சேர்த்து தலையணையாக மாற்றி அதில் தலைவைத்துப் படுத்தனர். உரையாடல் தொடர்ந்தது.

“ஜேம்ஸ் பீட்டர் சரித்திரத்தக் கேட்டீங்க. என்ன செய்யப் போறீங்க?”

“தலித்துகளுக்கு நிலம் வேணுங்கிறதுல்ல மாற்றுக் கருத்து கிடையாது. பஞ்சமி நிலத்துக்கான போராட்டம் தொடரணும்னு நெனைக்கேன். அது அரசியல் போராட்டம். அதக் கட்டாயம் நடத்தணும். அதோட திருச்சபைக்கு எதிரா ஒரு புதிய போராட்டத்த ஆரம்பிக்கலாமான்னு தோணுது.”

“கொஞ்சம் விவரமாச் சொல்லுங்க.”

“நாங்க எங்க பகுதியில ரெண்டு சிறுவர்களப் புனிதரா நெனச்சி திருவிழா கொண்டாட ஆரம்பிச்சோம்னு சொன்னேன்ல. அந்த விழா இயற்கை விவசாயத்த நோக்கித் திரும்புற விழாவா மாறியிருக்கு. அதத் தொடர்ந்து கொண்டாடுவோம். அதுமாதிரி இந்தப் பக்கம் ஜேம்ஸ் பீட்டரப் புனிதரா நெனச்சி திருவிழாவ ஆரம்பிக்கணும். துறவு சபைகளப் புனிதப்படுத்துற விழாவா, அவுங்க நிறுவனங்கள இயக்க நிறுவனங்களா, மக்க நிறுவனங்களா மாத்துற விழாவா நடத்தலாம்னு மனசுக்குத் தோணுது.”

"கொஞ்சம் விளக்கமாச் சொல்லுங்க."

"ஜேம்ஸ் பீட்டர் நெனைச்சது மாதிரிதான் செய்யணும். அந்தக் காலத்துல பிரான்சிஸ் அசிசின்னு ஒரு துறவி இருந்தாரு. ரொம்ப ஏழையா வாழ்ந்தாரு. இயற்கைய அதிகமா நேசிச்சாரு. பாப்பானவரு பணக்காரத்தனமா இருந்தத அவரால தாங்கிக்கிட முடியல. ரோமாபுரிக்குப் போனாரு. திருத்தந்தையப் பாத்தாரு. பணக்காரத்தனம் திருச்சபைக்கு எதிரானது. அத விடுங்க. எளிமையா இருங்கன்னு திருத்தந்தையிட்டயே துணிஞ்சி சொன்னாரு. அவரு அகிம்சை வழியில சொன்னாரு. நாம அதிகாரத்தோட சொல்லணும். இந்தக்காலத்துல நீங்க சொல்றது மாதிரி துறவிக, அது ஆண் துறவிகனாலும் சரி, பெண் துறவிகனாலும் சரி. ஏழையா இருப்போம்னு கடவுளுக்கு முன்னால வார்த்தைப்பாட்டக் கொடுக்குறாங்க. ஆனா யாரும் ஏழைகளா இருக்கிறதில்ல. ரொம்பப் பணக்காரங்களா பங்களா, காருன்னு வாழ்றாங்க. கறி, மீனுன்னு நல்லாச் சாப்பிடுறாங்க. பணக்காரங்க வசதிக்காக புதுசு புதுசா என்னென்னமோ வருது. அத மொதல்ல வாங்கி அனுபவிக்கிறது துறவிகளாத்தான் இருக்காங்க. கேட்டா எங்க பணிக்கு இது வேணும்னு துணிஞ்சி பொய் சொல்லித் தங்கள ஏமாத்துறதோட மக்களயும் ஏமாத்துறாங்க. இவுங்க வாழ்க்க எடுத்துக்காட்டான வாழ்க்கயில்ல. போலியான வாழ்க்க. இவுங்க நடத்துற நிறுவனங்களும் பணக்காரங்களுக்குச் சார்பான கல்வி முறையத்தான் வச்சிருக்கு. பணக்காரங்களுக்குத்தான் நடத்துது. அதுனால எந்தப் பிரயோசனமும் இல்ல. இவுங்க வச்சிருக்கிற பணம், பங்களா, சொத்துக்க எல்லாம் ஏழைகளுக்குச் சொந்தம். அப்படித்தான் அவுங்க சட்டம் சொல்லுது. பணியாளர் அந்துவான் அதப்பத்தி தெளிவாச் சொல்லியிருக்காரு.

இதத் தெரிஞ்சோ, தெரியாமலோ அவுங்க சொத்துக்கள ஜேம்ஸ் பீட்டர் மக்களின் சொத்தாப் பாத்துருக்காரு. அதனால அத அபகரிச்சிருக்காரு. அவருதான் துறவு சபைகளப் புனிதப்படுத்த வந்த புனிதருன்னு நான் நெனைக்கேன். அவரப் புனிதரா நாம அறிவிக்கணும். திருச்சபைட்ட அனுமதி கேக்கணுங்கிற அவசியமில்ல. நாம இவரு புனிதருன்னு அறிவிச்சி இவருக்குத் திருவிழாக் கொண்டாடணும். இவரப் புதைச்ச இடத்த திருத்தலமா ஆக்கணும். துறவு சபைக நிறுவனங்கள நம்ம நிறவனங்களா மாத்தி அவுங்கள ஏழைகளா ஆக்கணும். அவுங்க நமக்கு அடியில, நாம சொல்றதக் கேட்டுக்கிட்டு அந்த நிறுவனங்கள்ல வேல செய்ய வைக்கணும். அதுதான் ஏழ்மை, கீழ்ப்படிதல்னு அவுங்கள உணர வைக்கணும். இத

ஒரு ஆன்மீகப் போராட்டமா மாத்தணும். இப்படிப் போராடுறதுதான் ஆன்மீகம். ஜேம்ஸ் பீட்டர் நமக்கு முன்வச்ச ஆன்மீகம்னு அறிவிக்கணும். ஜேம்ஸ் பீட்டர் கடவுளோட இருக்காரு, அதனால அவரு ஒரு புனிதருன்னு இயக்கம் அறிவிச்சி அவரு விழாவ அவரு கல்லறையில ஒவ்வொரு வருசமும் துணிஞ்சி கொண்டாடணும்.

"கேக்குறதுக்கு ரொம்ப நல்லா இருக்கு. ஆனா நடக்குமா? நிச்சயம் நடக்காது" என்றார் சவரி.

"நடக்காதத நடக்கும்னு நம்பித் துணிஞ்சி செய்யணும். இதத்தான் தலித் இயக்கம் செய்யணும்னு நெனைக்கேன். இன்னும் துறவிகிட்டப் போயி உங்க கல்லூரிகள்ல, பள்ளிகள்ல எங்க பிள்ளைகளுக்கு இடம் கொடுங்க. படிச்சிருக்கிற எங்க பிள்ளகளுக்கு வேல கொடுங்கன்னு பிச்ச கேக்குறத விடணும். இனும நாம இழக்குறதுக்கு என்ன இருக்கு? நீங்க என்ன செய்யணும்னா தற்போதைய அறநெறிகளை மீறி, புதிய அறநெறிகளைத் தந்து துறவிகள மாத்த வந்த புனிதருன்னு ஜேம்ஸ் பீட்டரை முன்வச்சி திருநாளக் கொண்டாடணும். அந்தத் திருநாளுல துறவு பற்றிய நமது கருத்துக்களச் சொல்லணும். இப்ப இருக்கிற அறநெறிகள மீறுறதுதான் நம்ம அறநெறின்னு திருநாளுல சொல்லணும். அதுமாதிரி செய்ய மக்கள உறுதி எடுக்க வைக்கணும். திருநா எப்பிடிக் கொண்டாடணும்னு திட்டமிட இரண்டு பாலகர்க திருநாளக் கொண்டாடுற சமயத்துல எங்க ஊருக்கு வாங்க." மிகவும் நம்பிக்கையுடனும் உறுதியுடனும் சொன்னார்.

"கனவு காண்றதத் தடுக்க முடியுமா?" சவரி சப்தமாகவே கூறிச் சிரித்தார்.

அதன் பிறகு பேசவில்லை. கண்களை மூடினர். தூக்கம் அணைத்தது.

தூங்கிய சவரியின் இமைகளைத் துளைத்தது ஒரு கனவு.

அமாவாசை இரவு. ஆனால் குழல் விளக்குகளின் ஒளி இருளை விரட்டி ஓட்டியது. கையில் சிலுவைகளைப் பிடித்தபடி மக்கள் ஜேம்ஸ் பீட்டரின் கல்லறை நோக்கி வந்த வண்ணம் இருந்தனர். கல்லறை அருகில் சவரி நின்றுகொண்டிருந்தார். சிகப்பு கலர் வேட்டி. சட்டையில்லா திறந்த மார்பு. மொட்டைத் தலை. கரங்கள் ஒன்றையொன்று பற்றியபடி முதுகுக்குப் பின்னால் இருந்தன. கண்கள் கல்லறையைக் குத்திட்டுப் பார்த்தன.

இரவு பனிரெண்டு மணி. ஒளிர்ந்த குழல் விளக்குகள் அணைக்கப்பட்டன. எங்கும் இருள். நிசப்தம். பேரமைதி.

திடீரென்று ஜேம்ஸ் பீட்டரின் கல்லறையில் தீப்பந்தம் தோன்றியது. அதன் ஒளி வெள்ளம் அப்பகுதியை நிறைத்தது.

தன்மேல் ஏதோ ஒரு சக்தி இறங்குவதைச் சவரி உணர்ந்தார். அந்த சக்தி சிறிது சிறிதாக தன் உடல் முழுவதும் பரவுவதை அறிந்தார். உடல் மெதுவாக நடுங்கியது. சிறிது சிறிதாக அதிகரித்தது. நெஞ்சு நிமிர்ந்து பின்பக்கம் சிறிது வளைந்தது. முதுகுக்குப் பின்னால் இருந்த கரங்கள் ஒன்றையொன்று மிகப் பலமாகப் பற்றிக் கொண்டு முறுக்கின. அசைவற்றிருந்த தலையின் ஆட்டம் சிறிது சிறிதாக அதிகரித்தது. நறநறவெனப் பற்களைக் கடித்தார்.

"ம்..." என்ற பேரொலி திடீரென்னு அவரது உதடுகளைத் துளைத்துக்கொண்டு வெளிவந்தது. ஆவேசமாகப் பளிங்குக்கல் கல்லறையில் ஏறினார். ஜேம்ஸ் பீட்டரே கல்லறையிலிருந்து உயிர்த்ததுபோல இருந்தது. கரங்கள் கல்லறையிலிருந்த தீப்பந்தத்தை எடுத்தன. கால்கள் ஆடின. சிறிது சிறிதாக தீப்பந்தம் உயர்ந்தது. மிக உயரத்தில் பந்தம் இருப்பதாகத் தோன்றியது.

பரவசத்தில் இருந்த மக்களும் தங்கள் கரங்களில் இருந்த சிலுவையை உயர்த்திப் பிடித்தனர். அவைகள் சிலுவைத் துப்பாக்கிகளாக மாறின. வெவ்வேறு நிறத்தில், வெவ்வேறு வடிவில் சிறியதாய், பெரியதாய், தடித்ததாய், ஒல்லியானதாய், நீண்டதாய், குட்டையாய் அவைகள் பளபளப்பாகக் காட்சியளித்தன. தீப்பந்தத்தைக் குறிவைத்தன.

'ம்...' என்று ஒலி எழுப்பிய சவரியின் திருவாய் மெதுவாக மலரென மலர்ந்தது. அதிலிருந்து புறப்பட்ட அருள்வாக்கின் மணம் துப்பாக்கி பிடித்திருப்பர்களின் நாசிகளில் நுழைந்து காதுகளைத் தூய்மையாக்கி நெஞ்சில் இறங்கியது.

"இப்போது தலித்தாய் இருப்பவர்களே, நீங்கள் பேறுபெற்றோர். ஏனெனில் துறவிகளின் நிறுவனங்கள் உங்களுடையதே.

இப்போது பசியாய் இருப்பவர்களே நீங்கள் பேறுபெற்றோர். ஏனெனில் உங்கள் பசி துறவிகளின் அறுசுவை உணவால் மறையும்.

இப்போது தாகமாய் இருப்பவர்களே, நீங்கள் பேறுபெற்றோர். ஏனெனில் உங்கள் தாகம் துறவிகளின் சுத்திகரிக்கப்பட்ட நீரால் தீரும்.

இப்போது வீடு இல்லாமல் இருப்பவர்களே, நீங்கள் பேறுபெற்றோர். ஏனெனில் நீங்கள் துறவிகளின் இல்லங்களைச் சுவீகரித்துக் கொள்வீர்கள்.

இப்போது நிலமற்று இருப்பவர்களே, நீங்கள் பேறுபெற்றோர். ஏனெனில் துறவிகளின் நிலத்தை நீங்கள் அடைவீர்கள்.

இப்போது வேலையற்று இருப்பவர்களே, நீங்கள் பேறுபெற்றோர். ஏனெனில் துறவிகளின் பணியிடங்கள் உங்களால் நிரப்பப்படும்.

இப்போது கால்வலிக்க நடப்பவர்களே, நீங்கள் பேறுபெற்றோர். ஏனெனில் துறவிகளின் வாகனங்களுக்கு நீங்கள் உரிமையாளராவீர்கள்.

இவைகளைச் செய்யும்போது உங்கள்மீது வழக்குத் தொடர்ந்து உங்களைச் சிறையில் அடைத்துத் துன்புறுத்துவர். அப்போது நீங்கள் மகிழ்ந்து களிகூறுங்கள். ஏனெனில் நீங்களே துறவுக்கு அர்த்தத்தைக் கொடுத்த தியாகிகள். விண்ணுலகில் உங்களுக்குக் கிடைக்கும் கைமாறு மிகுதியாகும்."

மணலில் உறங்கிக்கொண்டிருந்த சவரி திடுக்கிட்டு விழித்து எழுந்து அமர்ந்தார். அவரது உடல் வியர்வையால் நனைந்திருந்தது. அருகில் படுத்திருந்த செல்லையாவைப் பார்த்தார்.

அவர் நிம்மதியாக உறங்கிக்கொண்டிருந்தார்.

★ ★ ★

10

அருள்வாக்குக் கூறுவதுபோல கனவு கண்டதிலிருந்து சவரியால் நிம்மதியாக இருக்க முடியவில்லை. அக்கனவு அவரை விடாமல் துரத்தியது. கனவுதானே என்று அதை அவரால் புறக்கணிக்க முடியவில்லை. அவரது நினைவை முழுமையாக ஆக்கிரமித்தது. நின்றால், நடந்தால், அமர்ந்தால், உண்டால் - எந்த வேலை செய்தாலும் கனவு அவரைவிட்டு அகல மறுத்தது. மறக்க நினைத்தார். முடியவில்லை. எவ்வளவு அதிகமாக மறக்க முயற்சி செய்தாரோ அதற்கு முற்றிலும் அதிகமான வேகத்தில் மீண்டும் வந்தது. இரவிலும் சரியாகத் தூங்க முடியவில்லை. கனவை நனவாக்கு என்று ஒரு குரல் அவரது உள்ளத்தில் இடைவிடாது ஒலித்தது.

கனவிலிருந்து விடுபட முடியாத நிலையில் கனவைப் பற்றிய பொதுவான நம்பிக்கையில் மூழ்கினார். 'யாராவது செத்ததாகவோ, பாம்பு கடிச்சதாகவோ கனவு கண்டா அதுக்கு எதிர்மாறா நல்லது நடக்குமாம். கலியாணம் நடக்கிறதாவோ திருவிழாக் கொண்டாடுறதாவோ கனவு கண்டா கெட்டது நடக்குமாம். இப்பிடித்தான் வழக்கமாச் சொல்றாங்க. துறவிக சொத்து அம்புட்டும் நமக்கு வரப்போகுதுங்கிற நல்ல கனவக் கண்டிருக்கேன். அப்படின்னா நம்ம மக்களுக்குக் கெட்டது வருமோ? அப்படி என்ன கெட்டது வரும்? ஒருவேளை இப்பகுதியில சாதிக் கலவரம் வருமோ? நமக்கும் நமக்குச் சிறிது மேல இருக்கிற இன்னொரு சாதிக்கும் எப்பவும் பிரச்சினைதான். ஒருவேளை அவுங்களுக்கும் நமக்கும் கலவரம் வருமோ? கனவுக்கு எதுரா நடக்கும்னா அது எந்த மாதிரிப் பலிக்கும்? துறவிக கல்வி நிறுவனங்க நம்மதுன்னா நம்ம பிள்ளைக படிப்பு தடைபடுமோ? துறவிக வேல நம்மதுன்னா நாம வேலயில்லாம கஷ்டப்படுவோமோ? துறவிக வீடு நம்மதுன்னா நம்ம வீடுகள்ல இருந்து விரட்டப் படுவோமோ? துறவிக உணவு நம்மதுன்னா நாம பசியில வாடுவோமோ? துறவிக வாகனங்க நம்மதுன்னா நாம வெளிய எங்கயும் போக முடியாம தெருவுக்குள்ளயே முடங்கிக் கெடக்கணுமோ? துறவிகளது சுத்திகரிக்கப்பட்ட தண்ணி நமக்குக் கிடைக்கும்னா நாம குடிக்கத் தண்ணிகூட இல்லாம தாகமா இருப்போமோ? சே... நிச்சயம் அதுமாதிரி எதுவும் நடக்காது. காலையில கனவு கண்டாத்தான் அது பலிக்கும்னு சொல்வாங்க. நானு மத்தியானம் சாப்பிட்ட பிறகுல

கண்டேன். பகல் கனவு பலிக்காதுன்னு சொல்வாங்க. நிச்சயம் இந்தக் கனவு பலிக்காது.' தனக்குத்தானே சமாதானம் சொல்லிக்கொண்டார்.

அவர் வேறுவிதமாகவும் சிந்தித்தார். 'நானு ஏன் கெட்டதா நெனைக்கணும்? நல்லதா ஏன் நெனைக்கக் கூடாது? கனவுல கண்டபடி நடக்கும்னு ஏன் நான் நெனைக்கக் கூடாது? அப்படி நெனைக்கிறதே சந்தோசமா இருக்கே? துறவிக எம்புட்டு நிலம் வச்சிருக்காங்க? எத்தன கல்வி நிறுவனங்க வச்சிருக்காங்க? எம்புட்டுப் பெரிய பங்களாக்கள்ல வாழ்றாங்க? எம்புட்டுப் பணத்த வங்கியில வச்சிருப்பாங்க? எம்புட்டுப் பேரு வாத்தியார் வேல பாக்காங்க? கணினி, காரு, பைக்குன்னு என்னென்னமோ வச்சிருக்காங்க? அம்புட்டும் நமக்குத் தானா? அப்படி நெனைக்கும் போதே ரொம்பச் சந்தோசமா இருக்கே?'

கனவால் நல்லது பிறக்கும் என்று நினைத்தபோது சவரிக்கு மற்றொரு நிகழ்வு ஞாபகத்திற்கு வந்தது. திருமணம் முடிந்து இரண்டு ஆண்டுகளுக்குப் பின் அவருக்கு ஒரு மகன் பிறந்தான். அவரும் அவரது மனைவியும் பங்குப் பணியாளரிடம் சென்றனர். தனது மகனுக்குச் சூசை என்று பெயரிடச் சொன்னார். பணியாளர் புனித சூசையப்பரைப் பற்றி விரிவாகச் சொன்னார். 'சூசையப்பருக்கும் மாதாவுக்கும் திருமணம் முடிக்க நிச்சயம் செஞ்சிருந்தாங்க. அப்ப தூய ஆவியால மாதா கருத்தரிச்சாங்க. மாதா கர்ப்பமா இருக்கிறது சூசையப்பருக்கு தெரிஞ்சது. அதனால மாதாவ விலக்க நெனச்சாரு. அப்ப அவரது கனவுல வான தூதர் வந்து தூய ஆவியாலதான் இது நடந்துச்சி. மாதாவ மனைவியா ஏத்துக்கன்னு சொன்னாரு. அவரும் கனவுல கண்டபடி மாதாவ ஏத்துக்கிட்டாரு. பிறகு யேசு பிறந்தப்ப ஏரோது குழந்தையக் கொல்ல நெனைச்சான். சூசையப்பரு கனவுல வானதூதர் தோன்றி குழந்தையத் தூக்கிக்கிட்டு எகிப்துக்கு ஓடிப்போன்னு சொன்னாரு. அவரும் அதுபடி செஞ்சி யேசுவக் காப்பாத்துனாரு. மறுபடியும் சூசையப்பரு கனவுல வானதூதர் வந்து ஏரோது செத்துட்டான். நீ திரும்பிப் போன்னு சொன்னாரு அவரும் மாதாவையும், யேசுவையும் கூட்டிக்கிட்டுத் திரும்பிப் போனாரு. இப்பிடிக் கனவு கண்ட சூசையப்பர் பெயர உம் மகனுக்கு வைக்கிற. அவரு கனவெல்லாம் நனவானது மாதிரி நீ உன் மகனப்பத்திய கனவும், உன் மகன் பிற்காலத்துல காணும் கனவும் நனவாகணும்னு நானு வேண்டிக்கிடுறேன்னு சொன்னாரு. கனவு நனவாகும்னு விவிலியம் சொல்லுது. அப்ப நானு கண்ட கனவு நனவாகுமோ? இதுமாதிரி யோசிச்சா கட்டாயம் கனவு நனவாகும்னு தோணுதே?'

சவரியை முழுமையாக அருள் வாக்கு நிறைத்தது. 'சூசையப்பர் கனவுல வானதூதர் வந்தார். ஆனா என் கனவுல நான்தான் வந்தேன். நான்தான் பேசுனேன். நானா பேசுனேன்? இல்லயே? எனக்குள்ள இருந்து ஒரு குரல் பேசு பேசுன்னு சொல்லுச்சு. அந்தக் குரல் எது? தெரியலயே? அருள் வாக்குச் சொன்னேன். நானா சொன்னேன்? இல்லயே? அந்தக் குரல்தான் அருள் வாக்குச் சொல்லுச்சு. நானு பேசக் கூடாதுன்னு வாய இறுக்கமா மூடிக்கிட்டேன். ஆனா வாயப் பிளந்துக்கிட்டு வார்த்தைக வந்துச்சு. அருள் வாக்குன்னா என்ன? கடவுள் வாக்குன்னு அர்த்தம். அப்ப எனக்குள்ள பேசுன்னு சொன்னது கடவுளா? அப்படின்னா என் வழியாக் கடவுள்தான் பேசுனாரா? கடவுள் பேசுனாருனா அது நடக்கத்தான செய்யும்? நிச்சயம் நடக்கத்தான செய்யும். அத நெனச்சி சந்தோசப் படுறதுக்குப் பதிலா நானு ஏன் கவலைப்படணும்?'

சவரியின் தந்தை ஊரின் நாட்டாமையாக இருந்ததால் அவரிடமிருந்த தலைமைப் பண்பு இயல்பாகவே சவரியிடமும் இருந்தது. அதனால் ஊரில் இளைஞர்களை ஒருங்கிணைத்து ஓர் அமைப்பாக உருவாக்கி அதன் மூலம் ஊருக்குப் பல நல்ல காரியங்களைச் செய்தார். தனது நண்பனாகிய ஜேம்ஸ் பீட்டருடன் தலித் கிறிஸ்தவ இயக்கத்தில் சேர்ந்து பல போராட்டங்களில் பங்கேற்றார். துறவிகளை விரட்ட ஜேம்ஸ் பீட்டர் கடைப்பிடித்த வழிமுறை சவரிக்குப் பிடிக்கவில்லை. ஆனால் அவர் ஒரு தன்னார்வத் தொண்டு நிறுவனத்துடன் இணைந்து பஞ்சமி நில மீட்புக்காகப் போராடியது சவரிக்கு மிகவும் பிடித்திருந்தது. ஆனால் அந்தத் தொண்டு நிறுவனத்தால் பஞ்சமி நிலத்தை மீட்கத் தொடர் போராட்டத்தில் ஈடுபட முடியவில்லை. ஜேம்ஸ் பீட்டரின் இறப்புக்குப் பின் தொண்டு நிறுவனத்தின் செயல்பாடுகள் குறைந்தன. தொண்டு நிறுவனங்களால் இத்தகைய போராட்டங்களில் ஈடுபட்டுப் பஞ்சமி நிலத்தை மீட்க முடியாது என்ற உண்மையைச் சவரி உணர்ந்தார். அரசியல் கட்சிகளோ அல்லது மக்கள் இயக்கங்களோ இத்தகைய போராட்டங்களில் ஈடுபட்டால்தான் வெற்றி சாத்தியமாகும் என்று எண்ணினார்.

அரசியல் கட்சிகள், இயக்கங்களைப் பற்றி ஆராய்ந்தார். அரசியல் கட்சிகளைச் சார்ந்த ஆதிக்கச் சாதியினர்தான் பஞ்சமி நிலத்தை அபகரித்திருந்தனர். எனவே அவர்கள் பஞ்சமி நிலத்தை நிச்சயம் மீட்கமாட்டார்கள் என்ற உண்மை அவருக்குப் புரிந்தது. நிலங்களை இழந்த தலித்துகளால்தான் அது சாத்தியமாகும் என்பது அவருக்கு மிகத் தெளிவாக விளங்கியது.

தொண்ணூறுகளின் ஆரம்பம் அது. அம்பேத்கர் பிறந்த நூற்றாண்டு விழா கொண்டாடப்பட்டது. தலித்துகளிடம் ஒரு விழிப்புணர்வு ஏற்பட்டது. அப்பேத்கரின் தாரக மந்திரமாகிய கற்பி, போராடு, ஒன்றுசேர் என்ற அடித்தளத்தில் செயல்பட வேண்டும் என்ற எண்ணம் மிக அதிகமாகத் தலித்துகளிடம் உருவானது. அந்தச் சூழ்நிலையில் தலித்துகளுக்கு என்று ஓர் அரசியல் கட்சி உதயமானது. அந்தக் கட்சி நிச்சயம் பஞ்சமி நிலத்தை மீட்கும் என்ற நம்பிக்கையில் சவரி அதில் இணைந்தார். கட்சியும் அவர் சார்ந்திருந்த பகுதியில் கட்சியை வளர்க்கும் பொறுப்பை அவருக்குக் கொடுத்தது. அந்தப் பொறுப்பை மிகவும் உற்சாகமாச் செய்தார். தலித் மக்கள் வாழும் கிராமங்களுக்குச் சென்று மக்களிடம் பேசி ஒவ்வொரு கிராமத்திலும் தலித் மக்களைக் கட்சியில் சேர்த்தார். தெருவில் கொடிக்கம்பத்தை நடச்செய்து கட்சிக் கொடியை ஏற்றினார்.

ஆனால் தலைமை நினைத்த வேகத்தில் கட்சி வளரவில்லை. காரணத்தைத் தலைமை யோசித்தது, போராட்டம் நடத்த வேண்டும் என்றும், அந்தப் போராட்டம்தான் மக்களை ஒன்று சேர்க்கும் என்றும் அம்பேத்கர் சொன்னார். ஆனால் மக்களை ஒன்று சேர்த்த பின்புதான் போராட வேண்டும் என்று எண்ணியதால்தான் நினைத்த வேகத்தில் கட்சி வளரவில்லை என்ற உண்மை தலைவருக்குப் புரிந்தது. முதலில் போராடுவது என்றும் அந்தப் போராட்டத்தின் அடித்தளத்தில் எழும் பிரச்சினையின் காரணமாக மக்கள் ஒன்று சேர்வர் என்றும் அவர் உறுதியாக நம்பினார்.

அப்போது தமிழகத்தின் வடபகுதியிலுள்ள ஒரு கிராமத்தில் தலித் ஒருவர் ஆதிக்கச் சாதியினரால் கொல்லப்பட்டார். கொலைகாரர்களைக் காவலர்கள் கைது செய்யாமல் கொலையைத் தற்கொலை என்று பதிவு செய்து வழக்கை முடிக்க எண்ணினர். இந்தப் பிரச்சினையைக் கட்சி எடுத்தது. கொலைக்கு நீதிகேட்டுச் சாலை மறியலில் ஈடுபட அழைப்பு விடுத்தது. போராட்டம்தான் மக்களை ஒன்று சேர்க்கும் என்று எண்ணிய சவரி தன்பகுதியில் உள்ள மக்களைத் திரட்டி சாலை மறியலில் ஈடுபட்டார். பேருந்துகளால் சாலையில் செல்ல முடியவில்லை. மறியல் செய்த இரண்டு பக்கமும் அவைகள் வரிசையாக நின்றன. பயணிகள் பேருந்துகளிலிருந்து இறங்கி மறியலை வேடிக்கை பார்த்தனர். போராடிய மக்களோ தங்களது இனத்தைச் சார்ந்த ஒருவர் அநியாயமாகக் கொல்லப்பட்டதைக் காவலர்கள் மறைக்கிறார்களே என்ற கோபத்தில் இருந்தனர். அப்போது அவர்களில் ஓர் இளைஞர் யாருக்கும் தெரியாமல் ஒரு பேருந்துக்குத் தீவைத்தார். பேருந்து

முழுவதுமாக எரிந்து சாம்பலானது. தங்களுக்கு எதிராகப் போராடுகிறார்களே என்ற கோபத்தில் இருந்த காவலர்கள் பேருந்து எரிவதைப் பார்த்ததும் மிகவும் ஆவேசமாயினர். மறியல் செய்தவர்களை மாடுகளை அடிப்பதுபோல லத்திக் கம்புகளால் மிகக் கொடூரமாக அடித்தனர். அதோடு மறியலில் ஈடுபட்டவர்களைப் பிடித்துத் தங்களது வாகனங்களில் ஏற்றினர். மறியலில் ஈடுபட்ட சிலர் தப்பித்து ஓடினர். ஆனால் சவரி தப்பித்து ஓடவில்லை. துணிவுடன் அங்கேயே நின்றார். அவரை மிகவும் கொடூரமாகத் தாக்கிய காவலர்கள் அவரது காயத்தைப் பற்றிச் சிறிதும் கவலைப்படாமல் அவரைத் தங்களது வாகனத்தில் ஏற்றி சிறைக்கு அனுப்பினர். பிடிபட்டவர் அனைவர்மீதும் பேருந்து எரிப்பு வழக்கைத் தொடுத்தனர். அதன்பின்பும் மறியலில் ஈடுபட்டவர்களைத் தேடிப்பிடித்தனர். பிடித்தவர்களை எல்லாம் பேருந்து எரிப்பு வழக்கில் சேர்த்தனர்.

சிறையில் சிறிது காலம் இருந்தபின் பிணையில் வெளியே வந்தார் சவரி. அதன்பின் வழக்கு விசாரணைக்கு வந்தபோதெல்லாம் நீதிமன்றத்திற்குச் சென்றார். பல்லாண்டு விசாரணை நடந்தது. இறுதியில் பேருந்துக்குத் தீயிட்டது யார் என்பதைக் காவலர்கள் சரியாக நிரூபிக்கத் தவறியதால் வழக்கிலிருந்து அனைவரையும் விடுவிப்பதாக நீதிபதி தீர்ப்பளித்தார்.

சிறையோ, வழக்கோ சவரியின் உறுதியை அசைக்கவில்லை. வழக்கிலிருந்து விடுபட்டபின் இன்னும் தீவிரமாகச் செயல்பட்டார். அதனால் குடும்பத்தில் இடைவிடாத பிரச்சினை. கணவரின் போக்கு மனைவிக்குச் சிறிதும் பிடிக்கவில்லை. தான் மட்டும் கஷ்டப்பட்டு வேலைசெய்து இரண்டு பிள்ளைகளைக் காப்பாற்றுவதா என்று அடிக்கடி கணவரிடம் சண்டையிட்டார். மனைவியின் சண்டையை அவர் பெரிதாக எடுக்கவில்லை. வழக்கப்படி கட்சிப் பணியிலேயே மூழ்கினார்.

தலைவரிடம் அடிக்கடி பஞ்சமி நிலத்தை மீட்க ஒரு போராட்டத்திற்கு அழைப்பு விடுக்கும்படி கேட்டார். கட்சி இன்னும் சிறிது வளரட்டும். அதன்பின் தமிழகம் தழுவிய நிலையில் போராட்டத்தை நடத்தலாம் என்றார் தலைவர். தான் கேட்கும் ஒவ்வொரு முறையும் தலைவர் இதுபோன்று பதிலைச் சொன்னது சவரிக்கு சோர்வை அளித்தது. போராட்டத்தின் மூலம்தான் மக்களை ஒன்று சேர்க்க முடியும் என்பது அம்பேத்கரின் சித்தாந்தம். பஞ்சமிநில மீட்புப் போராட்டத்திற்கு மட்டும் மக்களை ஒருங்கிணைத்தபின்

போராடலாம் என்கிறாரே தலைவர் என்ற கேள்வி எழுந்தது. அம்பேத்கரின் பாதையிலிருந்து தலைவர் விலகிச் செல்கிறாரோ என்ற சந்தேகமும் சவரியிடம் எழுந்தது.

அதன்பின் அவரது அரசியல் ஆர்வம் சிறிது சிறிதாகக் குறைந்தது. அதோடு பஞ்சமி நிலத்தை அரசியல் கட்சி மூலம் மீட்க முடியும் என்ற எண்ணமும் கரைந்தது. ஆனால் பஞ்சமி நிலத்தை மீட்க வேண்டும் என்ற எண்ணம் மட்டும் அவரிடம் தொடர்ந்து இருந்தது. அந்த நிலைப்பாட்டில் சோர்வு ஏற்படும்போது ஜேம்ஸ் பீட்டரின் கல்லறைக்குச் செல்வார். அங்கே அவருக்குச் சக்தி கிடைக்கும். மீண்டும் புத்துயிர் பெறுவார். அப்படி ஒருமுறை சென்றபோதுதான் செல்லையாவைச் சந்தித்தார். கனவையும் கண்டார்.

தற்போது கனவானது சவரியை மீண்டும் செயல்படத் தூண்டியது. கனவை நனவாக்க வேண்டும் என்ற நிர்ப்பந்தம் தன்னிடம் ஏற்படுவதாக உணர்ந்தார். அந்த நிர்ப்பந்தத்தைக் கொடுப்பது உள்ளத்தில் உறைந்துள்ள இறைவனின் குரல் என்று உறுதியாக நம்பினார். அதற்கான வழிகளை ஆராய்ந்தார். செல்லையா தங்கள் பகுதியில் இரண்டு சிறுவர்களை வழிபடுவதன் மூலம் ஓரளவு மாற்றத்தைக் கொண்டுவந்ததைப் போல இப்பகுதியிலும் ஜேம்ஸ் பீட்டரை புனிதராகக் கருதி அவரது இடத்தில் வழிபாட்டைத் தொடங்குவதுமூலம் போராட்டத்தை ஆரம்பிக்கலாம் என்று எண்ணினார்.

ஆனால் அது மட்டும் போதாது என்ற எண்ணம் ஏற்பட்டது. விவசாயியான அவருக்கு கூட்டுறவு விவசாயத்தில் ஈடுபட்டால் சிறப்பாக இருக்குமே என்ற எண்ணம் எழுந்தது. அதற்கு முதலில் நிலம் அவசியம். அதற்குத் துறவிகள் நிலத்தை மட்டும் நம்பியிருந்தால் முடியாது. துறவிகளின் நிலத்தைக் கைப்பற்ற முயற்சிக்கும் அதே நேரத்தில் பஞ்சமி நிலத்தை மீட்பதற்கான அரசியல் போராட்டத்திலும் இறங்க வேண்டும்.

செல்லையா தனக்குத் தெரிந்த வழியில் செல்கிறார். அதே வழியைப் பின்பற்ற வேண்டியதில்லை என்ற மாற்று எண்ணமும் சவரியிடம் எழுந்தது. தனது சிந்தனைக்கும், இப்பகுதி மக்களின் மனநிலைக்கும் ஏற்றதுமான மாற்று வழியைச் சிந்தித்தார். போராடு, அதன்பின் ஒன்று சேர் என்ற அம்பேத்கரின் கருத்தின்படி செயல்படுவதே சிறந்தது என்று எண்ணினார். அந்தப் போராட்டம் கனவை நனவாக்கும் போராட்டமாக இருக்க வேண்டும் என்ற தெளிவு இருந்தது. அந்தப் போராட்டத்தை எப்படி, எங்கே, யாரை வைத்து

ஆரம்பிப்பது என்று தீவிரமாகச் சிந்தித்தார். மீண்டும், மீண்டும் நிலம் பற்றிய எண்ணமே அவரிடம் எழுந்தது.

அவருக்குத் தனது நிலம்பற்றிய எண்ணம் எழுந்தது. அவருடைய தந்தை ஊர் நாட்டாமையாக இருந்தபோது அவரிடம் இரண்டு ஏக்கர் நிலம் இருந்தது. ஊரில் இரண்டு ஏக்கர் நிலமுடையவர் அவர் ஒருவர்தான். இன்னும் ஒரு சிலர் கால் ஏக்கர், அரை ஏக்கர் என்று வைத்திருந்தனர். பெரும்பாலோர் நிலமற்ற விவசாயக் கூலிகள். சவரிக்கு ஒரு தம்பி இருந்தார். தந்தை இறந்தபின் நிலத்தை இருவரும் சமமாகப் பங்கிட்டனர்.

இம்மானுவேல் சபையினர் பள்ளி ஆரம்பிக்க நிலம் வாங்க ஆரம்பித்தபோது முதல் ஆளாகச் சவரி தனது நிலத்தைக் கொடுத்தார். அவரைத் தொடர்ந்து அவரது தம்பியும் கொடுத்தார். அதன் பின் மற்றவர்களும் தயங்கியபடி தாங்கள் வைத்திருந்த சிறிதளவு நிலத்தையும் இம்மானுவேல் சபையினருக்கு விற்றனர். மொத்தம் பத்து ஏக்கர் நிலம் கிறிஸ்தவ தலித் மக்களிடமிருந்து வாங்கப்பட்டது. காவலூர் தலித் கிறிஸ்தவர் அனைவரும் ஒரே மாதத்தில் நிலமற்றவர்களாக மாறினர்.

சவரிக்குத் தான் இம்மானுவேல் சபையினருக்கு விற்ற நிலத்தைப் பார்க்கவேண்டும்போல் இருந்தது. பள்ளியை நோக்கி நடந்தார். அன்று பள்ளிக்கு விடுமுறை. பள்ளி வளாகத்தின் நுழைவு வாயிலைக் காவல்காத்தவர் சவரியை உள்ளே அனுமதிக்கவில்லை. அவரிடம் யாரைப் பார்க்க வேண்டும் என்று கேட்டார். பணியாளர் ஒருவர் பெயரைச் சொன்னார். சவரியின் பெயரையும், அவர் யாரைப் பாக்க வேண்டும் என்றாரோ அவரது பெயரையும், அப்போதைய நேரத்தையும் ஒரு பதிவேட்டில் குறித்த அவர், சவரியை அதில் கையெழுத்திடச் சொன்னார். சவரி கையெழுத்திட்டபின் அவரை உள்ளே நுழைய அனுமதித்தார்.

வளாகத்திற்குள் நுழைந்த அவர் தனது நிலத்தை நோக்கி நடந்தார். அந்த நிலம் அப்போது விளையாடும் இடமாக இருந்தது. தனது பூர்வீக நிலத்தில் நின்றார். 'ஒருசில வருசங்களுக்கு முன்னால பொன் விளைஞ்ச பூமி இது. இப்ப மலடியாக் கெடக்கு. இந்த நிலம் எனக்கு இப்பக் கிடைச்சா எப்படி இருக்கும்?' யோசித்தார். நினைப்பே மகிழ்வைக் கொடுத்தது.

பள்ளிக்குச் சென்றார். இரண்டு மாடிக் கட்டிடம் அது. அதில் ஏறி மொட்டை மாடிக்குச் சென்றார். மற்ற கட்டிடங்களையும் பார்த்தார்.

பள்ளிக்குச் சிறிது தொலைவில் மாணவ, மாணவிகளுக்கு என்று தனித்தனியாக விடுதிகள் இருந்தன. அவைகளும் இரண்டு மாடிகள். பள்ளியை நடத்தும் துறவிகள் தங்குவதற்காக இரண்டு மாடிகள் கொண்ட ஒரு மிகப்பெரிய பங்களா இருந்தது. பங்களாவைச் சுற்றிலும் சுவர் எழுப்பப்பட்டிருந்தது. ஒரே ஒரு நுழைவு வாயில். இரவில் அதுவும் அடைக்கப்பட்டது.

வாயில் காவலர் தன்னை நோக்கி விரைந்து வருவது தெரிந்தது. "நீங்க பணியாளரப் பாக்க வந்தீங்கன்னு சொன்னீங்க. அவுங்க இருக்கிற பங்களாவுக்குப் போகாம பள்ளியில எதுக்கு நுழைஞ்சீங்க. இங்க இருக்கக்கூடாது. நெறைய களவு போகுதாம். யாரயும் உள்ள விடக்கூடாதுன்னு உத்தரவு. பங்களாவுக்குப் போங்க." விரட்டினார் வாயில் காவலர்.

'நானா திருடன்? உண்மையில யாரு திருடங்க தெரியுமா? இங்க இருக்கிற சாமியார்கதான்' என்று சொல்லத் தோன்றியது. எதுவும் சொல்லவில்லை.

மெதுவாக நடந்து துறவிகள் தங்கும் பங்களாவுக்குச் சென்றார். மொத்தம் ஐந்து துறவிகள்தான் இருந்தனர். ஆனால் தங்குவதற்கென்று பத்து அறைகள்; இருந்தன. அவைகள் தவிர உணவறை, சமையல் அறை, பொருள்கள் வைக்கும் அறை, செப அறை, தொலைக்காட்சி அறை, படிப்பறை, நூலகம் என்று பல அறைகள் இருந்தன. அந்தக் கட்டடத்தில் குறைந்தது பதினைந்து குடும்பங்களாவது தாராளமாகத் தங்கலாம்.

ஏழு இருசக்கர வாகனங்கள் இருந்தன. கார் ஒன்றும், வேன் ஒன்றும் இருந்தன. அவைகள் அனைத்தும் ஒரு கொட்டகையில் இருந்தன.

அங்கிருந்து கிராமத்தைப் பார்த்தார். பல குடிசை வீடுகள். கூரையை மாற்ற முடியாமல் பலர் திண்டாடினர். மழைக் காலத்தில் கூரை ஒழுகும். குடிசையும் மிகச் சிறியது. நிமிர்ந்துகூட குடிசைக்குள் நுழைய முடியாது. குனிந்துதான் செல்ல வேண்டும். பல குடிசைகளுக்குக் கதவுகள்கூடக் கிடையாது. ஓலைக் கீற்றால் கட்டப்பட்ட தட்டிதான் கதவாக இருந்தது. 'இந்த நிலம மாறணும்னுதான் நிலத்தக் கொடுத்துப் பள்ளிய ஆரம்பிக்க உதவினோம். நிலம இன்னும் மாறலையே. இன்னும் மோசமாவுல போயிருச்சி.'

பங்களாவிலிருந்து வெளியே வந்தார். விளையாடுவதற்கும், பொது உபயோகத்திற்கும் சிறிது இடம் ஒதுக்கப்பட்டிருந்தது. மிகப் பெரிய இடம் தரிசாகக் கிடந்தது. இருபது ஏக்கர் நிலமாவது இருக்கும் அந்த நிலத்தையே பார்த்தார். 'ஒரு காலத்துல நெல் விளைஞ்ச பூமி இது. இப்பத் தரிசா கெடக்கு. நிலத்த இவுங்களுக்குக் கொடுத்ததுனால நிலமில்லாமப் போச்சி. அப்ப முதலாளிகட்ட கூலிக்குப் போனோம். அந்த நிலத்தையும் இவுங்க வாங்குனதுனால கூலி வேலையும் போச்சி. பள்ளியச் சுத்தி சுவர் கட்டுனதுனால ஆடு, மாடுகளையும் மேய்க்க முடியல. இவுங்க நிலம் வாங்குனதுனால நமக்கு வறுமையே வாழ்க்கையாயிருச்சி.'

அதே சமயம் கல்வியைப் பற்றியும் நினைத்தார். 'பள்ளி ஆரம்பிச்சதுனால எல்லாரும் பத்துவர, பனிரெண்டு வரன்னு படிச்சாங்க. படிக்காதவுங்க யாரும் இல்லன்னு சொல்லலாம். ஆனா அதுக்கு மேல ஒரு சிலருதான் படிச்சாங்க. மத்தவுங்களுக்குப் படிக்க வசதியில்ல. என்ன செய்வாங்க? இந்தப் படிப்ப வச்சிக்கிட்டு என்ன வேல செய்றது? சிலரு நகரத்துக்குப் போயி அங்க என்ன வேலனாலும் செஞ்சி வயித்த நிரப்புறாங்க. அந்த வேலக்குப் போகப் பிடிக்காதவுங்க ஊரச் சுத்தி வாராங்க. பெத்தவுங்களுக்குப் பாரமா இருக்காங்க. அந்தக் காலத்துலயாவது வயல்ல வேல செஞ்சாங்க. விவசாயம்னா என்னன்னு தெரிஞ்சது. எப்ப வயல உழுகுறது, எப்ப உரமிடுறது, எப்ப விதைக்கிறது, எத விதைக்கிறது, எப்பிடிப் பயிரப் பாதுகாக்குறது, வளக்குறது, தண்ணி பாச்சுறது, களை எடுக்கிறது, அறுவடை செய்றது, தானியங்கள கதிரிலிருந்து எப்பிடிப் பிரிக்கிறதுன்னு தெரிஞ்சிருந்தாங்க. ஆடு மாடுகள எப்பிடி வளக்கணும்னு அம்புட்டுப் பேருக்கும் தெரியும். பிள்ளைக என்னத்தயாவுது செஞ்சி பெரியவுங்களுக்கு கொஞ்சம் உதவி செஞ்சாங்க. இயல்பா, இயற்கையா இருந்தாங்க. இப்ப எல்லாம் போச்சி. படிச்சிருந்தாலும் ஒண்ணும் தெரியாத மக்குப் பசங்களா இருக்காங்க. எப்பப்பாத்தாலும் சினிமாவப் பத்தி பேசிக்கிட்டு வெட்டியா ஊரச் சுத்தி வாராங்க. நானு ஐஞ்சாம் வகுப்புவரைதான் படிச்சேன். விவசாயத்தப் பத்தி எல்லாம் தெரியும், அதோட பொது அறிவும் இருக்கு. ஆனா எனக்கு இருக்கிற பொது அறிவு இப்ப பனிரெண்டாம் வகுப்புப் படிச்சவனுக்கு இல்ல. சமூகத்தப் பத்தி ஒண்ணுமே தெரியலை. பள்ளியில என்னத்தப் படிச்சாங்க? வாழ்க்கைக்குக் கொஞ்சங்கூட பயன்படாத படிப்பாவுல இருக்கு.'

கனவை நனவாக்கும் போராட்டத்தை விரைவில் ஆரம்பிக்க வேண்டும் என்று சவரி நினைத்தார். அதற்கு என்ன செய்வது?

யோசித்தார். அவரது மனதில் திடீரென்று ஓர் ஒளி தோன்றியது. 'அந்தப் போராட்டத்தை காவலூரிலிருந்து ஏன் ஆரம்பிக்கக்கூடாது? இந்தப் போராட்டம் தலித் கிறிஸ்தவங்கள தமிழகம் முழுசும் ஒண்ணு சேர்க்குமே? போராட்டமும் தமிழகம் முழுவதும் பரவுமே? அதுமட்டுமா? துறவிக தாங்க கொடுத்த அர்ப்பணத்திற்கு ஏத்தமாதிரி அர்த்தமுள்ள வாழ்வு வாழ்றதுக்குத் தூண்டுமே?'

தனது கிராமத்திலேயே போராட்டத்தைத் தொடங்கத் திட்டமிட்டார். எப்படித் தொடங்குவது? போராட்டம் வெற்றி பெற என்னென்ன செய்யலாம்? தீவிரமாகச் சிந்தித்தார்.

'நானே எதுக்கு எல்லாத்தையும் சிந்தித்து முடிவு செய்யணும். போராட்டத்த நடத்தப் போறது மக்க. மக்கள்ட்ட கேப்போம். மக்க என்ன சொல்றாங்களோ அதக் கேப்போம். போராட்டம் வேண்டாம்னு சொன்னாலும் இப்போதைக்கு விட்டுவிடலாம்.'

அவர் மிகத் தீவிரமாகச் செயல்பட்டார். ஊரில் நாட்டாமை உட்பட பல பெரியவர்களைச் சந்தித்துத் தனது திட்டம் பற்றிப் பேசினார். பெண்கள், இளைஞர்கள், இளம்பெண்கள் முதலியவர்களை தனித் தனிக் குழுவாகவும், தலைமைப் பண்புள்ள சிலரைத் தனியாகவும் சந்தித்துப் பேசினார். பெரும்பாலோர் துறவிகள் மீது மிகப் பெரிய வெறுப்பில் இருந்தனர். துறவிகள் கல்வி கொடுத்தாலும் பெரும்பாலும் அவர்கள் தங்களை அடிமைபோல நடத்துவதாகவும், சமமாக மதிக்காமல் அவமதிப்பதாகவும், உதவி என்று கேட்டு வருபவர்களை அலைக்கழிப்பதாகவும், அவர்களைப் பிச்சைக்காரர்களைப் போல நடத்துவதாகவும், பண்ணையார்களைப் போல ஆணவத்துடன் நடந்துகொள்வதாகவும் உணர்ந்தனர். இப்படி ஒரு போராட்டம் கட்டாயம் தேவை என்றே அனைவரும் கூறினர்.

சவரியின் கடுமையான முயற்சியால் அன்று ஊர்க் கூட்டம் ஆரம்பமானது. காவலூரிலுள்ள அனைவரும் கூடியிருந்தனர். எதற்கு அந்தக் கூட்டம் என்று அனைவருக்கும் தெரியும். தங்களது வாழ்வில் மிகப் பெரிய மாற்றம் வரப்போகிறது என்ற எதிர்பார்ப்பு அனைவரிடமும் இருந்தது. மிகவும் ஆர்வத்துடன் இருந்தனர்.

சவரி முதலில் பேசினார். "எல்லாருக்கும் வணக்கம். ரொம்ப வருசங்களுக்குப் பெறகு நாம இப்பிடி ஒண்ணாச் சேர்ந்திருக்கோம். இம்மானுவேல் சபைக்காரங்க நம்ம பகுதிக்கு எம்பதுகள்ள வந்தாங்க. நம்மகிட்ட ரொம்ப அன்பாப் பேசுனாங்க. நம்ம பிரச்சினகளையும், உணர்வுகளையும் நல்லாப் புரிஞ்சிக்கிட்டாங்க. நம்ம நிலம

மாறணும்னா திருச்சபையிட்டயும், அரசிட்டயும் நாம உரிமைக்காகப் போராடணும்னு விழிப்புணர்வு கொடுத்தாங்க. அதுக்கு நாம ஒண்ணு சேர்ந்து இயக்கமா மாறுனாத்தான் முடியும்னு சொன்னாங்க. நாமளும் சரின்னோம். அவுங்களும் ஊர் ஊராப்போயி பேசுனாங்க. அதுக்குப் பெறகு எல்லா ஊர்க்காரங்களையும் சேர்த்து ஒரு கூட்டம் போடணும்னு சொன்னாங்க. அந்த முதல் கூட்டம் நம்ம ஊர்லதான் நடந்துச்சு. வெளியூராளுக நூறு பேராவது வந்திருப்பாங்க. ஊருல பணம் வசூலிச்சு வந்தவுங்களுக்குப் புளிச்சோறு நாமதான் போட்டோம். அதுதான் நம்மால முடிஞ்சது. அத அமிர்தமா நெனைச்சி அப்புட்டுப்பேரும் சாப்பிட்டாங்க. பெரியவுங்களுக்கு இது நல்லா ஞாபகம் இருக்கும்னு நெனைக்கேன். அப்ப நானு ஓர் இளைஞன். அந்தக் கூடடத்துலதான் தலித் கிறிஸ்தவ இயக்கம் ஆரம்பிக்கிறதுன்னு முடிவு செஞ்சோம். அந்த இயக்கம் பிறந்தது நம்ம ஊருலதான். பிறகு நம்ம மறைமாவட்டத்துல பரவுச்சி. அதுக்குப் பெறகுதான் பணியாளர் அந்துவான் தலைமையில இயக்கம் தமிழகம் முழுசும் பரவுச்சி. பல இடங்கள்ல போராட்டங்களயும் நடத்துச்சி. நாம பல போராட்டங்கள்ல கலந்துக்கிட்டோம். அப்படிப் போராடிய நம்ம நிலம இப்ப எப்பிடி இருக்கு? இப்ப நாம எல்லாரும் நிலமில்லாத கூலித் தொழிலாளர்களா இருக்கோம். ஒண்ணும் இல்லாம வந்த இம்மானுவேல் சபைக்காரங்க இப்ப எப்பிடி இருக்காங்க? யோசிங்க. நமக்குக் கல்வி அவசியம். நாம மறுக்கல. அதுக்குப் பள்ளிய ஆரம்பிக்கணும்னு சொன்னாங்க. சந்தோசப்பட்டோம். நம்ம நெலத்தயெல்லாம் அவுங்களுக்கு எழுதிக் கொடுத்தோம். இயக்கம் பேருல பள்ளிய ஆரம்பிப்போம்னு சொன்னவுங்க அதுல இருந்து விலகிட்டாங்க. வெளி நாட்டுலயிருந்து நம்ம பேருல கோடி கோடியா வாங்கி அதத் தங்க சொத்தா மாத்திக்கிட்டாங்க. இந்த நிலம மாறணும். தலித் கிறிஸ்தவ இயக்கம் இங்கதான் ஆரம்பிச்சது. அது மாதிரி துறவிக சொத்த நாம எடுக்கிற போராட்டமும் இங்க இருந்துதான் ஆரம்பிக்கணும். நாம போராடலாமா? வேண்டாமா?"

"கட்டாயம் போராடணும். துறவிக வச்சிருக்கிற எல்லாத்தையும் நாம எடுக்கணும்."

"என்னமோ கையில வச்சிருந்த பீடியோ, தீப்பெட்டியோ கீழ விழுந்துச்சுன்னா அத எடுக்கிறது மாதிரி ரொம்ப லேசாச் சொல்ற. இது சொத்து விசயம். பிரச்சினை ரொம்பப் பெருசு. கவனமாச் செய்யணும்."

"அதுக்குத்தான் இந்த ஆலோசனைக் கூட்டம் நடக்குது. என்ன கருத்துனாலும் துணிஞ்சி சொல்லுங்க. பேசி ஒரு முடிவ எடுப்போம்" என்ற சவரி செல்லையாவைச் சந்தித்தபோது நடந்த நிகழ்வுகளையும் குறிப்பாகத் தனது கனவைப் பற்றியும், அருள் வாக்குப் பற்றியும் கூறினார். ஜேம்ஸ் பீட்டர் துறவிகளுக்குக் கொடுத்த பிரச்சினைகள் பற்றி எதுவும் கூறவில்லை.

"நீங்க சொல்றதப் பாத்தா இந்தச் சொத்து அம்புட்டும் நம்ம சொத்துன்னுதான் தோணுது. அப்ப அத நாம எடுத்துக்கிட வேண்டியதுதான்" என்றார் ஓர் இளைஞர்.

"துறவிக சும்மாவா இருப்பாங்க. போலீச வச்சி நம்மள ஒடுக்கப் பாப்பாங்க. காவலர்க நம்மளப் பிடிச்சி சிறையில அடைப்பாங்க. என்ன செய்றது?"

"நிச்சயம் இது நடக்கும். நானு அருள் வாக்குச் சொன்னேன்ல. அதுல கடைசியா நானு சொன்னது இதப்பத்தித்தான். நம்மளப் பிடிச்சித் துன்புறுத்திச் சிறையில அடைக்கும்போது சந்தோசப்படுங்க. ஏன்னா துறவிகளுக்கு அர்த்தத்தைக் கொடுத்த தியாகிக நீங்க. விண்ணகம் உங்களுடையதுன்னு கடவுள் என்வழியாச் சொன்னாரு."

"சவரி, விண்ணகம் நம்மதுங்கிறது இருக்கட்டும். துறவிகளுக்கு அர்த்தத்தக் கொடுக்க நாம சிறைக்குப் போகணுமா? மீனப் பிடிக்கப்போயி பாம்புட்ட கடி வாங்குன கதயா மாறக் கூடாது பாரு."

"மத்த ஊர்க்காரங்க சாமியார்களுக்குச் சார்பா வந்தா பெரிய பிரச்சினையாவுல முடியும்?"

"அப்படி நடக்கிறதுக்கு வாய்ப்பு இருக்கு" என்று அக்கருத்தை ஏற்றுக்கொண்ட சவரி, "ஆனா அப்படி நடக்காம இருக்கிறதுக்கு வாய்ப்பு அதிகமாவே இருக்கு" என்ற மாறுபட்ட கருத்தையும் கூறினார். போராட்டத்தின் மூலம்தான் மக்கள் ஒன்றுபடுவர் என்ற அம்பேத்கரின் கருத்தை விளக்கிய அவர், துறவிகளின் சொத்தை அபகரிக்கும் போராட்டம் நிச்சயம் தலித்துகளை ஒன்றுசேர்க்கும் என்றும், அதனால் தமிழகம் முழுவதும் துறவிகளின் சொத்தை அபகரிக்கும் போராட்டம் வெடிக்கும் என்றும், நிச்சயமாகத் தலித்துகளின் வாழ்வு மிகச் சிறந்ததாக மலர வாய்ப்பு அதிகமாக இருப்பதையும் அழகாக விளக்கினார்.

"பேசிக்கிட்டே இருக்க வேண்டாம். நல்லதோ கெட்டதோ. துணிஞ்சி இறங்க வேண்டியதுதான். நாம என்ன திருடப்போறோமா,

இல்ல கொள்ளயடிக்கப் போறோமா? பட்டப்பகல்ல இது நம்ம சொத்துன்னு அறிவிச்சி அத நமதாக்கப் போறோம். நடக்கிறது நடக்கட்டும். இங்க இருந்தா என்ன? சிறையில இருந்தா என்ன? எல்லாம் நமக்கு ஒண்ணுதான். ஆனா நாம இப்பிடி ஒரு போராட்டம் நடத்துனோங்கிறது அம்புட்டுப்பேருக்கும் தெரியவரும். நம்ம ஆதரிச்சோ எதுத்தோ ஏதாவது ஒரு நிலைப்பாடு எடுப்பாங்க. துறவிக இருக்கிற எல்லா ஊர்கள்லயும் போராட்டம் வெடிக்கும். எம்புட்டுப்பேரச் சிறையில போடுவாங்க. நிச்சயம் ஒரு மாற்றம் வரும்னு நம்புறேன்" என்றார் ஓர் இளைஞர்.

"நம்மகிட்ட மாறுபட்ட கருத்து இருக்கக் கூடாது. எல்லாருக்கும் சம்மதமா" என்றார் சவரி.

"மொதல்ல இத எப்பிடிச் செய்யப்போறோம்னு தெளிவாத் திட்டமிடுவோம். அதுக்குப் பெறகு யார் யாரு இதுல சேர்றாங்கன்னு கேப்போம்" என்றார் ஒரு பெரியவர்.

"துறவிகட்ட இருக்கிறத எல்லாரும் பகிர்றது மாதிரி பேசுவோம்."

"பகிர்றது சரிதான். ஆனா யாருக்கும் எதுவும் சொந்தமில்லன்னு பகிரணும். எல்லாம் ஊருக்குப் பொதுன்னு இருக்கணும். பகிர்றத உபயோகிக்கலாம். அவ்வளவுதான். அதுக்குச் சிறு தொகைய வாடகையா ஊருக்குக் கொடுக்கணும். அப்பத்தான் ஊருக்குப் பொதுங்கிற உணர்வு இருக்கும். நம்மதுங்கிற அக்கறையும் இருக்கும். நாமளும் ஒற்றுமையா இருப்போம்" என்றார் ஒரு பெரியவர்.

இக்கருத்துக்கு உடனடியாக ஆதரவு தெரிவித்த சவரி, மேற்கொண்டு விவாதத்தை வளர்க்காமல் எப்படிப் பிரிக்கலாம் என்ற கண்ணோட்டத்தில் விவாதிக்கக் கூட்டத்தினரை அழைத்தார்.

"இப்ப நம்ம ஊருல 13 குடிசைக இருக்கு. சாமியார்க பங்களாவுல நிறைய அறைக இருக்கு. ஒரு அறையில தாராளமா ஒரு குடும்பம் தங்கலாம். குடிசைக்காரங்க அம்புட்டுப்பேரும் அறைக்கு ஒரு குடும்பம்னு சாமியார்க பங்களாவுல குடியேற வேண்டியதுதான்."

"ரொம்ப நல்ல யோசனை" என்றார் மிகவும் மகிழ்வுடன் குடிசையில் வாழ்ந்த ஒருவர்.

"அப்பத் துறவிகள என்ன செய்றது?"

“துறவிகள இந்த 13 குடிசைகள்ல ஏதாவது ஒண்ணுல தங்க வைக்கணும். அப்பிடித் தங்குனாத்தான் ஏழைக வாழ்க்கைனா என்னன்னு அவுங்களுக்குப் புரியும்” என்றார் ஒருவர். தனது குடிசையைச் செப்பனிடத் துறவிகளிடம் சிறிது உதவி கேட்டபோது பலமுறை இழுத்தடித்து இறுதியில் கொடுக்கவில்லை. அந்த வேதனையின் வெளிப்பாடுதான் இந்தப் பரிந்துரை.

“இது நல்ல யோசனைதான். கட்டாயம் செய்வோம். ஆனா 13 குடும்பங்க சாமியார்க பங்களாவுல தங்குறாங்கள்ல. அவுங்க தனித் தனியா சமைக்கக் கூடாது. சாமியார்க அறைகள்ல சமையலறையும், சாப்பாட்டறையும் இருக்கு. 13 குடும்பமும் ஒண்ணாச் சேர்ந்து ஒரு குடும்பமாச் சமைக்கணும். அந்தக் காலத்துல நாம கூட்டுக் குடும்பமாத்தான் வாழ்ந்தோம். அதுமாதிரிதான் இருக்கணும். சாப்பாட்டு அறையச் சாப்பிடப் பயன்படுத்தணும். கட்டாயம் எல்லாரும் தெனமும் ஏதாவது கூலி வேலைக்குப் போகணும். கெடைக்கிற கூலியப் பொதுவுல கொடுக்கணும். அதோட அவுங்க மாச வாடகையா ஊருக்கு ஏதாவது கொடுக்கணும்.”

“நாம கூட்டுக் குடும்பமா வாழ்ந்து பழக்கப்பட்டவுங்கதான. இதெல்லாம் பேசணுமா என்ன? அந்தக் காலம் மாதிரி ஒண்ணா வாழ்வோம்னு முடிவெடுத்தாப் போதாதா? 13 குடிசைக்காரங்களும் இத ஏத்துக்கிடுறீங்களா? இப்பவே முடிவச் சொல்லணும். பெறகு அது நொள்ள இது நொள்ளன்னு சொல்லக் கூடாது?”

“சாமியார்க பங்களாவுல தங்கக் கொடுத்து வச்சிருக்கணும். யாரு வேண்டாம்னு சொல்வா?” என்றார் ஒருவர். குடிசையில் வாழும் 13 குடும்பத்தினரும் தனித் தனியாகத் தங்களது சம்மதத்தைத் தெரிவித்தனர்.

“சாமியார்க ஐஞ்சு பேரும் பள்ளியில வேல செய்றாங்க. அதுல ஒருத்தரு தலைமை ஆசிரியர். ஐஞ்சு பேருல ஒருத்தர் மட்டும் பள்ளியில வேல செய்யட்டும். நாங்க நாலு பேரு படிச்சவுங்க இருக்கோம். நாலு பேரும் பள்ளியில வேல செய்றோம். இவரு சின்னப்பன். பள்ளிய எப்படி நடத்தணும்னு நெறையக் கனவு இவருட்ட இருக்கு. இவரு தலைமை ஆசிரியரா இருந்து அந்தக் கனவுகளையெல்லாம் நிறைவேத்தட்டும்.”

“அப்படி என்ன கனவு? அத ஊருக்கும் கொஞ்சம் சொன்னா...”

"சுருக்கமா சில விசயங்களச் சொல்றேன். நானு ஆசிரியப் பயிற்சிக்குப் படிச்சப்ப எங்கூட படிச்ச ஒரு மாணவன் தான் ஓர் அமைப்புல வேல செய்யப் போவதாகவும், அதுல வேலை செய்ய என்னையும் கூப்பிட்டான். இங்கயும் வேல இல்லன்னு சொல்லிட்டாங்க. வேற எங்கயும் எனக்கு வேல கெடைக்கிறது மாதிரி தெரியல. அந்த அமைப்புல சேர்ந்து வேல செஞ்சேன். அதுலதான் நான் நெறைய விசயங்கள அறிஞ்சுக்கிட்டேன். கல்விங்கிறது பாடத்த மட்டும் படிக்கிறதில்ல. உலகத்த, உயிரினங்கள, இயற்கைய, நமது சமூக அமைப்ப, சூழலப் படிக்கறதுதான் கல்வி. ஆனா நமது கல்வி மனிதத்த மறுக்கும் கல்வி, கிராமத்த ஒதுக்கும் கல்வி, இயற்கைய புறக்கணிக்கும் கல்வி, வாழ்க்கைக்குப் பயன்படாத கல்வின்னு புரிஞ்சிக்கிட்டேன்.

யாரோ தயாரிச்ச பாடத்த மாணவங்க மேல சுமத்தி படி படின்னுதான் துறவிக சொன்னாங்களே தவிர அவுங்களுக்குச் சரியான பாதையைக் காட்டல. படிக்கிற எல்லாத்துக்கும் விவசாயந்தான் பின்னணி. விவசாயத்த எப்படிப் பாக்குறது, அதனுடைய அருமையைப் புரிஞ்சிக்கிடுறது, பாரம்பரியத்தின் முக்கியத்துவத்தை உணர்த்துறது, அதப் பாராட்டுற - அனுபவிக்கிற மனநிலைய உருவாக்குறது, விவசாய இடங்களுக்குக் கூட்டிக்கிட்டுப்போயி அதன் முக்கியத்துவத்த விளக்குறது, பள்ளி வளாகத்தையே ஒரு சோலையா மாத்துறது, அதுல மாணவர்களையும் ஈடுபடுத்துறதுன்னு எவ்வளவோ செஞ்சிருக்கலாம். நீ படிக்கலனா உங்கப்பன மாதிரி மாடு மேய்க்க வேண்டியதுதான், சகதியிலயே வாழ்நாளு பூராம் கெடக்க வேண்டியதுதான்னு மாணவங்கள எப்பப்பாத்தாலும் திட்டுனாங்க. இது மூலமா நம்மளயும் கொச்சப்படுத்தி விவசாயத்தயும் கேவலமா நினைக்கிற மனநிலைய மாணவர்க மத்தியில துறவிக புகுத்திட்டாங்க. அதுக்குத்தான் கல்வி நிறுவனத்த நாம கைப்பற்றணும்னு சொல்றேன். இங்க மட்டுமில்ல. துறவிக நடத்துற எல்லாக் கல்வி நிறுவனங்களும் இப்படித்தான் இருக்கு. அவைக எல்லாத்தயும் நம்ம மக்க அங்கங்க கைப்பற்றணும்."

"இதுல இம்புட்டு விசயம் இருக்குன்னு தெரியலையே."

"விடுதியயும் நாமளே நடத்தணும். மூனு வேளையும் சோத்தப் போட்டு நம்ம பிள்ளைங்க உடல்நிலையக் கெடுத்துட்டாங்க. இத மாத்தணும். நம்ம வீடுகள்ல சாப்பிடுற விதவிதமான கூழுகள ஒரு நேரமாவது கொடுக்கணும். நம்ம பகுதியில கெடைக்கிற தானியங்க, காய்கறிகள அதிகமா உணவுல சேக்கணும்" என்றார் சின்னப்பன்.

“ரொம்ப நல்லதுதான்.”

“ஒரு துறவி சம்பளம் வாங்க, அந்தப் பணத்துல ஐஞ்சு துறவிகளும் குடிசையில வாழட்டும். அப்பத்தான் அவுங்களுக்குப் பணக் கஷ்டம்னா என்னன்னு புரியும்” என்றார் ஆசிரியப் பயிற்சி பெற்ற மற்றொரு இளைஞர். ஊரார் அனைவரும் அதை ஏற்றனர்.

“மத்தவுங்களுக்கு என்ன செய்றது?”

யாரும் எதுவும் பேசவில்லை.

ஒரு முதியவர் மிகவும் ஆதங்கத்தோடு கூறினார். “பிறந்ததுல இருந்து விவசாய வேலதான் செஞ்சேன். எனக்குன்னு சொந்த நெலமில்ல. ஆனா வயல்ல கூலி வேல செஞ்சிதான் வாழ்ந்தேன். துறவிக பள்ளிய ஆரம்பிக்கோம்னு சொல்லி அவுங்க நம்ம நிலத்தயும், மொதலாளிக நிலத்தயும் வாங்குனாங்க. அதுக்குப் பெறகு எனக்கு நம்ம ஊருல கூலி வேலயே கெடைக்கல. அடுத்த ஊர்களுக்கு ஏதாவது ஒரு வேலைக்குப் போறேன். துறவிக வாங்குன நிலம் தருசாத்தான் கெடக்கு. ஆனா எல்லா நெலமும் ஒரு காலத்துல விவசாயம் செஞ்ச நிலந்தான். இதுல என் கால்படாத நிலமே இருக்காது. அது தருசாக் கெடக்கிறதப் பாத்து நானு கண்ணீர் விட்டு அழாத நாளில்ல. நிலத்தோட அருமை துறவிகளுக்குத் தெரியல. நாம எல்லாருமே விவசாயிகதான். துறவிக வந்தப் பெறகுதான் விவசாய வேலக இல்லாமப் போச்சி. இப்ப மறுபடியும் விவசாயத்துக்குத் திரும்புவோம். விவசாய வேலய ஆரம்பிப்போம். இருபது ஏக்கர் தருசா கெடக்கு. அந்த நெலத்துல விவசாயம் செய்வோம். யார் யாருக்கு மத்ததுல பங்கில்லயோ அவுங்க எல்லாரும் இதுல சேருவோம். ஒண்ணாப் பயிரிடுவோம். கிடைக்கிறதப் பிரிச்சிக்கிடுவோம். பகிர்றதுதான் நம்ம விவசாயம். இயற்கை விவசாயம். ஏழைக விவசாயம். ஊருக்கும் குத்தகையா ஏதாவது கொடுப்போம். இப்ப ஆணு, பொண்ணுன்னு இளந்தாரிங்க ரொம்பப் பேரு வேலயில்லாம இருக்காங்க. இவுங்க ஒண்ணு சேரட்டும். இவுங்க முன்னின்று இதைச் செய்யட்டும். நாங்க பெரியவுங்க துணையா இருக்கோம். இல்ல நாங்க முன்னின்று செய்றோம். இளவட்டங்க துணையா இருக்கட்டும். விவசாயம் செஞ்சா கட்டாயம் நம்ம வாழ்வு நல்லா அமையும். அந்தக் காலத்துல நாங்க எப்படி விவசாயம் செஞ்சோங்கிறத சொல்லித்தாரோம். இளந்தாரிகதான் இதுக்கு ஒரு முடிவச் சொல்லணும்.”

இளைஞர்கள் யாரும் பேசவில்லை. ஒருவர் முகத்தை ஒருவர் பார்த்தபடி இருந்தனர்.

பெரியவரே தொடர்ந்தார். "இளவட்டப் பயலுக ரொம்பத் தயங்குறாங்க. இதுக்குக் காரணம் விவசாயத்தக் கொச்சப்படுத்தித் துறவிக கொடுத்த கல்விதான்னு புரியிது. சரி... பரவாயில்ல. நாங்க பெரியவுங்க துணிஞ்சி இதுல இறங்குறோம். எத்தனைபேரு இதுக்குச் சார்பா இருக்கீங்க. சொல்லுங்க."

பலர் தங்களது விருப்பத்தை வெளிப்படுத்தினர். அவர்களைக் கணக்கிட்டார் சவரி. இருபத்தைந்து குடும்பங்கள் இருந்தன.

"பயலுக விவசாய வேலயச் செய்ய ரொம்ப கூச்சப்படுறது மாதிரி தெரியிது. பரவாயில்ல. விருப்பமுள்ளவுங்க இதுல சேரட்டும். விருப்பமில்லாதவுங்க வேற ஒரு வேலயச் செய்யலாம். நம்ம ஊரச் சுத்தி நிறைய பஞ்சமி நிலம் இருக்குன்னு கேள்விப்பட்டோம். அதை மீட்க ஒரு போராட்டம் நடத்துனோம். அதுல பக்கத்து ஊர்க்கார ஜேம்ஸ் பீட்டரத் துப்பாக்கியால சுட்டுக் கொன்னுட்டாங்கன்னு சொன்னேன். அதப் பத்தி விரிவா பெறகு பேசுறேன். இப்ப நானு விரும்புறது என்னன்னா படிச்ச இளைஞர்க எப்பிடியாவது முயற்சி செஞ்சி வருவாய் துறையின் பழைய ஆவணங்களப் பாத்து எங்க பஞ்சமி நிலம் இருக்கு? எவ்வளவு நிலம் இருக்கு? யாருட்ட இருக்கு? இதுமாதிரியான தகவல்களக் கண்டுபிடிங்க. இத ஒரு சவாலா ஏத்துச் செய்யுங்க. நீங்க அரசு அதிகாரிகட்ட கேப்பீங்களோ, இல்ல தகவல் உரிமைச் சட்டத்தப் பயன் படுத்துவீகளோ, இல்ல போராடுவீகளோ தெரியாது. எந்த வழிமுறையையாவது கையில எடுங்க. இல்லாட்டி உங்களுக்குத் தெரிஞ்ச எல்லா வழிமுறைகளையும் பயன்படுத்துங்க. இந்த விவரங்கள நீங்க வாங்கிக் கொடுத்தீங்கன்னா அடுத்த கட்ட நடவடிக்கைக்குத் திட்டமிடலாம். நமக்கு நிலம்தான் நிச்சயம் மறு வாழ்வக் கொடுக்கும்" என்றார் சவரி.

"இதுக்குப் பணம் செலவாகுமே."

"துறவிக காரு, மோட்டார் சைக்கிள்னு என்னென்னமோ வச்சிருக்காங்க. அதயெல்லாம் விக்கணும். ஊர்ப் பொதுப்பணமா வச்சிக்கிடணும். ஊர்க்காரியமா போற இளைஞர்களுக்கு அதுலயிருந்து கொடுக்கலாம். அதோட விவசாயம் செய்ய மொதல்ல ரொம்பச் செலவாகும். அதுக்கு இந்தப் பணத்த அவுங்களுக்குக் கடனாக் கொடுக்கலாம். அறுவடைக்குப் பெறகு திரும்ப வாங்கிக்கிடலாம்."

"ஊர்ப்பணத்தத்தான் கிராம வங்கின்னு சொல்றாங்களோ!"

தேதி ஒன்றைக் குறிப்பிட்டனர். அன்று அதிகாலையிலேயே துறவிகளை வெளியேற்றி, நிறுவனத்தைக் கைப்பற்றுவது என முடிவு செய்தனர்.

கூட்டமானது மிகச் சிறப்பாக நடந்ததாக ஒவ்வொருவரும் உணர்ந்தனர். இந்தப் போராட்டத் திட்டத்தை மிகவும் ரகசியமாக வைத்திருப்பதாக அனைவரும் உறுதி கூறினர். மகிழ்வு ஊராரை முழுவதுமாக நிறைத்தது. புது வாழ்வு விடியப் போகிறது என்று அனைவரும் நம்பினர்.

அந்த நாளுக்காக ஆவலுடன் காத்திருந்தனர்.

★★★

11

நிர்வாக வசதிக்காக ஒவ்வொரு மறைமாவட்டமும் பல மறைவட்டங்களாகப் பிரிக்கப்பட்டன. அவ்வப்போது மறைவட்டக் கூட்டம் நடைபெறும். மறைவட்டத் தலைவர் நடத்துவார்.

பரணி மறைமாவட்டத்தில் கிளியூர்ப் பங்குப்பகுதியைச் சார்ந்த பத்து பங்குகள் ஒரு மறைவட்டமாகச் செயல்பட்டன. மறைவட்டத்தின் பத்துப் பங்குப் பணியாளர்களும் அன்று கிளியூரில் ஒன்று கூடினர்.

இலந்தக்குளம் தலித் கிறிஸ்தவ மக்கள் இரண்டு சிறுவர்களைப் புனிதர்களாக மதித்து அவர்களது கல்லறையில் ஒன்றுகூடி திருவிழாக் கொண்டாடுவதை கிளியூர்ப் பங்குப் பணியாளரால் ஏற்றுக்கொள்ள முடியவில்லை. அந்தப் பிரச்சினையைப் பற்றிப் பேசுவதற்காகத்தான் அன்று சிறப்பு மறைவட்டக் கூட்டம் நடைபெற்றது.

கிளியூர் பணியாளர் இலந்தக்குளம் பிரச்சினைபற்றித் தெளிவாக விளக்கியபின் தனது விருப்பத்தைக் கூறினார். "இவுங்க திருச்சபையின் சட்டத்துக்கு மாறா நடக்காங்க. இதைத் தடை செய்யணும். அதுக்கு என்ன செய்யலாம்னு நீங்க சொல்லணும்."

"திருச்சபைச் சட்டத்துக்கு மாறா நடக்காங்கன்னு சொன்னீங்களே? எந்தச் சட்டத்துக்கு மாறா நடக்காங்க? சொல்லுங்க?" என்றார் பணியாளர் ஜோதி.

"புனிதர்னு திருச்சபை அறிவிக்காதவுங்கள இவுங்களே புனிதர்கன்னு சொல்லி புனிதர்களுக்குரிய மரியாதையச் செய்றது தப்பு" என்றார் நீண்ட தாடியுடன் இருந்த பணியாளர்.

"உங்க பங்கு மேடைக்குத் தெனமும் ராத்திரி தேவசகாயம் பிள்ளை வந்துதூங்குறார்னு அவருக்குக் கட்டில்போட்டு மரியாதை செலுத்துறீங்களே? அவர் புனிதரா?" என்று காட்டமாகக் கேட்டார் பணியாளர் ஜோதி.

"அவரு வாழ்வு எடுத்துக்காட்டானது. திருச்சபையில சேர்ந்ததுனால உயிரக் கொடுத்தாரு. அதுக்காக அவருக்குப் புனிதப்பட்டம் கொடுக்கணும்னு ரோமுக்கு எழுதியிருக்கோம். நிச்சயம் கெடைச்சிரும்னு நம்புறோம். அதுக்கு முதல்படியா அருளாளர் பட்டம் கொடுக்கப் போவதாகச் செய்தி வந்திருக்கு. அதனாலதான் அவரப் புனிதரா நெனச்சி மரியாத செய்றோம்."

"அந்த இரண்டு சிறுவர்களும் தங்களது உயிர அடுத்தவுங்களுக்காகக் கொடுத்திருக்காங்க. தனது நண்பருக்காக உயிரக் கொடுக்கிறதைவிட மேலானது எதுவும் இல்லன்னு நம்ம ஆண்டவர் சொல்லியிருக்காரு. அதைத்தான் அவுங்க செஞ்சிருக்காங்க. அதனால அவுங்க கடவுளோட இருப்பாங்கன்னு மக்க நம்புறாங்க. அவுங்களுக்குத் திருநாள் கொண்டாடி மரியாதை செலுத்துறாங்க. இப்ப நம்ம கடமை என்னன்னா இந்த ரெண்டு சிறுவர்களைப் பற்றிய விவரங்களைச் சேகரிக்கணும். இவுங்கள ஏன் மக்கள் புனிதர்களா நெனைச்சி திருநா கொண்டாடுறாங்கன்னு அறியணும். அந்த விவரங்களைத் தொகுத்து நம்ம ஆயர் வழியா ரோமுல இருக்கிற திருத்தந்தைக்கு அனுப்பி ரெண்டு சிறுவர்களயும் புனிதர்களா அர்ச்சிங்கன்னு கேக்கணும்."

"வயல்ல களையிருக்கு. அத அகற்றுங்கன்னா அதுதான் பயிர். அத வளக்கணும்னு சொல்ற கதையாவுல இருக்கு" என்றார் இளக்காரமாகக் கிளியூர் பணியாளர்.

"நல்ல உதாரணத்தச் சொன்னீங்க. பயிருக்கும், களைக்கும் உள்ள வித்தியாசம் நமக்குத் தெரியல. பயிர அகற்றிட்டு களைய வளக்கிற வேலயத்தான் நாம செய்றோம். திருச்சபையில சாதி இருக்கு. அத அகற்றணும்னு தலித் இயக்கத்துக்காரங்க போராடுனப்ப திருச்சபையில சாதி இல்லன்னு துணிஞ்சி பேசி களைங்கிற சாதிய வளக்கணும்னு பேசுனவருதான நீங்க. உங்ககிட்ட இதத் தவிர வேற எத எதிர்பாக்க முடியும்?" என்றார் அதே இளக்காரத்துடன் பணியாளர் ஜோதி.

"நீங்க பிரச்சின பண்ணுறதுக்கே வந்திருக்கிறது மாதிரி தெரியிது. இப்பிடிப் பிரச்சின பண்ணுறதே உங்க வழக்கமாப் போச்சி" என்றார். கோபமாக கிளியூர்ப் பணியாளர். 'உங்க' என்ற வார்த்தையைத் தலித் பணியாளர்கள் என்ற அர்த்தத்தில் கூறினார் என்பதை அனைவரும் உணர்ந்தனர்.

அதைப் புரிந்துகொண்ட ஜோதி சிறிது காட்டமாகச் சொன்னார். "பிரச்சினை பண்ணுறது நானா? இல்ல நீங்களா? திருச்சபையில சாதியிருக்கு. சாதியில தாழ்த்தப்பட்டவுங்களா இருக்குற நாங்க எத்தன சதவிகிதம் இருக்கோமோ அத்தன சதவிகிதம் வேலவாய்ப்பிலயும், கல்வியிலயும் வேணும்னு நாங்க கேட்டோம். யாருக்கும் பாதிப்பு இல்லாத நியாயமான கோரிக்க. ஆனா நீங்க என்ன செஞ்சீங்க? திருச்சபையில சாதியே இல்லன்னு முழுப் பூசணிக்காயச் சோத்துல மறைச்சீங்க. அதோட நிறுத்தியிருந்தாலும் பரவாயில்ல. அதுக்காகப் போராடுனவுங்களுக்குப் பூச கெடயாது. நன்ம கிடையாது. கலியாணம்

கெடையாது. திருநா கெடையாதுன்னு ஆன்மீகத் தண்டன கொடுத்தீங்க. இது எந்த விதத்துல நாயம்? திருச்சட்டத்துல இது இருக்கா? திருச்சட்டத்த நீங்கதான் மீறுனீங்க. நமக்கு இறையியல் கற்றுக்கொடுத்த சில பேராசியர்க ஒண்ணு சேர்ந்து இயக்கத்தின் கோரிக்கை நியாயமானது. அதை நிறைவேத்தணும். அவுங்களுக்கு ஆன்மீகத் தண்டனை கொடுக்கிறது தப்பு. அது திருச்சட்டத்துக்கு எதிரானது, பாவமானதுன்னு அறிக்கையிட்டாங்க. புத்தகமா அடிச்சி எல்லாத்துக்கும் அனுப்புனாங்க. அத மதிச்சீங்களா? அவுங்க திருச்சட்டத்த, திருச்சபை அறநெறிய, விவிலியத்த படிச்சி முனைவர் பட்டம் பெற்ற பேராசிரியர்க. அவுங்க சொன்ன எதையும் நீங்க ஏத்துக்கிடல. அவுங்க மேல நடவடிக்க எடுக்கணும்னு நீங்க போராடுனீங்க. அதுனால ஒரு சிறந்த பேராசிரியரக் குருமடத்துல இருந்தே விலக்குனீங்க. அவரு இங்க இருக்கிற நெறையப் பேருக்குப் பேராசிரியரா இருந்தவர்தான். இதெல்லாம் சரியா? சொல்லுங்க.”

யாரும் எதுவும் பேசவில்லை. தாங்கள் செய்வது தவறு என்று உணர்ந்தே அவர்கள் அதைச் செய்தனர். அதை ஒத்துக்கொள்ள அவர்கள் விரும்பவில்லை. இப்போது மட்டுமல்ல. எப்போதும் அவர்கள் ஒத்துக்கொள்ளப் போவதில்லை. அவர்களை வழி நடத்தியது சாதியமே. அவர்களின் அமைதியே அதை வெளிப்படுத்தியது.

இந்த நிலை நீடிக்க மறைவட்ட முதல்வர் விரும்பவில்லை. மிகவும் பக்குவமாகப் பேசினார். “ஜோதி, நீங்க சொன்ன எதையும் மறுக்கல. நீங்க சொல்றது ஒரு பார்வ. இன்னொரு பார்வையில திருச்சபை செயல்படுது. இதுல யாரு சரி, யாரு தப்புன்னு சொல்றதுக்காக இங்க வரல. பழசப் பேசுனா பேசிக்கிட்டே இருக்கலாம். எதையும் சாதிக்கப்போறதில்ல. பழச விடுவோம். பிரச்சினைக்கு வருவோம். இலந்தக்குளத்து மக்க செஞ்சது சரின்னு நீங்க சொல்றீங்களா?”

“கிளியூர்ப் பங்குப் பணியாளர் செஞ்சது சரின்னு நீங்க சொல்றீங்களா?”

“நீங்க எதைச் சொல்றீங்க?”

“இலந்தக்குளம் மக்க ரொம்பக் காலமா புனித தனிஸ்லாஸ் திருநாளக் கொண்டாடுறாங்க. ஆனா சாகும்வர உண்ணாவிரதத்துக்குப் பெறகு கிளியூர் பங்குப்பணியாளர் இலந்தக்குளம் மக்க தனிஸ்லாஸ் திருநாளக் கொண்டாட விரும்புனப்ப அதுக்கு ஒத்துக்கிடல. அதச் சொல்றேன்.”

"அப்ப நானு இங்க பணிசெய்யல. வேற பணியாளர் இருந்தார். அவருதான் திருநாளக் கொண்டாட அனுமதிக்கல" என்றார் கிளியூர்ப் பணியாளர்.

"அது தப்பு தான?"

"திரும்பத் திரும்ப நீங்க பழசயே பேசுறீங்க. இப்ப என்ன செய்யலாம்? அதச் சொல்லுங்க." மறைவட்ட முதல்வர் சிறிது கண்டிப்புக் கலந்த குரலில் சொன்னார்.

"ரெண்டு சிறுவர்க புனித வாழ்வு வாழ்ந்தாங்க. அவுங்க புனிதருகன்னு அந்த ஊர்க்காரங்க நம்புறாங்க. அவுங்க மட்டுமில்ல. இந்தப் பகுதியே நம்புது. நம்ம மறைவட்டத்து எல்லாப் பங்குலயிருந்தும் மக்கள் அங்க போறாங்க. அதனால நாம எல்லாரும் ஆயரப் பார்ப்போம். ரெண்டு சிறுவர்களப் பற்றிய விவரங்கள அறிய ஒரு குழுவ நியமிக்கச் சொல்வோம். அந்தக் குழு தயாரிக்கும் அறிக்கைய ரோமுக்கு அனுப்பி அவருக்குப் புனிதப் பட்டம் கொடுக்கணும்னு கேப்போம். அதுக்குன்னு ஒரு சாமியார ரோமுக்கு அனுப்பணும். அவரு ரோமுல இருந்து அந்த வேலய முழுநேரமும் செய்யணும். தேவசகாயம் பிள்ளைக்கு புனிதப் பட்டம் கொடுக்க ரோமுல ஒரு பணியாளர் இதுக்காக முயற்சி செஞ்சிக்கிட்டு இருக்காரு. தேவசகாயம் பிள்ளை வாழ்ந்த மறைமாவட்டம் அவர அனுப்புச்சி. அதனாலதான் அவருக்கு அருளாளர் பட்டம் கெடைக்கப் போகுது. அதுமாதிரியான முயற்சிய நம்ம மறைமாவட்டம் செய்யணும்."

"அது ரெண்டாவது செய்ய வேண்டியது. இப்ப மக்கள் இவுங்களைப் புனிதர்களா நெனச்சி திருநா கொண்டாடுறாங்க. அத அனுமதிக்கணுமா? வேண்டாமா? அந்த முடிவ மொதல்ல எடுக்கணும். கொண்டாடலாம்னு அனுமதிச்சோம்னா இப்பக் கொண்டாடுறது மாதிரி யாரோ ஒருத்தரு சாமியாரு மாதிரி இருந்து வழிபாட்ட நடத்துறாரு. அவருக்குத் துணையா ஒரு பெண்ணும் இருந்து வழிபாட்ட நடத்துது. இத அனுமதிக்கணுமா? வேண்டாமா? இல்ல வேற மாதிரிச் செய்யணுமான்னு அடுத்துப் பேசலாம். மொதல்ல அனுமதிக்கணுமா? வேண்டாமா? அதப் பற்றி மட்டும் உங்க கருத்த ஒவ்வொருவராச் சொல்லுங்க" என்றார் மறைவட்ட முதல்வர்.

"தேவசகாயம் பிள்ளைக்கு புனிதப்பட்டம் கொடுக்கிறதுக்கு முன்னாலயே மக்கள் அவரப் புனிதரா நெனச்சி அவரு வழியாக் கடவுள்ட்ட வேண்ட ஆரம்பிச்சாங்க. அதத்தான் இங்கயும் செய்றாங்க. வழிபாட்டுக்குத் தலைமை ஏத்து ரெண்டுபேரு நடத்துறாங்க. இது

தப்பா? அவுங்க யாருக்காவது திருமுழுக்குக் கொடுத்தாங்களா? பாவ மன்னிப்புக் கொடுத்தாங்களா? திருப்பலி நிறைவேற்றினாங்களா? திருமணத்த மந்திரிச்சாங்களா? குருக்கள் மட்டுமே செய்யும் திருவருட்சாதனங்கள அவுங்க நிறைவேத்துனாங்களா? இல்லயே. மக்களச் செபிக்கச் சொன்னாங்க. அதுக்கு தலைமை ஏற்று நடத்துனாங்க. அது தப்புன்னு எப்பிடிச் சொல்லலாம்?" ஜோதி தனது கருத்தை மிகவும் வலுவாகக் கூறினார்.

ஜோதி சொல்வதைக் கேட்கும் மனநிலையில் யாரும் இல்லை. வழிபாட்டுக்கு இரண்டு பொதுநிலையினர் தலைமை ஏற்று நடத்துவதை அனுமதிக்கக்கூடாது என்றே அனைத்துப் பணியாளர்களும் தெரிவித்தனர். பெரும்பான்மையினரின் முடிவுப்படி செயல்படலாம் என்ற கருத்து கூட்டத்தில் நிலவியது.

"எனக்கு இதுல உடன்பாடு இல்ல. மதிப்பீடு அடித்தளத்துல விவாதிக்கும்போது பெரும்பான்மைன்னு முடிவு எடுக்கிறது தப்பு. அதுக்குத் திருச்சபையிலயே எவ்வளவோ உதாரணங்க இருக்கு. ஒரு காலத்துல எடுத்த முடிவுக தப்புன்னு இப்ப திருச்சபை உணர்ந்து வருத்தப்படுது. திருத்தந்தைக தங்கள் முன்னோர் தப்பு செஞ்சிட்டாங்கன்னு மக்கள்ட்ட மன்னிப்புக் கேக்குறாங்க. அதனால பெரும்பான்மைங்கிற எண்ணத்த விடுங்க" என்று மிகவும் ஆவேசமாகக் கூறினார் பணியாளர் ஜோதி.

"என்னதான் செய்யலாம்னு நீங்க நெனைக்கீங்க? அதச் சொல்லுங்க."

"நானு தெளிவாகவே சொல்றேன். சிறுவர்க ரெண்டுபேரையும் புனிதர்களா நெனச்சி மக்கள் திருநாளு கொண்டாடுறாங்க. அவுங்களே எடுத்த முடிவு அது. அவங்க கொண்டாடட்டும். அதுல நாம ஏன் தலையிடணும்? இதுல திருச்சபையின் எந்தச் சட்டத்தயும் மக்க மீறலயே? திருவருட்சாதனங்கள அவுங்க நிறைவேத்தலயே? தங்களுக்குத் தெரிஞ்ச விதத்துல கொண்டாடுறாங்க. கும்பிடுறாங்க."

"அருள்வாக்கு சொல்றாங்களே? அவுங்க என்ன இறைவாக்கினர்களா?" என்று மிகவும் காட்டமாகக் கேட்டார் கிளியூர் பங்குப் பணியாளர்.

"மக்கள் அருள்வாக்குச் சொல்லக் கூடாதுன்னு திருச்சட்டத்துல இருக்கா? இல்ல பணியாளர்கதான் அருள்வாக்குச் சொல்லணும்னு இருக்கா? அவுங்க சொல்றது அருள்வாக்கா? அவுங்க இறைவாக்கினர்களா? தீர்ப்பிட நாம யாரு? காலம் பதில் சொல்லும். அதுவர..."

அவர் சொல்வதை முடிக்கும் முன்பாகவே கிளியூர் பணியாளர் குறுக்கிட்டு மிகவும் கோபமாகக் கேட்டார். "அதுவர அவுங்க நடத்துற கூத்தப் பாத்துக்கிட்டு இருக்கணுமா?"

மக்களின் வழிபாட்டைக் 'கூத்து' என்று சொன்னதைப் பணியாளர் ஜோதியால் சிறிதும் ஏற்றுக்கொள்ள முடியவில்லை. உள்ளத்தில் கோபம் எழுந்தது. மிகவும் காட்டமாகப் பதில் சொல்ல எண்ணினார். ஆனால் தனது கோபத்தை மிகவும் கட்டுப்படுத்தினார். இந்தச் சமயத்தில் கோபப்படுவதால் எதையும் சாதிக்க முடியாது என்ற உள்ளுணர்வு அவரை எச்சரித்தது. கண்களை மூடினார். மூச்சை நன்றாக உள்வாங்கி மெதுவாக வெளியிட்டார். அந்த மூச்சுக் காற்றோடு அவரது கோபமும் வெளியேறியதாக உணர்ந்தார். பின் அமைதியாகக் கூறினார்.

"மக்கள் செய்றத ஆதரிக்காம இருக்கலாம். அதுக்காக அதக் கொச்சப்படுத்தக் கூடாது. மக்க வழிபாட்டக் கூத்துன்னு சொல்றாரு. எப்படிச் சொல்லலாம்? அங்க வழிபாட்ட தலைமை ஏற்று நடத்துறவரு ஒம்பது நாளும் பச்சை வேட்டி கட்டி சட்டையில்லாம குடிசையில தங்கி தானே சமைச்சி விரதம் இருந்து வழிபாட்ட நடத்துறாரு. ஆனா நாமளும் பல ஊர்கள்ல திருநா கொண்டாடுறோம். யாராவது ஒன்பது நாளும் விரதம் இருக்கோமா? இல்ல ஒரு நாளாவது இருந்திருப்போமா? நவநாளுகள்ல ஒவ்வொரு நாளும் பிரியாணி இல்லாட்ட கறிச் சோறு சாப்பிடுறோம். இடுப்புல ஒரு துணியோட இருக்கோமா? நல்ல விலை உயர்ந்த ஆடைகள அணிஞ்சி வழிபாட்ட நடத்துறோம். குடிசையில இருக்கோமா? பங்களாக்கள்ல இருக்கோம். வழிபாடு முடிஞ்சதும் பங்களாவுக்கு வந்து தொலைக்காட்சிகள்ல என்னென்னத்தயோ பாக்கோம். நம்ம உணவ நாமே தயாரிக்கோமா? எல்லாரும் சமையலுக்குன்னு வேலக்காரிகள வச்சிருக்கோம். சொல்லப்போனா நாமதான் மக்கள்ட்ட இருந்து நெறையா விசயங்களக் கத்துக்கிடணும்."

"நீங்க சொல்றதச் சுருக்கமாச் சொல்லுங்க" என்றார் மறைவட்ட முதல்வர்.

"மக்கள் தாங்களா ரெண்டு சிறுவர்களப் புனிதர்களா நெனச்சி வழிபடுறாங்க. மக்க அப்படியே கொண்டாடட்டும்னு விட்டு விடுவோம். ரொம்ப நல்லா, அர்த்தமுள்ள விதத்துல கொண்டாடுற மாதிரி இருக்கு. திருநாளு மூலமா இயற்கை விவசாயத்த நோக்கி மக்க திரும்புறாங்க. ரொம்ப ஆரோக்கியமானதா இருக்கு. நாம எடுத்தோம்னா உடனே ஒரு உண்டியல அங்க வைப்போம். காணிக்கை போடுங்கன்னு கேப்போம். அந்தக் காணிக்கைப் பணத்துல

மக்களுக்குத் தெரியாம ஒருதொகைய எடுப்போம். பொய்க் கணக்கு எழுதுவோம். ஆனா இங்க காணிக்கை எதுவும் போட வேண்டாம்னு சொல்றாங்க. வருகிறவுங்க அங்கயிருந்து விதைகள எடுத்துக்கிட்டுப் போயி விவசாயம் செய்யச் சொல்றாங்க. மரக்கன்றுகளை எடுத்திட்டுப்போயி வளக்கச் சொல்றாங்க. புதுமாதிரி இருக்கு. கடவுளுக்கு விருப்பம்னா இது தொடரும். தொடர்ந்தா கொஞ்ச காலம் கழிச்சி அவுங்களுக்குப் புனிதப்பட்டம் கொடுக்க என்ன செய்யணுமோ அதச் செய்வோம். கடவுளுக்கு இது விருப்பம் இல்லனா கொஞ்சக் காலங்கழிச்சி தன்னாலயே நின்னுறும். கடவுள் தீர்மானிக்கட்டும். நாம ஏன் தீர்ப்பிடணும்? தீர்ப்பிட நாம யாரு? இதுதான் என் நெலப்பாடு."

அவரது நிலைப்பாட்டை ஒருவரும் மறுத்துப் பேசவில்லை.

ஆனால் அவரைத் தவிர மற்ற பணியாளர்கள் ஒன்று சேர்ந்து ஆயரிடம் சென்று மக்களின் வழிபாட்டைத் தடைசெய்ய வேண்டும் என்று மனுக் கொடுத்தனர்.

★★★

12

பெரும்பாலும் அனைவரையும் அனுசரித்துச் செல்பவரைத்தான் ஆயராகத் திருச்சபை நியமிக்கும். பரணி ஆயரும் அத்தகையவர்தான். ஆனால் தலித்துகளின் பிரச்சினையில் அவர்களை அனுசரித்துச் செல்லவேண்டும் என்ற மனநிலை அவரிடம் ஏற்படவில்லை. அதனால் பலர் தன்மீது குற்றம் சுமத்தியதை அவர் அறிவார். தலித்துகளுக்கு எதிரான ஆயர் என்ற பெயரை எடுக்க அவர் விரும்பவில்லை. மிகவும் விவேகத்துடன் செயல்பட்டார். இலந்தக் குளத்திலுள்ள சிறுவர்களின் கல்லறைகளுக்கு மக்கள் செல்லவேண்டாம் என்பதற்குப் பதிலாகச் செல்வதைத் தவிர்க்க வேண்டும் என்று சுற்றுமடல் அனுப்பினார். அனைத்துப் பங்குகளிலும் ஞாயிறு திருப்பலியில் ஆயரின் சுற்றுமடல் வாசிக்கப்பட்டது.

ஆனால் ஆயரின் சுற்றுமடல் மக்களிடம் எதிர் விளைவையே ஏற்படுத்தியது. இலந்தக்குளத்தில் இரண்டு சிறுவர்களைப் புனிதர்களாக மதித்துக் கல்லறைகளில் மக்கள் செபிக்கின்றனர் என்ற செய்தி மறைமாவட்டம் முழுவதிலும் பரவியது. தடை செய்வதை மீற வேண்டும், அதைப்பற்றி அறிய வேண்டும், அனுபவிக்க வேண்டும் என்ற இயல்பான மனப்போக்கை ஆயரின் சுற்றுமடல் மக்களிடம் வளர்த்தது. அங்கே அப்படி என்ன இருக்கிறது என்று அறிவதற்காகத் தலித் கிறிஸ்தவர் மட்டுமல்லாமல் பிற சாதிக் கிறிஸ்தவர்களும் செல்ல ஆரம்பித்தனர். அதோடு பிற மதத்தினரையும் அது கவர்ந்தது. வருடம் முழுவதும் மக்கள் செல்ல ஆரம்பித்தனர். அமாவாசை இரவுகளில் சிறப்பாக மக்கள் அதிகம் சென்றனர். இலந்தக்குளம் ஒரு திருத்தலமானது.

தானியங்களைப் பாதுகாப்பாக வைப்பதற்காக ஒரு சிறிய குடிசையைப் பிச்சைமுத்து அங்குக் கட்டியிருந்தார். வருகிறவர்களில் விவசாயிகளாக இருப்பவர்கள் தவறாமல் தானிய விதைகளைச் சிறிய அளவில் எடுத்துச் சென்றனர். ஆனால் மறுமுறை வந்தபோது தானிய விதைகளை அதிக அளவில் காணிக்கையாகக் கொடுத்தனர். மரக்கன்றுகளைக் காணிக்கையாகக் கொடுப்பது, எடுத்துச் செல்வது என்ற வழக்கமும் உருவாகியது.

வியாபாரமும் அங்கு சூடு பிடித்தது. கல்லறையில் மக்கள் பெரும் எண்ணிக்கையில் கூடுவதைக் கண்ட ஒருவர் அங்கு தள்ளு வண்டியில்

வெவ்வேறு விதமான கூழ்களை வைத்து விற்க ஆரம்பித்தார். மக்கள் அதைப் பிரசாதமாகக் கருதி குடிக்க ஆரம்பித்தனர். வியாபாரம் அபாரமாக நடந்தது.

ஒன்றாக இருந்த கடை இரண்டானது. கூழோடு மாட்டுக்கறியையும் சேர்த்து விற்றார் மற்றொருவர். யார் வேண்டுமானாலும் என்ன வேண்டுமானாலும் விற்கலாம் என்ற நிலை உருவானது. நாட்டாமை, பிச்சைமுத்து, வேளாங்கண்ணி மற்றும் ஊரின் நிர்வாகத்தினர் விழித்துக்கொண்டனர். கூழ், மாட்டுக்கறி தவிர மற்றவைகளை விற்க அவர்கள் தடை விதித்தனர். விற்பதற்கு அனுமதி பெற வேண்டிய சூழ்நிலை உருவானது.

பிற சாதியினரும் பிரசாதம் என்று கூழோடு மாட்டுக்கறியையும் வாங்கி உண்டனர். அதன் சுவை மிகவும் நேர்த்தியாக இருப்பதை உணர்ந்தனர். இதைத் தொடர்ந்து உண்டால் என்ன என்ற எண்ணம் அவர்களிடம் ஏற்பட்டது. கூழோடு சேர்ந்த மாட்டுக்கறி என்ற புதிய உணவுப் பழக்கம் மக்களிடையே மிக வேகமாகப் பரவியது.

ஆண்டுத் திருவிழாவிற்கு மக்களின் வருகை மிக அதிகமாக இருந்தது. பிச்சைமுத்தும், வேளாங்கண்ணியும் ஆண்டுக்கு ஆண்டு வித்தியாசமான முறையில் திருவிழாவை முன்னின்று நடத்தினர். ஆசைப்படும் ஏதாவது ஒன்றை விட வேண்டும் என்று ஓர் ஆண்டு கூறினர். குளம், ஏரிகள், பொது இடங்களில் உள்ள கருவேல மரங்களை அழிக்கவேண்டும் என்றும், குளம் ஏரிகளுக்குத் தண்ணீர் வரும் கால்வாய், ஓடைகளைச் சுத்தப்படுத்த வேண்டும் என்றும், ஐம்பூதங்களோடு உள்ள உறவை வளர்க்க வேண்டும் என்றும், இயற்கையை ரசிக்க வேண்டும் என்றும், அருகில் உள்ள இயற்கையான இடங்களுக்கு நடைபயணம் சென்று இயற்கையை அனுபவிக்க வேண்டும் என்றும் மற்ற ஆண்டுகளில் கூறினர். நாட்டாமை மற்றும் ஊரார் முழு ஒத்துழைப்புக் கொடுத்தனர். செல்லையா எப்போதும் அவர்களுடன் இருந்தார்.

வேளாங்கண்ணியை யாரும் வேலைக்கு அழைப்பதில்லை. அவர் பிச்சைமுத்தின் தோட்டத்திலேயே வேலை செய்தார். நாட்டாமை தானிய விவசாயத்திற்குத் திரும்பினார். விவசாயம் செய்த இலந்தக்குளம் தலித் மக்கள் சிறிது சிறிதாக தானிய விவசாயத்திற்குத் திரும்பினர். செயற்கை உரத்தை முற்றிலும் தவிர்த்தனர். இயற்கை உரத்தையே பயன்படுத்தினர். நல்ல பலன் கிடைத்தது. தானியங்களைப் பயன்படுத்துவது உடல் நலத்திற்குச் சிறந்தது என்ற விழிப்புணர்வு

ஏற்பட்டதால் தானியங்களுக்கு நல்ல விலையும் கிடைத்தது. மக்களின் வாழ்க்கைத் தரம் சிறிது அதிகரித்தது. ஆனால் ஆசை குறைந்தது என்று சொல்லமுடியாது.

செல்லையா அடிக்கடி இலந்தக்குளம் வந்து மக்களைச் சந்தித்துப் பேசினார். வரும் சமயங்களில் நாட்டாமை, பிச்சைமுத்து, வேளாங்கண்ணி ஆகியோரைச் சந்திக்கத் தவறுவதில்லை. நால்வரும் இயற்கையை நோக்கி மக்கள் திரும்ப வேண்டும் என்பது பற்றி அதிகம் விவாதித்தனர். பிச்சைமுத்துவின் கருத்துக்கள் அவரை மிகவும் கவர்ந்தன.

அவர்களிடம் ஜேம்ஸ் பீட்டரின் வாழ்க்கையைக் கூறினார். வடபகுதி மக்கள் துறவிகளின் வாழ்வு மாறும் வகையில் ஒரு புதிய ஆன்மீகத்தை முன்வைத்து போராடத் திட்டமிட்டிருப்பதைக் குறிப்பிட்டார். காவலூர் மக்கள் ஒன்று சேர்ந்து அங்குள்ள துறவிகளின் நிறுவனத்தைக் கைப்பற்றும் புதிய போராட்டத்திற்குத் திட்டமிட்டு அதற்கான நாளையும் குறித்திருப்பதாகவும் கூறினார்.

அதைக்கேட்ட மற்றவர்கள் மிகவும் மகிழ்ந்தனர். இத்தகைய போராட்டம் தமிழகம் முழுவதும் பரவ வேண்டும் என்று எண்ணினர்.

பஞ்சமி நிலம் பற்றி அவர் கேள்விப்பட்டது மிகவும் வியப்பாக இருந்தது. ‘அந்தக் காலத்துலயே தலித் மக்கள் பிரச்சினை தீரணும்னா சொந்தமா விவசாயம் செஞ்சாத்தான் முடியும்னு எவ்வளவு முன் யோசனையோட பிரிட்டிஷ்காரங்க நிலத்தக் கொடுத்திருக்காங்க. அதுவும் அற்புதமான சில நிபந்தனைகளோட. இலந்தக்குளம் மக்களை மனம் மாத்துன வெள்ளக்காரச் சாமியாரும், தலித் மக்கள் தீண்டாமையிலிருந்து விடுபடணும்னா அதுக்குச் சொந்த விவசாயம் தான் சிறந்ததுன்னு குடும்பத்துக்கு ரெண்டு ஏக்கர் நிலத்த வாங்கிக் கொடுத்திருக்காரு. நிலம்தான் சாதியை ஒழிக்கும், நிலம்தான் வறுமையப் போக்கும், நிலந்தான் சக்தியக் கொடுக்கும், நிலந்தான் வாழ்வைக் கொடுக்கும், நிலந்தான் எதிர்காலம்னு எவ்வளவு அற்புதமா நெனச்சிச் செயல்பட்டிருக்காரு. ஆனா அந்த நிலத்துல வேல செய்றவுங்கள ஆதிக்கச் சாதிக்காரங்க மிகக் கேவலமா மிருகங்கள்லயும் கீழா நடத்தியிருக்காங்க. ஆனா அவுங்க நிலத்த விடல. நிலத்தத் தாங்களே வச்சிக்கிட்டாங்க. ஆனா அதுல கூலி வேல செஞ்ச நம்ம ஆளுகள அடிமையா நடத்துனாங்க. தங்கள உயர்த்திக்கொள்ளத் தீண்டாமையைக் கடைப்பிடிச்சாங்க. நிலத்துல வேல செய்றவுங்களுக்குத் தான் நிலம் சொந்தம்னு ஒரு சட்டம் இருந்தா இதுமாதிரி இருந்திருக்குமா?

இல்லாட்ட நிலம் தனிப்பட்டவுங்க உடமையா இல்லாம பொதுவுடமையா இருந்திருந்தா இதுமாதிரி ஆகியிருக்குமா? எல்லாப் பிரச்சினைகளுக்கும் அடிப்படைக் காரணம் நிலத்த தனிப்பட்டவுங்க அபகரிச்சதுதான். அது சரின்னு சட்டமும் போட்டதுதான். இந்தச் சட்டத்த அவுங்கதான் போட்டிருப்பாங்க. இத நாம ஏத்துக்கிட்டதுதான் பெரிய தப்பு. இந்த நிலம சமூகத்தில இருந்து மாறலனா நிச்சயம் சமூகம் இப்படித்தான் இருக்கும். இந்த நிலம மாறணும். அதுக்கு புதிய அறநெறி வரணும். அதுக்கு ஏதாவது செய்யணும். என்ன செய்றது?' அவருக்கு எந்த வழியில் செல்வது என்று தெரியவில்லை. ஆனால் தொடர்ந்து சிந்தித்துக்கொண்டிருந்தார். ஏதாவது ஒரு வழி பிறக்கும் என்ற நம்பிக்கை அவரிடம் இருந்தது.

செல்லையா பணி ஓய்வு பெற்றார். இலந்தக்குளத்திலேயே குடியேறினார். பணி ஓய்வு நலநிதியாக ஒருசில லட்சங்கள் அவருக்குக் கிடைத்தன. அதை ஆக்கப்பூர்வமாகச் செலவிட விரும்பினார்.

காவலூர் மக்கள் கூட்டுறவு முறையில் விவசாயம் செய்யத் திட்டமிட்டிருப்பதை அறிந்தார். இலந்தக்குளத்திலும் கூட்டுறவு முறையில விவசாயம் செய்தால் என்ன என்ற எண்ணம் எழுந்தது. பிச்சைமுத்து, நாட்டாமை, வேளாங்கண்ணி ஆகியோரிடம் விவாதித்தார். அவர்களும் முழுச் சம்மதம் கொடுத்தனர்.

தங்கள் திட்டத்தை மக்களிடம் கூற ஒரு நல்ல நாளுக்காகக் காத்திருந்தனர். அந்த ஆண்டு திருவிழாக் கொண்டாட வேண்டிய நேரம் அது. திருவிழாவிற்குத் திட்டமிட ஊர்க்கூட்டத்தை நாட்டாமை கூட்டினார். அன்று தங்களது புதிய திட்டத்தை விவாதிக்கலாம் என்று நால்வரும் முடிவு செய்தனர்.

அன்றைய ஊர்க் கூட்டத்தில் பெண்கள் உட்பட அனைவரும் பங்கேற்றனர்.

முதலில் பாலகர் இருவரின் திருவிழா பற்றிய மதிப்பீடு இருந்தது.

"சாமியாரு இல்லாமத் திருநாளக் கொண்டாடுறோம். அதுதான் பெரிய சாதனைமாதிரி எனக்குத் தெரியுது" என்றார் ஒருவர்.

"நம்மள்ளயிருந்து நமக்குன்னு ரெண்டு புனிதர்க இருக்காங்கன்னு நெனைச்சி ரொம்பச் சந்தோசப்படுறேன். திருநா அர்த்தமுள்ளதா இருக்கு."

"தானியங்களப் பயிரிடுறது, ஒரு ஆன்மீகமா வெளிப்பட்டிருக்கு. அதுதான் எனக்கு ரொம்ப முக்கியமாப் படுது."

“பயிரிடுறதுல மட்டுமில்ல. அத உண்ணுறததுலயும் பெரிய மாற்றம் வந்திருக்கு. நம்ம உணவுப் பழக்கம், கலாச்சாரம்தான் சிறந்ததுங்கிற மனப் பக்குவம் வந்துருக்கு.”

“திருச்சபைக்கு எதிரான புதிய போராட்டம் மாதிரித் தெரியுது. அருள் வாக்கு சொல்றது இறைவனே சொல்றது மாதிரி இருக்கு. அத நம்புறோம். என் வாழ்க்க மாறியிருக்கு.”

“ஒவ்வொரு வருசமும் புதுசு புதுசா அருள்வாக்கு சொல்றாங்க. அதச் செய்யும் பக்குவம் வளந்திருக்கு.”

“பறை அடிக்கிறத நாம விடணும்னு நெனச்சேன். இப்ப அதுமேல தனிப்பட்ட மரியாத வந்திருக்கு.”

“மத்த ஊர்க்காரங்களும் வர்றாங்க. இந்துக்களும் வர்றாங்க. மாட்டுக்கறியையும் சாப்பிடுறாங்க. ரொம்பச் சந்தோசமா இருக்கு.”

“மத்த ஊர்களுக்கு நம்ம ஊரு ஒரு முன்மாதிரியா இருக்கு. அதுதான் எனக்குச் சந்தோசம்” என்றார் மற்றொருவர்.

சரியான நேரத்திற்காகக் காத்திருந்த நாட்டாமை இதுதான் அந்த நேரம் என்று உணர்ந்தார். கூட்டத்தினரைப் புதிய திசையை நோக்கிச் சிந்திக்கும் விதத்தில் கவனமாகப் பேசினார். “நம்ம ஊரு ஒரு முன்மாதிரியான கிராமமா இருக்குங்கிறதுல சந்தேகமே இல்ல. எல்லாருக்கும் சந்தோசம்தான். பெருமைதான். இன்னும் எந்த விதத்துல முன்மாதிரியா இருந்தா நல்லா இருக்கும்? கொஞ்சம் யோசிச்சி கருத்தச் சொல்லலாம்.”

“நம்மள்ல நெறையப்பேரு தானியங்களப் பயிரிடுறோம். எல்லாரும் எல்லாத் தானியங்களயும் பயிரிடுறதுக்குப் பதிலா ஒருத்தரு தன் நிலத்துல கம்பு பயிரிடலாம். இன்னொருத்தரு கேள்வரகு, மற்றொருத்தரு சோளம்னு பயிரிடலாம். அடுத்த வருசம் வேற தானியம்னு சுழற்சி முறையில பயிரிடலாம். நெலத்துக்கும் இது நல்லது. விளைச்சலும் அதிகம் இருக்கும்” என்றார் ஒருவர்.

“இது என்ன பெரிய விசயமா? தாராளமாச் செய்யலாமே” என்றார் மற்றொருவர்.

“நாம நெல்லப் பயிரிடுறத பெரும்பாலும் நிறுத்திட்டோம். ஆனா சீரகச் சம்பா, மாப்பிள்ளைச் சம்பா போன்ற பாரம்பரிய நெல்லு வகைக இருக்கு. அந்த நெல்ல நாம பயிரிடலாம்.”

“இதுவும் நல்ல யோசனைதான். செய்யலாம்.”

“புனிதர்க ரெண்டு பேருக்கும் சிலைக செஞ்சு வைக்கலாம். கல்லறையப் பெருசாக் கட்டலாம். இன்னும் மண்ணுமேட்டையே கல்லறையா வச்சிருக்கிறது சரியில்ல.”

“அதெல்லாம் வேண்டாம். நாமளே இதச் செஞ்சா நல்லா இருக்காது. ஒரு காலத்துல இவுங்களப் புனிதர்களா திருச்சபை அங்கீகரிக்கும். அப்ப நம்ம மறைமாவட்டம் இதச் செஞ்சாத்தான் நமக்குக் கௌரவம். நாம குடிசைகள்ல இருந்துக்கிட்டு இவுங்க ரெண்டு பேருக்கு மட்டும் பெருசா எதையாவது செஞ்சா அது இவுங்களுக்கே பிடிக்காது. வேற ஏதாவது சொல்லுங்க” என்றார் நாட்டாமை பக்குவமாக.

“சார் நீங்க பேசாம இருக்கீங்க. ஏதோ பெருசா ஒரு திட்டம் இருக்குன்னு நெனைக்கேன். அதச் சொல்லுங்க.”

“நாம கூட்டுறவு விவசாயம் செய்யலாம்னு எனக்குத் தோணுது” என்றார் செல்லையா.

“நீங்க சொல்றது புரியல.”

“தெளிவாச் சொல்றேன். இங்க எத்தனை குடும்பங்க இருக்கு?”

“நாப்பத்தைஞ்சு ஐம்பது குடும்பம்போல இருக்கு.”

“சரியா நாப்பத்தேழு குடும்பங்க இருக்கு” என்றார் நாட்டாமை.

“எத்தன பேருட்ட நிலம் இருக்கு?”

“மொதல்ல இருபத்தைஞ்சு குடும்பங்க இருந்துச்சு. எல்லாத்துக்கும் ரெண்டு ஏக்கர் நெலம் இருந்துச்சி. ஒரு சிலரு குடும்ப வறுமை காரணமா நெலத்த வித்துட்டாங்க. சில குடும்பங்க வெளி ஊருக்குப் போயிட்டாங்க. இப்ப முப்பத்தி மூன்று குடும்பங்கிட்ட நிலம் இருக்கு. ரெண்டு ஏக்கர் உள்ளவுங்க ஏழு குடும்பங்க போல இருக்கு. ஒரு ஏக்கருன்னு இருபது குடும்பங்ககிட்ட இருக்கு. ரெண்டு குடும்பங்க நாலு ஏக்கர் வச்சிருக்காங்க. அரை ஏக்கருன்னு ஒரு நாலு பேருட்ட இருக்கு. மத்தவுங்களுக்கு நிலமில்ல. கூலி வேல செய்றாங்க. நிலம் இருக்குன்னுதான் பேரு. யாரும் நெலத்த மட்டுமே நம்பி வாழல. நிலத்த மட்டும் நம்பி வாழ்றது ஒரு நாலைஞ்சு குடும்பங்கதான் இருக்கும். மத்தவுங்களுக்கு நெலம் இருந்தாலும் கூலி வேல செய்றோம். எந்த வேலக்கினாலும் போவோம்.” புள்ளி விவரங்களை மிகச் சரியாகச் சொன்னார் நாட்டாமை.

"அப்ப முப்பத்தி மூன்று குடும்பங்ககிட்ட நிலமிருக்கு. நிலம் இல்லாதவுங்க பதிநாலு குடும்பங்க. மொத்தம் நாப்பத்தி ஏழு குடும்பங்க. மொத்த நெலம் நாப்பத்தி ஆறு. சரியா?"

"நாப்பத்தி நாலுதான வருது."

"கோயிலுக்குன்னு ரெண்டு ஏக்கர் நெலம் இருக்கு. அதையும் சேத்துச் சொன்னேன்."

"ரொம்பச் சரி. ஆமா இந்த விவரங்கள வச்சி என்ன செய்யப் போறீங்க?"

"நாப்பத்தேழு குடும்பங்க. நாப்பத்தாறு ஏக்கர் நெலம். நாம ஒண்ணா விவசாயம் செய்யலாம். ஒண்ணா சமைச்சிச் சாப்பிடுவோம். சாப்பாடு தவிர மற்ற தேவைகளுக்கு பொதுவுல கேட்டு வாங்கிக்கிடுவோம்."

நிலமற்றவர் அமைதியாக இருந்தனர். நிலமுள்ளவர் முணுமுணுத்தனர். அமைதியற்ற பதட்டமான நிலை உருவானது.

"சார், கொஞ்சம் தெளிவாச் சொல்லுங்க" என்றார் நிலமற்ற ஒருவர்.

"எனக்கு ரெண்டு ஏக்கர் நிலம் இருக்குன்னு வச்சிக்கிடுவோம். நான் விவசாயம் செய்றேன். நானும் வேலை செய்றேன். கூலிக்கும் ஆட்களக் கூப்பிடுறேன். அதோட நானும் கூலிக்குப் போறேன். அப்பத்தான் வாழ்க்கைய நடத்தச் சரியா இருக்கு. இது நீங்க சொன்ன கணக்கு. இப்பவும் அதையே செய்வோம். எல்லாரும் சேர்ந்து விவசாயம் செய்வோம். யாரும் யாருக்குக் கூலி கொடுக்க வேண்டாம். ஒண்ணா வேலை செய்வோம். ஒண்ணாச் சமைச்சிச் சாப்பிடுவோம். இப்ப நாப்பத்தி ஏழு குடும்பங்க இருக்கு. ஒவ்வொரு வீட்டுலயும் சமையல் செய்யணும். நாப்பத்தேழு பேரு சமையல் செய்யணும். இப்ப அப்படியில்ல. நாப்பத்தி ஏழு குடும்பங்களுக்கும் சேத்து ஐஞ்சு பேரோ ஆறு பேரோ சமைச்சாப் போதும். ஓர் இடத்துலயோ இல்ல ரெண்டு இடத்திலயோ சமைச்சி ஒண்ணாச் சாப்பிடுவோம். துணிமணிக எடுக்கணும்னா ஒண்ணா எடுப்போம். படிக்கணும்னா என்ன படிக்கணுமோ அதுக்குப் பொதுவுல செலவு செய்வோம். மற்ற செலவுகளையும் பொதுவுல செய்வோம். யாருக்கும் நட்டமில்ல. ஒரு வருசமோ இல்ல ரெண்டு வருசமோ இப்படிச் செஞ்சு பாப்போம். நல்லா இருந்தா தொடருவோம். இல்லாட்ட பழசுக்குத் திரும்பிருவோம். ஆதியில கிறிஸ்தவுங்க இப்படித்தான் வாழ்ந்தாங்க. நாம ஏன் இப்படி

வாழக் கூடாது? முயற்சிதான் செஞ்சி பார்ப்போமே?” என்றார் மிகவும் நம்பிக்கையாகச் செல்லையா.

“இது நடக்கிற கதையாத் தெரியல. கற்பனையில மாளிகை கட்டுன மாதிரி இருக்கு. நடக்கிறதப் பேசுங்க.”

“நடக்காதுன்னு பேசுறதவிட நடக்கும்னு நம்பிக்க வச்சி யோசிப்போம். எப்படிச் செய்யலாம்னு கருத்துக்கள பகிர்வோம். கடைசியில வேணுமா, வேண்டாமான்னு முடிவெடுப்போம். எல்லாம் நம்ம எடுக்கிற முடிவுதான்.”

“எம் பையன் படிச்சிருக்கான். டவுனுக்கு வேலைக்குப் போறான். கைநிறையச் சம்பாதிக்கான். அவன் பணத்த ஊருக்குக் கொடுக்கணுமா?”

“தேவையில்ல. அவனே வச்சிக்கிடட்டும். அவனுக்குக் கலியாணம் முடிஞ்சிருச்சா?”

“இல்ல. பொண்ணு பாத்துக்கிட்டு இருக்கோம்.”

“அப்ப அந்தப் பணத்த அவனே வச்சிக்கிடட்டும். கலியாணம் முடிச்சப் பெறகு தனிக் குடும்பமா டவுனுல வாழட்டும். ஆனா லீவு நாளப்ப ஊருல இருந்தா எல்லாரையும்போல வயலுக்கு வேலைக்கு வரணும். பொதுவுல சாப்பிடலாம்.”

“எம் பையன் படிச்சிருக்கான். வேல தேடிக்கிட்டு இருக்கான். அவன என்ன செய்றது?”

“அவனும் எல்லாரையும்போல வயலுக்கு வேலைக்கு வரட்டும்.”

“எம் பொண்ணுக்குக் கலியாணத்துக்கு ஏற்பாடு செய்றேன். யாரு செலவு செய்வா?”

“அது இனும உங்க வீட்டுக் கலியாணம் இல்ல. ஊர்க் கலியாணம். ஊர் செலவு செய்யும்.”

“எனக்கு நாலு ஏக்கர் நெலம் இருக்கு. நானு விவசாயம் செய்றேன். ஆனா வயல்ல இறங்கி வேல செய்யல. கூலி கொடுக்கேன். கெடைக்கிற வருமானத்த வச்சி பொண்டாட்டி பிள்ளைகளோட சந்தோசமா இருக்கேன். நானு வேல செய்யணுமா? இத எப்பிடி ஏத்துக்கிடுவேன்னு நெனச்சி நீங்க பேசுறீங்க.”

“ஐயா, எல்லாத்தயும் யோசிச்சித்தான் பேசுறேன். நீங்க நீரழிவு நோயினால கஷ்டப்படுறீங்க. வேல செஞ்சிருந்தா இந்த நோயி

வருகிறதத் தள்ளிப் போட்டிருக்கலாம். உங்களால முடிஞ்ச வேலயச் செய்யுங்க. ஒரு வருசம்தான். மாற்றா யோசிச்சிப் பாருங்க.”

“எனக்கு இதுல விருப்பமில்ல. நானு இந்தத் திட்டத்துல சேர விரும்பல.”

“நல்லா யோசிங்க. இப்பவே முடிவு எடுக்கணுங்கிற அவசியம் இல்ல. யோசிச்சி ஆற அமர முடிவெடுப்போம். யாரையும் கட்டாயப்படுத்தல. விருப்பம் உள்ளவுங்க சேரட்டும். விருப்பம் இல்லாதவுங்க பழயபடியே தொடரட்டும்.”

“அப்ப ஊர ரெண்டாக்கணும்னு திட்டம் போடுறீங்களா?”

“ஏன் அப்படியெல்லாம் யோசிக்கிங்க? இந்தச் சமூகம் ஒரு திசையில போகுது. இது சரியில்லன்னு எல்லாரும் நெனைக்கோம். அதுக்கு மாற்று என்னன்னு யாரும் இதுவர சொல்லல. முயற்சி செய்யவும் இல்ல. நாம ஒரு மாற்றத்த நெனைக்கோம். முயற்சி செஞ்சிதான் பார்ப்போமே? முயற்சியே செய்யாம இப்படியெல்லாம் முடியாதுன்னு சொன்னா அது நல்லாவா இருக்கு? யோசிங்க. பொண்டாட்டி பிள்ளைகளோட யோசிங்க. ஒரு முடிவுக்கு வருவோம்.”

“சாரு சொல்றது நல்லாத்தான் இருக்கு. பொம்பளைகளுக்கு வேல குறையும்னு தோணுது. நாப்பத்திஏழு பொம்பளைக வேலைய ஆறு, ஏழு பொம்பளைக செஞ்சா மத்த நாப்பது பொம்பளைங்க ஓய்வா இருக்கலாம்ல. இந்தத் திட்டம் பொம்பளைகளுக்கு ஏத்ததா இருக்கு. பொம்பளைங்க எல்லாத்துக்கும் விருப்பந்தான? சொல்லுங்க” என்றார் வேளாங்கண்ணி.

வேளாங்கண்ணியை அவர்கள் மிகவும் உயர்வாக மதித்ததால் அவர் சொல்வது எல்லாம் நன்மைக்காகத்தான் இருக்கும் என்று அனைவரும் எண்ணினர். அதிலும் குறிப்பாகப் பெண்கள் எண்ணினர். இத்திட்டம் பெண்களுக்கு நல்லது என்ற நோக்கில் சிந்திக்க ஆரம்பித்தனர்.

நாலு ஏக்கர் இருக்கிறது என்று சொன்னவரின் மனைவி தனது கருத்தை முன்வைத்தார். “நாலு ஏக்கர் இருக்குன்னுதான் பேரு. வீட்டுல நானு படுற பாடு கொஞ்சமா நஞ்சமா? எப்பப் பாத்தாலும் சமையல் கட்டுலதான் இருக்க வேண்டியிருக்கு. ஒரு நாளு நிம்மதியா இருந்தேன்னு சொல்ல முடியாது. இந்த ஆளு வேணும்னா நிலத்தக் கொடுக்காம இருக்கட்டும். வீட்டுல ஒரு வேலக்காரிய வச்சி சம்பளம் கொடுக்கட்டும்.

நானு இந்தத் திட்டத்துல சேர்றேன். ஆனா இந்த ஆளு பாவம். வயல்ல வேல செய்ய முடியாது. சேட்டமில்லாத ஆளுகளும் வேல செய்யணும்னு கட்டாயப் படுத்தக் கூடாது." கணவரை எதிர்த்துப் பேசினாலும் அக்கறையுடன் சொன்னார்.

"அதெல்லாம் இல்ல. அவுங்களுக்கு ஏத்த வேலதான் கொடுப்போம். சுகமில்லாதவுங்களயும் ஊரே பாத்துக்கிடும்."

"பெறகு ஏன்யா இதுல சேர்றதுக்குத் தயங்குற. நாலு ஏக்கரு பெரிய சொத்துன்னு சொல்லிக்கிட்டு இருக்க. சார்தான் சொல்றாருல்ல. பொதுவுல எல்லாத்தயும் செஞ்சி பாப்போம். இல்லாட்ட பழயபடிக்குத் திரும்பிரலாம்னு. ஒத்துக்கையா" என்று தன் கணவரைப் பார்த்துக் கூறினார்.

"ஏண்டி, நீ பேசாம இருக்கமாட்ட. இனும அடிபட்டுத்தான் சாகப்போற" என்றார் அவரது கணவர் மிகவும் கோபமாக.

உடனே மற்றொரு பெண் கேட்டார். "புருசங்காரன் அடிச்சான்னா அத ஊரு கேக்குமா?"

செல்லையா நிதானமாகப் பதில் சொன்னார். "எந்த முடிவுனாலும் ஊர்தான் எடுக்கும். தனியாவோ, இல்ல ஒருசிலரு சேர்ந்தோ முடிவு எடுக்கிறதில்ல. புருசன் அடிக்கிறத கேக்கலாம்னு ஊரு முடிவு எடுத்தா கேக்கலாம்."

"ஆமா, ஊரு முடிவுன்னா அது ஆம்பளக முடிவா? இல்ல பொம்பளைகளும் சேர்ந்து எடுக்கிற முடிவா?"

"எல்லாருந்தான். ஆம்பளங்க, பொம்பளங்க எல்லாரும் சேர்ந்ததுதான் ஊரு" என்றார் நாட்டாமை.

"நாட்டாமையா ஒரு பொம்பள இருக்கலாமா?"

"ஏன் கூடாது? பஞ்சாயத்து தலைவியா பொம்பளங்க இருக்குறப்ப நாட்டாமையா ஏன் இருக்கக்கூடாது. ஊர் சேர்ந்து ஒரு பொம்பளதான் நாட்டாமைனா தாராளமா இருக்கட்டும். நல்லதுதான" என்றார் நாட்டாமை.

"இதெல்லாம் கேக்குறதுக்கு நல்லா இருக்கு. ஆரம்பத்துல எம்புட்டுச் செலவாகும். நாப்பத்தாறு ஏக்கரையும் உழுகணும். வெதைக்கணும், களை எடுக்கணும். தண்ணி பாச்சணும். அறுவடைக்குப் பெறகுதான் ஏதாவது கிடைக்கும். அதுவர நாப்பத்தேழு குடும்பங்க

சாப்பிடணும், மத்ததுக்கும் பணம் வேணும். லச்சக்கணக்குல செலவாகும். இதுக்கெல்லாம் பணத்துக்கு எங்க போவீங்க?" என்று தனது சந்தேகத்தை எழுப்பினார் ஒருவர்.

"அதுக்கு எல்லாத்துக்கும் ஏற்பாடு செஞ்சிருக்கோம். வாத்தியாரு ஒய்வு பெற்றுட்டாரு. அவருக்கு அரசாங்கம் ஓய்வூதியம்னு பெருசா ஒரு தொகையக் கொடுத்திருக்கு. இந்தப் பணத்த நன்கொடையா நம்ம ஊருக்குக் கொடுக்காரு. அதனால நல்லாத் திட்டமிட்டு எந்தப் பிரச்சினையும் இல்லாம மொதல்ல இருந்தே சிறப்பாச் செய்யலாம்" என்றார் நாட்டாமை.

"அப்ப வாத்தியாருக்கு நம்ம ஊரு அடிமைன்னு சொல்லுங்க" என்றார் ஒருவர் மிகவும் கோபமாக.

"ஏன் அப்படியெல்லாம் பேசுறீங்க. நம்ம ஊரு ஒரு முன்மாதிரி கிராமமா இருக்கணும்னு நெனைக்காரு. அது தப்பா? வேணும்னா கடனா அவருட்ட இருந்து வாங்குவோம். ஒவ்வொரு வருசமும் கொஞ்சங் கொஞ்சமா திருப்பிக் கொடுப்போம்."

"ஏதோ இப்ப ஓரளவு ஒத்துமையா இருக்கோம். நீங்க சொல்றது மாதிரி செஞ்சோம்னா தெனம் சண்டக்காடாத்தான் மாறும். அவன் வேலக்கு வரல. இவன் ஒழுங்கா வேல செய்யல. இவன் பிந்தி வாரான். அவன் நேரத்தோடயே வீட்டுக்குப் போறான். அவனுக்குச் சுகமில்லன்னு வீட்டுல இருந்துக்கிட்டான், சாப்பாடு சரியில்ல. இப்பிடி ஏதாவது நடந்துக்கிட்டே இருக்கும். தெனம் சண்டபோட நானு தயாரில்ல. என்ன விட்டுறுங்க. நானு போறேன்" என்ற ஒருவர் எழுந்தார். அவரைத் தொடர்ந்து மற்றும் சிலரும் எழுந்தனர்.

இதற்குமேல் பேசினால் இன்னும் பிரச்சினை அதிகமாகும் என்று எண்ணிய நாட்டாமை சூழ்நிலையை மிகத் திறமையாகச் சமாளித்தார். "இன்னைக்குக் கூட்டத்த இதோட முடிச்சிக்கிடுவோம். நல்லா யோசிப்போம். வீட்டுல உள்ள பொம்பளகட்டயும் கேப்போம். இன்னொரு நளைக்குத் திரும்பவும் கூட்டம் போட்டு முடிவு செஞ்சுக்கிடலாம்."

ஆண்கள் பெரும்பாலும் கூட்டத்திலிருந்து சென்றனர். வேளாங்கண்ணி அங்கேயே அமர்ந்திருந்ததால் பெண்கள் யாரும் செல்லவில்லை.

"இதுவரைக்கும் ஆம்பளைகளே பேசி எல்லா முடிவும் எடுத்திருக்காங்க. இப்ப நாம பேசுவோம். இந்தத் திட்டம்

பொம்பளைகளுக்கு ஏத்தத் திட்டமா இருக்கு. அதுனால நாம எல்லாரும் இதுக்கு ஒத்துக்கிடுவோம். அவுங்க அவுங்க வீடுகள்ல ஆம்பளகள வசப்படுத்தி இதுக்கு ஒத்துக்கிட வைக்கணும். ஆம்பளகள எப்பிடி வசப்படுத்தணும்னு ஒவ்வொரு பொம்பளைக்கும் நல்லாவே தெரியும்" என்றார் நமுட்டாகச் சிரித்தபடி ஒரு பெண்.

"எனக்குக் கலியாணம் முடிஞ்சி நாப்பது வருசமாச்சி. ஒரு நாளாவது சமைக்காம இருந்ததில்ல. கூலி வேலைக்குப் போறதும், பெறகு வீட்டு வேலைகளப் பாக்குறதும்ன்னு... அப்பப்பா... வயக்காடும் அடுப்படியும்தான் வாழ்க்கையாப் போச்சி. இப்ப வாரத்துக்கு ரெண்டு மூனு நாளு சமைச்சிட்டு மத்த நாளுகள்ல அக்கடான்னு காலை நீட்டிக்கிட்டு உக்காந்து கதை பேசணும்போல இருக்கு."

"பொம்பளைக நினைச்சா முடியாத காரியம் எதுவும் இல்ல. நாட்டாமை, வாத்தியாரு, பிச்சைமுத்துத் தாத்தா எல்லாருட்டயும் பொம்பளைங்க அம்புட்டுப்பேரும் இதுக்கு ஒத்துக்கிட்டாங்கன்னு நீ சொல்லுமா" என்றார் வேளாங்கண்ணியிடம் ஒரு பெண்.

"ஆம்பளைக வேண்டான்னா அவுங்க ஒதுங்கிக்கிடட்டும். எங்கயாவது கூலி வேலக்குப் போகட்டும். நாம ஒண்ணு சேந்து இதச் செய்வோம். அம்மா நாட்டாமையா இருந்து நம்ம வழிநடத்தட்டும்" என்று மாற்றுத் திட்டத்தை முன்வைத்தார் ஒரு பெண்.

"அதெல்லாம் வேண்டாம். ஆம்பளைக, பொம்பளைக எல்லாரும் சேர்ந்து ஒண்ணாச் செய்வோம். நாம முன்னால இருப்போம். ஆம்பளைங்க பின்னால இருக்கட்டும். நம்ம யாருக்காவது இதுல விருப்பமில்லனா இப்பவே சொல்லியிருங்க. பெறகு ஆம்பளைகளத் தூண்டிவிட்டுப் பெரச்சன பண்ணக்கூடாது" என்றார் வேளாங்கண்ணி.

பெண்களின் அமோக ஆதரவோடு கூட்டுறவு விவசாயம் இலந்தக்குளத்தில் ஆரம்பமானது. எதிர்பார்த்தது போல சில முரண்பாடுகள், சண்டைகள், கருத்து வேறுபாடுகள், பிரச்சினைகள் இருந்தாலும் நாள் செல்லச் செல்ல திட்டம் ஓரளவு மக்களுக்கு முழுமையாகப் புரிந்தது. முழு ஆர்வத்துடன் செயல்பட்டனர்.

அந்த வருடம் நல்ல மழை. பல விதமான தானியங்கள் விதைக்கப்பட்டன. அமோகமான விளைச்சல் கிடைக்கும் என்று அனைவரும் மகிழ்ந்தனர்.

★★★

13

சுமார் நான்கு மாதங்கள் கடந்திருக்கும். கூட்டுறவு விவசாயத்தின் காரணமாக அமோக விளைச்சல் கிடைத்தது. அறுவடை முடிந்து மக்கள் ஓய்வில் இருந்தனர்.

எளிதாகக் கிடைத்த வெற்றி என்று சொல்லவே முடியாது. பல பிரச்சினைகள், போராட்டங்கள், மனவருத்தங்கள், ஏமாற்றங்கள் முதலியவைகளைக் கடக்க வேண்டியிருந்தது.

கூட்டுறவு என்றால் என்ன என்று யாருக்கும் தெரியவில்லை. பிச்சைமுத்து. செல்லையா, நாட்டாமை, வேளாங்கண்ணி ஆகியோருக்கும் இதில் எந்தவிதமான அனுபவமும் இல்லை. கூட்டுறவு முறையில் விவசாயத்தை ஆரம்பிப்போம். அவ்வப்போது எழும் பிரச்சினைகளைத் தீர்ப்போம். அந்தப் பிரச்சினைகளே அடுத்து என்ன செய்ய வேண்டும் என்று நம்மை வழிகாட்டும் என்ற திறந்த மனதில் நம்பிக்கை வைத்து முழுமனதுடன், உறுதியுடன் ஆரம்பித்தனர்.

ஆரம்பமே சோதனைதான். முதலில் வயலை நன்கு உழ வேண்டும். டிராக்டர் வைத்து உழுவதா? அல்லது கலப்பையா? நால்வரும் மிகத் தெளிவாக இருந்தனர். எந்தவிதமான இயந்திரங்களையும் விவசாயத்திற்குப் பயன்படுத்தக் கூடாது என்பதுதான் அது. இருந்தாலும் தங்கள் முடிவை மக்கள்மீது திணிக்கவில்லை. மக்களே முடிவெடுக்கட்டும் என்று விட்டுவிட்டனர். கூட்டத்தில் தங்கள் கருத்தைக் கூற அவர்கள் தயங்கவில்லை. கலப்பையால் உழலாம் என்றே மக்கள் முடிவு எடுத்தனர். கலப்பைகள் குடிசைகளில் இருந்தாலும் பெரும்பாலோர் டிராக்டரை வாடகைக்கு எடுத்தே உழுதனர். உழவு மாடுகளும் ஐந்து பேரிடம்தான் இருந்தன. இந்த ஐந்து ஜோடி மாடுகளை வைத்து நாற்பத்தி ஆறு ஏக்கர் நிலத்தையும் உழுவது என்றால் அதற்கே எவ்வளவு காலம் ஆகும் என்று ஓரளவு கணக்கிட முடிந்தது. ஐந்து ஏர்களும் சேர்ந்து ஒரு நாளைக்கு மூன்று ஏக்கர் நிலத்தை மட்டுமே உழமுடியும். சிறிது அதிக நேரம் உழுதால் நான்கு ஏக்கர் உழலாம். பனிரெண்டு நாளுக்குள் உழுது விடலாம். அப்படியானால் யார் உழுவது? பலர் தங்களுக்கு அனுபவம் இல்லை என்றனர். எங்களது மாடுகளே அவ்வளவு நிலத்தையும் உழ வேண்டுமா என்றனர் மாடுகளின் சொந்தக்காரர்கள். தற்போது யாருக்கும் எதுவும்

சொந்தமல்ல. அனைத்தும் பொதுவானது என்று சொன்னதோடு கால்நடைகள் பொதுவில் பராமரிக்கப்படும் என்ற முடிவும் எடுக்கப்பட்டது. இருப்பினும் அவர்களைப் புரிய வைப்பது மலையைத் தூக்குவதுபோல இருந்தது.

வேளாங்கண்ணி பெண்களின் துணைகொண்டு அனைத்தையும் சாதித்தார். பிரச்சினையை உருவாக்குபவர்களின் மனைவியர் தங்களது கணவர்களை சரியான பாதைக்கு அழைத்து வந்தனர். இரண்டு பெண்கள் தாங்களே உழுவதாகக் கூறினர். ஒரு புதிய பாதை பிறந்தது. எல்லா வேலைகளையும் ஆண்களும், பெண்களும் பகிர்ந்துகொள்ள முடிவெடுத்தனர். பெண்கள் துணிவுடன் தாங்கள் அனைத்து வேலைகளையும் செய்வதாகக் கூறினர். சில வேலைகளை ஆண்கள் செய்யத் தயங்கினர். அப்படிப்பட்ட வேலைகளைச் செய்ய செல்லையாவும், நாட்டாமையும் முன்வந்தனர். அது சமையல் வேலை.

யார் யார் எந்தெந்த வயலுக்குச் செல்ல வேண்டும், என்னென்ன வேலைகளைச் செய்ய வேண்டும் என்பதை முடிவெடுத்து மிகவும் தெளிவாக நிறைவேற்றினார் நாட்டாமை. நிலத்தை உழுது, இயற்கை உரமிட்டு விதைத்தனர். ஊரே வயலில்தான் இருந்தது. கேலியும் கிண்டலுமாக அவர்கள் உரையாடல்கள் இருந்ததால் களைப்புத் தெரியாமல் வேலை செய்தனர். ஞாயிறு ஓய்வு எடுத்தனர்.

சமையலும் மும்மரமாக நடந்தது. தினமும் ஒருவேளை மட்டும் சோறு, மற்ற இரண்டு நேரம் கூழ் என்று முடிவானது. ஞாயிறுகளில் மாடு, ஆடு, கோழி, பன்றி என்று சமைக்கப்பட்டது. மற்ற நாள்களில் வாரம் ஒருமுறை மாடு, கருவாடு, முட்டை என்றும் ஒரு காய்கறி கூட்டு எப்போதும் இருக்கும்படியும் உணவைத் தயாரித்தனர். உணவு நன்றாக இருந்ததால் பல பிரச்சினைகளை எளிதில் சமாளிக்க முடிந்தது.

படித்த இளைஞர்கள் தாங்கள் வயலில் வேலை செய்ய மாட்டோம் என்றனர். வயலில் வேலை செய்யவா படித்தோம் என்றனர். அவர்களை யாரும் கட்டாயப்படுத்தவில்லை. ஆனால் உழைக்காதவன் உண்ணலாகாது என்ற முறையைக் கடைப்பிடித்தனர். அவர்களால் தங்களது அன்னையர்களின் மனதை மாற்ற முடியவில்லை. பெண்கள் அனைவரும் தங்களது வீடுகளில் எதையும் எப்போதும் எந்தச் சூழ்நிலையிலும் சமைப்பதில்லை என்று முடிவு எடுத்திருந்தனர். அதை மிகவும் உறுதியாகக் கடைப்பிடித்தனர். அன்னையர்களின் மனதை மாற்ற முடியாத இளைஞர்களால் பசியைத் தாங்க முடியாமல்

வயலில் இறங்கினர். ஆனால் சிறிது சிறிதாக அதன் அருமையை உணர்ந்தனர். அவர்களுக்கும் நிலத்துக்கும் இடையே உறவு உண்டானது. அந்த உறவை அனுபவிக்க ஆரம்பித்தனர்.

பலர் தொலைக்காட்சி வைத்திருந்தனர். அரசு இலவசமாகக் கொடுத்தவைகள். அதை இயக்கியதும் கருப்புக் கண்ணாடி அணிந்த தமிழக முதல்வரோ, அல்லது சேலை அணிந்த முதல்வரோ சிரித்தனர். மின் பொருள்களை உபயோகிப்பதைக் குறைப்பது என்று முடிவெடுத்து, அதில் மிகவும் உறுதியாக இருந்தனர். தேவைகளைக் குறைப்பது, அவசியத் தேவை என்றால் அனைவருக்கும் பயன்படும் விதத்தில் பொதுவில் வைப்பது என்ற புதிய கொள்கை உருவானது. இதைச் சாதித்ததும் பெண்களே. மாலை வேளைகளில் பெண்கள் தெருவில் அமர்ந்து மற்ற பெண்களுடனும், தங்கள் குழந்தைகளுடனும் பொழுதைப் போக்கினர். பலர் கதைகள் சொன்னார்கள். சிறுவர்களும், சிறுமிகளும் தாங்களாகப் புதுப்புதுக் கதைகளை உருவாக்கினர். படைப்பாற்றல் அவர்களிடம் உருவானது.

இளைஞர்களிடம் நடிகர்களின் ரசிகர் மன்றம் இருந்தது. தங்களது அபிமான நடிகர் நடித்த படம் வெளிவரும் அன்று அவர்கள் பரணி சென்று முதல் நாளே பார்த்துவிடுவர். இப்போது அவ்வாறு செல்ல முடியவில்லை. பரணி சென்று சினிமாப் பார்ப்பதற்குப் பணம் கொடுக்கக் கூடாது என்று ஊரில் முடிவு செய்யப்பட்டது. நடிகர்களின் பிடியிலிருந்து விடுபட முடியாத இளைஞர்கள் பக்கத்து ஊர்களில் உள்ள தங்களது நண்பர்களின் உதவியை நாடினர். தொடர்ந்து அந்த உதவியும் கிடைக்காததால் ரசிகர் மன்றங்களை மூடவேண்டிய நிலை ஊரில் உருவானது. இளைஞர்கள் மாற்றைத் தேடியபோது பறையாட்டம் கை கொடுத்தது.

ஊரில் உள்ள அனைத்து இளைஞர்களும். இளம் பெண்களும் பறையடிக்கக் கற்றனர். வெவ்வேறு குழுக்களாகப் பிரிந்து போட்டிகள் வைத்தனர். அவர்களது பறையாட்டம் ஞாயிற்றுக் கிழமைகளில் ஊரையே கலக்கியது. புதுப் புது அடவுகளை அவர்களே உருவாக்கி ஆடினர். மாறுபட்ட தாளங்களில் பறையடிக்க ஆரம்பித்தனர்.

வீடுகளில் ஆடு, மாடுகளை வைத்திருந்தவர் அவைகளை ஊரில் ஒப்படைத்தனர். அவைகளைப் பொது இடத்தில் வைத்துப் பராமரித்தனர். அதற்காகத் தனியாக ஓலைகளால் வேய்ந்த கூரைக் கொட்டகை போடப்பட்டது. அதைக் கவனிப்பதற்காக நியமிக்கப் பட்டோர் தங்கள் வேலைகளைச் சிறப்பாகச் செய்தனர். தனித்தனியாக

வீடுகளில் பராமரித்ததைவிட பொதுவில் பராமரிப்பது எளிதாக இருந்தது.

அதுபோல மாட்டுச் சாணத்தையும், குப்பைகளையும் சேகரிக்க குடும்பங்களுக்கென்று தனித்தனிக் குப்பைக் குழிகளை அவர்கள் வைத்திருந்தனர். அப்பழக்கத்தை மாற்றி பொதுவாகக் குப்பைகளை ஓரிடத்தில் சேகரிக்க ஆரம்பித்தனர். மக்கா குப்பைகளை மிகவும் இயல்பாக வேறு இடத்தில் கொட்டினர். குப்பைக் குழிகளின் எண்ணிக்கை அதிகமாகக் குறைந்தது. உபயோகிக்காத குப்பைக் குழிகள் பொது இடங்களாக மாறின. ஊரில் பொது இடம் அதிகமானது.

யாருக்கும் நிரந்தர வேலை என்று எதுவும் கொடுக்கப் படவில்லை. வாரம் ஒருமுறை வேலையில் மாற்றம் இருந்தது.

பெரும்பாலான குடும்பத்தினர் கோழி வளர்த்தனர். வளர்க்காதவர்களும் வளர்க்க வேண்டும் என்று தீர்மானிக்கப்பட்டது. அவைகளின் முட்டைகளை ஒன்று சேர்த்து அவைகளின் எண்ணிக்கையைப் பொறுத்து வாரம் ஒரு முறையோ, இரண்டு முறையோ முட்டைகள் வழங்கப்பட்டன. மாதத்தின் முதல் ஞாயிறு ஒரு கோழியை ஊருக்குக் கொடுத்தனர். அன்று நாட்டுக்கோழி விருந்துதான். மாடு, ஆடு, பன்றியும் பொதுவிலிருந்து மாதம் ஒருமுறை ஊருக்காக எடுக்கப்பட்டது.

அதிக மகிழ்வுடன் இருந்தது பெண்கள்தான். திட்டமிடும் அனைத்திலும் அதிக ஆர்வமுடன் ஈடுபட்டனர். குடிப்பதற்குப் பணம் கொடுக்கக் கூடாது என்று முடிவெடுத்தனர். ஊரில் குடித்தொல்லை சிறிது சிறிதாகக் குறைந்து பின் முற்றிலுமாக மறைந்தது. பீடி, சிகரட், பொடி போன்றவையும் முற்றிலுமாக ஊரார் மறந்தனர். பொதுவில் வைக்கப்பட்டிருந்த வெற்றிலை, பாக்கை வேண்டிய அளவு எடுத்துக்கொண்டனர்.

மறுபடியும் பலர் மிக இயல்பாக மூலிகை மருந்துவத்திற்குத் திரும்பினர். மருத்துவமனைக்குச் செல்ல விரும்பியவர்களை யாரும் தடுக்கவில்லை. சூனியக்கிழவி இறந்துவிட்டார். அவரது மகள் ‘சின்ன’ என்ற பெயரிலிருந்து விடுபட்டு மருத்துவச்சி என்ற அங்கீகாரத்துடன் இயற்கை வைத்தியம் செய்ய ஆரம்பித்தார். பிரசவமும் வீடுகளிலேயே பார்க்கும் வழக்கம் மீண்டது. இயற்கை மருத்துவம் கற்க சில இளம் பெண்கள் முன்வந்தனர். அவர்களுக்கு ஆர்வமுடன் மருத்துவச்சி மூலிகைகளைப் பற்றி விளக்கினார். பிச்சைமுத்து தாத்தா வளர்த்த மூலிகைச் செடிகளின் பயன்களை ஒவ்வொருவரும் உணர ஆரம்பித்தனர்.

ஒரு திருமணத்திற்கும் ஏற்பாடு செய்யப்பட்டது. வரதட்சணையாக கட்டில், பீரோ, நகை போன்றவைகள் வழங்கும் வழக்கம் இருந்தது. வரதட்சணை முழுவதுமாக ஒழிக்கப்பட்டது. திருமணத்திற்கு ஆகும் செலவை ஊரே ஏற்றுக்கொண்டது. புதுத்துணி எடுக்கப்பட்டது. மாலை வாங்கப்பட்டது. அரைப் பவுனில் தாலி செய்யப்பட்டது. அதற்குப் பதிலாக மோதிரம் மாற்றும் வழக்கம் ஊக்குவிக்கப்பட்டது. தாலி கட்டுவதா, மோதிரம் மாற்றுவதா என்பதைத் தம்பதியரே முடிவு செய்தனர். முதல் திருமணத் தம்பதியர் மோதிரம் மாற்றத் தீர்மானித்தனர். தனிக் குடும்பமாக வாழத் தேவையானவைகளை ஊரார் வழங்கினர். மாட்டுக்கறி விருந்து இருந்தது. பெரிதாக எந்தச் செலவும் இல்லை.

ஞாயிற்றுக்கிழமைகளில் பங்குப் பணியாளர் வந்து திருப்பலி நிறைவேற்றினார். மக்கள் அதில் கலந்துகொண்டனர். ஊரில் நடைபெறும் கூட்டுறவு விவசாயத்தைப் பற்றி அவர் எதுவும் கேட்கவில்லை. யாரிடமும் அவ்வளவாகப் பேசுவதும் இல்லை. ஏதோ இயந்திரம்போலப் பணியாளர் திருப்பலி நிறைவேற்றிச் சென்றார். ஊராரை முழுவதுமாக வெறுத்தார். ஊரார் அதைப் பெரிதாக எடுத்துக்கொள்ளவில்லை.

ஆரம்பக் கல்வி அனைத்துச் சிறுவர், சிறுமியருக்கும் கட்டாயம் என்று ஊர் முடிவு செய்தது. கட்டாயம் பத்து வரை அனைவரும் படிக்க வேண்டும் என்ற நிலை உருவானது. அதற்கு மேல் படிக்க ஊக்குவிக்கப்பட்டனர். ஆனால் எந்தப் படிப்பு என்பதில் அதிகக் கவனம் செலுத்த அறிவுறுத்தப்பட்டனர். இயற்கை, இயற்கை சக்தி, இயற்கை விவசாயம், இயற்கையைப் பாதுகாத்தல், சுற்றுப்புறச்சூழல், தண்ணீர், உலகமயமாதல், தனியார்மயமாதல், வெப்பமயமாதல், கூட்டுறவு, நீர்நிலைகளைப் பாதுகாத்தல் போன்ற பாடங்களை எடுத்துப் படிக்க ஆலோசனை வழங்கப்பட்டது. ஆனால் அத்தகைய பாடப்பிரிவுகள் இல்லை. கல்வி பற்றி மாணவர்களிடையே மிகச் சூடான விவாதம் நடந்தது. எது உண்மையான வளர்ச்சி, தற்போதைய கல்வி முறை, கல்வி செல்ல வேண்டிய இலக்கு போன்றவை விவாதத் தலைப்புகளாக இருந்தன.

வாரம் ஒருமுறை புதிய திரைப்படம் பார்க்க ஏற்பாடு செய்யப் பட்டது. சமூக விழிப்புணர்வைக் கொடுக்கும் படங்களே திரையிடப் பட்டன. அதைத் தொடர்ந்து ஆரோக்கியமான விவாதம் அவர்களிடம் நடந்தது.

மாதம் ஒருமுறை அவர்களுக்கு இயற்கையைப் பற்றிய கருத்துக்களை வழங்கினார் பிச்சைமுத்து. தனது அனுபவங்களைத்தான் அவர் பகிர்ந்துகொண்டார். அவரது அனுபவங்கள் அனைவரையும் கவர்ந்தன. பஞ்ச பூதங்கள் ஒவ்வொன்றைப் பற்றியும், அவைகளுக்கும் தனக்கும் உள்ள உறவு பற்றியும் விவரித்தது அனைவரையும் கவர்ந்தது. அனைவரும் ஆச்சரியத்துடன் அவரைப் பார்த்தனர். பேராசிரியருக்கும் மேலான மதிப்பை, படித்த இளைஞர்கள் அவருக்குக் கொடுத்தனர்.

வீட்டில் தொலைக்காட்சிகளையே பார்த்துக்கொண்டிருந்த சிறுவர், சிறுமியர் இப்போது தெருவில்தான் விளையாடினர். பல்வேறு புதிய புதிய விளையாட்டுக்களை அவர்களே உருவாக்கினர். சில பெரியவர்கள் பரம்பரை விளையாட்டுக்களைக் கற்றுக்கொடுத்தனர். கிட்டிக்கம்பு, பம்பரம், எரிபந்து போன்றவைகள் உயிர் பெற்றன. மட்டைப்பந்து அடியோடு மறைந்தது.

நிலவொளியில் விளையாடும் 'பொதிமூடை' விளையாட்டை பெரியவர் ஒருவர் கற்றுக்கொடுத்தார். நிலவொளியில் சிறுவர், சிறுமியர் ஒன்று கூடினர். தங்களது சட்டைகளைக் கழற்றினர். அவைகளை ஒரு மூடையாகக் கட்டினர். அதுதான் பொதிமூடை. அதை முதுகில் சுமந்தபடி நிலவொளியில் ஒரு சிறுவன் அமர்ந்திருக்க, அவரது பாதுகாப்புக்கு மற்றொரு சிறுவன் நிற்பார். மற்றவர் பொதிமூடை சுமந்திருப்பவரின் துணிமூடையில் குத்த வேண்டும். குத்தியவரைப் பாதுகாப்பவர் தொடவேண்டும். தான் தொடுபடாமல் இருக்கச் சிறுவன் ஓடுவார். அங்கிருக்கும் மரங்களின் நிலவொளி நிழலை ஓடிய சிறுவன் மிதிப்பார். நிழலை மிதித்துவிட்டால் அவரைத் தொடக்கூடாது. அவரை விரட்டிச் செல்லும்போது மற்றவர் துணிமூடையைக் குத்துவர். பாதுகாக்கும் சிறுவன் யாரையாவது தொட்டுவிட்டால் தொடப்பட்டவர் பொதிமூடையைச் சுமந்து அமரவேண்டும். அதுவரை சுமந்தவர் காவலராக இருக்க வேண்டும். நிலவொளி உடலில் படவேண்டும் என்பதற்காக நமது முன்னோர் என்ன அருமையான விளையாட்டை உருவாக்கியிருக்கின்றனர் என்று இளைஞர்கள் நினைத்து மகிழ்ந்தனர். பிச்சைமுத்தின் பஞ்சபூதப் பகிர்வின் வெளிப்பாடு இது. இளைஞர்களும் சிறுபிள்ளைகளாக மாறி பொதிமூடை விளையாட்டை ரசித்து ஆடினர்.

நடந்தவைகளை நினைத்து செல்லையா, பிச்சைமுத்து, நாட்டாமை, வேளாங்கண்ணி ஆகியோர் மகிழ்ந்தாலும் அதிகம் மகிழ்ந்தது வேளாங்கண்ணிதான். பெண்களின் ஒத்துழைப்பால்தான் இந்த மாற்றம்

உருவானது என்பதில் அவருக்குத் திருப்தி. கூட்டுறவு விவசாயம் என்று ஆரம்பித்தது கூட்டு வாழ்வாக மாறியிருப்பது அவர்களுக்கு மிகவும் மகிழ்வைக் கொடுத்தது.

காவலூர் போராட்டம் பற்றி செல்லையா அவர்களிடம் கூறினார். "நிறுவனத்தைக் கைப்பற்றத் திட்டமிட்டது அங்குள்ள துறவிகளுக்கு எப்படியோ தெரிஞ்சிருச்சி. சபை நடத்துற பல புகழ்பெற்ற கல்வி நிறுவனங்கள ஆயுதமா வச்சி அவுங்க காவலர்ட்ட புகார் செஞ்சிருக்காங்க. ஆனா தங்கள் பேரு வெளியில தெரியாத வகையில நடவடிக்கை எடுக்கணும்னு சொல்லியிருக்காங்க. அங்க ஆய்வாளரா இருந்தது. இம்மானுவேல் சபைக்காரங்க கல்லூரியில படிச்ச ஒரு பழைய மாணவராம். அவரு ரொம்ப விவரமா நடந்திருக்காரு. மற்ற சாதிக்காரங்ககிட்டச் சொல்லி காவலூரிலுள்ள முக்கியமானவுங்க பேருல பொய்யாப் புகார் செய்யச் சொல்லியிருக்காரு. அவுங்களும் அதுமாதிரி செஞ்சிருக்காங்க. அதவச்சிப் போராட்டத்துக்கு ஒரு மாசத்துக்கு முன்னால இருந்தே பிணையில வெளிவர முடியாத பல பிரிவுகள்ல வழக்குப் பதிவு செஞ்சு கொஞ்சங்கொஞ்சமா நிறையப் பேரக் கைது செஞ்சு சிறையில அடைச்சிட்டாரு. அதனால அவுங்களால திட்டமிட்டபடி போராட்டம் நடத்த முடியல. ஆனா மக்கள் கொதிச்சிப்போய் இருக்காங்க. பொய்யா கஞ்சா வழக்குப் போட்டது இந்த சபைதாங்கிற பேரு ஏற்கெனவே இவுங்கமேல இருக்கு. இப்ப இதுவும் சேர்ந்திருச்சி. அதனால துறவிகளப் பொய்வழக்குப் போடுறவுங்கன்னு மக்க வெறுக்க ஆரம்பிச்சிட்டாங்க. அது அப்பகுதியில எல்லா ஊர்கள்லயும் பரவிக்கிட்டு இருக்காம். அந்த வெறுப்பு மக்கள ஒண்ணு சேர்க்க ஆரம்பிச்சிருக்கு. அவுங்க சீக்கிரமா ஜேம்ஸ் பீட்டர் கல்லறையில ஒண்ணு சேர்ந்து ஒரு புதிய போராட்டத்திற்குத் திட்டமிடலாம்."

"ஒரு போராட்டம் தடுக்கப்பட்ட நிலையில மற்றொரு போராட்டத்திற்கு வழி பிறந்திருக்குங்கிறது நல்ல சூழ்நிலதான். என்ன நடக்கப்போகுதுன்னு நாம பொறுத்திருந்து பாக்கணும்."

★★★

14

அன்று ஞாயிறு. மக்கள் அனைவரும் ஓய்வில் இருந்தனர். மாட்டுக்கறி உணவு தயாராகிக்கொண்டிருந்தது.

வேளாங்கண்ணிக்கு பிச்சைமுத்து தாத்தாவை பார்க்க வேண்டும்போல் இருந்தது. பிச்சைமுத்து தாத்தாவின் வயலை நோக்கிச் சென்றார்.

பிச்சைமுத்து பெரும்பாலும் மதிய உணவு உண்பதில்லை. மதியம் ஒருசில பழங்களை மட்டுமே சாப்பிடுவார். அதனால் பகல் முழுவதும் அவர் வயலில்தான் இருப்பார். அவரை வேளாங்கண்ணியும் பின்பற்ற ஆரம்பித்தார். வாரத்திற்கு மூன்று நாள்கள் மதிய உணவு உண்பதில்லை. பழம்தான். அன்றும் பிச்சைமுத்து தாத்தாவைச் சந்தித்துப் பேசி அவருடன் மதிய உணவை அவரது தோட்டத்தில் உள்ள பழங்களை உண்டு முடித்துக்கொள்ளலாம் என்றே அங்கு சென்றார்.

"தாத்தா, இன்னைக்குப் பூராம் உங்களோடதான் இருக்கப் போறேன்."

"வாமா. தாராளமா இரு. எங்கிட்டக் கேட்டுக்கிட்டுத்தான் வரணுமா?" இரண்டு பெரிய கொய்யாப் பழங்களை அவரிடம் கொடுத்தார்.

"தாத்தா, ரொம்பச் சந்தோசமா இருக்கு. கூட்டுறவு விவசாயம் நடக்குமோ என்னவோன்னு பயந்துக்கிட்டே இருந்தேன். பிரச்சினைக இருந்தாலும் ரொம்பவே சிறப்பா நடந்துச்சி. கூட்டு வாழ்வா வாழ்றோம். என் வாழ்நாளுல இப்பிடி ஒரு மாற்றம் வரும்னு நானு கொஞ்சங்கூட எதிர்பாக்கல. அடுத்து என்ன செய்யலாம்னு யோசிக்கணும் தாத்தா." கொய்யாப்பழத்தைக் கடித்து உண்டார்.

"ஆனா, இது பெரிய வெற்றின்னு நானு சொல்ல மாட்டேன். வெற்றிய நோக்கிச் செல்லும் பாதையில எடுத்து வச்சிருக்கிற சிறிய முதல் அடின்னு சொல்வேன்."

"ஏன் தாத்தா அப்படிச் சொல்றீங்க?"

"அம்மா, இத ஒரு பெரிய மாற்றத்துக்கான அடித்தளமா நெனைக்கல. ஏதோ புதுசு. செஞ்சு பாப்போம். பிடிச்சா தொடர்ந்து

செய்வோம். பிடிக்கலனா போயிருவோங்கிற மனநிலையிலதான் இருக்காங்க. அதனால...”

“அதனால இதத் தொடர வேண்டாம்னு சொல்றீங்களா தாத்தா.” படபடப்புடன் கேட்டார் வேளாங்கண்ணி.

“இல்லம்மா. அடுத்த கட்டத்துக்குப் போகணும். அடுத்த கட்டத்துக்குப் போக இன்னும் பல வருசங்க ஆகும். ஒருசில தலைமுறை கூட ஆகலாம். மொதல்ல இப்ப நாம செய்றத உறுதிப்படுத்தணும்.”

“கொஞ்சம் தெளிவாச் சொல்லுங்க தாத்தா.”

“அம்மா, இப்பக் கூட்டுறவாச் செஞ்சிருக்காங்க. கூட்டா வாழ்றாங்க. இல்லங்கல. ஆனா இதையே தொடர்ந்து செய்வாங்களான்னு தெரியல. இது இன்னும் இவுங்க மனசுல ஆழமா இறங்கல. இனுமே இப்படித்தான் நாம வாழ்நாளு பூராம் இருக்கப்போறோம்னு நெனைக்கல. அதனால இது வாழ்கை முறையா மாறுகிறவர இதயே தொடர்ந்து செய்யணும். இப்ப இருக்கிற கவர்ச்சி இனிமே இல்லாமப் போகலாம். அப்பப் பலரு பின் வாங்கலாம். அதெல்லாம் மறையணும். இது நம்ம கலாச்சாரம்ங்கிற நெலைக்கு வரணும். அதுக்கு ஒரு தலைமுறைக்கு மேல ஆனாலும் ஆகலாம். அதுவர பொறுமை காட்டணும். இப்ப நாம இதுவர கடைப்பிடிச்ச வாழ்க்க முறை பல நூறு ஆண்டுகளா நம்மகிட்ட இருக்கு. அது ரொம்பவே ஆழமா வேரூன்றி நம்ம மனசுல இருக்கு. அத இனிமே வளர விடாமச் செய்றதோட அத வேரோட புடுங்கி எறியணும். அதுக்கு ரொம்பக் காலம் ஆகும்.”

“எந்தலைமுறையில அதைப் பாக்க மாட்டேனா தாத்தா.”

“இப்பப் பாக்குறதே மாற்றந்தான. முக்கிய மாற்றமா நாலு இருக்குன்னு எம்மனசுக்குத் தோணுது. மொதல்ல நம்ம எல்லாரும் ஒரு குழுவா வாழ்றோம். ரெண்டாவது ஆணு, பொண்ணுன்னு எல்லாரும் சேர்ந்து முடிவெடுக்கோம். மூனாவது ஆணு, பொண்ணுன்னு வித்தியாசமில்லாம எல்லா வேலைகளையும் எல்லாரும் செய்றோம். அடுத்து இயற்கையான உணவ எல்லாரும் சேர்ந்து சமைச்சுச் சாப்பிடுறோம். இதெல்லாம் ரொம்ப மேலெழுந்த மாற்றங்க. இயற்கைய நோக்கிச் செல்ல இன்னும் நாம திரும்பவே இல்லன்னுதான் சொல்வேன். திரும்பலாமான்னு யோசிக்கிறோம்னு வேணும்னா சொல்லலாம்.”

“இதெல்லாம் முக்கியமில்லனா வேறு எதுதான் முக்கியம்? கொஞ்சந் தெளிவாச் சொல்லுங்க தாத்தா.”

“மொதல்ல நாம இயற்கைய ரசிக்கணும். இயற்கைக்கும் நமக்கும் உள்ள உறவு அதிகரிக்கணும். நம்ம ஆண்டவர் யேசுவப்பாரு. அவரு இயற்கைய எம்புட்டு நேசிச்சாருன்னு தெரியுமா? அவரு பிறந்ததே ஊருக்கு வெளிய. மாட்டுக் கொட்டையில உள்ள தீவனத் தொட்டியில. பொது வாழ்க்கயத் தொடங்குறதுக்கு முன்னால வனாந்தரம் போயி நாப்பதுநாள் உண்ணாநோன்பு இருந்திருக்காரு. காலையில எந்திரிச்சதும் மலைப்பக்கம் போயி செபிச்சிருக்காரு. அவரு போதனைகளப் பாரு. நிலம், விதை, கோதுமை, உரம், களை, செடி, கொடி, மரம், கதிர், பழம், பறவை, குருவி, பன்னி, நாய். மீன், மலை, ஆறு, கடல், காற்று, புயல், மழை, ஆடு இப்படி இயற்கைய மையப்படுத்தியே போதிச்சிருக்காரு. மலரப்பாத்து ரசிச்சிருக்காரு. அரசன் சாலமோன் கூட இம்மலர மாதிரி உடை அணியலன்னு சொன்னாருன்னா எம்புட்டு அழகா மலர ரசிச்சிருப்பாரு. பறவைக உண்ணுகிற விதத்தப் பாத்து மகிழ்ந்து இவை விதைக்கிறதில்ல. இருந்தாலும் கடவுள் இதுகளுக்குத் தெனமும் உணவு கொடுக்காருன்னு வியந்திருக்காரு. முக்கியமான கருத்துக்கள மலையில, கடற்கரையில, கடல்ல, வனாந்தரத்துல இருந்துதான் சொல்லியிருக்காரு. வனாந்தரத்தோட ஆரம்பிச்ச இவரு பொது வாழ்வு ஜெஸ்தமனித் தோட்டத்திலயும், கல்வாரி மலையிலயும் முடிஞ்சது. இந்த அளவுக்கு இயற்கையோட ஐக்கியமாயிட்டாரு. அந்தமாதிரி நாமும் இயற்கைய ரசிக்கத் தெரியணும். இயற்கையோட ஐக்கியமாகணும்.”

“நெசந்தான் தாத்தா. இந்தக் கோணத்துல நானு பாக்கல.”

“இயற்கைய நோக்கித் திரும்பனும்னா இயற்கைய ரசிக்கிறது மட்டுமில்ல. இயற்க எல்லாத்துக்கும் சொந்தம்னு நெனைக்கணும். அதுக்கு மொதல்ல நிலங்க எல்லாத்துக்கும் சொந்தம், அதாவது பொதுவுடமையாகணும். இப்ப நம்ம ஊரப்பாரு. யாரும் நெலத்த விட்டுக்கொடுக்கல. விட்டுக்கொடுக்கவும் மாட்டாங்க. அத வச்சிக்கிட்டுத்தான் எதையாவது செய்றாங்க. என்னைக்குனாலும் அது தங்கள் சொத்து. தங்கள் கையிலதான் இருக்குங்கிற நெனப்பு அவுங்ககிட்ட இருக்கு. அதவச்சித்தான் பரிசோதனைக்கு வாராங்களே தவிர அத விட்டுட்டு வரல.”

“நெசந்தான் தாத்தா. ஆதிக் கிறிஸ்தவங்க தங்கள் நிலத்த, சொத்த வித்து அந்தப் பணத்த பொதுவுல கொடுத்தாங்க. ஒரே குடும்பமா

இருந்தாங்கன்னு புதிய ஏற்பாட்டுல படிச்சிருக்கேன் தாத்தா."

"நெசந்தான். அத நோக்கித்தான் நாம செல்லணும். சிறு சிறு குழுவா அவுங்களப் போல வாழணும். அப்பிடி பகிர்ந்துவாழ்ந்த திருச்சபையில கான்ஸ்டன்டைன்னு ஒரு அரசன் கிறிஸ்தவனா ஆனான். அதுக்குப் பிறகு பகிர்தல் போயி அதிகாரத் திருச்சயையா, பணக்காரத் திருச்சபையா மாறுச்சி. ஐரோப்பா முழுசும் கிறிஸ்தவங்களா மாறுனாங்க. அதிகாரத்துல இருந்தவுங்க என்ன செஞ்சாங்கன்னு தெரியுமா? மக்கள்ட்ட இயல்பா இயற்கையா, இயற்கையோட இருந்த வாழ்க்க முறை, அவுங்க கல்வி, அவுங்க மருத்துவம், அவுங்க பழக்க வழக்கங்க எல்லாத்தயும் அடியோட அழிச்சாங்க. இயற்கையா மருந்து கொடுத்தவுங்கள சூனியக்காரின்னு சொல்லி எரிச்சிக் கொன்னாங்க. வளர்ச்சிங்கிற பேருல மக்கள்ட்ட இருந்த கல்வி முறைய அழிச்சி புதிய கல்வியப் புகுத்துனாங்க. இயற்கையிலிருந்து அன்னியப்பட்ட, இயற்கைய அழிக்கிற கல்வி இது. அதோட விட்டாங்களா? உலகம்பூரா போயி நிம்மதியா இருந்த மக்களக் கொன்னு அவுங்க அரசப் பிடிச்சி கிறிஸ்தவத்தப் பரப்புறோம்னு அவுங்ககிட்ட இருந்த பரம்பரையான கல்விமுறை, மருத்துவமுறை, வாழ்க்கைமுறை எல்லாத்தயும் வேரோட பிடுங்கி எறிஞ்சாங்க. வளர்ச்சிங்கிற பெயருல அவுங்க கல்விய அதாவது இயற்கைய அழிக்கிற கல்வியப் புகுத்துனாங்க. இப்ப நம்மகிட்ட இருக்கிற கல்வி முறை அவுங்க புகுத்துனதுதான். இயற்கைய அழிக்கும் இந்தக் கல்விதான் நமக்கு வேணும்னு நாம இயக்கம் மூலமா திருச்சபையிட்ட போராடிக்கிட்டு இருக்கோம். இதையெல்லாம் விடணும்மா. இயக்கம் இயற்கைக்காகப் போராடணும். அதைத்தான் இயக்கம் திருச்சபைக்குக் கொடுக்கணும். இப்படிக் கொடுக்கிறதுதாம்மா தலித் திருச்சபை."

அவரது சிந்தனைகளைக் கேட்டு வேளாங்கண்ணி ஆச்சரியப்பட்டார்.

"அத இயக்கம் செய்யும்போது இன்னும் ஒரு காரியம் செய்யணும். நம்ம ஊரு அடுத்த கட்டத்துக்கு வர்றதுக்கு இன்னும் ரெண்டு மூனு தல முறையாவது ஆகும்னு சொன்னேன்ல. அதுக்கு முன்னால நம்ம ஊருல செஞ்சது மாதிரி நெறைய ஊர்கள்ல அந்தந்த ஊர்களுக்கு ஏத்தவிதமா குழுவா வாழ்றதுக்கு முயற்சி செய்யணும். அத இயக்கம் முன்னின்று செய்யணும்."

"தாத்தா, இயற்கையப் பத்தி நீங்க ரொம்பத் தெரிஞ்சிருக்கீங்க."

"நெசந்தாம்மா. எவ்வளவோ இருக்கு. ஒண்ணே ஒண்ண மட்டும் சொல்றேன். அப்ப கிறிஸ்தவத்துல சேர்ந்த புதுசு. புது நன்மைக்குத்

தயாரிச்சோம். மந்திரம் சொல்லிக்கொடுத்த ஒரு சிஸ்டரு, ஒரு படத்தக் கொடுத்தாங்க. சின்னப் பிள்ளைகளுக்குத்தான் படம்னா ரொம்பப் பிடிக்குமே. எனக்குக் கொடுத்த படம் ரொம்பப் பிடிச்சிருந்திச்சு. அந்தப் படத்துல தாடிவச்ச ஒருத்தரு நீண்ட அங்கியப் போட்டுக்கிட்டு இருந்தாரு. அவரச் சுத்தி நெறைய பறவைகளா இருந்துச்சி. பிரான்சிஸ் அசிசின்னு ஒரு புனிதருன்னு சொன்னாங்க. அவருமாதிரி பறவைக என்னச் சுத்தி இருக்கணும்னு நானு விரும்புனேன். அப்பத்தான் எங்கப்பன் தகர டப்பாவக் கொடுத்து அத அடிச்சிக்கிட்டே சோ சோன்னு பறவைகள வயல்ல இருந்து வெரட்டச் சொன்னாரு. எனக்கு அது பிடிக்கல. அப்பங்காரன் இருக்கும்போது செஞ்சேன். இல்லாதப்ப அப்படிச் செய்யல. பறவைக நல்லா வந்து தின்னுச்சுக. பாக்க ரொம்பச் சந்தோசமா இருந்துச்சு.

அப்பா இறந்த பெறகு நானே விவசாயம் செஞ்சப்ப பறவைகள விரட்டவேயில்ல. பறவைகளும் பயிர்கள அழிச்ச புழு பூச்சிகள நல்லா தின்னுச்சுக. பயிர்களுக்கு மருந்து அடிக்க வேண்டியதில்லன்னு புரிஞ்சிக்கிட்டேன். புழு பூச்சிகளத்தின்ன பறவைக கொஞ்சம் தானியங்களையும் தின்னுச்சுக. அதுக தின்னதுபோக மிச்சமுள்ளது மட்டும் போதும்னு நெனச்சேன். அப்பத்தான் நம்ம ஆண்டவர் சொன்னது எனக்கு ஞாபகம் வந்துச்சி. பறவைகளப் பாருங்க. அவைக வெதைக்கிறதும் இல்ல. அறுக்கிறதும் இல்ல. களஞ்சியங்கள்ல சேக்குறதும் இல்ல. அவைகள கடவுள் பராமரிக்கார்னு சொன்னாரு. அப்படின்னா என்ன அர்த்தம். பறவைகளையே பராமரிக்கிற கடவுள் நம்மப் பராமரிப்பாருன்னு தெரிஞ்சுக்கிட்டேன். அதனால நாம பறவைகள விரட்டக்கூடாதுன்னு அர்த்தம்னு புரிஞ்சிக்கிட்டேன்."

"பறவைகள விரட்டாம இருந்ததுக்கு இப்பிடி ஒரு கத இருக்குன்னு சொல்லலையே?"

"அம்மா, பிரான்சிஸ் அசிசி படம் எனக்கு ரொம்பப் பிடிச்சது. அவரப் பத்தி சிஸ்டருகட்டக் கேட்டேன். அவுங்க சபைக்கு அவரு பெயருதான் இருக்கிறதுனால அவரப்பத்தி ரொம்ப நல்லாத் தெரியும்னு கத கதயாச் சொன்னாங்க. பலதடவ கேட்டேன். சொல்லிக்கிட்டே இருந்தாங்க. வந்தவுங்க எல்லாத்துட்டயும் கேட்டேன். அவுங்க எல்லாரும் அவரப் பத்திச் சொன்னாங்க. அவுங்க சொன்னத வச்சி நானு யோசிச்சேன். இன்னும் யோசிச்சுக்கிட்டே இருக்கேன். புதுசு புதுசா யோசன அதுல இருந்து வந்துக்கிட்டே இருக்கு. நானு இதுவர சொன்னதெல்லாம் அவரப் பத்தி யோசிச்சுப் பாத்து நானு வாழ்ந்த கததான்."

“எனக்கும் சொல்லுங்க தாத்தா.”

“அம்மா, பிரான்சிஸ் ரொம்பப் பெரிய பணக்கார வீட்டுப் பிள்ள. ஆனா ஏழைக மட்டுல ரொம்பப்பிரியமா இருந்தாரு. வீட்டுல உள்ள பொருள்க, துணிகள ஏழைகளுக்குக் கொடுத்தாரு. அவுக அப்பாவுக்கு அது பிடிக்கல. அவருக்குச் சொத்து மேல ஆச. மகன் இப்படிச் சொத்த வீணாக்குறானேன்னு பிசப்புட்டச் சொல்லி அவன இப்படி இருக்க வேண்டாம்னு கண்டிக்கச் சொன்னாரு. ஆனா பிரான்சிஸ், உன் சொத்து வேண்டாம். கடவுள்தான் என் தந்தை. வேற தந்தை இல்லன்னு சொன்னாரு. அதுமட்டுமில்ல நீ கொடுத்த துணிககூட வேண்டாம்னு எல்லாத்தயும் அவர்ட்ட கொடுத்திட்டு நிர்வாணமா புதுவாழ்வத் தொடங்கப் யோயிட்டாரு. அவரப்பத்திச் சொன்ன எல்லாரும் இந்த நிகழ்ச்சியச் சொன்னாங்க. இந்த நிகழ்ச்சி என்ன ரொம்பவே பாதிச்சது. இந்த நிகழ்ச்சிய நல்லா யோசிச்சோம்னா இது ஒரு தங்கச் சுரங்கம்னு புரியும். புதுசு புதுசா யோசனைக வந்துக்கிட்டே இருக்கும். இதப்பத்தி நானு யோசிக்காத நாளு இல்ல.”

ஒரு சில வினாடிகள் அமைதியாக இருந்தார். பிறகு உணர்ச்சியுடன் கூறினர், “அம்மா, நானு படிக்காதவன். படிச்சவுங்க புத்தியில ஆயிரக்கணக்கான நினைவுக பதிஞ்சிருக்கும். அது அவுங்க மனச நெறைச்சிருக்கும். புதுக் கருத்துக்கு அங்க இடமில்ல. எனக்கு அப்பிடி இல்ல. எந்தக் கருத்தும் மனசுல இல்ல. திறந்த பாத்திரமா இருக்கு. எதனாலும் அதுல போடலாம். நிலத்தோட உள்ள அனுபவந்தான் இருக்கு. அதனால சுதந்திரமா யோசிக்க முடியிது. எத்தனையோ கருத்துக்கள இதுல இருந்து யோசிச்சிருக்கேன். ஆனா யாருட்டயும் சொன்னதில்ல. சொன்னா கேக்கவா போறாங்க. கேட்டுத்தான் என்ன செய்யப் போறாங்க. பைத்தியக்காரன்னு திரும்பவும் சொல்வாங்க.”

“தாத்தா, நீங்க சொல்லுங்க. நானு கேக்கேன்.”

“பிரான்சிஸ் தனது அப்பாவப் பாத்து எனக்கு இவரு அப்பா இல்ல. விண்ணகத்துல இருக்கிறவர்தான் என் அப்பான்னு சொன்னாருல. அத ரொம்ப ஆழமா நெனைச்சிப் பாத்தேன். அம்மா, இந்த உலகத்துல எல்லாப் பிரச்சினைகளுக்கும் அடிப்படைக் காரணம் நாம சரின்னு ஏத்திருக்கும் குடும்பங்கிற அமைப்பு முறைதான். அதுதான் உசந்தது, உண்மையானது. உன்னதமானது, சரியானது, மாற்றக் கூடாதது, மாற்ற முடியாதது, மனித நாகரீகமே இந்தக் குடும்பங்கிற அமைப்பு முறையில இருந்துதான் வந்ததுன்னு நாம ரொம்பத் தூக்கிப் பிடிக்கோம். ஆனா பிரான்சிஸ் இந்தக் குடும்பங்கிற அமைப்பு

முறையக் கேள்வி கேக்குறாருன்னு நானு நெனக்கேன். ரொம்ப ஆழமா யோசிச்சா குடும்பங்கிற அமைப்பு முறைதான் அனைத்துப் பிரச்சினைகளுக்கும் அடிப்படையான பிரச்சினன்னு புரியும். கேக்குறயா?"

"கேக்குறேன் தாத்தா."

"நானு சொல்றது ரொம்ப அதிர்ச்சியா இருக்கும். ஆனா நீயா யோசி. ஒடனே மறுத்துப் பேசாத. நானு சொல்றேன்னும் ஏத்துக்கிடாத. அம்மா, அடிமைத்தனத்தின் உச்சகட்டம் குடும்பங்கிற அமைப்புன்னு நானு நெனைக்கேன். எல்லா அடிமைத்தனத்தையும் எதுக்குறோம். ஆனா இந்தக் குடும்பங்கிற அமைப்புமுறைய மட்டும் எதுக்காம அத மனுச நாகரீகத்தின் உச்சகட்டம்னு சொல்லி அதப் போற்றுறோம். ஆனா ஆசைகளுக்கு அடித்தளமிடுறதே குடும்பங்கிற அமைப்பு முறைதான். நானு, எம் மனைவி, எம் பிள்ளைக, அதுக நலம்தான் முக்கியங்கிறது இந்த அமைப்பு முறை. அதுக்கு மாத்தே இல்லன்னு சொல்றோம். எனக்கு எங்குடும்பத்துக்கு அப்படிங்கிற எண்ணம் இதுல முழுசுமா இருக்கு. இந்த அமைப்புல பகிர்தல் இல்ல. ஆனா பிரான்சிஸ் பகிர்தல் முக்கியம்னு நெனைக்காரு. இருக்கிற எல்லாத்தையும் ஏழைகளோட பகிர்கிறாரு. அது அவுக அப்பாவுக்குப் பிடிக்கல. ஒரு உண்ம புரியுது. இந்தக் குடும்பங்கிற அமைப்பு முறைய ஒழிக்காம நம்மால பகிர முடியாதுங்கிற ஞானம் அவருக்குக் கெடைக்குது. பகிர்தல் எங்க இருக்கும்னு யோசிக்கிறாரு. அப்பத்தான் இயற்கைய நோக்கித் திரும்பணுங்கிற ஆச அவருட்ட வருது. இயற்கையினாலே எல்லாருக்கும் சொந்தங்கிற கருத்து இருக்கு. அங்க பகிர்வுங்கிறது மிகவும் தானா இருக்கு. அத உணர்ந்த பிரான்சிஸ் எனக்கு அப்பா இவரு இல்ல. விண்ணகத்துல இருக்கிறவர்தான் என் அப்பான்னு சொல்றாரு. எப்ப இப்பிடிச் சொன்னாரோ அப்பத்தான் அவரு குடும்பங்கிற அமைப்பு முறைக்கு மாற்றானதா இயற்கையை நோக்கிப் போனாரு.

ஆனா அவரச் சரியா புரிஞ்சிக்கிடல. அவரு துறவி. அதனால குடும்பத்தத் துறந்தாரு. அப்பாவ வேண்டாம்னு சொன்னாரு. இது துறவிகளுக்கு பிரான்சிஸ் சொல்ற பாடம். அதனால துறவிக குடும்பத்துல இருந்து விலகி இருக்கணும்னு அவரு செயலுக்கு விளக்கம் கொடுக்க ஆரம்பிச்சாங்க. அவரு அப்பாவ வேண்டாம்னு சொன்னப்ப அவரு துறவி இல்ல. ஒரு சாதாரண இளைஞன். பிற்காலத்துலதான் அவரு துறவியா ஆனாரு. குடும்பங்கிற அமைப்ப

உடைச்சு வெளியேறுறதுதான் இயற்கைக்குத் திரும்புறதுன்னு அவரு சொல்லாமச் சொல்றாரு. உலகத்துல பிறக்கும் ஒவ்வொரு மனுசனுக்கும் இறைவன்தான் அப்பா. அப்ப உலகத்துல அப்பா இல்ல. உலகம் முழுசுக்கும் கடவுளுதான் அப்பா. உலகம் முழுசும் ஒரே குடும்பம். இந்த ஞானத்த, இந்தப் பக்குவத்த மனுசன் அடையணும். இதத்தான் நானு ஆன்மீகம்னு சொல்வேன். அத பிரான்சிஸ் அடைஞ்சாரு. இன்னைக்குக் குடும்பங்கிற அமைப்ப உடைச்சுக்கிட்டு எத்தனபேரு வெளிய வருவாங்க. குடும்பங்கிற அமைப்பு தவறானது, அடிமைத்தனமானது, சுயநலம் நிறைஞ்சது, அனைத்துப் பிரச்சினைகளுக்கும் அதுதான் அடித்தளமிடுதுன்னு எத்தனபேரு சொல்வாங்க? நாம செல்ல வேண்டிய தூரம் ரொம்பமா."

"எனக்கு நெனைக்கவே என்னவோ போல இருக்கு. குடும்பங்கிற அமைப்ப எப்பிடி உடைக்க முடியும்? அதுக்கு மாற்று என்ன? அப்படின்னா யாருனாலும், யாருட்டனாலும் உறவு வைச்சுக்கிடலாமா? பிறக்கும் பிள்ளைக கதி என்ன? அதுக்கு யாரு அப்பன்? தாத்தா, நீங்க என்னென்னவோ சொல்லி அதுக்குப் புனிதருதான் முன்னோடின்னு நீங்களா விளக்கம் கொடுக்கீங்க."

"வேளாங்கண்ணி, நீ குடும்பங்கிற அமைப்புமுறை சரின்னு நெனச்சிக்கிட்டு அந்த அடிப்படையில கேள்வி கேக்குற. அப்ப எல்லாம் தப்புன்னு தெரியும். இயேசு பிறப்பப் பாத்தா அவரு குடும்பங்கிற அமைப்பு முறைய உடைச்சிப் பிறந்தாருன்னு துணிஞ்சி சொல்லலாம். இயேசு தன் குடும்பம்னு என்னைக்கும் குறிப்பிடல. யாரு என் தாய்? யாரு என் சகோதர சகோதரிக? நீங்கதான் என் சகோதர சகோதரிகன்னு மக்கள்ட்ட சொல்றாரு. அவரு குடும்பம்னு சொல்லி அதுல வாழல. அவரும் தனக்கு ஒரு குடும்பத்த அமைக்கல. இறைவன்தான் தனது தந்தையின்னு திரும்பத் திரும்பச் சொன்னாரு. குடும்பங்கிற அமைப்பு முறைய விட்டுட்டு வெளிய வா. அப்ப கேள்வியே எழாது. ஆயிரக்கணக்கான வருசங்களா குடும்பங்கிற அமைப்பு முறைய ஏத்துக்கிட்ட நாம அதுல இருந்து வெளிவருறதுக்கு இம்மி அளவு கூட யோசிக்கல. யோசிச்சிருந்தா இப்ப உலகம் சொர்க்கமா இருந்திருக்கும்."

"இத என்னால இம்மி அளவுகூட ஏத்துக்கிட முடியல."

"நீ ஏத்துக்கன்னு சொல்லல. சுயமா யோசின்னு சொல்றேன். பிரான்சிசின் இந்த அனுபவத்துக்கு இன்னொரு விளக்கமும் இருக்கு. அப்பா - பிள்ளைன்னு சொல்லும்போது அப்பாவுடைய

சொத்துக்களெல்லாம் மகனுக்குங்கிற கருத்தும் இருக்கு. இறைவன அப்பான்னு சொல்லும்போது உலகத்து சொத்து எல்லாம் கடவுளுடையது. அந்தச் சொத்துக்களெல்லாம் அவரது பிள்ளைகளுக்குத்தான் அதாவது நம்ம எல்லாத்துக்கும் சொந்தம். அப்ப நிலம் தனியுடமையில்ல. பொது உடமைன்னு புரியும். பிரான்சிஸ் நல்லா புரிஞ்சிதான் கடவுளுதான் என் அப்பான்னு சொல்லியிருக்காரு. கடவுள் நிலத்தப் படைச்சி, அத எல்லாத்துக்கும் கொடுத்தாரு. அந்த நெலத்த சிலரு அபகரிச்சி தங்களுடையதுன்னு சொல்லி தங்களப் பணக்காரங்களா ஆக்குனாங்க. பிரான்சிஸின் தந்தையும் அப்படிப் பட்டவருதான். அவருட்ட பகிர்தல் இல்ல. கடவுள் எல்லாத்துக்கும் கொடுத்தத தனக்கு மட்டுமே கொடுக்க தந்தை விரும்புறாருன்னு நெனச்சித்தான் அது பிடிக்காம கடவுள்தான் என் தந்தைனு பிரான்சிஸ் சொன்னாரு. அது மூலமா நெலம் எல்லாருக்கும் சொந்தம்னு தெளிவாக்குனாரு. இது ஆன்மீகத்தின் அடுத்த கட்டம். அப்படி நெனச்சதுனாலதான் இயற்கையோட அவரால வாழ முடிஞ்சது."

"அப்படியா தாத்தா? நீங்க சொல்றது நல்லாத்தான் இருக்கு. ஆனா கொஞ்சங்கூட ஏத்துக்கிட முடியல."

"இதையே ஏத்துக்கிடத் தயங்கினா இனும நானு சொல்லப் போறத எப்பிடி ஏத்துக்கிடுவ?"

"என்ன தாத்தா. இன்னைக்கு என்னென்னமோ சொல்றீங்க?"

"எனக்கு இந்த உலகத்து அப்பா வேண்டாம், விண்ணுலகத்துல இருக்கிறவர்தான் என் அப்பான்னு சொன்ன பிரான்சிஸ் என்ன செய்தார் தெரியுமா? அவரு போட்டிருந்த உடைகளையெல்லாம் மக்கள் முன்னால கழட்டிப் போட்டுட்டு வெத்து உடம்பா, நிர்வாணமாப் போனாரு. இயற்கைய நோக்கிப் போறதுன்னா நிர்வாணமாப் போறது. நிர்வாணமா வாழ்றது. ஆணும், பெண்ணும் இயல்பா, இயற்கையா வாழ்றது. செயற்கையின் ஒரு துளி கூட அங்க இல்ல. போலி இல்ல. வேசமில்ல. நடிப்பு இல்ல. ஒளிப்பு இல்ல. மறைப்பு இல்ல. இதோ இதுதான் நானுன்னு எல்லாரும் எல்லாருக்கு முன்னாலயும் அறிவிச்சி வாழ்றது."

"தாத்தா, நீங்க ரொம்ப மோசமாப் பேசுறீங்க?"

"எதுமா மோசம்? இயல்பா இருக்கிறதா மோசம்? இன்னைக்கு என்ன நடக்குது? உடலத் துணியக் கொண்டு மூடிட்டு பாலின உறுப்புக்களை மையப்படுத்தி எப்பப்பாத்தாலும் பாவம் பாவம்னு

மோக பாவத்தையே சொல்றோம். அதுதான் அறநெறின்னு சொல்றோம். மத்தவைகளப் பத்திச் சொன்னாலும் இதுக்குத்தான் முக்கியத்துவம் கொடுக்கோம். மனுசன பெரும்பாலும் இதன் அடிப்படையிலதான் பாவின்று தீர்ப்பிடுறோம். அவன என்னைக்குமே குற்ற உணர்வுல, பாவிங்கிற மனநிலையிலேயே வாழ வைக்கிறோம். ஆனா உலகத்துல எம்புட்டோ மோசமான காரியங்க நடக்கு. சொத்துச் சேக்குறான். கஷ்டப்படும் மக்களுக்கு உதவணும்னு நெனைக்காம அநீதியான விதத்துல மேலும் மேலும் சொத்துக்கள வாங்கிக் குவிக்கான். அதுதான் மிகப் பெரிய மோசடி. மிகப் பெரிய பாவம். எல்லாத் துன்பத்துக்கும் அதுதான் அடிப்படைக் காரணம். அது மோசமானது, கேவலமானது, தப்பானதுன்னு நம்ம அறநெறி கூறுறதில்ல. அடுத்தவன. அடுத்தவளப் பாத்தா அது பாவம். நீ நரகத்துக்குப் போவன்னு அது இதுன்னு சொல்லி அவனுக்குக் குற்ற உணர்வக் கொடுத்துட்டு அறநெறிகள உடம்புல இயற்கையா இருக்கிற பாலின உறுப்போடத் தொடர்புபடுத்திச் சொல்றாங்க. இதப் பத்தி ரொம்ப யோசிக்கணும்? இயற்கைய நோக்கித் திரும்புறதுன்னா ஆடையில்லாம இயற்கையா வாழ்றதுன்னு அர்த்தம். எல்லாரும் ஆடையில்லாம இருந்தா இதுபோல பேசுவோமா? நிர்வாணமா இருப்பது அவமானமில்லமா. சொத்துச் சேக்கிறதுதான் அவமானம். ஆடையில்லாம இருக்கிறதுதான் ஆன்மீகத்தின் அடுத்த கட்டம்."

"கேக்குறதுக்கே காது கூசுது. அருவருப்பா இருக்கு. உங்க கருத்துக்கு பிரான்சிசையும் துணைக்குக் கூப்பிடுறீங்க. நீங்க இப்பிடிப் பேசுனீங்கன்னா நாங்க இயற்கையோட வாழ வேண்டாம். இப்படியே இயற்கைய அழிச்சிக்கிட்டு, செயற்கையாகவே இருக்கோம்னுதான் எல்லாரும் சொல்வாங்க."

"அதனாலதான் சொல்றேன் நாம வளர்ச்சின்னு ரொம்பத் தூரம் இயற்கையிலயிருந்து விலகி வந்துட்டோம். கொண்ட ஊசி மாதிரி முழுசுமா திரும்பி கொஞ்சங் கொஞ்சமா நடந்துக்கிட்டே இருக்கணும். எத்தனை தலைமுறை நடக்கணுமோ தெரியல. ஆனா இலக்குத் தெளிவா இருக்கணும். இலக்கு இயற்கை. அத நோக்கி நாம போகணும். அப்படி பிரான்சிஸ் வாழ்ந்தார். அதனாலதான் அவரால சூரியனைச் சகோதரனா பாக்க முடிஞ்சது. நிலவச் சகோதரியாக் கருத முடிஞ்சது. பன்னி, ஆடு, கோழி, குருவி இதுகளச் சதோதர சகோதரிகளாப் பாக்க முடிஞ்சது. இப்ப ஒரே ஒரு ஆரோக்கியமான சூழ்நில என்னன்னா திருச்சபைக்குப் புதிய திருத்தந்தையத் தேர்ந்தெடுத்திருக்கிறோம். வரலாற்றுல முதன் முதலா அவரு புனித பிரான்சிஸ்பேர வச்சிருக்காரு.

ரொம்பச் சந்தோசமா இருக்கு. பிரான்சிஸ் கடைப்பிடிச்ச வாழ்க்க முறைய புதிய திருத்தந்தை திருச்சபைக்குக் கொடுத்தாருன்னா நல்லா இருக்கும்னு நம்புறேன். ஓரளவு கொடுக்காரு. இன்னும் அதிகமாக் கொடுக்கணும். அப்ப திருச்சபையின் பயணம் இயற்கைய நோக்கிய யாத்திரையாக மாறும். உலகத்துக்குத் திருச்சபை வழிகாட்டும்."

"எனக்கு ரொம்பக் குழப்பமா இருக்கு தாத்தா. இங்க வரும்போது ரொம்பச் சந்தோசமா வந்தேன். இப்ப சந்தோசம் எல்லாம் போயிருச்சி. எதுவுமே செய்ய முடியாதோங்கிற கையாலாகாத்தனம் எங்கிட்ட வருது."

"குழம்புனாத்தான் தெளிவு பிறக்கும். சிங்காரவனத்துல ஆதாம், ஏவாள் நிர்வாணமா மகிழ்ச்சியா இருந்தாங்க. தாங்க நிர்வாணமா இருந்ததா நெனைக்கல. வஞ்சகப் பேய் செயற்கைங்கிற கனியக் கொடுத்துச்சு. அதத் தின்னாங்க. தாங்க நிர்வாணமா இருக்கிறதா உணர்ந்தாங்க. இலைகள ஆடையா அணிந்தாங்க. ஆனா இன்னும் அந்தச் செயற்கைக் கனிகளத் தின்னுக்கிட்டே இருக்கோம். அத விடணும். அத விட்டாத்தான் நாம இயற்கைய நோக்கிப் போக முடியும். நிர்வாணமா இருக்கிறோங்கிறத உணர மாட்டோம். அதுதான் இயற்கையானதுன்னு நெனப்போம். அங்க வன்புணர்ச்சி இருக்காது. பெண்களக் கேவலமாப் பாக்க மாட்டோம். அப்ப நாம வாழ்ற இடம் சிங்காரவனமா இருக்கும்."

"நீங்க என்னென்னமோ புதுப் புது விளக்கம் கொடுக்கிறீங்க. ஏத்துக்கொள்ள முடியல."

"நாம மதம் கொடுத்த நம்பிக்கைகள மனசுல வச்சிக்கிட்டு அதனடிப்படையிலயே சிந்திக்கிறதுனால மத்தவைக எல்லாம் தப்பாத் தெரியுது. நீ சொல்ற அடிப்படையிலயே சிந்திப்போம். அந்தக் காலத்தில இருந்து இப்பவர நாம அறநெறிகளக் கடைப்பிடிச்சிருக்கோம். அப்ப உலகம் மாறியிருக்கணுமே? எல்லாரும் நிம்மதியா, அமைதியா, எந்தக் குறையும் இல்லாம, எல்லா நலன்களும் பெற்று, சமத்துவா, சந்தோசமா, வாழ்ந்திருக்கணுமே? இல்லயே. அதுல இருந்தே தெரியுதா நாம சரின்னு ஏற்று கடைப்பிடிக்கும் அறநெறியில ஏதோ தப்பு இருக்குன்னு. அப்படி ஏன் நினைக்கிறதில்ல. சரிமா, நம்ம மதத்து நம்பிக்கையிலயே பேசுவோம். தூய ஆவிக்கு விரோதமான பாவம் மன்னிக்கப்படாதுன்னு இயேசு சொல்றாரு, அது என்ன பாவம்? சொல்லு."

“தெரியல தாத்தா.”

“இயேசு சொன்னத அந்தந்த காலத்துக்குத் தகுந்தபடி புரிஞ்சிக்கிட்டு விளக்கம் கொடுக்காங்க. அதனாலதான் அவரு வாக்கு உயிருள்ளது, அழியாததுன்னு சொல்றோம். இயேசு சொன்ன இந்த வாக்க நானு எப்படி புரிஞ்சிக்கிடுறேன் தெரியுமா? பழைய ஏற்பாட்டுல என்ன படிக்கோம் தெரியுமா? தூய ஆவி உலகத்துமேல நிழலாடிக்கிட்டு இருந்தாருன்னு படிக்கோம். இயேசு சொன்னதுக்கும், பழைய ஏற்பாட்டுக்கும் தொடர்பு இருக்கு. இயற்கையச் சிதைக்கிறங்கிறது உலகத்துல அதாவது இயற்கையில நிழலாடிக்கொண்டிருக்கும் தூய ஆவியைச் சிதைக்கிறதுன்னு அர்த்தம். அதத்தான் இயேசு சொல்றாரு.”

“இன்னும் விளக்கமா சொல்லுங்க தாத்தா.”

“இயற்கையச் சிதைக்கும் எவனும் இயற்கையில நிழலாடிக்கிட்டு இருக்கும் தூய ஆவியான இறைவனச் சிதைக்கிறான்னு அர்த்தம். அதுதான் மன்னிக்க முடியாத பாவம். இயற்கை எல்லாருக்கும் பொதுவானது. எல்லாருக்கும் பொதுவான நிலத்த அபகரிச்சு, தனதுன்னு சொல்றான்னா அவன்தான் மிகப்பெரிய திருடன்னு அர்த்தம். அதுதான் மன்னிக்க முடியாத பாவம், பூமில துளையப் போட்டு குழாயவச்சி நீர உறுஞ்சி எடுக்கிறாம்னா அவன் நிலத்த ரொம்ப மோசமாக் கற்பழிச்ச குற்றவாளி. இதுதாம்மா நெசம். இதுமாதிரி சொல்லிக்கிட்டே போகலாம். இதுதாம்மா தூய ஆவிக்கு விரோதமான பாவம். இதுக்கு மன்னிப்பே கிடையாது. மற்ற பாவம் எல்லாம் மன்னிக்கப்படும். இந்த ஆன்மீகம் வளரணும். இதத்தாம்மா இயேசு சொல்றாரு. விவிலியம் சொல்லுது.”

“நீங்க சொல்ற விசயங்கள ரொம்பவே யோசிக்கணும் தாத்தா.”

“நானு கெழவன். தொண்ணூறு வயசுக்கு மேல ஆகுது. நீ சின்னப் பிள்ள. நீதான் யோசிக்க ஆரம்பிக்கணும். மக்கள இயற்கைய நோக்கித் திருப்பணும்.”

“தாத்தா நானு சின்னப்பிள்ள இல்ல. எனக்கும் அம்பது வயசுக்கு மேல ஆயிருச்சி.”

“என் வயதோட ஒப்பிட்டா நீ சின்னப்பிள்ளதான். நீ யோசி. இயக்கத்தினரோட யோசி. இயற்கைட்ட நம்ம மக்க திரும்ப இயக்கமா யோசிங்க.”

மேற்கொண்டு பேச முடியாமல் இருமல் அவரைத் தடுத்தது. “அம்மா, ரொம்ப நேரம் பேசிட்டேன். சோர்வா இருக்கு. கொஞ்ச

நேரம் கண்கள மூடுறேன். நீ அப்படியே சுத்திப்பாரு. பழங்கள பறிச்சி வயிறு முட்டத்தின்னு.”

வேளாங்கண்ணியின் பதிலுக்காகக் காத்திருக்காமல் வெற்றுடம்புடன் இருந்த அவர் அப்படியே படுத்தார். அடுத்த நிமிடமே தூக்கம் அவரைத் தழுவியது.

வேளாங்கண்ணி எழவில்லை. தூங்கும் பிச்சைமுத்தை ஆச்சரியம் கலந்த வியப்புடன் இமைக்காமல் பார்த்தார். இவருக்கு எங்கிருந்து இந்த ஞானம் வந்தது என்று சிந்தித்தபடியே பார்த்தார். மலரைப் பார்த்து ரசிப்பதைப் போல அவரைப் பார்த்து ரசித்தார். உடலின் ஒவ்வொரு பகுதியையும் பார்த்து வியந்தார். ‘தலைமுடி...! அம்புட்டும் நரைச்சிருச்சி. நல்லாச் சூப்புன பனங்கொட்ட மாதிரி வெள்ள வெள்ளேருன்னு பஞ்சு மாதிரி இருக்கு. முகம்...! அதுலதான் எத்தன சுருக்கங்க. நல்லா பழுத்த பஞ்சவர்ண மாம்பழத்தோலு சுருங்குனது மாதிரி சுருங்கியிருக்கு. நெஞ்சு...! முழுசுமா நரச்சமுடி. வெள்ளயடிச்ச சுவர் மாதிரி இருக்கு. கை...! ரொம்பக் கருப்பு. அண்டங்காக்கா மாதிரி இருக்கு. ஆனா உலக்க மாதிரி உறுதியா இருக்கு. உள்ளங்கை...! வெள்ளையில கருத்த மை தடவுன மாதிரி. மஞ்சணத்திப் பழமா இருக்கு. ஆனா உழைச்சி உழைச்சி கருத்துப்போயி இரும்பா இருக்கு. இந்த வயசுல எம்புட்டு அழகா இருக்காரு...? வயசு அதிகரிக்கும் போதுதான் அழகு கூடுமோ?’

அவரைப் பார்த்தபடியே இருந்த அவர் எழுந்தார். நண்பகல். வெயில் காய்ந்தது. ஆனால் வெயிலின் உக்கிரத்தை மர நிழல் தணித்தது. காற்றும் மென்மையாக வீசியது. மிகவும் இனிமையான உணர்வை அந்த நண்பகல் கொடுத்தது.

குளித்தால் நன்றாக இருக்கும்போல் தோன்றியது. கிணற்றைப் பார்த்தார். இறங்கிச் செல்வதற்கான படிகள் இருந்தன.

பிச்சைமுத்தை பார்த்தார். அவர் நிம்மதியாக உறங்கிக் கொண்டிருந்தார்.

கிணற்றில் இறங்கினார். ஆடைகளைக் களைந்து படிகளில் வைத்தார். ஒரு சில படிகளுக்கு மேலிருந்து தண்ணீருக்குள் தொப்பென்று குதித்தார். நீரில் மூழ்கிய அவர் நீரை அமுக்கி மேலே வந்தார். தன்னை மறந்து ஆனந்தமாக நீந்தினார். சிறு வயதில் மற்ற சிறுமிகளுடன் குளத்தில் ஆனந்தமாகக் கும்மாளமிட்டபடி நீச்சலடித்துக் குளித்தது ஞாபகத்திற்கு வந்தது. சிறு பிள்ளைபோல மகிழ்வுடன் இங்கும் அங்கும் நீந்தினார். உடல் முழுவதும் தண்ணீர்

நன்றாகப் படட்டும் என்று தண்ணீரில் மூழ்கினார். நீருக்கும் தனக்கும் மிக நெருக்கமான உறவு ஏற்படுவதாக உணர்ந்தார். 'கிணத்துல நீந்தும்போது படபடன்னு சத்தம் போட்டுக்கிட்டே தண்ணி என் உடல எவ்வளவு ஆனந்தமாத் தழுவுது.' பரவசமாக இருந்தது.

அப்போது மனதில் ஏதோ நெருடல் ஏற்பட்டது. அண்ணாந்து பார்த்தார். மேலேயிருந்து பிச்சைமுத்து தன்னையே பார்ப்பதைக் கண்டு திடுக்கிட்டார். அவசர அவசரமாக நீந்தி படியை அடைந்து அதில் ஏறினார். தனது ஆடைகளுக்குள் தன்னை மறைத்தார்.

"அவசரப்படாத. மெதுவாக் கட்டு. துணியெல்லாம் நனையப் போகுது. மொதல்ல நல்லாத் துவட்டு."

வேளாங்கண்ணி ஏற்கெனவே கோபத்தின் உச்சியில் இருந்தார். 'ஒரு பொம்பள குளிக்கிறாளே. அவளப் பாக்குறது தப்புன்னு கொஞ்சங்கூட நெனைக்கலயே? இன்னும் நல்லாப் பாக்கணும்னு மெதுவா சேலயக் கட்டுன்னு சொல்றாரே? இவரெல்லாம் ஒரு மனுசரா? எவ்வளவு உசத்தியா இந்த ஆள நெனைச்சேன். சே... படு கேவலமான, மோசமான, அருவருப்பான ஆளா இருக்காரு. இவரு இதுவர பேசுனது எல்லாம் வெளி வேசமா? நிர்வாணம் அது இதுன்னு சொன்னதெல்லாம் என்ன மயக்கவா? இனிம இந்த ஆளோட எந்தத் தொடர்பும் வச்சிக்கிடக் கூடாது. இந்த வயசுலகூட என்ன ஏதாவது செஞ்சாலும் செஞ்சிருவாரு. மயக்கப் பொடி கூட வச்சிருக்கலாம். சீக்கிரமா இங்க இருந்து போயிரணும்.' அவருக்கு முதுகைக் காட்டியபடி அவசர அவசரமாக சேலையை விரைந்து கட்டினார். படிகளில் ஏறி மேலே வந்தார்.

பிச்சைமுத்து அவரை நோக்கி மெதுவாக வந்தபடியே சொன்னார். "அம்மா, நீ என்ன நெனக்கிறன்னு எனக்கு நல்லாத் தெரியுது. குளிக்கிற பொண்ண இப்படிப் பாக்குறானே? இவனெல்லாம் ஒரு பெரிய மனுசனான்னு நெனைக்கிற. நல்லா நென. ஏன்னா இந்த நெனப்பத்தான் மதம் உங்கிட்டக் கொடுத்திருக்கு."

அவர் சொல்வதைக் கேட்கும் மனநிலையில் வேளாங்கண்ணி இல்லை. தன்னருகில் அவர் வருவதைக் கண்டு இன்னும் அதிகமாகக் கோபப்பட்டார். அவரைக் கோபமாகத் திட்ட வேண்டும் என்று திரும்பினார்.

"அம்மா, எல்லாரும் பாவிக. எல்லாம் பாவம். அந்த எண்ணத்தத் தான் மதம் உங்கிட்டக் கொடுத்திருக்கு. அந்தக் கண்ணோட்டத்தோட என்னப் பாத்துத் தீர்ப்பிடுற. வயலப் பாரு. இங்க பயிர், செடி, கதிர்,

மரம், பூ, காய், பழம், பறவைக எல்லாத்தயும் அணு அணுவா ரசிச்சேன். இயற்கையின் அற்புதக் கொடைய நெனைச்சி ஆனந்தமாக் கூத்தாடினேன். அதே கண்ணோட உன்னப் பாத்தேன். உன் அழகரசிச்சேன். உன் அழக மட்டும் ஏன் ரசிக்கக்கூடாதுன்னு நெனக்க? ஏன்னா மதம் அப்படி சொல்லியிருக்கு. அந்த மதந்தான் உன்ன வழி நடத்துது. அந்த மதம் சொல்றததுதான் சரியான எண்ணங்கிறது இன்னும் உம் மனசுல இருக்கு. அதுல இருந்து விடுபடணும்னு நானு சொல்றேன். மதந்தான் ஆடையப் போடுன்னு செயற்கைய புகுத்துச்சு. எல்லாரும் நிர்வாணமா இருந்திருந்தோம்னா இந்த நெனப்பு உங்கிட்ட வந்திருக்குமா? இந்த எண்ணத்தக் கொடுத்திருக்குமா? அடுத்தவுங்க தப்பானவுங்கன்னு தீர்ப்பிட்டிருக்குமா? விலகி ஓடணுங்கிற எண்ணத்த மனசுல தூண்டியிருக்குமா? ஆரோக்கியமான எண்ணங்களக் கொடுக்காம மதம்தான் நம்ம மனசக் கெடுத்திருச்சி. இதுல இருந்து முழுசுமா விடுபடணும்.”

“உங்க செயல நியாயப்படுத்த வேண்டாம். செடிக, பூச்சிக, பறவைகளும் நானும் ஒண்ணா?” மிகவும் கோபமாகக் கேட்டார்.

“எல்லாமே உயிரனங்கதான். அதுல மேலான உசுரு, கீழான உசுருன்னு பாகுபாடு இயற்கயில இல்ல. அதனாலதான் பிரான்சிஸ் சூரியனையும், சந்திரனையும் தனது சகோதர சகோதரிகளாப் பாத்தாரு. ஒரு செடி வாடுனாக்கூட நானு கவலப்படுவேன்.”

அவர் சொல்லி முடிக்கும் முன்பே குறுக்கிட்டார். “உங்க பேச்சு அருவருப்பா இருக்கு. வக்கிரம் பிடிச்ச ஆளு நீங்க.” கோபமாகக் கத்தினார்.

பிச்சைமுத்து நிதானமாகப் பேசினார். “உன் கருத்துப்படியே பேசுறேன். மத்த உயிரினங்களுக்கும், நமக்கும் வித்தியாசம் இருக்குன்னே பேசுவோம். கடவுள் ஐஞ்சு அறிவுள்ள எல்லா உயிர்களயும் மொத ஐஞ்சு நாளுல படைச்சாரு. ஆறாம் நாளு ஆணப் படைச்சாரு. அதுக்குப் பிறகுதான் பெண்ணப் படைச்சாரு. கடவுள் படைச்சதுல ரொம்ப ஒசந்த, உன்னதமான, அழகான படைப்பு பெண். அதுதான் அவரது கடைசிப் படைப்பு. அழகின் மொத்த உருவம் பெண். அந்தக் கண்ணோட்டத்துலதான் உன்னப் பாத்தேன். உன் அழக ரசிச்சேன். இது எனக்குத் தப்புன்னு தோணல.”

பிச்சைமுத்து சொல்வதை அவரால் ஏற்றுக்கொள்ளவும் முடியவில்லை. விலக்கவும் முடியவில்லை. குழம்பினார்.

பிச்சைமுத்து அவர் அருகில் மிகவும் நெருங்கி வந்தார். கண்களையே உற்றுப் பார்த்தார்.

பிச்சைமுத்தின் செயல் ஏற்கெனவே குழப்பத்தில் இருந்த வேளாங்கண்ணியை இன்னும் எரிச்சலடையச் செய்தது.

“எதுக்கு இந்த ஆளு கண்ணையே பாக்குறாருன்னுதான நெனக்கிற. உன் கண்ணுல நானு இருக்கேன். என்னத்தான் அதுல பாக்கேன். என் அழக ரசிக்கேன். வெள்ளைமுடி, சுருக்கம் விழுந்த முகம், உடலை மறைக்கும் நரைத்த முடி, பருத்த கைகள், கருத்த உள்ளங்கை... ஒவ்வொண்ணா ரசிக்கேன். உன் கண்க என்னைப் பிரதிபலிக்கு.”

வேளாங்கண்ணி ஆச்சரியப்பட்டார். மாறுபட்ட கோணத்தில் சிந்தித்தார். ‘எம் மனசுல ஆழமாப் பதிஞ்ச அவரது உறுதியான உடம்பு எனது கண்கள்ல பிரதிபலிக்கா? நானு எம்புட்டு நேரம் அவரப் பாத்தேன்? அணு அணுவா ரசிச்சேன். ஒரு கிழவன ரசிக்கிறேங்கிற உணர்வு கொஞ்சங்கூட இல்ல. இந்த வயசிலயும் இப்படி இருக்காரேன்னு ரசிச்சேன். எனக்கு அது தப்புனே படல. அதையே தாத்தா செஞ்சாரு. அதத் தப்புன்னு நெனச்சி ரொம்ப மோசமா எடை போட்டேன். எனக்கு ஒரு நியாயம், அடுத்தவருக்கு ஒரு நியாயமா? எம் மனசு சுத்தம். அவரு மனசு சாக்கடையா? நான் ஏன் இப்பிடி நடந்துக்கிட்டேன்? ஒருவேள தாத்தா சொன்னது மாதிரி மதம் சொன்ன அறநெறியில இருந்து இன்னும் நானு விடுபடலயோ? மத அறநெறியக் கொடுத்தது யாரு? பணக்காரங்களும், ஆதிக்க வர்க்கத்தினரும்தான? அந்த அறநெறிகள நானு எதுக்கு ஏத்துக்கிட்டேன்? அத ஏன் இன்னும் எதுக்காம இருக்கேன்? அத ஏன் என் மனசுல இன்னும் பாதுகாப்பா வச்சிருக்கேன்? அதுபடியே ஏன் நான் அடுத்தவுங்களத் தீர்ப்பிடுறேன்? தாத்தா சொன்னது மாதிரி இன்னும் செல்ல வேண்டிய பாதை ரொம்பத் தூரம் இருக்கோ? பல நூறு ஆண்டுகள் ஆகும்னு சொன்னாரே? அது நெசந்தானோ?’

அவரால் ஒரு முடிவிற்கு வர முடியவில்லை. சிந்திக்கச் சிந்திக்க அதிகம் குழம்பினார். அங்கிருக்க அவர் விரும்பவில்லை. அங்கே இருந்தால் ஏதாவது பேசி இன்னும் தன்னைக் குழப்புவார் என்று எண்ணினார். அமைதியாகச் சிந்திக்க வேண்டும் என்று எண்ணினார். பிச்சைமுத்திடம் எதுவும் சொல்லாமல் அங்கிருந்து விரைவாக வெளியேறினார்.

பிச்சைமுத்து அவர் செல்வதை எந்தவிதமான சலனமும் இல்லாமல் பார்த்தார்.

★★★

15

அடுத்து பயிரிடுவதற்கான வேலையை இலந்தக்குளம் மக்கள் மும்முரமாகச் செய்தனர். அவர்களை மகிழ்ச்சி நிறைத்தது. தனித்தனி குடும்பமாக வாழ்ந்தபோது இல்லாத மகிழ்ச்சி அது. மற்ற கிராமத்தார் தங்களை வியப்புடன் பார்க்கிறார்களே என்ற பெருமையும் அவர்களிடம் இருந்தது. இந்த நிலை தொடரவேண்டும் என்று விரும்பினர். இந்த மாற்றத்திற்குக் காரணமான நால்வரையும் அவர்கள் மதிப்புடன் நடத்தினர்.

பிச்சைமுத்தின் செயல்பற்றி வேளாங்கண்ணி அதிகம் யோசித்தார். அவரால் ஒரு முடிவிற்கு வர முடியவில்லை. ஆனால் பிச்சைமுத்தை முற்றிலும் தவறான கண்ணோட்டத்தில் பார்க்கும் பார்வையில் சிறிது மாற்றம் ஏற்பட்டது.

இலந்தக்குளம் மக்கள் இயற்கையைநோக்கித் திரும்பியிருப்பதைப் போல மற்றும் சில ஊர்களில் தலித் மக்கள் இணைந்து செயல்பட விருப்பம் தெரிவித்திருப்பதாகவும், அதற்குத் தன்னை உதவ அழைத்திருப்பதாகவும் நாட்டாமை, பிச்சைமுத்து, வேளாங்கண்ணி ஆகியோரிடம் செல்லையா கூறினார். இந்துக்களும், கிறிஸ்தவர்களும் இணைந்து வாழும் தலித் கிராமம் ஒன்றிலிருந்தும் அழைப்பு வந்திருப்பதாகவும் கூறினார். மூவரும் மிகவும் மகிழ்ந்தனர். செல்லையாவுடன் அந்தக் கிராமங்களுக்கும் செல்ல மற்ற மூவரும் விருப்பம் தெரிவித்தனர்.

“நம்மாலதான் இயற்கைய நோக்கி ரொம்ப இயல்பாத் திரும்ப முடியும். இயற்கைய நோக்கித் திரும்புறதுனா மரம் வளக்கிறது, சூரிய ஒளியப் பயன்படுத்தி மின்சாரம் தயாரிக்கிறது, காற்றாலைகளை அமைக்கிறதுன்னு சிலர் நெனைக்காங்க. அப்படியில்ல. இது ஆதிக்கச் சாதிக்காரங்க பார்வ. இயற்கைய நோக்கித் தங்க வாழ்க்கைய முழுசுமாத் திருப்பணும். அப்படித்தான் இலந்தக்குளத்து தலித் மக்க திரும்பியிருக்காங்க. அத நெனச்சா ரொம்பச் சந்தோசமா இருக்கு. மெதுவாகவே திரும்பட்டும். அவசரப்பட வேண்டாம். மதம் ஒரு தடையா இல்லங்கிறது ரொம்பப் பெருமைப்படவேண்டிய செய்தி. இதுதான் ஆன்மீகம். இந்த புது ஆன்மீகத்த நோக்கி ரொம்ப இயல்பா மக்க திரும்புறாங்க. இது வேர்விட ஆரம்பிச்சிருக்கு. இந்த நிலம

சிறிது சிறிதா ஆழமா வேர்விட்டு வளரணும். கட்டாயம் வளரும். ஆனா இதோட நாம திருப்தியடையக் கூடாது. இன்னும் விரிவாப் பாக்கணும். அதுக்கு நாம தயாராகணும்" என்றார் பிச்சைமுத்து.

அவரை வியப்புடன் பார்த்தார் வேளாங்கண்ணி. நிர்வாணம் பற்றிய அவரது எண்ணங்களை ஒதுக்கிவிட்டு அவரிடம் கேட்டார். "கொஞ்சம் விவரமாச் சொல்லுங்க தாத்தா"

"விவரமா சொல்றேம்மா. பெரிய நகரங்கள மாநகராட்சி, அடுத்து நகராட்சி, பேரூராட்சி, ஊராட்சின்னு அரசு பிரிச்சிருக்கு. அதுக்குத் தனியா தேர்தல் இருக்கு. அப்படிப் பாக்கும்போதுஅரசு நிர்வாகத்துல அடிமட்டத்துல ஊராட்சிக இருக்கு. இந்த ஊராட்சிகள்ல மட்டுந்தான் கட்சி அடிப்படையில தேர்தல் நடக்கல. ஒவ்வொரு ஊராட்சியிலயும் பல கிராமங்க இருக்கு. இங்கதான் பெரும்பாலும் விவசாயம் நடக்கு. இங்கதான் நம்ம ஆளுக கொஞ்சப் பேரு அரை ஏக்கரு முக்கா ஏக்கருன்னு நிலம் வச்சி விவசாயம் செய்றாங்க."

"நம்ம ஊரு மாதிரின்னு சொல்லுங்க" என்றார் நாட்டாமை.

"ஆமா. ஆனா இப்படிப்பட்ட ஊர்கள்லதான் மத்த சாதிக்காரங்க நிறையப்பேரு நம்மள மாதிரி கொஞ்சமா நிலம் வச்சிருக்காங்க. அவுங்களும் விவசாயம் செய்ய முடியாமத் திண்டாடிக்கிட்டு இருக்காங்க. இந்த விவசாயிகளயும் ஒண்ணு சேர்த்து கூட்டுறவு முறையில விவசாயம் செய்றதுக்கு பயிற்சி கொடுக்கணும்."

"தாத்தா, அவுங்க நிலத்தக் கூட்டுறவு விவசாயத்துக்குக் கொடுப்பாங்களா? கூட்டு வாழ்வுக்கு வருவாங்களா?"

"கூட்டு வாழ்வுக்கு கொஞ்சப்பேரு வரலாம். ஆனா நிறையப் பேரு வரமாட்டாங்க. ஆனா கூட்டுறவு விவசாயத்துக்குக் கட்டாயம் வருவாங்க."

"எப்பிடி இம்புட்டு உறுதியாச் சொல்றீங்க?"

"அதுக்கு வழி இருக்கு. விவசாயிகள நிலத்த ஊராட்சி குத்தகையா எடுக்கணும்."

"தங்கள் நிலத்த அவுங்க குத்தகைக்குக் கொடுப்பாங்களா?"

"கொடுப்பாங்க. நிச்சயம் கொடுப்பாங்க. எல்லாரும் கொடுப்பாங்க. குத்தகைக்குக் கொடுக்கிற விவசாயிகள மட்டும் கூட்டுறவுல சேக்கணும். அதோட பல சாதிகள்லயும் நிலமில்லாத விவாசாயக் கூலிக இருக்காங்க. அவுங்களையும் இந்தக் குழுவுல சேக்கணும்.

இந்தப் பொறுப்ப ஊராட்சிட்ட அரசு ஒப்படைக்கணும். இதுல இணைஞ்ச அம்புட்டுப்பேரையும் அரசு ஊழியர்களா அரசு அங்கீகரிக்கணும். அவுங்களுக்கு அரசு மாசச் சம்பளம் கொடுக்கணும். மற்ற அரசு ஊழியர்களுக்குக் கொடுக்கும் சம்பளத்துக்குச் சமமா, ஏன் அதுக்கு மேலாகவும் கொடுக்கணும். அப்படீன்னா யாரும் விவசாயத்தத் தாழ்ந்த வேலயாப் பாக்கமாட்டாங்க. இதுல சேர நானு நீயின்னு போட்டி போட்டுக்கிட்டு வருவாங்க. உற்பத்திய அரசாங்கமே நேரடியா எடுத்து, விலைய நிர்ணயம் செஞ்சி நியாய விலைக்கடைக மூலமா விக்கலாம். விலை உயராது. இடைத் தரகர்க இருக்கமாட்டாங்க. இப்ப நாம சரின்னு ஏத்துருக்கிற அமைப்புமுறை முழுசையும் தலைகீழா மாத்தணும். மாத்தலாம். மாத்தமுடியும். விவசாயிக ஒண்ணு சேர்ந்தா மாத்த முடியும்."

"நீங்க கனவு காண்றீங்க?"

"கனவுதாம்மா மாற்றத்துக்கு அடிப்பட. நாம நெனைச்சா நடக்கும். சரியாப் படிக்காதவுங்கள வாத்தியார்க நீ மாடு மேய்க்கத்தான் லாயக்குன்னு திட்டுவாங்க. இனும அப்படித் திட்ட முடியாது. மாடு, ஆடு மேய்க்கிறவுங்களும் அரசு ஊழியர்களா அங்கீகரிக்கப்படுவாங்க. அவுங்களுக்கும் மாசச் சம்பளம் இருக்கும். இந்த ஆடு மாடுகள வயல்கள்ல கிடைக்கும் போடலாம். வயல்களுக்கு இயற்கை உரம் கெடைக்கும். அரசாங்கம் செயற்கை உரங்களுக்குக் கொடுக்கிற மானியத்த ஆடு, மாடு மேய்க்கிறவுங்களுக்குச் சம்பளமாக் கொடுத்தாலே போதும். இயற்கை உரமும் கிடைக்கும். ஆடு, மாடு மேய்க்கிறவுங்க வாழ்வும் மலரும். கால் நடைக எண்ணிக்கையும் பெருகும். அரசாங்கம் நெனச்சா இதச் செய்யலாம். எதுவும் முடியாதுன்னு கெடையாது. எந்த அரசு விவசாயந்தான் முக்கியம்னு நெனச்சு, விவசாயிகள அரசு ஊழியர்களா அங்கீகரிக்குதோ அந்த அரசுதான் நீடிச்சி இருக்கும். அந்த அரசுதான் மக்கள் அரசு. அப்பத்தான் சமூகத்துல சாதி ஒழியும். ஏற்றத் தாழ்வு மறையும். சமத்துவம் மலரும்." பிச்சைமுத்து சிரித்தார். அவரோடு செல்லையாவும் சிரித்தார்.

கிளியூரில் பாலகர்களின் கல்லறைகளுக்குத் தனித்தனியாக வரும் வெளியூர் பக்தர்களின் வாழ்க்கையிலும் மிகப் பெரிய திருப்பங்களைக் காண முடிந்தது. பெரும்பாலோர் தங்களது பாரம்பரிய உணவுக்கும் திரும்பினர். மாட்டுக்கறி உண்பது கேவலமானது என்ற எண்ணத்திலிருந்து விடுபட்டு அக்கறியை அனுபவித்து உண்ண ஆரம்பித்தனர். மாட்டுக்கறியை உண்ணாத தலித்துகளின் உட்பிரிவினரும் அக்கறியை உண்ணத் தொடங்கினர்.

மரக்கன்றுகளை வீட்டின்முன் நடும் பழக்கமும் அதிகரித்தது. மரம் அனைவருக்கும் பொது என்றே வளர்த்தனர். மரக்கன்றுகளைக் காணிக்கையாகக் கொண்டுவரும் வழக்கமும் அதிகரித்தது,

குழுவாக வந்த சிலர் தங்களது ஊர்களில் குளம், குட்டை, ஏரி, ஊரணி போன்றவற்றைத் தூர்வார ஏற்பாடு செய்தனர். இவைகளுக்குத் தண்ணீர் வரும் வாய்க்கால்களைச் சுத்தப்படுத்துவது, அப்பகுதிகளில் வளர்ந்துள்ள கருவேல மரங்களை அழிப்பது, ஐம்பூதங்களோடு உள்ள உறவை வளர்ப்பது, தங்கள் பகுதிகளிலுள்ள இயற்கையான இடங்களுக்கு நடைபயணம் செல்வது என்று செயல்பட ஆரம்பித்தனர். ஏதோ கடமைக்காகச் செய்தோம் என்ற மனநிலை அவர்களிடம் இல்லை. திருத்தலங்களுக்கு நடந்து செல்வது, மொட்டை அடிப்பது, காது குத்துவது போன்ற பக்தி முயற்சிகளாகவே, ஆன்மீகச் செயல்பாடுகளாகவே அவைகளைக் கருதினர். சாமி பிச்சைமுத்தும், சாமி வேளாங்கண்ணியும் ஒவ்வொரு ஆண்டும் கூறும் அருள்வாக்கை இறைவாக்காகவே உணர்ந்து செயல்பட்டனர். அருள்வாக்கு மக்களிடம் மிகப்பெரிய தாக்கத்தை ஏற்படுத்தியது. புதிய ஆன்மீகத்திற்கு அவர்களை அழைத்துச் சென்றது.

அதோடு பாலகர்களின் சரித்திரமானது அவர்களைத் தங்களது முன்னோர்களின் சரித்திரத்தை நோக்கித் திருப்பியது. பாலகர் இருவரையும் தங்களது குலதெய்வப் புனிதர்களாகக் கருதிய அவர்கள் திருச்சபை அறிவித்த வெளிநாட்டுப் புனிதர்களை மட்டும் அல்லாது தங்கள் பகுதிகளில் தங்களது முன்னேற்றத்திற்காக உழைத்து உயிர்த்தியாகம் செய்த தங்களது முன்னோர்களின் வாழ்வுகளையும் திரும்பிப் பார்க்க ஆரம்பித்தனர். ஆரோக்கியமான அத்தகைய பார்வை அவர்களிடம் புதுப்புது புனிதர்களை உருவாக்க ஆரம்பித்தது. முன்னோர்களின் குலதெய்வ வழிபாடானது அவர்களது அடி மனதில் புதைந்திருந்தது. எனவே யாரும் புகுத்தாமல் மிக இயல்பாக இத்தகைய வழிபாட்டை நோக்கித் திரும்பினர். மதத்தைக் கடந்து இந்துக்களும் கிறிஸ்தவர்களும் ஒரே கண்ணோட்டத்தில் பார்க்கும் பார்வை வளர்ந்தது. மதங்களுக்கிடையே புரிதல் அதிகரித்தது. கடந்த காலங்களில் தாங்கள் ஒன்றாக இருந்த வாழ்வை நோக்கித் திரும்பினர். மதத்தைக் கடந்து மனித நேய அடிப்படையில் இணைய ஆரம்பித்தனர். புது வகைகளில் வாழிபாட்டை நடத்தலாமே என்ற சிந்தனையும் அவர்களிடம் மலர்ந்தது.

துறவிகளின் தூண்டுதலால்தான் காவலூர் மக்கள் சிறையில் அடைக்கப்பட்டனர் என்று உணர்ந்த அப்பகுதி மக்கள் வெகுண்டெழுந்து

ஜேம்ஸ் பீட்டரின் கல்லறையில் ஒன்று கூடினர். ஜேம்ஸ் பீட்டரின் வாழ்வை சவரி உணர்ச்சியுடன் விவரித்தார். துறவிகளின் நிறுவனத்தைக் கைப்பற்ற அவர் என்னென்ன செய்தார் என்பதையும் கூறினார். துறவு சபையினரது நிறுவனங்களைக் கைப்பற்றுவது என்று அக்கல்லறையில் உறுதி எடுத்தனர்.

முதல் முயற்சியாக அப்பகுதி மக்கள் அனைவரும் ஆயிரக் கணக்கில் காவலூரில் ஒன்றுகூடி துறவிகளின் நிறுவனத்தைக் கைப்பற்றுவது என்றும், மாதம் ஒருமுறை ஒரு கிராமத்தைத் தேர்வு செய்து அங்கிருக்கும் துறவு சபையினரின் நிறுவனத்தைக் கைப்பற்றுவது என்றும், பெண் துறவிகளின் நிறுவனத்தை முற்றுகையிட பெண்கள் மட்டும் பெரும் கூட்டமாகச் செல்வது என்றும் முடிவெடுத்தனர். துறவு சபைகள் ஆரம்பித்தபோது துறவிகள் எப்படி இருந்தார்களோ அந்த நிலைக்குத் தற்போதைய துறவிகளைத் திரும்ப வைப்பதே போராட்டத்தின் குறிக்கோள் என்று வரையறை செய்தனர். அதேசமயத்தில் துறவு சபையினரின் சொத்துக்கள் மக்கள் சொத்தாக அறிவிக்கப்படும் என்றும், நிலத்தை கூட்டுறவு முறையில் இயற்கை விவசாயம் செய்வது என்றும், பஞ்சமி நிலமீட்புப் போராட்டம் நடத்துவதற்கான சாத்தியக் கூறுகளை ஆராய்வது என்றும் தீர்மானித்தனர்.

தலித் கிறிஸ்தவ இயக்கமும் மறைமாவட்டங்களிலும், துறவு சபைகளிலும் தங்களது விகிதாச்சாரத்திற்கு ஏற்ப வேலைவாய்ப்பிலும், படிப்பிலும் இடஒதுக்கீடு வழங்க வேண்டும் என்று தொடர்ந்து போராடியது. இந்தப் போராட்டம் நல்லது என்றே நிலமற்ற விவசாயக் கூலிகளாகிய தலித் கிறிஸ்தவர் நினைத்தனர். இயக்கத்தினரின் போராட்டங்களுக்குத் தொடர்ந்து ஆதரவு அளித்தனர். இத்தகைய போராட்டங்கள் தாங்கள் நிறுவனத்தைக் கைப்பற்றும் போராட்டங்களுக்கு அடித்தளமிட்டதாக அமையும் என்றே எண்ணினர்.

செந்திடல் பகுதியில் உள்ள தலித் மக்களுக்கும் அங்குள்ள இம்மானுவேல் சபையினருக்குமிடையே மறுபடியும் பண்டாரசாமியின் திருநாளைக் கொண்டாடுவதில் பிரச்சினை ஏற்பட்டது. இம்மானுவேல் சபையினரின் சர்வாதிகாரப் போக்கைக் கண்டித்து கஞ்சா வழக்கில் சிறை சென்ற தலித் தலைவர் சாலமோன் தீக்குளித்து இறந்தார். வெந்த புண்ணில் வேல் பாய்ச்சுவதுபோல மறுபடியும் இம்மானுவேல் சபையினர் மக்கள்மேல் பொய் வழக்கைப் போட்டனர். அதனால் கொதிப்படைந்த மக்கள் இறந்த சாலமோனுக்கு நீதி கிடைக்கவும்,

பொய் வழக்கைத் திரும்பப் பெறவும் போராடுகின்றனர். அதுவரை பண்டாரசாமியின் கோயிலை திறக்கக் கூடாது என்று மூடியுள்ளனர். இம்மானுவேல் சபையினர் செய்வது அறியாமல் திகைக்கின்றனர்.

அன்று பௌர்ணமி. மேகமற்ற இரவில் நிலவு பூமியைப் பகலாக்கியது. சிறுவர்களும், சிறுமியர்களும் பொதிமூடை விளையாடினர். பெரியவர்கள் அதைக் கண்டு ரசித்தனர். அதே விளையாட்டை இளைஞர்கள் சிறுபிள்ளைகளைவிட மிக உற்சாகமாக விளையாடினர். பொதிமூடை சுமந்த இளைஞர் முதுகில் ஓங்கி ஓங்கிக் குத்தினர். டேய் மெதுவாக் குத்துங்கடா. இல்ல நானு இதவிட பலமா குத்துவேன் என்று கத்தினார். அனைவரும் சிரித்தனர்.

விளையாடியவர்கள் அனைவரும் சோர்ந்துபோய் உறங்க ஆரம்பித்தனர். ஊரே உறங்கியது. இரவு பதினொரு மணிக்கு மேல் ஆகியது. நிலவொளி பால்போல தனது ஒளியை வீசியபடி இருந்தது.

வேளாங்கண்ணிக்குத் தூக்கம் வரவில்லை. எழுந்தார். அன்று வெள்ளிக்கிழமை. மாலையிலேயே ஞானம் கல்லறைக்குச் சென்றவர் தான். திரும்பவும் அங்கு சென்றார். சிறிதுகூட பயம் இல்லை. இரவில் நிலவொளியின் அழகை ரசித்தபடியே சென்றார். கல்லறையில் மண்டியிட்டுச் சிறிது நேரம் வேண்டினார். மண்டியிட்டபடியே திரும்பி அருகில் இருந்த குட்டைமரத்தான் கல்லறையிலும் வேண்டினார். எழுந்தார். அம்மாவின் கல்லறைக்குச் செல்லவேண்டும்போல உணர்ந்தார். அங்கு சென்றார். அங்கும் மண்டியிட்டுச் செபித்தார். எழுந்தார். ஊரை நோக்கி அவரது கால்கள் திரும்பவில்லை. வயலை நோக்கித் திரும்பினார். வயலின் வரப்புகளில் எந்தவிதமான தடுமாற்றமும் இல்லாமல் நடந்தார்.

இரவு பனிரெண்டு மணி இருக்கும்.

பிச்சைமுத்தின் வயலை அடைந்தார்.

அங்கே
பிச்சைமுத்து
முழு நிர்வாணமாக
ஆனந்தமாக
ஆடினார்.

கால்கள் ஏதோ ஒரு தாளத்திற்கு ஆடுவதுபோல் இருந்தது. தாளம் தப்பாமல் ஒரே சீரான விதத்தில் ஆடின. பூமி லேசாக நடுங்குவது போல இருந்தது. அவரது கைகள் மிகவும் பரவசமாக அபிநயம்

பிடித்தன. வீர உணர்வாக அது மிளிர்ந்தது. நரைத்த தலைமுடி பளபளக்க தலை சுழன்றபடி இருந்தது. அவர் இயற்கையோடு தன்னை இணைத்துக்கொண்டு பரவச நிலையில் தன்னையே மறந்து மிகவும் இயல்பாக ஒரு தேர்ந்த பறையாட்டக்காரனைப்போல ஆடுவதாக உணர்ந்தார்.

வேளாங்கண்ணி வந்ததை அவர் கவனிக்கவில்லை.

வேளாங்கண்ணி அவரையே பார்த்தார். அவரது ஆட்டத்தை அங்குலம் அங்குலமாக ரசித்தார். அழகின் முழுமை முதுமையில் வெளிப்படுவதாக அவர் உணர்ந்தார். நேரம் செல்லச் செல்ல நிர்வாணம் பற்றிய தனது கருத்தை முற்றிலுமாகக் கழற்றினார். தான் முற்றிலும் விடுதலை பெற்ற ஓர் உணர்வு அவரை நிறைத்தது.

இயற்கையோடு தானும் சிறிது சிறிதாகக் கலந்து கரைய ஆரம்பித்தார். உடைகளின் சிறையிலிருந்து உடல் விடுதலையடைந்தது. அவரது கால்களும் சிறிது சிறிதாக ஆடின. தாளம் தவறாத ஆட்டமாக இருந்தது. எங்கே அந்தத் தாளம்? இரவின் சிள் வண்டுகளின் ஒலியே தாளமானது. கைகளை வீரமாக உயர்த்தினார். அதில் ஒரு நளினம் இருந்தது. தலைமுடி முழுவதும் காற்றில் பறந்தது. முடியே ராட்டினமானது. பரவசமாக ஆடினார். ஆடியபடியே பிச்சை முத்தை அடைந்தார்.

பரவச நிலையில் இருந்த இருவரது கரங்களும் இணைந்தன. இதயத்தின் அடித்தளத்திலிருந்து புறப்பட்ட உணர்வுகள் வார்த்தைகளாக வெளிவந்தன.

“கடலாய், கரையாய், காற்றாய், காலமாய்,
நீராய், நெருப்பாய், நிலமாய், நிறமாய்,
மலையாய், மழையாய், மரமாய், மலராய்,
உயிராய், உடலாய், உணர்வாய், உறவாய்.”

அந்தச் சிங்காரவனத்தில் நிலவொளியில் மகிழ்ந்த நிறைவின் பரவசமாக, இயற்கையோடு இயற்கையாக ஒன்றாகக் கலந்து ஆடினர். முன்பாக, பின்பாக, வலமாக, இடமாக நாலாதிசைகளிலும் சுழன்று சுழன்று குதித்துக் குதித்து ஆடினர். எவ்வளவு நேரம் ஆடினர் என்று தெரியவில்லை.

இருவரும் மிகவும் இயல்பாகக் கைகளை உயர்த்தினர்.

“எங்கும் நீயாக
எதிலும் நீயாக.”

திடீரென்று உயர்ந்த பிச்சைமுத்துவின் கரங்கள் சோர்ந்தன. வேளாங்கண்ணியின் கரங்களைப் பற்றியபடியே கீழே சிறிது சிறிதாக சரிந்தார். கீழே விழுந்தார். உடல் பூமியோடு அவரது உறவைப் புதுப்பித்தது. ஆனால் உடலின் இயக்கம் சிறிது சிறிதாகக் குறைந்தது. மூச்சுமட்டும் சப்தமாக வெளிவந்தது. காற்றோடு உள்ள உறவு சிறிது சிறிதாகக் குறைந்தது. இறுதி மூச்சா?

அவர் சொன்னது வேளாங்கண்ணிக்கு ஞாபகம் வந்தது. பௌர்ணமி இரவில் நிர்வாணமாக ஆடும்போது என் உயிரு போகணும்.

அவரது ஆசை நிறைவேறப் போகிறதோ?

பிச்சைமுத்துவின் தலைக்கு அருகில் வேளாங்கண்ணி அமர்ந்தார்.

அவரது தலையைத் தூக்கி தனது மடியில் வைத்தார்.

தொண்டைக்கும் மூக்குக்கும் இடையே உயிர் மூச்சு ஊசலாடியதை உணர்ந்தார்.

வேளாங்கண்ணி பார்த்துக்கொண்டே இருந்தார்.

மூச்சு அடங்கவில்லை.

இறுதியாகப் பால் ஊத்தினால்தான் மூச்சு அடங்குமோ?

எதற்குப் பால் ஊற்றுகிறார்கள்? அவருக்குத் தெரியும். குனிந்தார்.

தனது மார்பகத்தை அவரது உதடுகளில் வைத்தார்.

ஒரு குழந்தையை அணைப்பதுபோல பிச்சைமுத்தை அணைத்தார்.

பிச்சைமுத்துவின் உதடுகள் சிறிது சிறிதாக அடங்கின.

வேளாங்கண்ணி குனிந்தார்.

அவரது நெற்றியில் முத்தமிட்டார்.

‘மண்ணிலிருந்து பிறந்தவனே, நீ மண்ணிற்கே திரும்புவாய்.’

தீவட்டியுடன் பாலகர்களின் கல்லறையிலிருந்து அருள்வாக்குக் கூறுவதாக உணர்ந்தார்.

அப்படியே சரிந்து மண்ணில் வீழ்ந்தார்.

★★★

மாற்கின் பிற படைப்புகள்

அ. நாவல்கள்
1. வருவான் ஒருநாள் *(1980)*
2. சுவர்கள் *(1984)*
3. கத்தியின்றி ரத்தமின்றி *(1987)*
4. யாத்திரை *(1993)*
5. மறியல் *(2006)*
6. மறுபடியும் *(2008)*
7. இப்படியும் *(2010)*
8. எப்படியும் *(2010)*
9. உண்மையா... அது என்ன? *(2011)*
10. இறங்கு *(2017)*
11. ஐம்பேரியற்கை *(2018)*
12. முன்னத்தி *(2021)*

ஆ. சிறுகதைகள் தொகுப்பு
13. ஆவேசம் *(2006)*

இ. விழிப்புணர்வு
14. அடித்தள விழிப்பினிலே *(1987)*

ஈ. புலனாய்வு
15. குருதி குடிக்கும் குருஞ்சாகுளம் *(1992)*
16. சிறுவாச்சியில் ஒரு வெறியாட்சி *(1992)*
17. கிறிஸ்தவத்தில் தீண்டாமை *(1994)*
18. பஞ்சமி நிலப் போர் *(1996)*

உ. மானிட இயல்
19. அருந்ததியர் : வாழும் வரலாறு *(2001)*

ஊ. இறையியல்
20. செயலறம் *(2013)*

எ. தன் வரலாறு
21. தேடல் *(2007)*
22. பேருவகை *(2019)*

யாழினியின் பிற படைப்புகள்

அ. நாவல்கள்
1. வருவாள் சுபத்ரை (1990)
2. கலிதொழி (1994)
3. ஒத்திகை பார்க்கப்படும் (1997)
4. மாற்றொலி (1993)
5. மூர்பாடு (2008)
6. மனோரஞ்சிதம் (2009)
7. இமயமுனி (2010)
8. எரிமலைப்பூ (2010)
9. ஒரு காதலியின் சுயசரிதை (2011)
10. இரண்டு (2012)
11. ஒடுமரம்சாய்கை (2015)
12. ஒல்கையீடு (2021)

ஆ. சிறுகதைத் தொகுப்பு
13. இமோஜி (2008)

இ. கட்டுரைகள்
14. யாழினி யூழ்மைக்கோடு (1997)

ஈ. மொழியாக்கம்
15. இப்பொழுதும் தொடருகிறது (1985)
16. திராவிடப்பூ ஒரு பெருங்கனா (1988)
17. கற்கலையாத்தின் கொடுக்கப்பாடு (1989)
18. பிளாஸா தெர்ஸ்டோர்ம் (1995)

உ. கவிதை நூல்
19. அதிகாலைப் பாறை ஊற்றுப் பக்கம் (2001)

ஊ. வெளியீடுகள்
20. பௌர்ணமி (2013)

எ. சேர் பதிப்பு
21. மீள் த (2007)
22. வெற்றிலை (2019)